▸▸

பா. ராகவன், சென்னையில் பிறந்து வளர்ந்தவர். பதினொரு நாவல்களும் நான்கு சிறுகதைத் தொகுப்புகளும் முன்னதாக வெளியாகியிருக்கின்றன. இந்தியாவின் கவனிக்கத்தக்க இளம் எழுத்தாளர்கள் என்று டைம்ஸ் ஆஃப் இந்தியா வெளியிட்ட நூறு பேர் பட்டியலில் இடம் பெற்றிருந்தார். இவரது நாவல் 'அலகிலா விளையாட்டு' பாரதிய பாஷா பரிஷத் விருது பெற்றது. பாராவின் 'யதி', தமிழ் நாவல் முயற்சிகளில் நிகழ்த்தப்பட்ட மிக முக்கியமான சாதனைகளுள் ஒன்றாகக் கணிக்கப்படுகிறது. வயது 49.

பா. ராகவன்

இறவான்

கிழக்கு

இறவான்
Iravaan

Pa. Raghavan
R. Ramya ©

First Edition: December 2019
288 Pages

ISBN 978-93-5135-031-6
Kizhakku - 1181

Kizhakku Pathippagam
177/103, First Floor, Ambal's Building, Lloyds Road,
Royapettah, Chennai - 600 014. Ph: +91-44-4200-9603
Email : support@nhm.in Website : www.nhm.in

kizhakkupathippagam kizhakku_nhm

Author's Email : writerpara@gmail.com

Web : www.writerpara.com

Cover Design : Srinivasan Natarajan

Kizhakku Pathippagam is an imprint of New Horizon Media Private Limited

இக்கதை எதையும் யாரையும் குறிப்பிடுவதில்லை

பாரா

எதையும் யாரையும் குறிப்பிடாமல் எவன் வாழ்வும் இல்லை

ஆபிரஹாம் ஹராரி

நன்றி

ராஜேஷ் கர்கா - சி. சரவண கார்த்திகேயன் - சீனிவாசன் நடராஜன் -
பால கணேஷ் - ஹரன் பிரசன்னா - வைதேகி

பாகம் - 1

சமர்ப்பணம்

எனக்கு

ஆதியிலே ஒன்றுமில்லை
நான் மட்டும் இருந்தேன்.

பாகம் - 2

1.1

ONE

என்னை உங்களுக்குத் தெரியும். என்னை என்றால் என் பெயரை. அதனாலேயே நீங்கள் அறிந்த என்னுடைய பெயரைத் தவிர்த்துவிட விரும்புகிறேன். பெயரளவிலேயே நான் தொலைத்தவை நிறைய.

நான் ஒரு யூதன் என்று சொன்னால் நீங்கள் நம்புவதற்கு யோசிப்பீர்கள். எனது கிறிஸ்தவப் பின்னணியைக் குறித்துச் சில பத்திரிகைக் கட்டுரைகளில் வாசித்திருப்பீர்கள் என்பதனால். நானேகூட ஒன்றிரண்டு சந்தர்ப்பங்களில் என்னைக் கிறிஸ்தவனாகத்தான் அறிமுகப்படுத்திக் கொண்டிருக்கிறேன். அது உண்மையும்கூட.

குழப்பமாக உள்ளதா? இல்லை. எனக்கு யாரையும் குழப்பும் உத்தேசமில்லை. எனக்கே சில தெளிவுகளைப் பெற முடிகிறதா என்று பார்க்கத்தான் இதனை எழுதிக் கொண்டிருக்கிறேன். உலக வரலாற்றில் இப்படி ஒரு சம்பவம் இதற்குமுன் நிகழ்ந்திருக்கிறதா என்று எனக்குத் தெரியாது. நான் எழுதுகிறேன். நீங்கள் வாசிக்கிறீர்கள். நான் எழுதும்போதே வாசித்துக்கொண்டிருக்கிறீர்கள். எழுதி முடித்ததை அல்ல. பிரசுரமானதை அல்ல. எழுதும்போதே. ஒரு நேரலை இசை நிகழ்ச்சியைப் போல. அடுத்த சொல்லை நான் எழுதாமல் நிறுத்திவிட்டால் உங்களுக்கு இப்பிரதியில் இனி வாசிக்க ஒன்றுமில்லாது போய்விடும். என் மரணம்கூட அப்படி ஒரு தடுப்பை உருவாக்கிவிடக் கூடாது என்பதனால், இதை எழுதுவதற்காகத் தற்கொலை செய்துகொண்டேன்.

இப்போது என்னைக் கையைப் பிடித்துத் தடுக்க இங்கே யாருமில்லை. நான் சொர்க்கத்திலோ நரகத்திலோ இல்லை. பூமிக்கு இருபத்து மூன்றாயிரம் அடிகள் உயரத்தில் மேகப் பொதிகளின் நடுவே அமர்ந்திருக்கிறேன். இதனை எழுதி நேரலையாக உங்களுக்கு வாசிக்கக் கொடுக்க இந்த இடம்தான் வசதி என்று தோன்றிய கணத்திலேயே இறந்துவிட முடிவெடுத்தேன். விமானத்தில் ஏறும் முன்னால் நான் அருந்திய விஷம், ஏமாற்றாமல் என் உயிரை உடலில் இருந்து பிரித்து எடுத்துக் கொடுத்துவிட்டது. நான் அதற்கு நன்றி சொல்லிவிட்டு, பறக்கும் விமானத்தில் இருந்து இறங்கிக் கொண்டேன்.

பல்லாயிரம் வெள்ளை யானைகள் ஓய்வெடுப்பதுபோல் இங்கே எங்கெங்கும் மேகத் திரள். மேகத்தைத் தவிர வேறு எதுவுமே இல்லை. வெறும் வெண்மை. கண்ணுக்கு எட்டிய தொலைவெல்லாம் வெண்மை. என்னால் கற்பனை செய்துகூடப் பார்க்க முடியாத அளவுக்குக் குளிர்கிறது. உடல் இல்லாதபோதும் குளிரை உணர முடிவது வேடிக்கைதான். ஒரே வித்தியாசம், இந்தக் குளிரில் விரைத்து, இறந்துவிடுவோம் என்ற அச்சம் இல்லை. நான் சௌகரியமாக ஒரு மேகப் பொதிக்குள் அமர்ந்துகொண்டு இதனை எழுதிக்கொண்டிருக்கிறேன்.

இப்போது எனக்கு அடையாளச் சிக்கல் இல்லை. யாருக்கும் எதையும் நிரூபிக்கும் அவசியம் இல்லை. வாழ்நாள் முழுதும் நிரூபித்து நிரூபித்து அலுத்துவிட்டது. அடுத்தக் கணம் குறித்த அச்சம் இல்லாது போய்விட்டதால் துணிந்து இப்போது சொல்கிறேன். நான் ஒரு யூதன். என் பெயர் என்று என் மனம் எப்போதும் கூறி வந்திருப்பது, 'ஆப்ரஹாம் ஹராரி.' ஆனால் அரசாங்கப் பதிவேடுகளில் இந்தப் பெயர் இருக்காது. அது வேறு பெயர். அதைச் சொல்லலாம், தவறில்லை. ஏனெனில் நீங்கள் அப்பெயரையும் அறிந்திருக்க மாட்டீர்கள். என் பிறப்புச் சான்றிதழில் எனது பெயரை எட்வின் ஜோசப் என்று குறிப்பிட்டிருப்பார்கள். என் அப்பாவும் அம்மாவும் சேர்ந்து பேசி, விருப்பப்பட்டு வைத்த பெயர் அது. பள்ளிக்கூடக் காலத்தில் அந்தப் பெயரில்தான் என்னை என் நண்பர்கள் அழைத்தார்கள். பிறகு என் அடையாளங்கள் அனைத்தும் ஒருநாள் நான் உறங்கிக்கொண்டிருக்கும்போது என் உடலைவிட்டு இறங்கி எங்கோ சென்றுவிட்டன. காலை எழுந்தபோது எனக்குப் பள்ளிப் பாடங்கள் பற்றிய நினைவே இல்லை. செய்து முடிக்க வேண்டிய வீட்டுப் பாடங்கள் ஒரு பொருட்டாகத் தோன்றவில்லை. என் அடையாளங்கள் என்னை விட்டு விலகிப் போகின்றன என்பதை

உறக்கத்தில் உணர முடிந்த என்னால், புதிதாக எனக்குள் நிகழத் தொடங்கியிருந்த எதையும் உணரத் தெரியவில்லை.

எங்கள் வீட்டில் எந்தக் காலத்திலோ, ஒரு கிறிஸ்துமஸ் சமயத்தில் தேவாலயத்துக்கு வெளியே போட்டிருந்த கடையில் வாங்கிய சிறு புல்லாங்குழல் ஒன்று உண்டு. அந்தக் குழலில் ஆறு துவாரங்கள் மட்டுமே இருக்கும். ஏழாவது ஸ்வரத்துக்குப் போகாத எந்தப் பாடலையும் அதில் வாசிக்கலாம். விளையாட்டாக ஊதிப் பார்க்க அது வேண்டும் என்று கேட்டு, அப்பா வாங்கிக் கொடுத்தது. அன்றெல்லாம் அந்தப் புல்லாங்குழலை வைத்துக்கொண்டு நாராசமான ஒலிகளை எழுப்பிக்கொண்டிருந்தேன். அக்கம்பக்கத்து வீட்டார் என் அம்மாவிடம் வந்து புகார் சொல்லும் அளவுக்குப் போனது. அம்மா என்னிடம் வந்து, 'வாசித்தது போதும்; களைப்பாகி விடுவாய்' என்று அன்போடு அதை வாங்கி வைத்தார். நான் முரண்டு பிடிக்கவில்லை. இசை ஒரு மூங்கில் குழலுக்குள் இல்லை என்பது எனக்குத் தெரியும். உதட்டில் வைத்து ஊதுவதால் அது உதட்டில்தான் இருக்கிறதா என்றால், இல்லை. சிந்தனையின் ஏதோ ஒரு அடுக்கு அல்லது சிந்தனை மொத்தமும் இசையாக இருக்கும்போது குழல் என்றில்லை. ஒரு தகரச் சுருளில் இருந்தும்கூட இசையைக் கொண்டு வர முடியும் என்று எண்ணிக்கொண்டேன்.

அன்று எண்ணிக்கொண்டதுதான். அதன்பிறகு அந்தக் குழலைப் பற்றியோ, இசையைப் பற்றியோ நினைப்பதற்கு எனக்கு நேரமில்லாமல் போய்விட்டது. எத்தனையோ பல மாதங்களாக அந்தக் குழல் எங்கள் வீட்டில் அம்மாவின் துணி அலமாரியின் மேல் தட்டில்தான் இருந்தது. அம்மா அதைப் பூட்டி வைப்பதில்லை. நான் விரும்பினால் எப்போது வேண்டுமானாலும் எடுத்து ஊதிப் பார்க்க முடியும். ஆனாலும் அந்த ஒருநாள் அதில் இருந்த ஆர்வம் அதன்பின் என்றுமே எனக்குத் திரும்பி வரவில்லை. ஐந்து ரூபாய் புல்லாங்குழல் வீணாகிறதே என்று அப்பா மட்டும் ஓரிருமுறை சொல்லியிருக்கிறார். அதற்கென்ன செய்ய?

அன்றைக்கு ஏனோ விடிந்து எழுந்ததுமே எனக்கு அந்தப் புல்லாங்குழலின் நினைவு வந்துவிட்டது. இப்போது எடுத்து வாசித்துப் பார்த்தால் இசையின் வடிவத்தை அதில் கொண்டு வர முடியும் என்று தோன்றியது. உடனே, இது என்ன அபத்தம்? நமக்கும் இசைக்கும் என்ன தொடர்பு என்றும் உள்ளுக்குள் ஒரு வினா எழுந்தது. ஒரு தயக்கத்துடன்தான் அந்தப் புல்லாங்குழலை எடுத்தேன். உதட்டில் அதனைப் பொருத்தும்வரை ஒன்றும் நிகழவில்லை. ஆனால், அம்மூங்கில் குழலின் பழுப்பேறிய வாசம்

நாசிக்கு மிக அருகே நான் உணரும் வண்ணம் காற்றில் நின்று மிதந்தபோது அப்படியே உள்ளே இழுத்து சுவாசித்து வயிற்றில் கொண்டு இறக்கி வைத்தேன். எனக்கு என்னவோ ஆனது. சரியாகத் தெரியவில்லை. என்னையறியாமல் வாசிக்கத் தொடங்கியிருக்கிறேன்.

ஏ ரேஷ்மீ ஜுல்ஃபே
ஏ ஷர்பதி ஆங்க்கே
இன்ஹே தேக் கர்
ஜீ ரஹே
ஹெய்ன் சபே

முதல் இரண்டு வரிகளை வாசித்து முடிப்பதற்குள்ளாகவே என் அப்பா அலறினார். ‘டேய் இது முகமது ரபி.’ சிறிதும் இடைவெளியில்லாமல் அம்மா தன் பங்குக்குக் கூவினாள். ‘ராஜேஷ் கன்னா, மும்தாஜ், பால்ராஜ் சஹானி.’

நான் நிறுத்திவிட்டேன். அந்தக் குழலை இப்படியும் அப்படியும் புரட்டிப் பார்த்தேன். ஐந்து ரூபாய்க் குழல் எப்படி இருக்குமோ அப்படித்தான் அது இருந்தது. ஆனால் அதில் இருந்தும் ஒரு பாடலைக் கொண்டு வந்துவிட முடிகிறது.

‘எட்வின், இது எப்படி?’ என்று அப்பா கேட்டார்.

‘தெரியவில்லை அப்பா. அதை எடுத்தால் என்னால் வாசிக்க முடிந்துவிடும் என்று மனத்தில் பட்டது.’

‘நம்பவே முடியவில்லை’ என்று அம்மா சொன்னாள். அவளே இம்முறை குழலை எடுத்து, துடைத்து என்னிடம் நீட்டி, ‘இன்னொன்று வாசி’ என்று கேட்டுக்கொண்டாள். நான் சிறிது யோசித்துவிட்டு பண்டிட் ஜஸ்ராஜின் புகழ்பெற்ற கஸ்தூரி திலகத்தை வாசித்தேன். அப்பாவும் அம்மாவும் அசந்து போய்விட்டார்கள். எப்படி எப்படி என்று திரும்பத் திரும்பக் கேட்டார்கள். எனக்கும் அதே கேள்விதான். எப்படி?

அப்பா அப்போது பம்பாய் முனிசிபாலிடியில் இடைநிலை கணக்காளராக உத்தியோகம் பார்த்துக்கொண்டிருந்தார். அன்றைக்கு அலுவலகம் போனதில் இருந்து அவருக்கு வேலையே ஓடவில்லை. உடன் வேலை பார்க்கும் அத்தனைப் பேரிடமும் இதனைச் சொல்லியிருக்கிறார். இசை என்றால் என்னவென்றே தெரியாத என் மகன் பிரபலமான பாடல்களையெல்லாம் புல்லாங்குழலில் வாசிக்கிறான். இது எப்படி நிகழ்கிறது என்றே புரியவில்லை.

தெய்வக் கிருபை என்று ஒரு சிலர் சொல்லியிருக்கிறார்கள். வேறு சிலர், சினிமாப் பாட்டு வாசிப்பதெல்லாம் சுலபம் என்று

சொல்லியிருக்கிறார்கள். அப்படியா என்று அப்பா விரும்பக்கூடிய வியப்புணர்வை முகத்தில் வஞ்சனையில்லாமல் காட்டியவர்கள் நான்கு பேர்தான் என்று சொன்னார்.

அன்று மாலை அப்பா வீட்டுக்கு வந்ததுமே அம்மா அறிவித்தாள். எட்வினுக்கு ஒரு நல்ல புல்லாங்குழல் வாங்கித் தர வேண்டும்.

மறுநாள் நாங்கள் மூவரும் சாந்தாக்ரூஸில் சர்தார் ஃப்ளூட் என்ற கடைக்குப் போனோம். உள்ளே நுழையும் முன்னால் அம்மா கேட்டாள், 'எட்வின், சந்தோஷம்தானே?'

நான் புன்னகை மட்டும் செய்தேன். மூவரும் உள்ளே போனோம். அப்பப்பா! எத்தனை எத்தனை இசைக் கருவிகள். ஐந்நூறு புல்லாங்குழல்கள் ஓரிடத்தில் குவிக்கப்பட்டிருந்தன. நாற்பது கிடார்கள் தொங்கிக்கொண்டிருந்தன. ஒரு சுவரோரம் பளபள வென்று நூறு வயலின்கள் ஒன்றன்மீது ஒன்றாக சார்த்தி நிறுத்தப் பட்டிருந்தன. வீணைகள். சிதார்கள். வயோலாக்கள். டிரம்பெட்கள். மிருதங்கம். தபலா. தம்பூரா.

கடைப்பையன் ஒரு தட்டில் சாம்பிராணி வத்தி கொளுத்தி வைத்து ஒவ்வொரு கருவியின் அருகிலும் எடுத்துச் சென்று புகை பரப்பிக்கொண்டிருந்தான்.

'என்ன வேண்டும் தம்பி?' கடைக்காரர் என்னை அன்பாகத் தன்புறம் இழுத்து, இணக்கமாகத் தோளில் கைபோட்டுக் கேட்டபோது, 'ஒரு நல்ல புல்லாங்குழல்' என்று அப்பாவும், 'நாகஸ்வரம் இருக்கிறதா' என்று நானும் ஒரே சமயத்தில் கேட்டோம்.

அந்த நபர் சிறிது திகைத்துவிட்டாற் போலிருந்தது. 'நாகஸ்வரமா? நீ வாசிப்பாயா?'

'தெரியவில்லை ஐயா. ஆனால் இருந்தால் கொண்டு வாருங்கள்.'

அவர் நம்பிக்கை இல்லாமல் பார்த்தார். என்ன நினைத்தாரோ, உள்ளே சென்ற சிறிது நேரத்துக்குப் பின்பு திரும்பி வந்தார். அவர் கையில் ஒரு ஷெனாய் இருந்தது.

'ஆனால் நான் கேட்டது நாகஸ்வரம்.'

'அது இங்கே விற்பதில்லை தம்பி. ஷெனாய்தான் நமக்கு.'

அப்பாவும் அம்மாவும் என்னையே ஆச்சரியமுடன் பார்த்துக் கொண்டிருந்தார்கள். நான் அதுவரை தொட்டுப் பார்த்திராத அந்த ஷெனாயை ஆசை தீரத் தடவிப் பார்த்தேன். அதன் முன் பகுதி துவாரம்

வழியே ஒரு கண்ணைத் திணித்து எதிர்ப்புற ஓட்டை தெரிகிறதா என்று பார்த்தேன். கடைக்காரனுக்கு சிரிப்பு வந்துவிட்டது.

'தம்பி அது டெலஸ்கோப் அல்ல. இசைக்கருவி.' என்று சொன்னார்.

'ஆம். கருவி.'

எவ்வித உத்தேசமும் இல்லாமல் அந்த ஷெனாயை உதட்டில் பொருத்தி மனத்தில் எழுந்த ஏதோ ஒன்றைக் காற்றாக வெளியே கொண்டு வரப் பார்த்தேன். நான் சுவரங்கள் அறியாதவன். ராகங்களுடன் எனக்குப் பரிச்சயமில்லை. தாள வகை எத்தனை என்று அறியமாட்டேன். எந்த இலக்கண தெய்வமும் என்னை அரவணைத்ததில்லை. எல்லாம் புதிது. எனக்கே புதிது.

அன்று நான் அந்தக் கடையில் வாசித்தது, பிஸ்மில்லா கான் எவ்வளவோ முறை வாசித்துத் தீர்த்துவிட்ட யமன் கல்யாணி ஆலாப். பத்து நிமிடங்கள் வாசித்திருப்பேன். கடைக்காரர்களும், கடைக்கு வந்திருந்த மற்றவர்களும் என்னைச் சூழ்ந்து நின்றுவிட்டார்கள். நான் வாசித்து முடிக்கும்வரை யாரும் ஒரு வார்த்தை பேசவில்லை, அசையக்கூட இல்லை. எனக்கே நான் என்ன செய்கிறேன் என்று தெரியாதபோது அவர்களை எப்படிக் கூர்ந்து கவனித்திருக்க முடியும்?

ஏதோ வாசித்தேன். எப்படியோ முடித்தேன். அனைவரும் கை தட்டினார்கள். அம்மா என்னை அப்படியே தூக்கி முகமெங்கும் முத்தமிட்டாள். அப்பா, என்னையும் அம்மாவையும் சேர்த்து அரவணைத்து ஆனந்தக் கண்ணீர் சொரிந்தார். 'டெய்ஸி, நம் மகன் ஒரு மேதை' என்று சொன்னார்.

'உங்களுக்குப் புல்லாங்குழல் வேண்டுமா, ஷெனாய் வேண்டுமா' என்று கடைக்காரன் கேட்டான். அப்பா இப்போது என்னைப் பார்த்தார். நான் கடையெங்கும் பார்வையால் சுற்றிப் பார்த்துவிட்டு இறுதியில் ஒரு ஆர்மோனியப் பெட்டியைத் தேர்ந்தெடுத்தேன்.

'அதுவும் வாசிப்பாயா?' அம்மா வியப்புடன் கேட்டாள்.

'தெரியவில்லை அம்மா. ஒருவேளை முடியலாம். வாங்கித் தருவீர்களா?'

'கண்டிப்பாக. ஆனால் வேறு எதுவும் வேண்டாமா?'

'இப்போது இது போதும் அம்மா.'

எழுநூறு ரூபாய் செலவில் அப்பா அன்றைக்கு எனக்கு ஒரு ஆர்மோனியப் பெட்டி வாங்கித் தந்தார். மறுநாள் காலை

குளித்துவிட்டு நான் அதில் வாசிக்க அமர்ந்தபோது அதன் கட்டைகளெல்லாம் விரல்களாகியிருந்தன. என் கை அதன் அருகே சென்றபோது கப்பென்று மொத்தமாகப் பற்றி உள்ளே இழுத்துக் கொண்டது. நான் வாசிக்கவில்லை. இது எனக்கு நிச்சயமாகத் தெரியும். ஏனென்றால் என் கை விரல்களை யாரோ உள்ளுக்குள் இருந்து இழுத்துப் பிடித்து வைத்திருந்தார்கள். ஆனாலும் ஆர்மோனியத்தின் மறுபுறத்தில் இருந்து ஓர் இசைக்கோவை வெளிவரத் தொடங்கியது.

அதைக் கேட்கத் தொடங்கியபோதே என் நாடி அடங்கிப் போனாற்போல் ஆகிவிட்டது. அந்த இசை எனக்குத் தெரிந்ததல்ல. ஆனால் மிகவும் நெருக்கமாக உணர முடிந்தது. நான் அதைக் கேட்டதும் இல்லை. ஆனால் அது என் பிரத்தியேகமான சொத்து என்று பட்டது. பல நூறு வருடங்களாக எங்கோ புதைந்திருந்த ஒரு புராதன மர்ம மனிதன் தனது சவக்குழியில் இருந்து எழுந்து வந்து என்னெதிரே அமர்ந்து என் விரல்களைக் கொண்டு அவன் பாடலை இசைத்துக்கொண்டிருக்கிறான் என்பது புரிய எனக்குப் பத்து நிமிடங்கள் பிடித்தன.

மூச்சைப் பிடித்துக்கொண்டேன். அவன் முழுவதுமாக அந்த இசையை வாசித்து முடித்துவிட்டு, 'இது என்ன தெரிகிறதா ஆப்ரஹாம் ஹராரி?' என்று கேட்டான்.

திகைத்துவிட்டேன். மறுகணம் அந்த ஆர்மோனியப் பெட்டியின் எதிரே மண்டியிட்டு விழுந்து வணங்கினேன்.

1.2

நான் ஒரு யூதன் என்பதும், நான் ஒரு இசைக்கலைஞன் என்பதும் எனக்கும் என் பெற்றோருக்கும் தெரிவதற்குப் பல காலம் முன்பே - சரியாகச் சொல்வதென்றால் என் தந்தையின் பாட்டனார் அவரது தந்தையாரின் விந்தணுவுக்குள் இருந்தபோது ஹீப்ரு லிபியில் ஓர் அணுவுக்குள் இறைவனால் எழுதி வைக்கப்பட்டிருந்தது. என் தந்தைக்கோ, அவரது தந்தையாருக்கோ ஹீப்ரு மொழி தெரியாது. என் தந்தையின் பாட்டனாரின் தந்தை இரண்டாயிரம் ஆண்டுகளுக்கு முன்பு நடந்த ஒரு கப்பல் விபத்தில் சிக்கி உயிர் தப்பி பம்பாய் கடற்கரை ஓரம் வந்து ஒதுங்கிய ஒரு யூதக் குழுவின் வம்சத்தில் வந்தவர். இது ஒரு செவி வழிக் கதையாக என்னிடம் வந்து சேர்ந்திருந்தது. எங்கள் குடும்பம் எப்போது மதம் மாறியது என்று என் தந்தைக்குத் தெரிந்திருக்கவில்லை. 'என் தாத்தா ஒரு கிறிஸ்தவர். என் தந்தை கிறிஸ்தவர். நாம் கிறிஸ்தவர்கள்' என்று என் சிறு வயதில் என் தந்தை சொன்னது நினைவிருக்கிறது. அம்மா என்னை இயேசுவுக்குத் தோத்திரம் சொல்லப் பழக்கிக் கொடுத்தாள். அவள் பழக்கிய விதத்தில்தான் நான் வளர்ந்தேன்.

ஆனால் அந்த ஆர்மோனியத்தில் கை வைத்ததும் என் கையைப் பிடித்து உள்ளே இழுத்த விரல்கள் முன்னூறு ஆண்டுகள் பழமையானவை. இதனை என் மானசீகத்தில் என்னால் உணர முடிந்தது அப்போது எனக்கு வியப்பாக இருந்தது. அவ்விரல்கள், என மூதாதையரின்

விந்தணுவுக்குள் ஹீப்ரூ மொழியில் எழுதி வைக்கப்பட்ட சங்கேதக் குறிப்பினை அதன் ஈரம் காயாமல் அப்படியே என் கரங்களுக்குள் கடத்தின. இது ஏன் என் தந்தைக்கு நிகழவில்லை? அம்மாவுக்கு ஏன் நிகழவில்லை? அது எனக்குத் தெரியவில்லை. எனக்கு நிகழ்ந்தது. நான் ஒரு யூதன். நான் ஓர் இசைக் கலைஞன்.

என்னைப் பார்த்துக்கொண்டு நின்றிருந்த தந்தையும் தாயும் என் கவனத்தில் இருந்து மறைந்து போனார்கள். எங்கள் வீடு என் நினைவில் தன் தோற்றத்தை இழந்தது. நான் இருந்த இடம் மறந்தது. பகலா இரவா என்பது குழப்பத்துக்கு உள்ளானது. எனக்குள் அருவமாக நிகழ்ந்த எதுவும் மனத்துக்குள் நிகழ்ந்ததா, அல்லது உடலில்தானா என்றுகூட எனக்குச் சரியாகத் தெரியவில்லை. ஒரு நடுக்கம். மிகச் சிறிய நடுக்கம். ஆனால் தலை முதல் பாதம் வரை அது நீடித்தது. இடைவிடாமல். இருபது, முப்பது வினாடிகளுக்காவது நிச்சயம் இருக்கும். என் வலக்கை விரல்களின் நகக்கணுக்கள் வழியே உள்ளேறிய அவ்விந்தணுக்கள் நரம்புகளின் வழியே கடத்தப்பட்டு என் உச்சந்தலைக்குச் சென்று சேரும் வரை அது தொடர்ந்தது. அது நிகழ்ந்து முடிந்த கணத்திலேயே என்னையறியாமல் நான் ஆர்மோனியத்தில் வாசித்துக்கொண்டே பாடத் தொடங்கியிருந்தேன்.

பார்ச்சி நஃபிஷி..ஈ.. எடநோவா அ

அடொனா எலொஹை கடால் டமெ ஒட்...

என் பெற்றோர் அதிர்ச்சியடைந்தார்கள். ஏனென்றால் நான் என்ன மொழியில் பாடிக்கொண்டிருக்கிறேன் என்பது அவர்களுக்குத் தெரியவில்லை. எனக்கு மட்டும் தெரியுமா! ஆனால் மூச்சு விடாமல் பாடியும் வாசித்தும் முடித்த கணத்தில் எனக்கு ஒரு தரிசனம் போல அந்த இசையின் ஊற்றுக்கண் புலப்பட்டது.

'இது என்ன பாடல்? எங்கு கற்றாய்? தயவுசெய்து சொல் எட்வின்.'

'நன்றாக இருக்கிறதா அப்பா?'

'எப்படிச் சொல்வதென்று தெரியவில்லை. என்னவோ செய்கிறது. ஆனால் புரியவில்லை.'

'அப்பா, இது சங்கீதம் 104.'

'சங்கீதமா?' என்று அம்மா கேட்டாள்.

'ஆம். புராதன ஹீப்ரூவில் இப்படித்தான் பாடவேண்டும்.'

மறுநாள் அம்மா என்னை ஒரு மருத்துவரிடம் அழைத்துச் சென்றாள்.

என்னைப் பரிசோதித்த மருத்துவர், எனக்கு வைட்டமின் குறைபாடுகள் இருக்கலாம் என்றும், உணவில் போதிய ஊட்டச்சத்துகள் இருக்குமாறு பார்த்துக்கொள்ளும்படியும் அம்மாவிடம் சொன்னார். கேள்விப்பட்டிராத மொழியின் சொற்களைக் கொண்டு என்னால் எப்படிப் பாட முடிகிறது என்று கேட்டதற்கு அவர் பதில் சொல்லவில்லை. படிப்பில் கவனம் செலுத்தும்படி அறிவுறுத்தி அனுப்பிவைத்தார்.

அவர் அதனைச் சொன்ன நேரம், எனக்குப் படிப்பில் ஆர்வம் வற்றிப் போனது. நாளெல்லாம் ஆர்மோனியத்துடனேயே இருந்தேன். நான் வாசித்துக்கொண்டுதான் இருந்தேன். ஆனால் என்ன வாசித்தேன் என்று எனக்குத் தெரியவில்லை. கேட்பதற்கு இனிமையாக இருப்பதாக அம்மா சொல்லுவாள். ஏதாவது இசைப் பள்ளியில் சேர்த்து விடவா என்று என் தந்தையும் கேட்டார். எனக்கு அது அவசியம் என்று தோன்றவில்லை. பதிலாக, என்னை இஸ்ரேலுக்கு அழைத்துச் செல்வீர்களா என்று அவர்களிடம் கேட்டேன்.

‘எதற்கு?’

‘நான் ஒரு யூதன். கிறிஸ்தவன் அல்ல. என்னால் இனி இயேசுவை வணங்க இயலாது.’

என் பெற்றோர் பயந்துவிட்டார்கள். எனக்குத் தீவிரமான மனநலக் கோளாறு ஏதோ ஏற்பட்டிருக்க வேண்டும் என்று நம்பினார்கள். ஆனால் மனநலக் கோளாறு ஒரு கலையுடன் சேர்ந்து வருமா என்பதில் அவர்களுக்குக் குழப்பம் இருந்தது. இசையை என்றுமே ஒரு பொருட்டாக நினைத்திருக்காத குடும்பம் எங்களுடையது. ஒரு சாதாரண பம்பாய் நடுத்தர வர்க்கப் பிரதிநிதியாக என் தந்தையும் தாயும் நாங்கள் வசித்த பகுதியில் நல்ல மனிதர்கள் என்று பெயர் எடுத்திருந்தார்கள். அப்பா காலை எழுந்து டீ குடித்த பின்பு தனது ஸ்கூட்டரைத் துடைப்பார். அவர் ஸ்கூட்டர் துடைக்கும் நேரத்துக்குள் அம்மா காலை உணவைத் தயாரித்துவிடுவாள். குளித்துவிட்டு வந்து சாப்பிட்டுவிட்டு அப்பா அலுவலகம் கிளம்பிச் செல்வார். வாசல் வரை வந்து அவரை வழியனுப்பிவிட்டு அம்மா தள்ளுவண்டிக் காரனிடம் உருளைக்கிழங்கு, தக்காளி, வெங்காயம், குடைமிளகாய் எல்லாம் வாங்குவாள். சில நாள் பை எடுத்துச் சென்று மீன் வாங்கி வருவாள். எனக்கு வீட்டுக்கு அருகிலேயே பள்ளிக்கூடம் இருந்ததால் மதிய உணவுக்கு நான் வீட்டுக்கு வந்துவிடுவேன். பொதுவாக நான் காலை வேளைகளில் தேநீர் மட்டுமே குடிப்பேன் என்பதால் அம்மா காலை வேளைக்குச் சமைக்கும் போஹாவையும் மதிய உணவுடன் சேர்த்துச் சாப்பிட்டுவிட்டுப் பள்ளிக்குச் செல்வேன்.

மாலை என் நண்பர்கள் என் வீட்டுக்கு வந்து என்னை விளையாட அழைத்துச் செல்வார்கள். வீட்டுக்குச் சிறிது தூரத்தில் இருந்த கார்ப்பரேஷன் காலி மைதானத்தில் நாங்கள் கால்பந்து ஆடுவோம். எனக்கோ நண்பர்களுக்கோ கால்பந்து ஆட்டத்தின் விதிமுறைகள் தெரியாது. ஆனால் பந்தை உதைத்துக்கொண்டு ஒரு மணி நேரம் ஓடிக்கொண்டிருப்பது அப்போது எனக்குப் பிடித்தமான பொழுது போக்கு. அச்சமயம் எனக்கு வீடு, பள்ளிக்கூடப் பாடங்கள் எதுவும் நினைவில் இருக்காது. உலகம் மொத்தமும் ஒரு கால்பந்தாக உரு சிறுத்து என் காலடியில் இருப்பதாக நினைத்துக்கொள்வேன். அதை இன்னொருவன் காலுக்குப் போகவிட்டுவிடாதபடிக்குப் பார்த்துக் கொள்வதே என் விளையாட்டு ஒழுக்கம் என்று வகுத்துக் கொண்டிருந்தேன்.

ஆனால் ஆர்மோனியம் வாசிக்கத் தொடங்கிய பின்பு எனக்குக் கால்பந்தில் ஆர்வம் போய்விட்டது. பள்ளிக்கூடம் விட்டு வீடு திரும்பியதுமே நான் ஆர்மோனியத்தை எடுத்து வைத்துக்கொண்டு அமர்ந்துவிடுவேன். நான் வாசிப்பதில் அம்மாவுக்கு சந்தோஷம்தான் என்றாலும் எனக்கு என்னவோ ஆகிவிட்டிருக்கிறது என்னும் கவலையும் அவளுக்கு இருந்தது.

ஒருநாள் நான் வாசித்துக்கொண்டிருந்தபோது என் அருகே வந்து அமர்ந்தவள், 'எட்வின், எதிர்காலத்தில் நீ என்னவாக ஆக நினைத்திருக்கிறாய்?' என்று கேட்டாள். நான் ஒரு இசைக் கலைஞனாக ஆவேன் என்று உடனே பதில் சொல்வேன் என்று எதிர்பார்த்திருப்பாள் என்று நினைக்கிறேன். ஏனோ எனக்கு அப்போது அந்த பதிலைச் சொல்லத் தோன்றவில்லை. 'அம்மா, நான் ஒரு ராபி ஆவேன். ஜெருசலேத்தில் உள்ள பெல்ஸ் சினகாக் என் வருகைக்காகக் காத்திருக்கிறது' என்று சொன்னேன்.

இரண்டு விஷயங்கள். முதலாவது, எனக்கு அப்போது ஜெருசலேம் எங்கு இருக்கிறது என்று தெரியாது. அங்கே பெல்ஸ் என்றொரு யூத தேவாலயம் இருக்கிறதா என்றும் தெரியாது. இருப்பினும் அதனை எப்படிச் சொன்னேன் என்று எனக்குப் புரியவில்லை. இரண்டாவது விஷயம், நான் அப்படிச் சொன்னபோது என் அம்மா அடைந்த அதிர்ச்சி. ஓர் அதிர்ச்சியை முழு மொத்தமாகக் கண்களில் பார்ப்பது என்றால் என்னவென்று எனக்கு அன்றுதான் தெரிந்தது. அம்மாவின் கண்கள் கணப் பொழுது விரிந்து தணிந்தன. ஒரு மின்சாரத் தாக்குதலுக்கு உள்ளான உறுப்புகளாக உடனே அவள் கண்களில் கருமை படர்ந்தது. நெடுநேரம் என்னையே உற்றுப் பார்த்துக் கொண்டிருந்தாள். பிறகு என்ன நினைத்தாள் என்று தெரியவில்லை. என் தலையை வருடிக்கொடுத்து, 'யாரோ உன்னிடம் தவறாகச்

சிலவற்றைச் சொல்லிக் கொடுத்திருக்கிறார்கள். அதையெல்லாம் நம்பாதே' என்று சொன்னாள்.

'இல்லை அம்மா. யாரும் எதுவும் சொல்லவில்லை. எனக்கே தோன்றுவதைத்தான் நான் சொல்கிறேன்.'

அதன்பின் அவள் ஒன்றும் பேசவில்லை. இரவு நான் படுத்து உறங்கியபின் அப்பாவிடம் நடந்ததைச் சொல்லியிருக்கிறாள். மறுநாள் அலுவலக வேலையாக சாஹித் பகத்சிங் சாலைவரை சென்றிருந்தவர் கண்களில் மிகவும் தற்செயலாக ஏசியாடிக் சொசைடி நூலகம் தென்பட்டிருக்கிறது. எத்தனையோ முறை அந்தச் சாலைக்குச் சென்றிருக்கிறார் அப்பா. ஆனால் ஒருநாளும் அந்தக் கட்டடத்துக்குள் நுழைந்து பார்க்கத் தோன்றியதில்லை. அன்று அவர் எனக்காக அங்கே போனார். நூலகரிடம் தன் பெயரைச் சொல்லி அறிமுகப்படுத்திக் கொண்டு, 'இஸ்ரேல், ஜெருசலேம் குறித்த புத்தகங்கள் ஏதாவது இருக்குமா?' என்று கேட்டார்.

'வரலாற்றுப் பிரிவில் பார்க்க விருப்பமா? அரசியல் பிரிவில் பார்க்க விருப்பமா?' என்று நூலகர் பதிலுக்குக் கேட்டபோது அப்பாவுக்கு உடனே பதில் சொல்லத் தெரியவில்லை. 'இல்லை. எனக்கு இஸ்ரேலில் ஒரு குறிப்பிட்ட தேவாலயத்தைப் பற்றித் தெரிந்து கொள்ள வேண்டும்' என்று மட்டும் சொல்லியிருக்கிறார்.

அந்த நூலகரே புத்தக அடுக்குகளில் வரலாற்றுப் பிரிவில் ஒரு நூலைத் தேடி எடுத்து அப்பாவிடம் கொடுத்து, 'இது உதவலாம், பாருங்கள்' என்று சொன்னார்.

அடுத்த ஒரு மணி நேரம் அப்பா அந்தப் புத்தகத்தைப் பக்கம் பக்கமாகப் புரட்டிக்கொண்டே இருந்திருக்கிறார். ஒரு கட்டத்தில் பெல்ஸ் யூத தேவாலயத்தைக் குறித்து எழுதப்பட்டிருந்த பக்கம் அவருக்குத் தட்டுப்பட்டுவிட்டது. பதற்றமும் அவசரமுமாக அதை முழுவதும் படித்தார். படித்தது எங்கே மறந்துவிடுமோ என்று ஒரு தாளில் அவர் படித்தவற்றை எழுதியும் எடுத்துக்கொண்டார்.

நான் அதைச் சொன்னபோது அம்மா அடைந்த அதிர்ச்சியைக் காட்டிலும் பெல்ஸ் சினகாகைக் குறித்துப் படித்தபோது என் தந்தை அடைந்த அதிர்ச்சி மிகப்பெரிது. அது வழிபாடு நடந்து கொண்டிருக்கும் தேவாலயமல்ல. குறிப்பிட்ட சம்பவம் நடந்ததற்குச் சரியாக ஓராண்டுக்கு முன்னால்தான் சிதிலமடைந்த அந்த தேவாலயத்தைக் கட்டியெழுப்பும் பணியே தொடங்கி இருக்கிறது. அதை முழுவதுமாகக் கட்டி முடிப்பதற்குக் குறைந்தது இருபது ஆண்டுகளாவது பிடிக்கும் என்று அப்பா அம்மாவிடம் சொன்னார்.

சரியாகத்தானே இருக்கிறது? அப்போது எனக்குப் பன்னிரண்டு வயது. பென்ஸ் சினகாக் கட்டி முடிக்கும்போதுதான் நான் இஸ்ரேலுக்குப் போவேன் என்று இறைவன் தீர்மானித்திருந்தால் அதற்கு நாம் என்ன செய்ய முடியும் என்று நான் அம்மாவிடம் கேட்டேன்.

அம்மாவுக்கு சமாதானம் உண்டாகவில்லை. 'இதோ பார் எட்வின்! நீ ஒரு தேவாலயத்தின் பெயரைச் சொன்னாய். அப்படி ஒரு தேவாலயம் இப்போதுதான் கட்டப்பட்டுக்கொண்டிருப்பதாக உன் அப்பா சொல்கிறார். உனக்கு எப்படி அந்தப் பெயர் தெரியும்?'

நான் என்ன சொல்வேன்? 'தெரியவில்லை அம்மா! நீங்கள் கேட்டதும் என் மனத்தில் அந்தப் பெயர் தானாகவே தோன்றியது. அதுதான் சரியாக இருக்கும் என்று நினைத்துத்தான் சொன்னேன்' என்று பதில் சொன்னேன்.

அப்பாவும் அம்மாவும் அன்று இரவெல்லாம் தூங்கவில்லை. புத்தரும் வர்த்தமான மகாவீரரும் குடும்பத்தைப் பிரிந்து துறவறம் பூண்டு எங்கோ சென்றுவிட்டது போல நானும் ஒருநாள் இல்லாமல் போய்விடுவேனோ என்ற அச்சம் அவர்களைப் பிடித்துக்கொண்டு விட்டது. என்னை இந்தப் பேரபாயத்தில் இருந்து காப்பாற்றக்கூடிய வல்லமை இயேசு பெருமானுக்கே உண்டு என்று அவர்கள் கூடிப் பேசி ஒரு முடிவுக்கு வந்து என்னை அடுத்த ஞாயிற்றுக்கிழமை தேவாலயத்துக்கு அழைத்துச் சென்றார்கள்.

வழக்கமான பிரார்த்தனைகள் முடியும்வரை காத்திருந்துவிட்டு, கூட்டம் கலைந்தபின் பாதிரியாரின் முன்னால் என்னை அப்பாவும் அம்மாவும் கொண்டு நிறுத்தினார்கள்.

'என்ன?' என்று அவர் கேட்டார்.

'தெரியவில்லை ஃபாதர். எங்கள் மகன் பேசுகிற பல விஷயங்கள் எங்களுக்குப் புரிவதில்லை. அவை அதிர்ச்சியளிப்பவையாகவும் இருக்கின்றன. இயேசுவின் பாதையில் இருந்து இவன் விலகிச் சென்றுவிடுவானோ என்று பயமாக இருக்கிறது' என்று அப்பா சொன்னார்.

பாதிரியார் என்னை உற்றுப் பார்த்தார். பிறகு என் தலைமீது சிலுவையை வைத்து சிறிது நேரம் ஜபித்தார். நான் ஒன்றும் சொல்ல வில்லை. அமைதியாக அவருக்கு ஒத்துழைத்து நின்றிருந்தேன். அவர் ஜபித்து முடித்த பின்பு, 'சொல் எட்வின், என்ன உன் பிரச்னை?' என்று கேட்டார்.

'ஒன்றுமே இல்லை ஃபாதர். நான் ஒரு யூதன். நான் இஸ்ரேலுக்குப் போக விரும்புகிறேன். நான் ஒரு இசைக்கலைஞன். எப்போதும் வாசித்துக்கொண்டே இருக்க விரும்புகிறேன். இவை பிரச்னைதான் என்று நீங்கள் நினைக்கிறீர்கள். என்னால் அப்படி நினைக்க முடியவில்லையே?' என்று சொன்னேன்.

அவருக்கு மேற்கொண்டு என்ன பேசுவது என்று சிறிது குழப்பமாக இருந்திருக்க வேண்டும். என்னை அழைத்துச் சென்று அமரவைத்து மத்தேயுவின் சுவிசேஷங்களில் இருந்து சில பத்திகளை என் முன்னால் நின்று வாசித்துக் காட்டினார். நான் அமைதியாகக் கேட்டுக் கொண்டேன். வாசித்து முடித்த பின்பு 'என்ன புரிந்தது?' என்றொரு வினாவை முன்வைத்தார்.

'இதில் புரிய என்ன உள்ளது? இயேசுபிரான் உலகில் உதித்த உயர்ந்த யூதர். ஒரு யூதரின் வாக்கு அற்புதமாகத்தான் இருக்கும். அது அவரது சீடரின் வழி வந்திருந்தாலும் அதன் பூரணத்தை உணர முடிகிறதே.' என்று சொன்னேன்.

பாதிரியார் அதன்பின் என்னைப் பரிசோதிக்க விரும்பவில்லை. மீண்டும் ஒருமுறை எனக்காக ஜபித்துவிட்டு, என்னை அழைத்துப் போகச் சொல்லிவிட்டார்.

'பயமாக இருக்கிறது ஃபாதர். திடீரென்று இவன் இப்படியெல்லாம் பேசுகிறான். என்னென்னவோ சொல்கிறான். ஒன்றும் புரிவதில்லை.'

சிறிது நேரம் யோசித்துவிட்டு, 'வேறு பள்ளிக்கூடத்துக்கு வேண்டு மானால் மாற்றிப் பாருங்கள். சூழல் மாறினால் சில சமயம் நல்லது நடக்கும்' என்று அவர் சொல்லி அனுப்பிவைத்தார்.

அந்தேரியிலேயே வேறொரு பள்ளிக்கூட நிர்வாகத்தினருடன் போய்ப் பேசிவைத்துவிட்டு அப்போது நான் படித்துக்கொண்டிருந்த பள்ளியில் டிசிக்கு எழுதிக்கொடுக்க அப்பா என்னோடு பள்ளிக்கு வந்தார். அரை மணி நேரத்தில், அதிக வினாக்கள் இன்றி எனக்கு மாற்றுச் சான்றிதழ் கிடைத்துவிட்டது. அதில் அப்பாவுக்கு மகிழ்ச்சிதான்.

ஆனால் வீட்டுக்கு வந்ததும் நான் அப்பாவையும் அம்மாவையும் சேர்த்து வைத்து அறிவித்தேன். 'இனி நான் பள்ளிக்கூடத்துக்குப் போகப் போவதில்லை. சிறிது காலம் வீட்டில் இருப்பேன். சிறிது காலம் என்னைப் பொறுத்துக்கொள்ளுங்கள். எப்படியாவது நான் இஸ்ரேல் போய்விடுவேன்.'

அன்றைக்குத்தான் முதல் முறை அப்பா என்னை அடித்தார். ஆத்திரம் தீரும்வரை அடித்துக்கொண்டே இருந்தார். அம்மா எவ்வளவோ சொல்லித் தடுத்தும் அவர் அடிப்பதை நிறுத்தவேயில்லை. அவருக்கே உடல் சோர்ந்து, தளர்ந்த நேரத்தில்தான் அடிப்பதை நிறுத்தினார். எவ்வித எதிர்ப்பும் காட்டாமல் அடிகளை வாங்கிக் கொண்ட நான் உள்ளே போய் வெந்நீர் எடுத்து வந்து அப்பாவிடம் கொடுத்துக் குடிக்கச் சொன்னேன். 'மிகவும் களைத்துவிட்டீர்கள். தவிர, இடைவிடாமல் என்னைத் திட்டிக்கொண்டும் இருந்திருக் கிறீர்கள். இந்த சுடுநீர் உங்களுக்குச் சற்று இதமாக இருக்கும். குடியுங்கள்.'

இப்போது அப்பா தலையில் அடித்துக்கொண்டு அழத் தொடங்கினார்.

1.3

லலுபாய் பூங்காவில் இருந்தேன். நெடுநேரமாக அங்கேதான் இருந்தேன். எனக்குச் செய்வதற்கு வேலை ஒன்றுமில்லை. இந்நாள்களில் நண்பர்களும் இல்லாது போயிருந்தார்கள். நாளெல்லாம் வீட்டில் இருக்க சிரமமாக இருந்தது. வீட்டில் இருக்க வேண்டுமென்றால் பள்ளிக் கூடத்துக்குப் போயே ஆகவேண்டும் என்று என் தந்தை சொன்னார். எனக்குப் பள்ளிக்கூடம் பிடிக்காமல் போன அளவுக்கு அதனாலேயே வீடும் பிடிக்காமல் போய்விட்டது. அம்மா எப்போதும் என்னைக் கண்டு அழுவதை வழக்க மாக்கிக்கொண்டு விட்டாள். என் எதிர்காலம் பற்றிய அச்சம் அவளை உருக்குலைத்துக்கொண்டிருந்ததை நான் அறிவேன். ஆனாலும் நான் செய்யக்கூடியது என்ன? அதுதான் தெரியவில்லை.

என் தந்தை எவ்வளவோ சொல்லிப் பார்த்தார். பள்ளிக்கூடம் செல்கிற நேரம் போக ஏதாவது இசை வகுப்பில் சேர்ந்து நான் படிக்கலாம். அதற்கு ஏற்பாடு செய்ய அவர் தயாராக இருந்தார். அவர் அந்தப் பேச்சை எடுக்கும்போதெல்லாம் அம்மாவும் சேர்ந்துகொள்வாள். யார் கண்டது? ஒருவேளை நான் ஒரு பெரிய இசை மேதையாக அறியப்பட வாய்ப்பு இருக்கிறது. முறைப்படி சங்கீதம் கற்றுக்கொள்ள என்ன தடை?

எனக்கு எந்த விதமாகச் சொல்லி அவர்களுக்குப் புரியவைப்பது என்று தெரியவில்லை. உண்மையில் எனக்கு இசையின்மீது ஆர்வமெல்லாம் இல்லை. ஒன்றை

நினைத்தால், நினைத்த கணத்தில் ஒரு பரவசம் வரவேண்டும். உயிரும் உடலும் உணர்வும் ஒன்றாகி உருகி ஒன்றுமில்லாமலாகிவிட வேண்டும். கலையின் மீதான ஈர்ப்பு என்பது அப்படித்தான் இருக்க வேண்டும். அப்படி இருந்தால் மட்டுமே அது என்னுடைய கலை வடிவம் என்று எனக்குத் தோன்றும்.

ஏனோ இசை என்னை அவ்வாறு ஈர்க்கவில்லை. ராகம், தாளம், ஸ்வரம் என்று என்னென்னவோ சொல்கிறார்கள். எனக்கு எதுவும் புரிவதில்லை. அவற்றைப் பற்றித் தெரிந்துகொள்ள வேண்டும் என்ற அடிப்படை ஆர்வம்கூட எனக்கு வந்ததில்லை. என்ன காரணத்தால் நான் கை வைத்து எடுக்கும் கருவிகள் எனக்குள் இருந்து சங்கீதத்தைக் கொண்டு வருகின்றன என்பது எனக்குப் புரியவேயில்லை. அது சங்கீதம்தானா என்பதுகூட எனக்குத் தெரியாது. அப்படித்தான் மற்றவர்கள் சொன்னார்கள். நான் அமைதியாகக் கேட்டுக்கொள்வேன். பதிலுக்கு எதுவும் சொல்ல மாட்டேன். எப்படி முடிகிறது, எப்படி முடிகிறது என்று வியப்பவர்கள் எனக்கு மிக விரைவில் அலுத்துப் போனார்கள். தெரியவில்லை என்ற என்னுடைய எளிமையான பதில் அவர்கள் யாருக்கும் புரிவதில்லை.

என் பெற்றோர் விஷயத்திலும் எனக்கு அந்த அலுப்புத்தான் வளரத் தொடங்கியது. இத்தனைக்கும் மற்றவர்களிடம் வெறுமனே புன்னகை செய்து நகர்ந்துவிடுவது போல நான் என் தாய் தந்தையை அலட்சியப் படுத்தியதில்லை. எத்தனையோ முறை அவர்கள் இருவரையும் உட்கார வைத்து விளக்கியிருக்கிறேன்.

‘அப்பா! என்னால் ஆர்மோனியம் வாசிக்க முடிகிறது. புல்லாங்குழல் வாசிக்க முடிகிறது. முயற்சி செய்து பார்த்தால் வேறு சில கருவிகளையும் இசைக்க முடியும் என்றுதான் நினைக்கிறேன். ஆனால் எனக்கு இதில் ஒரு ஆர்வமோ, பற்றோ இல்லை. என்னால் எப்படித் தட்டில் இருப்பதை எடுத்துச் சாப்பிட முடிகிறது? என்னால் எப்படி நிற்கவும் நடக்கவும் ஓடவும் முடிகிறது? படுத்துத் தூங்க முடிகிறது? அதைப் போலத்தான் கருவிகளை வாசிக்கிறேன். இதை அபூர்வம் என்று நீங்கள் சொல்கிறீர்கள். இருந்துவிட்டுப் போகட்டும். ஆனால் எனக்கு இதில் பெரிய விருப்பமில்லை. இசைப் பள்ளியில் சேர்வதில் எனக்குச் சற்றும் ஆர்வம் இல்லை.’

‘வேறு என்னதான் செய்யப் போகிறாய்? சொல்லித் தொலை’ என்று என் தந்தை பொறுமை இழந்து கத்தினார்.

அதற்குரிய பதிலையும் நான் பொறுமையாகப் பலமுறை சொல்லியிருக்கிறேன். ‘நான் இஸ்ரேலுக்குப் போகப் போகிறேன். ஒரு ராபியாகப் போகிறேன்.’

‘சீ, பைத்தியம்!’ என்று வெறுப்புடன் சொல்லிவிட்டு அவர் நகர்ந்து போய்விடுவார்.

சிறிது சிறிதாக அவர் என்னுடன் பேசுவது குறைய ஆரம்பித்தது. நான் வீட்டில் இருப்பேன். அவர் அலுவலகம் சென்றுவிட்டு மாலை வீட்டுக்கு வருவார். அவர் கிளம்பும்போது நான் இருப்பேன். மாலை திரும்பும்போதும் அதே இடத்தில் அமர்ந்திருப்பேன். சில சமயம் என்னை ஒரு பார்வை பார்த்துவிட்டு உள்ளே போவார். பெரும்பாலும் பார்க்காமலேயே போய்விடுவார். அம்மா மட்டும் அடிக்கடி என் அருகே வந்து அன்பாகப் பேசுவாள். வேளைக்குப் பசிக்கும் என்று சமைத்து வைத்துவிட்டு சாப்பிட அழைப்பாள். அவள் ஒரு அம்மாவாக மட்டும் இருந்தாள். அது எனக்கு நிம்மதியாக இருந்தது. ஆனால் அவளும் அடிக்கடி என்னைப் பார்த்து அழத் தொடங்கிய போது எனக்கு வேறு வழியின்றிப் போனது. நான் பூங்காக்களைத் தேடிப் போகத் தொடங்கினேன்.

லலுபாய் பூங்காவில் எனக்கு ஒருவனைத் தெரியும். அவன் அங்கே கடலைப் பொரி விற்பவன். என்றுமே நான் அவனிடம் கடலை வாங்கி உண்டதில்லை. எங்களுக்குள் சொல் அளவிலான தொடர்பு ஏற்பட்டதே இல்லை. இருப்பினும் அவனைத் தெரியும் என்று சொல்வதில் தவறில்லை. பூங்காவுக்கு வரும் காதலர்கள் அவனிடம் சிரித்துப் பேசுவதைப் பார்த்திருக்கிறேன். என்னைவிடச் சில வயதுகள் அவனுக்கு அதிகம் இருக்கும். ஆனால் அவனும் சிறுவன் தான் என்று நினைப்பேன். நானும்கூட பள்ளிக்கூடத்துக்குச் செல்லாமல் இப்படிப் பொழுதைக் கழிப்பதற்கு அவனைப் போல் எளிய தொழில் எதையாவது செய்யலாம். என்னைக் குறித்த குழப்பங்களால் பாதிக்கப்பட்டிருக்கும் என் பெற்றோருக்கு அது ஒருவேளை ஆறுதல் அளிக்கக்கூடும் என்று தோன்றியது. உடனேவே என்னால் எந்த வேலைக்கும் போக முடியாது என்றும் தோன்றியது.

என் அம்மா ஒருநாள் கேட்டது நினைவுக்கு வந்தது. ‘உனக்கு பக்தி உணர்வு அதிகமாக உள்ளதா? எப்போதும் இறை சிந்தனையில் இருக்கிறாயா?’

அவளுக்கு எப்படி அந்தச் சந்தேகம் வந்தது என்று எனக்குப் புரியவில்லை. உண்மையில் நான் பக்தன் இல்லை. ஒரு பக்தனின் உள்ளம் என்ன விதத்தில் இயங்கும், எப்படி உருகும் என்று எனக்குத் தெரியாது. இயேசுவை வணங்கிக்கொண்டிருந்தபோதுகூட, வணங்கும் கணத்தில் பணிந்து நின்றிருக்கிறேனே தவிர, நினைத்து உருகியது இல்லை. இதை நான் அம்மாவிடம் சொன்னபோது, ‘பிறகு என்னதான் நினைத்துக்கொண்டிருக்கிறாய்? எப்போதும் ஏன் யோசனையிலேயே இருக்கிறாய்?’ என்று கவலையுடன் கேட்டாள்.

‘நான் நிறைய யோசிப்பதில்லை அம்மா. ஒரே யோசனைதான். நான் ஒரு யூதன். நான் இஸ்ரேலுக்குப் போயே தீரவேண்டும்.’

என்னை நினைத்து எப்போதும் அழுதுகொண்டிருந்த என் அம்மா, எனக்கு ஒரு வழி காட்டச் சொல்லி இயேசு கிறிஸ்துவைப் பிரார்த்தித்திருப்பாள் என்று நினைக்கிறேன். பூங்காவில் நான் தினமும் பார்த்துக்கொண்டிருந்த அந்தக் கடலைப் பொரி விற்கும் பையன் அன்று என் காதில் விழும்படியாக அந்தத் தகவலைச் சொன்னான். கொலாபாவில் சினகாக் இருக்கிறது.

அவன் என்னிடம் நேரடியாக இதைச் சொல்லவில்லை. யாரோ எங்கோ செல்வதற்கு வழி கேட்கப் போக, அவர்களுக்கு அவன் விளக்கம் சொல்லிக்கொண்டிருந்தபோது அந்தச் சொல் இடறி வந்து என் காதில் விழுந்தது. கணப் பொழுது மின்சாரத் தாக்குதல் நிகழ்ந்தது போலத் துடித்து எழுந்து அவனிடம் ஓடினேன்.

‘என்ன சொன்னாய்?’

‘என்ன?’

‘சினகாக் என்று சொன்னாயே.’

‘ஆம். அவர்கள் மங்களூரில் இருந்து வந்திருக்கிறார்கள். கொலாபாவுக்குச் செல்ல ரயில் இருக்கிறதா என்று கேட்டார்கள்.’

‘இருக்கிறதா?’

‘கிடையாது. பஸ் பிடித்துத்தான் போகவேண்டும். சிஎஸ்டி அல்லது சர்ச் கேட்டில் இருந்துதான் ரயில்.’

‘அதைவிடு. கொலாபாவில் சினகாக் எங்கே இருக்கிறது?’

‘வி.பி. காந்தி மார்க்.’

‘உனக்கு எப்படித் தெரியும்?’

அவன் என்னை ஒரு மாதிரி பார்த்தான். ‘தெரியும்’ என்று சொல்லிவிட்டுப் போய்விட்டான்.

அவன் சொன்ன எந்த ஸ்டேஷனும் எனக்குத் தெரியாது. எனக்குத் தெரிந்ததெல்லாம் நாங்கள் வசித்துக்கொண்டிருந்த அந்தேரி பகுதி மட்டும்தான். அங்கிருந்து கொலாபா எவ்வளவு தூரம் என்றுகூட எனக்குத் தெரியாது. ஆனால் அந்தேரியில் இருந்து அடைந்துவிடும் தொலைவுதான் என்பது மகிழ்ச்சியளித்தது. அந்த மகிழ்ச்சியே நான் ஒரு யூதன்தான் என்பதை எனக்கு மேலும் உறுதிப்படுத்தியது.

அந்தச் சம்பவத்துக்குப் பிறகு நான் பரபரப்பாகிவிட்டேன். எப்படியோ, யார் யாரையோ விசாரித்து கொலாபாவுக்குப் போகும் வழியை அறிந்துகொண்டேன். ஒன்றரை மணி நேரப் பேருந்துப் பயணத்தில் அடைந்துவிடும் தொலைவுதான். ஆனால் தனியாக எப்படிப் போவது என்று பயமாக இருந்தது. வீட்டை விட்டால் பூங்காக்கள். இருட்டினால் மீண்டும் வீடு என்றிருந்த வாழ்க்கை ஒழுங்கைச் சிறிது அசைத்தே தீரவேண்டும் என்பது புரிந்தது. அப்பாவிடமோ அம்மாவிடமோ அழைத்துச் செல்லச் சொல்லிக் கேட்க முடியாது. அவர்கள் நிச்சயமாக அதற்கு ஒப்புக்கொள்ளவும் மாட்டார்கள், அனுப்பவும் மாட்டார்கள்.

இஸ்ரேலுக்கு அந்தேரியில் இருந்து போக முடியாது. ஆனால் கொலாபாவில் இருந்து போக முடியும். எனவே கொலாபாவுக்குப் போய்விடுவது என்று முடிவு செய்தேன்.

1.4

உறங்கிக்கொண்டிருந்தேன். அதுவரை நான் அனுபவித்திராத களைப்பும் கால் வலியும் என்னை வாட்டிக்கொண்டிருந்தது. ஆழ்ந்த உறக்கம் என் வலியைப் போக்கிவிடும் என்று நினைத்துத்தான் படுத்தேன். நான் படுத்த இடம் ஓர் அரசாங்கப் பள்ளிக்கூடக் கட்டடமாகவோ, முனிசிபல் அலுவலகமாகவோ இருக்கலாம். இருளில் நான் பெயர்ப் பலகையைப் பார்க்கவில்லை. பகலாகவே இருந்திருந்தாலும் என் கவனம் பெயர்ப்பலகையின்மீது சென்றிருக்காது. அவ்வளவு களைப்பு. யாரும் எழுப்பிக் கேள்வி கேட்காத ஓர் ஒதுக்குப்புறம் இருந்தால் போதும் என்று நெடு நேரமாகத் தேடி அந்த இடத்தைக் கண்டுபிடித்தேன். நீளமான ஒரு ட வடிவக் கட்டடம் அது. பழைய, பராமரிப்பில்லாத கட்டடமாக இருக்கக்கூடும். சுவாசத்தில் ஏதோ நெடி அடித்தது. சுற்றிலும் நிறைய வெட்டவெளி இருந்தாலும் மரங்கள் இல்லை. ஒரு நாய் படுத்துத் தூங்கிக்கொண்டிருந்ததைக் கண்டேன். அதை எழுப்பிவிடக்கூடாது என்ற ஜாக்கிரதை உணர்வுடன், அது இருக்கும் இடத்திலிருந்து பதினைந்தடி தூரம் நகர்ந்து சென்று சுவரோரமாகப் படுத்துக்கொண்டேன். என் நினைவு முழுதும் என் கால்களின்மீதே இருந்தது.

அதுவரை நான் அப்படி ஒரு வலியை அனுபவித்ததில்லை. சரியாகச் சொல்வதென்றால் வலி என்ற ஒன்றையே அப்போதுதான் முதல் முதலில் அறிந்தேன். இடுப்புக்கு மேலே நான் வேறு ஒருவனாகவும் தொடைகளுக்குக் கீழே

வேறொருவனாகவும் இருந்தேன். நரம்புகள் ஒன்றோடொன்று நெருக்கி நெருக்கி, ஆயிரம் நத்தைகள் நகர்வது போல உள்ளுக்குள் ஊர்ந்துகொண்டிருப்பதாகத் தோன்றியது. மிகவும் வேறு மாதிரியாக இருந்தது. அழலாம் என்று தோன்றியது. உடனே அது கூடாது என்றும் நினைத்தேன். எவ்விதமான சுய இரக்கத்துக்கும் நான் இடம் கொடுத்துவிடக் கூடாது. அதே சமயம் வலியில் இருந்தும் விடுபட வேண்டும்.

என்ன செய்வது என்று யோசித்தேன். எவ்வளவு நேரம் யோசித்துக் கொண்டிருந்தேன் என்று நினைவில்லை. ஏதோ ஒரு கட்டத்தில், நான் வலியைக் குறித்தே நினைத்துக்கொண்டிருந்ததால், வலி எனக்குப் பழகிவிட்ட ஒன்று போலத் தோன்றியது. அதனைச் சமாளித்துவிட முடியும் என்ற நம்பிக்கையும் வந்தது. ஆனால் நான் இன்னும் ஏன் உறங்காதிருக்கிறேன் என்பது புதிராக இருந்தது. நெடுந்தூரம் நடந்ததில் உண்மையிலேயே நான் மிகவும் களைப் படைந்திருந்தேன். படுத்த கணத்தில் தூங்கிவிடுவேன் என்று எண்ணித்தான் படுத்தேன். அப்போதுதான் வலி, களைப்பைவிடப் பெரிது என்று தெரிந்தது.

எழுந்து நின்று ஒருமுறை இரு கால்களையும் உதறிக்கொண்டேன். அது சற்று இதமாக இருந்தது. நான்கடிகள் மட்டுமே அகலம் இருந்த அந்த நீண்ட தாழ்வாரத்தில் நின்ற இடத்திலேயே நடப்பது போலக் கால்களை மாற்றி மாற்றி எடுத்து வைத்தேன். இப்போது வலி குறைந்தது போலத் தோன்றியது. நடந்ததால் வந்த வலி நடந்தால்தான் போகும் போலிருக்கிறது என்று நினைத்துக் கொண்டேன். ஆனால் வலி வேறு, களைப்பு வேறு. களைப்புக்கு நான் உறங்கித்தான் தீரவேண்டும். எனவே மீண்டும் படுத்துக் கொண்டேன். இம்முறை தூங்கிவிட வேண்டும் என்று தீர்மானம் செய்துகொண்டு, வலுக்கட்டாயமாக வலியை நினைப்பதை விடுத்து, மறுநாள் நான் எப்படியும் கொலாபாவுக்குப் போய்ச் சேர்ந்து விடுவேன் என்று நினைத்துக்கொள்ள ஆரம்பித்தேன்.

அப்போது யாரோ இரண்டு பேர் அந்த இடத்துக்கு வந்தார்கள். அநேகமாக அவர்கள் குடித்திருப்பார்கள் என்று தோன்றியது. சிறிது பயமாக இருந்தது. அவர்கள் வரும்போதே 'ஏய், போ' என்று எனக்குச் சிறிது முன்னால் உறங்கிக்கொண்டிருந்த நாயை விரட்டியபடி வந்ததைக் கண்டேன். நியாயமாக நான் அந்த நாயைக் கண்டு அஞ்சியிருக்க வேண்டாம். சாதுவான அந்த நாய் அவர்கள் விரட்டியதும் 'பவ்' என்று முனகியபடி எழுந்து ஓடிவிட்டது. எனவே அந்த இடத்தில் இப்போது நானும் அவர்களும் மட்டும் இருந்தோம்.

அவர்கள் என்னைப் பார்த்துவிட்டார்களா, நெருங்கி வந்து எழுப்பப் போகிறார்களா என்று எதிர்பார்த்திருந்தேன். ஒருவேளை அப்படி எழுப்பினால் பேச்சுக் கொடுக்காமல் உடனே ஓட்டம் பிடித்து விடலாம் என்று முடிவு செய்துகொண்டேன். உறக்கமே வராமல் எதற்கு வெறுமனே படுத்திருக்க வேண்டும்? பதிலாக, ஓடலாம். ஓய்வெடுத்ததுகூடப் போதும் என்று அப்போது தோன்றியது.

ஆனால் நான் சற்றும் எதிர்பாராதவிதமாக என்னை நெருங்கி வந்தவர்கள், என்னை உற்றுப் பார்த்து அருகே அமர்ந்தார்கள். யாரோ சிறுவன் களைத்துத் தூங்குகிறான் என்று தமக்குள் சொல்லிக்கொண்டு என்னைத் தடவிக் கொடுத்தார்கள். தொந்தரவு செய்யாமல் நாம் படுக்கலாம் என்று முடிவு செய்து என் அருகிலேயே படுத்துக் கொண்டார்கள்.

அந்தச் செய்கை எனக்குச் சட்டென்று என் வீட்டையும் பெற்றோரையும் நினைவூட்டிவிட்டது. துக்கம், வலியைவிடக் கொடுமையானது. சுய இரக்கம் கொள்ளக்கூடாது என்று மீண்டும் சொல்லிக்கொண்டேன். என் நினைவை வீட்டில் இருந்து வலுக்கட்டாயமாகப் பிடுங்கி விசிறி எறிந்தேன். இருளில் அது பறந்து சென்று விழுந்த இடத்தில் ஒரு கிழவன் குத்துக்கால் இட்டு அமர்ந்திருந்தான். அவனது நரைத்த தாடியும் வழுக்கைத் தலையும் சுருக்கங்கள் விழுந்த நெற்றியும் இருளிலும் தெளிவாகப் புலப் பட்டது. சிரித்தான். 'உனக்காகத்தான் காத்திருக்கிறேன்' என்று சொன்னான்.

'எனக்காகவா?'

'ஆமாம். நீ வருவாய் என்று தெரியும்.'

'எப்படித் தெரியும்?'

'தேவாலயத்தில் இன்று சபாத் பிரார்த்தனை முடிந்தபோது தயான்[1] சொல்லிக்கொண்டிருந்தார்.'

'என்னவென்று?'

'நீ வந்ததும் உனக்கு விருத்தசேதனம் செய்யவேண்டும் என்று.'

எனக்குப் புரியவில்லை. எனவே அந்தக் கிழவனிடம் மீண்டும் அதைக் குறித்துக் கேட்டேன். அவன் சில வினாடிகள் என்னை உற்றுப் பார்த்தான். அவன் புன்னகை செய்தது போலத் தெரிந்தது. இருளில்

---

1 மதச் சட்ட வல்லுனர்

அத்தனை நிச்சயமாகச் சொல்ல முடியாது. ஆனாலும் ஓர் ஆந்தையின் கண்களைப் போல அவனது கண்கள் சிறுத்து மினுங்கியது தெளிவாகத் தெரிந்தது. அவன் சொன்னான், 'ஆபிரஹாம்! நீ ஒரு யூதன். எட்டு வயதுக்குள் உனக்குச் சடங்கு செய்திருக்க வேண்டும். இப்போதாவது செய்யாவிட்டால் அது சரித்திரப் பிழை ஆகிவிடும்.'

'வலிக்குமா?'

'நிச்சயமாக.'

'எவ்வளவு வலிக்கும்?'

'உயிரே போய்விடும்போல வலிக்கும். ஆனால் உயிர் போகாது.'

'நல்லது. நான் தாங்கிக்கொள்வேன் என்ற நம்பிக்கை சற்றுமுன் எனக்கு வந்துவிட்டது. எப்போது செய்வீர்கள்?'

'விடிந்ததும்.'

'நீங்கள் மோஹெல்[2]தானே?'

'என்ன சந்தேகம் உனக்கு?'

'தெரியவில்லை. இப்படிக் கேட்கவேண்டும் என்று தோன்றுகிறது. அதனால் கேட்கிறேன்.'

'உன் முன்னோர்களுக்கு என் முன்னோர்கள் விருத்தசேதனம் செய்திருக்கிறார்கள். உனக்கு நான் செய்து முடித்துவிட்டால் என் கடமை முடிந்து கிளம்பிவிடுவேன்.'

'எங்கே? இஸ்ரேலுக்கா? நானும் வருகிறேன்' என்று உடனே சொன்னேன்.

கிழவன் சிரித்தான். என் தலையை வருடிக் கொடுத்தான். அது இதமாக இருந்தது. என் பெற்றோரிடம் எனக்குக் கிடைத்திராத ஒருவித நூதனமான பாதுகாப்பு அவனது வருடலுக்குள் இருந்ததைப் போல உணர்ந்தேன். சில வினாடிகள்தான். சட்டென்று கேட்டேன், 'நான் இறந்துவிட மாட்டேன் அல்லவா?'

'நிச்சயமாக இல்லை' என்று அவன் சொன்னான்.

'சரி, அப்போது போகலாம்.'

நான் அவனோடு நடக்கத் தொடங்கினேன். இப்போது எனக்குக்

---

2 விருத்தசேதனம் செய்பவர்

கால்கள் வலிக்கவில்லை. ஒரு கிழவனோடு நடக்கும்போது மெதுவாகவே நாமும் நடக்கிறோம். மெதுவாக நடக்கும்போது வலி தெரிவதில்லை. வழியெங்கும் நான் அவனிடம் இஸ்ரேலுக்குச் செல்ல வேண்டும் என்ற என் ஆவலைச் சொல்லிக்கொண்டே வந்தேன்.

'நடக்கும் பையா. தன்னால் தேர்ந்தெடுக்கப்படும் யாரையும் இறைவன் தோல்வியுறச் செய்வதேயில்லை.'

'நான் தேர்ந்தெடுக்கப்பட்டவனா?'

'ஒவ்வொரு யூதனும் தேர்ந்தெடுக்கப்பட்டவன்தான். யூதன் மற்றவர்களைப் போன்றவன் அல்ல.'

இது எனக்குப் பெருமையாக இருந்தது. இப்போது என் கால்வலி முற்றிலும் இல்லாமல் போய்விட்டது. மிகவும் உற்சாகமாக அந்தக் கிழவனின் கையைப் பிடித்துக்கொண்டு முன்னும் பின்னும் ஆட்டிய படியே நடந்தேன். இருளும் மெல்லிய குளிர்க் காற்றும் நடப்பதற்குத் தோதாக இருந்தன. ஒரு தேநீர் அருந்த முடியுமானால் இன்னும் சிறப்பாக நடக்கலாம் என்று நினைத்தேன்.

ஆனால் அது தேநீர்க்கடைகள் திறந்திருக்கும் நேரமல்ல. எப்படியும் அதிகாலை மூன்று மணியாகி இருக்கும் என்று தோன்றியது. வழியில் கடை தென்பட்டால் கிழவனிடம் தேநீர் வாங்கித் தரச் சொல்லிக் கேட்கலாம். ஆனால் கண்ணெட்டிய தொலைவில் எங்கும் விளக்கொளியே இல்லை. இந்தப் பாதை இப்படித்தான் இருக்கும் என்று அந்தக் கிழவன் சொன்னான்.

சிறிது நேரம் நாங்கள் அமைதியாகவே நடந்துகொண்டிருந்தோம். அவன்தான் மீண்டும் பேச்சை ஆரம்பித்தான். 'உன் பெற்றோரிடம் சொல்லிவிட்டாயா?'

'அவர்களுக்குத் தெரியும். ஆனால் அவர்கள் ஒப்புக்கொள்ள மாட்டார்கள்.'

'சொல்லாமல்தான் வந்தாயா?'

'நான் ஒரு யூதன் என்பது அவர்களுக்குத் தெரியும். என் கனவு என்னவென்று தெரியும். ஆனால் நான் கொலாபா வழியே இஸ்ரேல் செல்ல முடிவு செய்திருப்பது தெரியாது.'

'என்ன? கொலாபா வழியே இஸ்ரேலுக்கா?'

'ஆம். அப்படித்தான் என் மனத்தில் தோன்றியது. எனக்கு இப்படித் தோன்றுவதெல்லாம் சரியாகவே உள்ளது.'

‘இல்லை பையா. நீ நினைப்பது தவறு. உன்னை நமது தேவாலய ராபி முதலில் நிறையக் கேள்வி கேட்பார். நீ அதற்கெல்லாம் பதில் சொல்ல வேண்டும்.’

‘எனக்குத் தெரிந்ததைச் சொல்ல நான் எப்போதுமே தயங்கமாட்டேன் ஐயா.’

‘தெரிந்ததைச் சொல்வதல்ல இது. நீ ஒரு யூதன் என்று அவர் நம்பவேண்டும்.’

‘நீங்கள் எப்படி நம்பினீர்கள்?’

‘இந்திய நிலப்பரப்பில் மிச்சமிருக்கும் ஒரே ஒரு யூதன் உன்னை வந்தடையும்போது அவனுக்கு விருத்தசேதனம் செய்து முடிப்பாய். அத்துடன் உனது கடமை முடிகிறது. நீ கிளம்பிவிடலாம்’ என்று எனக்கொரு சங்கேதம் கிடைத்தது.’

‘அப்படியா?’

‘ஆம். எனக்கு அவ்வாக்கு அருளப்பட்டபோது அநேகமாக நீ பிறந்திருப்பாய் என்று நினைக்கிறேன்.’

‘இவ்வளவு ஆண்டுகளாகவா நீங்கள் எனக்காகக் காத்திருக்கிறீர்கள்?’

‘சந்தேகமில்லை.’

‘நான் உங்களுக்குக் கடன் பட்டிருக்கிறேன் ஐயா.’

இப்போதும் அவன் புன்னகை செய்தான். இம்முறை அது தெளிவாகவே தெரிந்தது. ‘நாம் அனைவரும் இறைவனுக்கு மட்டுமே கடன் பட்டவர்கள்.’ என்று சொன்னான்.

‘ஆம். அது உண்மைதான். அதுசரி, நீங்கள் இஸ்ரேலுக்குப் போயிருக்கிறீர்களா?’

‘ஏன் கேட்கிறாய்?’

‘ஒரு யூதனின் முதல் உணர்வு அங்கே போகவேண்டும் என்பதாகத்தான் இருக்கும்.’

‘யார் சொன்னது?’

‘யாருமில்லை. எனக்குத் தோன்றியது.’

‘எனக்கு அப்படித் தோன்றவில்லையே.’

‘உண்மையாகவா?’

‘நான் வயதானவன். என்னால் எப்படி அவ்வளவு தொலைவு போக முடியும்? தவிர பாஸ்போர்ட், விசா என்று ஏராளமான சங்கதிகள் உள்ளன. எல்லாவற்றைவிடப் பணம் முக்கியம்.’

‘சுமாராக எவ்வளவு செலவாகும்?’

‘தெரியவில்லை பையா. ராபியைப் பார்க்கும்போது கேள்.’

‘நான் ராபியைப் பார்க்க நினைப்பதே இஸ்ரேலுக்குப் போகத்தான்.’

‘இல்லை. உனக்குப் புரியவில்லை. நீ ஒரு யூதப் பெற்றோருக்குப் பிறந்து வந்தவன் என்றால் கேள்வியே இல்லை. ஆனால் நீ அப்படி இல்லையே. அதனால் உனக்குச் சில சிக்கல்கள் இருக்கலாம்.’

‘என்ன பேசுகிறீர்கள்? என் பெற்றோர் கிறிஸ்தவர்களாக இருப்பதற்கு நான் என்ன செய்ய முடியும்? நான் கிறிஸ்தவன் அல்ல. அவ்வளவுதான்.’

‘இதை ராபியிடம் சொல்.’

‘சொல்லத்தான் போகிறேன்.’

பேசியபடியே நாங்க நடந்துகொண்டிருந்தபோது நான் ஆசைப்பட்ட விதமாக ஒரு தேநீர்க்கடை கண்ணில் தென்பட்டுவிட்டது. உடனே உற்சாகமாகி, ‘ஐயா எனக்கு ஒரு தேநீர் வாங்கித் தருவீர்களா?’ என்று கேட்டேன். அவர் என்னை அக்கடைக்கு அழைத்துச் சென்றார். எங்கள் இருவருக்கும் சுக்கு போட்ட தேநீர் தரும்படிச் சொல்லிவிட்டு ஒரு பீடியை எடுத்துப் பற்ற வைத்துக்கொண்டார்.

அப்போதுதான் நான் அந்தக் கடைக்குள் பார்த்தேன். அந்தப் பெண், தேநீர்க்கடைக்காரனின் மகளாக இருக்க வேண்டும். முகச்சாயல் பொருந்தியது. சிறிய பெண். சிறிய என்றால் உருவத்தில். ஆனால் வயதில் அவள் என்னைவிடப் பெரியவளாகத்தான் இருக்க வேண்டும். அவளுக்கு மிகப்பெரிய கண்கள். சினிமா நட்சத்திரங்களில்கூட அவள் அளவுக்கு விரிந்த கண்களை உடையவர்கள் யாரையும் எனக்குத் தெரியாது. ஒரு தடாகத்தின் அலையடிப்பினைப் போல அவளது கண்கள் இங்குமங்கும் அசைந்துகொண்டே இருந்ததை நான் திகைத்துப் போய்ப் பார்த்துக்கொண்டே இருந்தேன். இந்த விடிகாலை வேளையில் உறக்கத்தின் விருப்பமே இன்றி எத்தனை வேகமாக வேலை பார்க்கிறாள்? அவள் ஒரு பெரிய பன் பாக்கெட்டைப் பிரித்து, அதில் இருந்து ஒவ்வொரு சிறு பன் பாக்கெட்டாக எடுத்து அடுக்கி வைத்துக்கொண்டிருந்தாள்.

கிழவன் என்னைக் கேட்டான், ‘பையா, பன் தின்கிறாயா?’

நான் உடனே சரி என்று சொன்னேன். கடைக்காரன் தன் மகளிடம் திரும்பி, ஒரு பன்னைத் தரச் சொன்னான். அந்தப் பெண் எழுந்து என்னிடம் ஒரு பன்னை நீட்டியது. நான் நன்றி சொல்லி அதை வாங்கிக்கொண்டேன். சட்டென்று ஒரு சந்தேகம் வந்து கிழவனிடம், ‘உங்களிடம் பணம் இருக்கிறதல்லவா?’ என்று கேட்டேன்.

‘உன்னிடம் இல்லை என்று தெரியும்’ என்று அவன் சொன்னான்.

திருப்தியாக பன்னைத் தின்று தேநீரை அருந்தி முடித்தேன். கிளாசைத் திருப்பித் தர நீட்டியபோது அந்தப் பெண் தொண்டைக்குள்ளிருந்து வெளியே தப்பிக்க விட்டுவிடக்கூடாது என்ற எச்சரிக்கை உணர்வுடன் மிக அடக்கிவைத்த குரலில் ஏதோ பாடிக்கொண்டிருந்ததை கவனித்தேன். எனக்கு ஒரு மாதிரி, விவரிக்க முடியாத மகிழ்ச்சியும் ஆர்வமும் உண்டாகிவிட்டது. அது நான் எதிர்பாராத இடம். எதிர் பாராத மனிதர்கள். எதிர்பாராத அனுபவங்கள் என்ன விதமாகவும் உண்டாகலாம் போல.

அவள் பாடி முடிக்கும்வரை இங்கே அங்கே பார்க்கவேயில்லை. பன் பாக்கெட்டுகளைப் பிரித்து அடுக்குவதிலேயே கவனமாக இருந்தாள். பாட்டு முடிந்த கணத்தில் நான் சொன்னேன், ‘நீ பாடியது ஆஹீர் பைரவி.’

கணப் பொழுது அவள் திடுக்கிட்டுத் திரும்பினாள். ‘என்ன?’ என்று கேட்டாள்.

‘இப்போது நீ என்ன பாடினாய் என்று எனக்குத் தெரியவில்லை. ஆனால் அந்த ராகம் ஆஹீர் பைரவி.’

‘ஓ! எனக்குத் தெரியாது’ என்று அவள் சொன்னாள்.

‘எனக்கும் தெரியாது பெண்ணே. ஆனால் அது ஆஹீர் பைரவியாகத்தான் இருக்க வேண்டும். இசை தெரிந்த யாரையாவது கேட்டுப்பார்.’

இந்த உரையாடலை கவனித்துக்கொண்டிருந்த கிழவன் சிறிது வியப்புடன் கேட்டான், ‘உனக்கு சங்கீதம் தெரியுமா?’

‘தெரியாது ஐயா. ஆனால் அது என்னிடம் வரும்.’

‘அப்படியென்றால்?’

‘உங்களை எனக்குத் தெரியாது. ஆனால் எனக்காக நீங்கள் பல ஆண்டுகள் காத்திருந்திருக்கிறீர்கள். இறுதியில் எப்படியோ வந்து விட்டேன் பாருங்கள். அதைப் போலத்தான். நான் நினைக்காத கணங்களில் இசை எனக்குள் வரும். என்னமோ தெரியவில்லை.

இன்று ஒரு ராகத்தின் பெயராக அது வந்தது. உண்மையில் இவள் பாடியது ஆஹீர் பைரவிதானா என்று எனக்கு சத்தியமாகத் தெரியாது.'

'ஒரு நிமிடம் இரு' என்று சொல்லிவிட்டு அந்தப் பெண் அக்கடைக்குப் பின்புறம் இருந்த வீட்டுக்குள் ஓடியது. ஓடிய வேகத்தில் திரும்பி வந்து, 'ஆமாம். நீ சொன்னது சரி' என்று சொன்னது.

'யாரைக் கேட்டாய்?'

'யாரையும் கேட்கவில்லை. கேசட்டில் அந்தப் பாடலைக் கேட்டதில் இருந்து பாடிக்கொண்டிருந்தேன். இப்போது நீ சொன்னதும் அந்த ராகம்தானா என்று எடுத்துப் படித்துப் பார்த்தேன்.'

'அதுதானா?'

'சந்தேகமில்லை.'

நான் புன்னகை செய்தேன். அவளும் சிரித்தாள். டீக்கடைக்காரன் என்னைப் பற்றி விசாரித்தான். எங்கிருந்து வருகிறேன் என்று கேட்டான்.

'நான் ஆபிரஹாம் ஹராரி. எகிப்தில் இருந்து வருகிறேன். இஸ்ரேலுக்குப் போய்க்கொண்டிருக்கிறேன்' என்று சொன்னேன்.

கிழவன் என்னை உற்றுப் பார்த்துக்கொண்டிருந்தான்.

'என்ன?'

'எகிப்தில் இருந்து அந்தேரி வழியாக இஸ்ரேல்.'

'சிறு திருத்தம். எகிப்தில் இருந்து கொலாபா வழியாக இஸ்ரேல்' என்று சொன்னேன்.

'சரி போகிற வழியில் பசித்தால் சாப்பிடு' என்று சொல்லி அந்தப் பெண் இன்னும் இரண்டு பன் பாக்கெட்டுகளை என் கையில் கொடுத்தாள்.

'ஐயோ இதற்குப் பணம்?'

அவள் சிரித்தபடியே சொன்னாள், 'பரவாயில்லை. நீ திரும்ப வரும்போது வாங்கிக்கொள்கிறேன்.'

ஒரு கணம் எனக்குப் பேச்சற்றுப் போய்விட்டது. 'பெண்ணே, அநேகமாக நான் திரும்ப வரமாட்டேன்' என்று சொன்னேன். அவள் மீண்டும் சிரித்தாள். அது நன்றாக இருந்தது. எனக்குப் பிடித்தது.

1.5

நான் உள்ளே போகவேயில்லை. சாலையில்தான் நின்று கொண்டிருந்தேன். சினகாகின் எதிர்ப்புறம், ஓரமாக, எந்த வாகனமும் மோதிவிடாதபடி ஒதுங்கி நின்று பார்த்துக் கொண்டே இருந்தேன். எவ்வளவு நேரம் அப்படி நின்றிருப்பேன் என்று நினைவில்லை. நீல நிறச் சுண்ணாம்பு அடித்திருந்த அந்த உயரமான கட்டடத்தின் முன்புற மெங்கும் நிறையச் சாளரங்கள் இருந்தன. இரும்புக் கம்பிகளால் ஆன புராதனமான அகன்ற கதவு மூடியிருந்தது. அந்தக் கட்டடமே மிகவும் பழையதாக, அழுக்கேறி இருந்தது. ஆனால் அது ஒரு தொன்மத்தின் அடையாளமாக இல்லை. ஒரு சாதாரண அரசாங்க அலுவலகத்தின் தோற்றமே அதற்கு இருந்தது. இது எனக்கு வருத்தமளித்தது.

உள்ளே இருந்து யாராவது வெளியே வருவார்களா, அல்லது உள்ளே போக யாராவது வருவார்களா என்று நான் எதிர்பார்த்திருக்க வேண்டும். அப்படி எதுவும் நிகழ வில்லை. மூடிய கதவு மூடியபடியேதான் இருந்தது. கிட்டே போய்ப் பார்த்தால் உள்ளே யாராவது தென்படலாம் என்று தோன்றியது. ஆனால் நான் போகவில்லை.

என் மனத்தில் நான் வரைந்து வைத்திருந்த சினகாக் வேறு. பரந்த பசும்புல்வெளியின் நடுவே பளிங்கினால் கட்டப் பட்ட உயரமான கட்டடம். அதன் உச்சியில் ஒரு நட்சத்திரம் எப்போதும் மின்னிக்கொண்டிருக்கும். பகலிலும் அந்த நட்சத்திர மினுக்கு தென்படாமல் போகாது. நான் அந்தப்

புல்வெளியில் கால் வைத்து சினகாகை நோக்கி நடக்கத் தொடங்கும்போது எங்கிருந்தோ ஆர்கன் ஒலிக்கும். மூக்கும் வயிறும் மட்டும் வெளேரென்றிருக்கும் கருநிறப் பறவைகள் நூற்றுக்கணக்கில் சினகாகின் பின்புறமிருந்து என்னை நோக்கிப் பறந்து வரும். அந்தக் கணம் என்னையறியாமல் நான் பாடத் தொடங்குவேன். என் குரல் அப்போது எனக்குக் கேட்காது. ஆனால் அந்தப் பறவைகளுக்கு அது கேட்கும். பறவைக் கூட்டம் என்னை நெருங்கும் முன்னால் என் இசை அவற்றைச் சென்றடைந்துவிடும். உடனே பறவைகள் பறப்பதை நிறுத்திவிட்டு வெட்டவெளியில் அந்தரத்தில் அப்படியே மிதக்கத் தொடங்கும். வானில் தொலைதூரத்தில் நகர்ந்துகொண்டிருக்கும் மேகங்கள் இறங்கி வந்து அவற்றின் மேலாகக் கவிந்து நிற்கும். நான் நிறுத்தாமல் பாடிக்கொண்டிருப்பேன். என் குரலை, அது சுமந்து வரும் இசையைத் தமது செவிகளுக்குள் ஏந்தி சுவாசம் வழியே அப்பறவைகள் வானம் பார்த்து வெளியிடும். அவற்றின் மூச்சுக் காற்று மேகங்களின் மீது பட்டு அவை கலையும். சிறு தூறல்கள் விழத் தொடங்கும். பறவைகள் மீண்டும் பறக்கத் தொடங்கும். நான் சினகாகை நோக்கி நடந்துகொண்டிருப்பேன். இப்போது ஆர்கனில் இருந்து வெளிவரும் இசை இரு பெரும் தங்க நிறக் கரங்களாக உருக்கொண்டு சினகாகின் உள்ளிருந்து மெல்ல வெளியே நீண்டு வரும். அந்தக் கரங்கள் கண்ணில் படும்வரை நான் மெதுவாகத்தான் நடப்பேன். தென்பட்ட கணத்தில் ஓடத் தொடங்கிவிடுவேன். ‘ஓ, என் இறைவனே’ என்று கதறிக்கொண்டு அந்தப் பிரம்மாண்டமான கரங்களுக்குள் என்னை ஒப்புக்கொடுத்துவிடும் வெறியுடன் நான் பாய்ந்து நெருங்கும்போது கரங்கள் மீண்டும் உள்ளிழுத்துக் கொள்ளும்.

இப்போது நான் சினகாகினுள் வந்திருப்பேன். பொன்னிற விளக்குகள் மின்னும் மாபெரும் அரங்கமாக அது இருக்கும். கலை வேலைப்பாடுகள் மிகுந்த தூண்கள் என்னை மலைத்துப் போக வைக்கும். சுவரெங்கும் நூற்றுக் கணக்கான ஓவியங்கள் வண்ணச் சுண்ணம் கொண்ட எழுதப்பட்டிருக்கும். ஒவ்வொரு ஓவியத்தில் இருந்தும் ஓர் உருவம் எழுந்து வெளியே வந்து நின்று என்னை வரவேற்கும். ‘வா, ஆபிரஹாம்! இந்தச் சுவரில் வரையப்படாத ஒரு மூலை இன்னும் மிச்சமிருக்கிறது. அந்த இடத்தை நிரப்ப உன்னை ஒப்புக்கொடு.’

‘இதோ! இதோ!’ என்று உணர்ச்சிப் பரவசத்துடன் நான் அந்தப் பெரிய அரங்கம் முழுதும் ஓடுவேன். பதற்றம் மேலோங்க, எங்காவது அந்த வெற்றிடம் தென்பட்டுவிடாதா என்று நான்கு சுவர்களையும் உற்று உற்றுப் பார்ப்பேன். இங்கு இருக்கிறதா, அங்கு இருக்கிறதா, எங்கு

இருக்கிறது என்று அந்த வெற்றிடத்தைத் தேடி நாளெல்லாம் பொழுதெல்லாம் அலைபாய்ந்துகொண்டே இருப்பேன். இறுதியில் சோர்ந்து போய் வரிசையாகப் போடப்பட்டிருக்கும் இருக்கைகளில் ஒன்றில் அமரும்போது மீண்டும் ஆர்கன் ஒலிக்கத் தொடங்கும். என் கண்கள் என்னையறியாமல் நீர் சொரியும்.

கொலாபாவில் நான் கண்ட சினகாக், ஒரு வீதியில் ஒன்றோடொன்று இடித்துக்கொள்ளும்படிக் கட்டப்பட்டிருந்த நீண்ட கட்டட வரிசையில் ஒன்றாக இருந்தது. அதன் பக்கத்துக் கட்டடத்தின் பக்கவாட்டுச் சுவரில்தான் இதன் அடையாளம் குறிக்கப்பட்டிருந்தது. இதை நான் எதிர்பார்க்கவில்லை. என் பரவசத்தின் பூரணம் பொங்கிப் பொங்கி உள்ளுக்குள்ளேயே தணிந்துகொண்டிருந்ததே தவிர, வெளியே பாயவில்லை. அது எனக்கு வியப்பாகவும் அதிர்ச்சி யாகவும் இருந்தது. ஏனென்றால், நான் கொலாபாவுக்கு வந்த அன்றே என்னை ஒரு யூதனாகப் பிரகடனப்படுத்திக்கொண்டு அங்கிருந்து நேரே இஸ்ரேலுக்குப் போய்விட எண்ணியிருந்தேன். என் ஆர்வத்தில் கட்டுண்டு ராபியே அதற்கு ஏற்பாடு செய்வார் என்று ஆழமாக நம்பினேன்.

ஆனால் ஒரு கட்டடத்தின் தோற்றம், கனவின் தகிப்பைத் தணிக்குமா? எனக்குப் புரியவில்லை. அது என் வயதின் பிரச்னையாக இருக்குமோ என்று சந்தேகமாக இருந்தது. ஆனால் அதுவரை நான் உணர்ந்த எது ஒன்றன்மீதும் எனக்குச் சிறிதும் சந்தேகமில்லை. என் நம்பிக்கையே என் சாகசம். அதுவே எனக்குத் தோன்றிய அனைத்தையும் நிகழ்த்திக் காட்டும்.

இவ்வாறு எண்ணிக்கொண்டு நான் மூடியிருந்த கம்பிக் கதவுகளையே பார்த்திருந்தபோது யாரோ உள்ளே இருந்து வந்தார்கள். உடனே நான் சாலையைக் கடந்து சினகாக் வாசலுக்குச் சென்று நின்றுகொண்டேன். காவலாளி ஒருவன் எங்கிருந்தோ வந்து கதவைத் திறந்தான். அவர்கள் வெளியே போகும்போது நான் உள்ளே போய்விட வேண்டும் என்பதுதான் என் திட்டம். ஆனால் என்னால் அது முடியவில்லை. ஏனெனில் வெளியே வந்த மூன்று பேரில் சிறுமி ஒருத்தி இருந்தாள். என் வயது இருக்கலாம். அல்லது என்னைவிட ஓரிரு வயதுகள் மூத்தவளாகவும் இருக்கலாம். அவளை எனக்குத் தெரியும். அவள் ஒரு டீக்கடைக்காரரின் மகள். அகன்று அலை பாய்ந்தபடி இருக்கும் அவளது விழிகளை என்னால் என்றுமே மறக்க இயலாது.

அவளோடு இருந்தவர்கள் அவளது பெற்றோராகத்தான் இருக்க வேண்டும். முன்பின் அறிமுகமில்லாத ஒரு சிறுவன் வழியை மறித்த

விதமாக எதிரே நின்று எதற்காக இப்படி உற்றுப் பார்க்கிறான் என்ற சந்தேகம் வந்திருக்கும். அந்த மனிதர் என்னிடம் கேட்டார், 'என்ன வேண்டும்?'

நான் அவருக்கு பதில் சொல்லவில்லை. அந்தப் பெண்ணைப் பார்த்து, 'நீ கொடுத்த இரண்டு பன்களை நான் சாப்பிட்டுவிட்டேன். பணம் இல்லாமல் அந்தேரியில் இருந்து இவ்வளவு தூரம் நடந்து வந்தவனுக்கு அந்த பன்கள் பிரசாதமாகவே தெரிந்தன' என்று சொன்னேன்.

அவளுக்குப் புரியவில்லை. 'என்ன சொல்கிறாய்?' என்று கேட்டாள்.

'உன்னை எனக்குத் தெரியும் என்று சொன்னேன்.'

'எப்படி? நான் உன்னைப் பார்த்ததில்லை.'

'ஆனால் நான் பார்த்திருக்கிறேன்.'

'அதுதான் எப்படி?' என்று அந்தப் பெண்ணின் தாய் கேட்டார். அதற்கு நான் பதில் சொல்லவில்லை. அவரை ஒரு பார்வை பார்த்துவிட்டு அவர் மகளிடம் திரும்பி, 'மன்னித்துக்கொள். என் பேச்சு நடவடிக்கை உனக்குக் குழப்பம் தரலாம். ஆனால் நான் சொல்வது உண்மை. உன்னை நான் இப்போது இரண்டாவது முறையாகப் பார்க்கிறேன். முதல் முறை பார்த்தபோது நீ ஒரு டீக்கடைக்காரரின் மகள்' என்று சொன்னேன்.

'போகலாம்' என்று அவளது தந்தை சொன்னார்.

'அவன் என்ன சொல்கிறான்?' என்று அந்தப் பெண் அவரிடம் கேட்டபடி நடக்க ஆரம்பித்தாள்.

'ஒன்றுமில்லை. பைத்தியம் போலிருக்கிறது' என்று அவளது தாய் சொன்னாள்.

'இல்லை. பிச்சை கேட்டு வந்திருப்பான்.' என்று அவளது தந்தை சொன்னதும் எனக்குக் கேட்டது. ஆனால் கோபமெல்லாம் வரவில்லை. உண்மையில் நான் திகைத்திருந்தேன். இரண்டு கட்டடங்கள் தாண்டி அவர்கள் காரை நிறுத்தியிருந்தார்கள். ஏறப் போகும்போது எனக்கு என்னவோ தோன்றி, வேகமாக அவர்களை நோக்கி ஓடத் தொடங்கினேன். ஆனால் அம்மனிதர் காரை ஓட்டிக்கொண்டு போகத் தொடங்கிவிட்டார்.

'வண்டியை நிறுத்துங்கள். போய்விடாதீர்கள்!' என்று கத்தியபடி நான் காரின் பின்னால் ஓடத் தொடங்கினேன். அவருக்கு நான் கத்தியது

கேட்டிருக்கவில்லை. போக்குவரத்தில் அந்த கார் வேகமெடுத்து வெகு தொலைவு போய்விட்டது. நான் ஏன் அவர்கள் பின்னால் ஓடுகிறேன் என்று தெரியாமல் நானும் ஓடிக்கொண்டே இருந்தேன். எவ்வளவு நேரம் ஓடினேன் என்று நினைவில்லை. ஆனால் நெடுந் தொலைவு சென்றுவிட்டிருந்தேன். மூச்சிறைத்து என்னையறியாமல் எங்கோ ஓரிடத்தில் நின்றேன். கண்ணை இருட்டிக்கொண்டு வந்தது.

ஒரு பெட்டிக்கடையை அடைந்து, 'குடிக்கக் கொஞ்சம் தண்ணீர் வேண்டும். என்னிடம் பணம் இல்லை' என்று சொன்னேன். கடைக்காரன் நல்லவன். ஒன்றும் பேசாமல் அவன் குடிக்க வைத்திருந்த பாட்டிலை எடுத்துக் கொடுத்தான். ஒரே மூச்சில் முழுவதையும் குடித்து முடித்து, 'மன்னித்துக்கொள்ளுங்கள். நெடுந்தூரத்தில் இருந்து வருகிறேன். தாகம் தாங்கவில்லை. அதனால்தான்' என்று சொன்னேன்.

'பரவாயில்லை' என்று அவன் சொன்னான்.

இப்போது எனக்கு இரண்டு பிரச்னைகள் இருந்தன. அவளைச் சந்தித்து எப்படியாவது பேசிவிட வேண்டும் என்று ஒரு வெறியே ஏற்பட்டிருந்தது. ஆனால் நான் கொலாபாவுக்கு வந்தது அதற்காக அல்ல என்ற உறுத்தலும் இருந்தது. அவளை நினைத்துக்கொண்டு என்னால் ராபியைச் சந்தித்துப் பேச இயலாது. ராபியைச் சந்தித்து விவரம் கேட்டால், அந்தப் பெண்ணைப் பற்றி ஏதாவது தகவல் தெரியக்கூடும் என்பது உண்மையே என்றாலும், ராபியிடம் முதல் முதலில் பேசும்போது அவளைக் குறித்துக் கேட்பது சரியாக இருக்காது என்றும் தோன்றியது. மிகவும் குழப்பமாக இருந்தது.

இதனிடையே வீட்டைப் பற்றிய எண்ணம் சிறிது எழுந்தது. அது கலவரமூட்டக்கூடிய கருநிற புகைச் சுருளாக நினைவில் சுழலத் தொடங்கியது. நான் சொல்லிவிட்டுக் கிளம்பியிருக்கவில்லை. சொல்லியிருந்தால் வெளியே போகவே விட்டிருக்க மாட்டார்கள். வழக்கமாகப் பூங்காவுக்குப் போவது போலத்தான் வீட்டைவிட்டுப் புறப்பட்டேன். அந்நேரத்தில் எனக்கு என் அப்பாவும் அம்மாவும் அவ்வளவு முக்கியமாகத் தோன்றவில்லை. இந்த உலகத்தில் எதுவுமேகூட என் லட்சியத்தின் முன்னால் பெரிதாகத் தோன்ற வில்லை. அந்தேரியில் இருந்து கொலாபாவுக்குச் செல்லும் வழியை மட்டும் கேட்டுக்கொண்டு நடக்கத் தொடங்கிவிட்டேன். இரண்டு இரவுகள், ஒரு பகல் முழுவதும் நடந்தேதான் நான் கொலாபாவுக்கு வந்திருந்தேன். இடைப்பட்ட நேரத்தில் என் பெற்றோர் என்னை ஊர் முழுதும் தேடியிருப்பார்கள். ஒருவேளை போலிஸில் சொல்லி இருக்கலாம். நான் போகும் வழியில் திடீரென்று ஒரு போலிஸ் ஜீப்

குறுக்கிட்டு என்னைப் பிடித்துக்கொண்டு போய்விடுவார்களோ என்றெல்லாம் அஞ்சியபடியேதான் நடந்தேன். நல்லவேளை அப்படி எதுவும் நடக்கவில்லை. கால்வலி, பசி, உறக்கமின்மை அனைத்தும் சேர்ந்து என்னை கணந்தோறும் வீழ்த்திக் கொண்டிருந்தது. ஆனால் என் நினைவில் எப்போதும் பறக்கும் மூக்கும் வயிறும் வெளுத்த கறுப்பு நிறப் பறவை நான் சோர்வடையும் போதெல்லாம் தன் சிறகுகளால் என்னைக் கோதிக் கொடுத்து என்னை முன்னேறிச் செல்ல வைத்துக்கொண்டிருந்தது. என்றாவது ஒருநாள் நான் இஸ்ரேலுக்குச் செல்வேன். அப்போது அப்பறவைக் கூட்டத்தை நேரில் பார்ப்பேன். ஒவ்வொன்றாக எடுத்து மடியில் வைத்துக்கொண்டு அவற்றின் சிறகுகளை நான் கோதிக் கொடுப்பேன்.

அதற்கு முன்னால் இப்போது நான் அந்த அகன்ற விழிப் பெண்ணைப் பார்த்தே தீரவேண்டும். அதற்கு என்ன வழி?

நான் அவர்கள் சென்ற காரின் எண்ணைப் படித்திருந்தேன். அது நினைவில் இருந்தது. அதை வைத்து அந்தப் பெண்ணின் வீட்டைக் கண்டுபிடித்துவிட முடியும் என்று தோன்றியது. ஆனால் அதற்கு மீண்டும் அந்த கார் என் கண்ணில் தென்பட வேண்டும். இது எப்படி நிகழும்?

ஒரு பேருந்து நிறுத்த பெஞ்சில் அமர்ந்து கண்மூடி யோசிக்கத் தொடங்கினேன். எங்கிருந்தோ ஆர்கன் ஒலிக்கும் சத்தம் மிகவும் சன்னமாகக் கேட்டது. அது எனக்குப் பரிச்சயமான இசை. நாநூறு வருடங்களுக்கு முன்னால் அதை நான் கேட்டிருக்கிறேன் என்று தோன்றியது.

1.6

முதலில் நான் பதற்றம் அடைந்திருந்தேன். என்னால் சரியாகப் பேச இயலாதிருந்தது. நான் பேசிய சொற்கள் எனக்கே வினோதமாகவும் நகைப்புக்குரியதாகவும் தோன்றிக்கொண்டே இருந்தது. எதையும் பேசாமல் மனத்துக்குள் இருப்பதை அப்படியே ஒரு திடப் பொருளாக வெளியே எடுத்து அவரை விழுங்கச் சொல்லித் தலைகீழாகக் கட்டிக் கவிழ்த்தால் அது அவர் மூளைக்குள் போய்விடும் என்று தோன்றியது. அப்படியும் பலன் இருக்குமா என்று சந்தேகமாகவே இருந்தது.

ஓர் ஒத்திசைவு கூடினால் நன்றாக இருக்கும். நான் சொல்வதைக் கேட்கவேண்டும் என்ற எண்ணம் அவருக்கு இருக்க வேண்டும். அது இருக்கிறதா என்பதிலேயே எனக்குச் சிறிது சந்தேகம் இருந்தது. இத்தனைக்கும் நான் சற்றும் கற்பனை சேர்க்காமல், மிகையுணர்ச்சி கூடாமல் நடந்ததை நடந்தபடியேதான் அவரிடம் விவரித்தேன்.

'எனக்கு ஒரு செய்தி கிடைத்தது. அதனை அசரீரி என்று சொன்னால் நீங்கள் நம்புவதற்குத் தயங்குவீர்கள் என்பதனால் செய்தி என்று சுருக்கிக்கொள்கிறேன். நான் ஒரு யூதன்.'

'சரி. எப்படிக் கிடைத்தது?' என்று ராபி கேட்டார்.

'என் ஆர்மோனியத்துக்குள் இருந்து முன்னூறு ஆண்டுகள் பழமையான கரங்கள் இரண்டு, வெளியே நீண்டு என் விரல்களைத் தொட்டன. என் மூதாதையரின்

விந்தணுவுக்குள் எனது பூர்வ சரித்திரம் எழுதப்பட்டிருந்தது. அந்த அணு என் விரல் சதைகளைக் கிழித்துக்கொண்டு நரம்புகளுக்குள் ஏறி ரத்தத்தில் கலந்துவிட்டது.'

'இதற்கு சாட்சி உண்டா?'

நான் யாரைச் சொல்வேன்? வீட்டில் நிகழ்ந்ததுதான். அப்பா இருந்தார். அம்மா இருந்தார். ஆனால் நடந்ததை அவர்கள் அறிய மாட்டார்களே? அப்படி அவர்கள் நேரடியாக அதைக் காண முடிந்திருந்தால் இந்நேரம் அவர்களே என்னை இஸ்ரேலுக்கு அழைத்துச் சென்றிருக்கவும் கூடும்.

'இது ஏன் உன் பிரமையாக இருக்கக்கூடாது?' என்று ராபி கேட்டார்.

'இல்லை ஐயா. நிச்சயமாக இது பிரமை இல்லை. நான் ஒரு சாதாரணமான சிறுவன். எந்த சிறப்புச் சக்திகளும் எனக்கு இதற்குமுன் இருந்ததில்லை. வகுப்பில் சுமாராகப் படிப்பேன். வீட்டில் ஒரே பிள்ளை என்பதால் என் பெற்றோருக்கு என்மீது பாசம் அதிகம்.'

'சரி.'

'திடீரென்று இது நிகழ்ந்தது. நான் யூதன் என்று உணர்ந்தேன். என்னால் எந்த ஒரு இசைக்கருவியையும் வாசிக்க முடிகிறது.'

'அப்படியா?'

'எனக்கு சங்கீதம் தெரியாது. நான் பயின்றதில்லை. ராகங்களின் பெயர்கள் எதுவும் எனக்குத் தெரியாது. ஆயினும் எப்படியோ என்னால் வாசிக்க முடிகிறது.'

'ஒருவேளை நீ ஒரு மழலை மேதையாக இருக்கலாம். அதற்கும் இதற்கும் என்ன சம்பந்தம்?'

'ஐயா நான் மழலை இல்லை. எனக்கு வயது பதிமூன்று.'

'சரி, திடீர் மேதை. என்ன இப்போது?'

எனக்கு அவரை என் அலைவரிசையில் இழுத்து நிறுத்துவது பெரும் சவாலாக இருக்கும் போலிருந்தது. இந்தியாவில் தன்னைத் தவிர இன்னொரு யூதன் இருந்துவிட முடியாது என்று இந்த தாடிக்காரர் நினைக்கிறாரா? இதை நான் கேட்க வாயெடுத்தபோது அவர் என்னிடம் ஒரு கேள்வி கேட்டார். 'எதற்குத் தம்பி இவ்வளவு மெனக்கெடுகிறாய்? யூதனாக இருந்து நீ சாதிக்கப்போவது ஒன்றுமில்லை. இந்த தேசம் யூதர்களுக்கென்று தனியே எதுவும் செய்வதில்லை. நீ கிறிஸ்தவனாகவே இரு. குறைந்தபட்சம் உனக்கு சிறுபான்மையினர் சலுகைகள் சரியாகக் கிடைக்கும்.'

என் பொறுமை அதன் எல்லைகளைக் கடந்துகொண்டிருந்ததை உணர்ந்தேன். ஆத்திரம் மிகும்போது நான் எவ்வாறு நடந்து கொள்வேன் என்பது உண்மையிலேயே எனக்குத் தெரியாது. ஏனெனில் அவ்வளவு வேகமும் கோபமும் அதற்குமுன் எனக்கு வந்ததில்லை. மனத்துக்குள் எப்போதும் நான் பேணி வளர்க்கும் நிதானமே எனது பலம். இசைக்கருவிகளை நெருங்கும்போதெல்லாம் நானல்ல; என் நிதானமே அவற்றில் இருந்து இசையை உயிர்ப்பிக்கிறது என்று நினைப்பேன். ஒரு அமைதி. பேரமைதி. காற்றின் அசைவொலிகூடக் கேளாத நிச்சலனம். ஒளியுமற்று இருளுமற்றுப் போயிருக்கும் ஒரு வெளி. மிகப்பரந்தது. அங்கு மனிதர்கள் இல்லை. பறவைகள், விலங்குகள் இல்லை. வாகனப் போக்குவரத்துகள் இல்லை. சலசலக்கும் மரங்களோ செடி கொடிகளோ இல்லை. நானுமேகூட இல்லை. வெறும் வெளி. ஆனால் வெறுமையானதல்ல. தன்னிடம் அவ்வெளி புதைத்து வைத்திருக்கும் பேரதிசயம் வெளியே காண்பிக்கப்படாதிருப்பதுதான் அதன் பெரும் வலு. அந்த அதிசயத்தை நான் மெல்லக் கண்மூடி தியானிக்கத் தொடங்குவேன். என் தியானம் சில நிமிடங்களுக்கு நீடிக்கும். அது சலனமற்றது. குறுக்கீடுகள் அற்றது. ஒன்றை மட்டும் நினைப்பேன். உருவும் அருவுமற்ற ஒன்று. அதனை இசை என்று எல்லோரும் சொல்வார்கள். மண்ணிலும் காற்றிலும் வெளியிலுமாகப் பிரிந்து அலைந்துகொண்டிருக்கும் அதன் கீற்றுகளை என் தியானத்தில் நான் என் பக்கம் இழுத்து கோரைப் புற்களைப் போலச் சேகரிப்பேன். சேர்த்துக் கட்டுவதெல்லாம் பிறகு. சேகரம் முக்கியம். முதலில் செய்ய வேண்டியது அதனைத்தான்.

அந்த ராபி என்னிடம் மேலும் சில கேள்விகளைக் கேட்டார். என் தந்தை எங்கே உத்தியோகம் பார்க்கிறார் என்பது அதில் ஒன்று. நான் உடனே பதில் சொன்னேன். அவர் அடுத்த கேள்விக்கு மாறுவார் என்று நினைத்தபோது, என் தந்தையின் அலுவலகம் அந்தேரியில் எந்தப் பகுதியில் இருக்கிறது என்று கேட்டார். எனக்கு உடனே அவர்மீது சந்தேகம் வந்துவிட்டது. டெலிபோன் டைரக்டரியில் நம்பர் தேடி அவர் என் தந்தையை அழைத்து என்னைப் பற்றிச் சொல்லிவிட விரும்புகிறார் என்று தோன்றியது. என்ன இருந்தாலும் நான் ஒரு சிறுவன். என்ன இருந்தாலும் அவர் வயதிலும் அனுபவத்திலும் முதிர்ந்தவர். அது தன் பொறுப்பு என்றுகூட அவர் நினைத்திருக்கலாம்.

இது தொடர்பாக எனக்கு ஒரு சம்பவம் நினைவுக்கு வந்தது. அரனபா முகர்ஜி என்று எனக்கொரு நண்பன் இருந்தான். மேற்கு வங்காளத்தில் இருந்து பம்பாய்க்குக் குடிபெயர்ந்து வந்த குடும்பத்தைச் சேர்ந்தவன். பள்ளியில் நன்றாகப் படிக்கும் பிள்ளைகளுள் அவன் ஒருவன்.

அனைத்து ஆசிரியர்களிடமும் நல்ல பெயர் பெற்றிருந்தவன். படிப்பைத் தவிர வேறு எதையும் கருதாதவன். என்னைப் போல, படிப்பில் அவ்வளவாக ஆர்வம் இல்லாத பையன்களுக்குச் சலிக்காமல் பாடங்களைச் சொல்லிக் கொடுப்பான்.

திடீரென்று ஒருநாள் அவனுக்குப் படிப்பு பிடிக்காமல் போய், தேசப்பற்று மிகுந்துவிட்டது. முந்தைய தினம் அவன் தேசப்பற்று ஊட்டக்கூடிய திரைப்படம் எதையாவது பார்த்திருக்கக்கூடும். அல்லது ஊர் திரும்பிய ராணுவ வீரர் யாரையாவது அக்கம்பக்கத்தில் சந்தித்திருக்க வேண்டும். அது எனக்குத் தெரியவில்லை. ஆனால் அன்று வகுப்புகள் முடிந்து நாங்கள் கிளம்பியபோது அவன் என்னிடம் மட்டும் ரகசியமாகச் சொன்னான், 'எட்வின், நான் ராணுவத்தில் சேர்ந்துவிட முடிவு செய்துவிட்டேன்.'

'ஓ. என்ன திடீரென்று?'

'இதென்ன வாழ்க்கை? படித்து, வேலைக்குப் போய், சம்பாதித்து, கல்யாணம் செய்துகொண்டு, பிள்ளை பெற்று.. எல்லாம் அபத்தம். வாழ்க்கை என்றால் ஓர் அர்த்தம் வேண்டும். தாய்நாட்டின் மீது பற்று வேண்டும். தேசத்துக்காக உயிரைக் கொடுக்கவும் தயார் என்று முடிவு செய்துகொண்டால் கிடைக்கிற உளக் கிளர்ச்சிக்கு நிகரே கிடையாது' என்று சொன்னான்.

நான் அதைக் குறித்து அப்போது பெரிதாக நினைக்கவில்லை. அவனுக்கு வாழ்த்துச் சொல்லிவிட்டு வீட்டுக்குப் போய்விட்டேன்.

மறுநாள் அரனபா முகர்ஜி பள்ளிக்கூடத்துக்கு வரவில்லை. அடுத்த நாளும் வரவில்லை. இதற்குள் பள்ளியெங்கும் அவன் காணாமல் போய்விட்ட செய்தி பரவிவிட்டது. எல்லோரும் கூடிக்கூடிப் பேசிக் கொண்டார்கள். ஆசிரியர்கள் ஒவ்வொரு வகுப்பிலும் அவனைக் குறித்து எங்களிடம் விசாரித்தார்கள். அவன் யாரிடமாவது எதையாவது சொல்லிவிட்டுப் போயிருக்கிறானா என்று தெரிந்து கொள்வதற்காகத்தான் அவர்கள் கேட்டார்கள்.

என் முறை வந்தபோது எனக்கு அவன் சொன்னதை மறைக்கத் தோன்றவில்லை. அவன் ராணுவத்தில் சேர விரும்புவதாகச் சொல்லிக் கொண்டிருந்தான் என்னும் உண்மையைச் சொல்லிவிட்டேன். இத்தகவலை என் வகுப்பாசிரியர் அரனபாவின் வீட்டுக்குத் தெரியப் படுத்துவதற்கு முன்பாகவே அவன் வீட்டில் இருந்து பள்ளிக்குத் தொலைபேசித் தகவல் வந்துவிட்டது.

அரனபா முகர்ஜி பத்திரமாக வீடு வந்து சேர்ந்துவிட்டான். ஒரு ராணுவ வீரர் அழைத்து வந்து விட்டுச் சென்றார்.

மேலும் இரு தினங்களுக்குப் பிறகு அவன் பள்ளிக்கு வந்தபோது எல்லோரும் கூடி நின்று அவனிடம் அந்த இரண்டு நாள் அனுபவங்களை விசாரித்தார்கள். மாணவர்களுடன் ஆசிரியர்களும் சேர்ந்துகொண்டதால் அவனுக்கு வேறு வழியிருக்கவில்லை. தனது உள்ளக் கிடக்கையைக் குறித்தும் நடைமுறைச் சிக்கல்களைக் குறித்தும் அவன் அழுதபடி சொன்னான்.

'ராணுவத்தில் சேர உனக்கு உடல் தகுதி இல்லை என்று சொல்லிவிட்டார்களா?' என்று நான் கேட்டேன்.

'அப்படிச் சொல்லியிருந்தால் பரவாயில்லை. உன் அப்பாவிடம் சம்மதக் கடிதம் வாங்கி வா என்று சொல்லிவிட்டார்கள். எந்த அப்பா தன் மகனை மனப்பூர்வமாக ராணுவத்துக்கு அனுப்புவார்?'

எனக்கு அன்று அவன் பேசியது, அழுதது அனைத்துமே சிரிக்கத் தக்கவையாகத்தான் தோன்றின. பிறகொரு நாள் என் முன்னோர்களைக் குறித்த ரகசியம் ஓர் அசரீரியாக என்னை வந்தடைந்தபோது நான் அரனவாவைத்தான் எண்ணிக்கொண்டேன். பேருண்மைகள் சிறுவர்களுக்கு எப்போதும் தரிசனமாக அகப்படுகின்றன. பெரியவர்களால் தரிசனங்களின் மயிர்க்கூச்செரியச் செய்யும் பிரகாசத்தைத் தாங்க முடிவதில்லை.

அந்த ராபி என்னிடம் தேநீர் அருந்துகிறாயா என்று கேட்டார். நான் மறுத்தேன். பசிக்கிறதா, உணவு வேண்டுமா என்றார். அதையும் மறுத்தேன். 'நான் ஒரு யூதன். இது இறைவனே எனக்கு அறிவித்தது. நீங்கள் இதனை நம்பவும் ஏற்கவும் வேண்டும்' என்று சொன்னேன்.

அவர் சிரித்தார். 'இறைவனே அறிவித்துவிட்ட பிறகு நான் எதற்கு ஏற்கவேண்டும்? நீ யூதனாகவே இரு' என்று சொன்னார்.

'நான் யூதனாகத்தான் இருக்கிறேன். ஆனால் நான் யூதன் என்பதை நீங்கள் அங்கீகரிக்க வேண்டும்.'

அவர் சிறிது யோசித்துவிட்டு, 'அப்படியானால் உனக்கு விருத்தசேதனம் நிகழ்ந்துவிட்டதா?' என்று கேட்டார்.

'இன்னும் இல்லை. ஆனால் அதைப் பற்றித் தெரியும்.'

'ஓ. நல்லது. அப்படியானால் நீ தானக் படிக்க வேண்டும். அதனை முழுவதுமாகப் படித்து உணர்ந்த பின்புதான் நீ யூதனாக முடியும்.'

'தயாராக இருக்கிறேன். நீங்கள் கற்றுத் தருவீர்களா?'

அவர் சிரித்தது போலிருந்தது. அது எனக்குப் பிடிக்கவில்லை. எனக்குப் பிடிக்கவில்லை என்பதை என் முகம் அவருக்குத்

தெரிவித்திருக்க வேண்டும். சிறிது சமாதானம் சேர்த்த குரலில், 'சங்கீதம் மட்டுமாவது முழுதும் அறிந்திருக்க வேண்டும். சொல்வது புரிகிறதா? டேவிட்டின் சங்கீதம்.'

அந்த சினகாகின் கிழக்கு மூலையில் ஒரு புராதனமான பியானோ இருந்ததை உள்ளே நுழைந்ததுமே கண்டிருந்தேன். இப்போது அதனை மீண்டும் பார்த்தேன்.

'என்ன பார்க்கிறாய்?'

'நான் அதைத் தொட்டு வாசிக்க அனுமதிப்பீர்களா?'

'அது செயல்பாட்டுத் தரத்தில் இல்லை. சுருதி கூட்டி முடிக்கவே ஒரு மணி நேரமாகும்.'

'இல்லை. ஒரு நிமிடத்தில் செய்துவிடலாம்.'

'அப்படியா?'

நான் பதிலுக்குக் காத்திருக்கவில்லை. அந்த பியானோவை நெருங்கித் தொட்டேன். அதற்குமுன் ஒரு பியானோவை நான் நேரில் கண்டதுகூட இல்லை. இருந்தாலும் என்னால் அதனை சுருதி சேர்த்து வாசிக்க முடியும் என்று தோன்றியது. கண்ணை மூடிக்கொண்டு ஏதோ செய்யத் தொடங்கினேன். உண்மையிலேயே நான் என்ன செய்தேன் என்று எனக்குத் தெரியாது. ராபி என்னைப் பார்த்துக்கொண்டே இருந்தார். சொன்னபடி ஒரு நிமிடத்தில் பியானோவின் சுருதி சேர்ந்துவிட்டிருந்தது. நான் அவரைத் திரும்பிப் பார்த்தேன்.

'என்ன வாசிக்கப் போகிறாய்?' என்று கேட்டார்.

'சொன்னீர்களே, டேவிட்டின் சங்கீதம்.'

'தெரியுமா உனக்கு?'

'ஒருவேளை தெரிந்திருக்கலாம்' என்று பதில் சொன்னேன். என் முழு சக்தியையும் திரட்டி இரு கை விரல்களிலும் இறக்கி அந்தப் பியானோவின் கட்டைகள்மீது வைத்தேன்.

இப்போது அது நிகழ்ந்தது. ஆர்மோனியத்துக்குள் இருந்து வெளியே வந்த அதே முன்னூறாண்டுப் பழைய விரல்கள். சுருக்கங்களும் நொறுங்கிவிடுமளவுக்கு மட்கியிருந்த எலும்புகளுமாக அக்கரங்கள் அந்தப் பியானோவுக்குள் இருந்து மெல்ல மெல்ல வெளியே வந்தன. வாசிக்கத் தொடங்கியிருந்த என் விரல்களைப் பிடித்து இழுத்து நிறுத்தின. புதைசேறு பூசியிருந்த அக்கரங்கள் என்னிரு கரங்களையும் அழுத்திப் பிடித்து எதையோ உள்ளே செலுத்துவதை உணர்ந்தேன்.

அக்கணத்தில் எனக்கு சினகாக் மறந்தது. ராபி மறந்து போனார். நான் ஒரு யூதன் என்பதும் மறந்துவிட்டது. ஒரு வெளிர் நீலத் திரைச் சீலை என் கண்ணுக்குள் காற்றில் அசைந்தது. கணப் பொழுதில் அச்சீலையின் நீளம் அதிகரித்துக்கொண்டே போனது. காற்றில் அசைந்து அசைந்து அது தன் பேருருவத்தை எனக்குக் காட்டிக் கொண்டே இருக்க, நானும் அதன் உயரத்தின் உச்சியைக் கண்டுவிடும் வேட்கையில் என்னால் முடிந்த அளவு கழுத்தை உயர்த்தி நேர் செங்குத்தாக நிறுத்திப் பார்த்தேன். அத்திரைச் சீலை நான் இருந்த தேவாலயத்தில் இருந்து மெல்ல எழுந்து கூரையைக் கிழித்துக் கொண்டு மேலேறத் தொடங்கியது. எனக்கு அதற்குமேல் பொறுக்க இயலவில்லை. வினோதமான ஒரு சத்தமுடன் என் சக்தியைத் திரட்டி அச்சீலையின் நுனியைப் பற்றிக்கொண்டேன். இப்போது அந்நீல நிறத் திரைச் சீலையுடன் நானும் வானில் உயர்ந்து பறக்கத் தொடங்கினேன்.

அன்றைக்கு பம்பாய் நகரத்தில் அக்காட்சியைக் கண்டது குறைந்தது ஆயிரம் பேர் இருப்பார்கள். சாலைகளில் அலுவலகத்துக்கோ, வேறெங்கோ போய்க்கொண்டிருந்தவர்கள். திடீரென்று வான்வெளியில் ஒரு வெளிர் நீலத் திரைச் சீலையைப் பிடித்துக்கொண்டு ஒருவன் பறந்துகொண்டிருக்கிறான் என்பது அவர்களுக்கு எப்பேர்ப்பட்ட அதிசயம். 'ஏய், அங்கே பார்! அங்கே பார்' என்று ஆளாளுக்குக் கூச்சலிட்டார்கள். போக்குவரத்து சிறிது சீர்குலைந்தது. கீழே காவலர்கள் விசில் ஊதியபடி ஒழுங்குபடுத்தத் தொடங்கியதையும் கண்டேன். ஒரே சமயத்தில் அது எனக்குப் பெருமையாகவும் சிறிது அச்சம் தரத்தக்கதாகவும் இருந்தது.

நெடுநேரம் நான் அந்தரத்தில் பறந்துகொண்டே இருந்தேன். அத்திரைச் சீலை இறுதியில் ஒரு வீட்டின் மொட்டை மாடியில் கொண்டு என்னை இறக்கிவிட்டது. நான் பறந்து வந்து விழுந்த கிறுகிறுப்பில் சில வினாடிகள் கண்மூடிக் கிடந்தேன். பிறகு திடுக்கிட்டுக் கண் விழித்துப் பார்த்தபோது சீலை அங்கு இல்லை. அது போய்விட்டிருந்தது. மொட்டை மாடியில் நான் மட்டும்தான் இருந்தேன். எதற்காக நான் இங்கே வந்திருக்கிறேன் என்று புரியவில்லை. சரி வருவது வரட்டும் என்று அங்கேயே ஒரு ஓரமாகக் கால் நீட்டி அமர்ந்துகொண்டேன்.

அரை மணி நேரம் அவ்வாறு இருந்திருப்பேன். எழுந்திருக்கலாம் என்று தோன்றியபோது அவள் மாடிக்கு வந்தாள். கண்களால் ஆனவள்.

அதை நான் எதிர்பார்த்திருக்கவில்லை.

TWO

2.1

எட்வினை நான் எவ்வளவு விரும்பினேன் என்பதை என்னால் யாருக்கும் புரியவைக்கவே முடியாது. அவனைப் பற்றி யாராவது விசாரித்தால், 'நான் அவனை அடி மனத்திலிருந்து வெறுக்கிறேன்' என்று சொல்லிவிட்டுத் தப்பிச் சென்றுவிடுவேன். உள்ளாடைகளைப் போலச் சிலவற்றை நமக்காக மட்டும் வைத்துக்கொள்வது முக்கியம்.

அவன் இந்தப் புவிக்கு உரியவனே அல்ல. அப்படி ஒரு பிறப்பு எப்படி நிகழ்ந்திருக்க முடியும் என்று எவ்வளவோ நாள் யோசித்திருக்கிறேன். மேதை என்ற சொல்லுக்கு அவனைவிடச் சரியான உதாரணம் எனக்குத் தெரிந்து யாருமில்லை. இப்படிச் சொல்வதனால் நான் அவனுடைய ரசிகன் என்று தோன்றிவிட வாய்ப்பு உள்ளது. உண்மை, அதனைத் தாண்டியது. ஆராதகன் என்று சொல்லலாம். அதுதான் சரியாக இருக்கும்.

ஆனால் விசித்திரம் பாருங்கள், அவன் அடியோடு வெறுக்கும் முரட்டு விமரிசகனும் நானேதான். வாழ்வில் ஒரே ஒரு கொலை செய்யலாம்; தண்டனை கிடையாது என்று அவனுக்கு இந்த ஜனநாயகம் ஒரு சலுகை தருமானால் அவன் என்னைத்தான் கொல்வான். இதில் எனக்கு சந்தேகமில்லை. அவன் விரும்பக்கூடிய ஓர் அம்சம்கூட என்னிடம் இல்லை என்பது எனக்குத் தெரியும். ஆனால் அது அவனை நான் விரும்புவதற்கு எப்படித் தடையாகும்?

1984ம் ஆண்டு ஜூன் 28ம் தேதி அன்று எட்வின் குடும்பம் பம்பாயில் இருந்து சென்னைக்கு இடம் பெயர்ந்து வந்தது. அவனது தந்தை அரசாங்க உத்தியோகத்தை ராஜிநாமா செய்துவிட்டு வந்திருக்கிறார் என்கிற தகவலை என் அம்மாதான் எனக்குச் சொன்னது. அப்படியானால் சாப்பாட்டுக்கு என்ன செய்வார்கள்? இதுதான் அன்று எனக்குப் பெரிய கேள்வி. 'பென்ஷன் இருக்கும்' என்று என் அம்மா சொன்னாள். எப்படியோ வாழ்ந்துவிடத்தான் போகிறார்கள். அதுவல்ல விஷயம். அவனது குடும்பம் சென்னைக்குக் குடி மாறியதற்கும், அவன் அப்பா அரசாங்க உத்தியோகத்தை ராஜிநாமா செய்ததற்கும் ஒரே காரணம் அவன்தான் என்றும் என் அம்மா சொன்னாள். இது எனக்கு அதிர்ச்சியாக இருந்தது.

'அந்தப் பையன் ஒரு மாதிரியாம். பம்பாய்ல அவன வெச்சி காப்பாத்தறது கஷ்டமா இருந்ததாம். அதனாலதான் இங்க வந்திருக்காங்க' என்று என் அம்மா சொன்னாள்.

'ஒரு மாதிரின்னா?'

'தெரியலே. ஆனா பைத்தியமெல்லாம் இல்லேன்னும் சொன்னாங்க.'

எனக்கென்னவோ அம்மா அதைச் சொன்ன விதத்திலேயே அவன் ஒரு பைத்தியமாகத்தான் இருக்க வேண்டும் என்று தோன்றியது.

குடிமாறி வந்தவர்கள் மூட்டைகளைப் பிரித்து பாத்திரம் பண்டங்கள், துணிமணிகள், தட்டுமுட்டு சாமான்களை அடுக்கி வைத்துக் கொண்டிருப்பதை நான் என் வீட்டு ஜன்னல் வழியே பார்த்துக் கொண்டிருந்தேன். இங்கிருந்து கூப்பிட்டால் உடனே திரும்பிப் பார்க்கக்கூடிய தூரம்தான். இடையில் ஒரு சுற்றுச் சுவர் மட்டும்தான் இருந்தது. அதுவும் உயரம் குறைந்த சுவர். எட்வினின் அப்பா தனி ஆளாக பெரிய பீரோவையெல்லாம் நகர்த்தி வைத்து ஒழுங்கு செய்துகொண்டிருந்தார். அவன் கண்ணில் படுகிறானா என்பதுதான் நான் ஜன்னலோரம் காத்திருந்ததன் ஒரே காரணம். என் அம்மா, அவனை என் வயதுப் பையன் என்று சொல்லியிருந்தாள். அன்று நான் வாழ்ந்துகொண்டிருந்த வாழ்க்கையில் பேச்சுத் துணைக்குக் கூட யாருமற்றிருந்தேன்.

எனக்குக் காரணம் தெரியவில்லை. ஆனால் எப்போதும் நண்பர்கள் இல்லாமல்தான் இருந்து வந்திருக்கிறேன். என் பொழுதுபோக்கு என்பது வானொலியில் பாட்டுக் கேட்பது. அன்று மட்டுமல்ல; அன்றைக்கு முதல் நாள் தொடங்கி அடுத்த வாரம் வரை நான் எப்போது வானொலியை இயக்கினாலும் ஒரே பாடல்தான் திரும்பத் திரும்ப ஒலித்துக்கொண்டிருந்தது. ஓ வசந்த ராஜா. தேன் சுமந்த

ரோஜா. ஏதோ ஒரு திரைப்படம் புதிதாக வெளியாகியிருக்கிறது என்பது புரிந்தது. ஆனால் என்ன படம் என்று தெரியவில்லை. நான் அம்மாவிடம் கேட்டேன். 'எதோ சொன்னாண்டா. ஞாபகமில்ல' என்று அவள் சொன்னாள்.

நாங்கள் வசித்து வந்த லட்சுமிபுரத்தில் திரையரங்கம் இல்லை. இரண்டு கிலோ மீட்டர் சரளைக்கல் பாதையில் நடந்து சென்று குரோம்பேட்டை பிரதான சாலையை அடைந்தால் அங்கு வெற்றி என்றொரு தியேட்டர் இருந்தது. அந்த தியேட்டரில் அப்போது புதிய படங்கள் பெரும்பாலும் வராது. ஒருமுறை ஓடி முடித்த படங்களே திரையிடப்படும். எனக்குத் திரைப்படங்கள் பார்ப்பதிலும் ஆர்வம் இல்லாதிருந்தது. எனவே ரேடியோவில் பாட்டுக் கேட்பதுடன் என் எல்லையைச் சுருக்கிக்கொண்டு வாழ்ந்துகொண்டிருந்தேன்.

நான் பார்த்துக்கொண்டே இருந்தபோது எட்வினின் அப்பா தற்செயலாக என்னைப் பார்த்துவிட்டார். புன்னகை செய்து என்னை அவர் வீட்டுக்கு அழைத்தார். அதற்காக அல்லவா நான் காத்திருந்தேன்? உடனே நான் ஓட்டமாக ஓடி அவன் வீட்டுக்குள் சென்று நின்றேன்.

'உன் பெயர் என்ன தம்பி?' என்று எட்வினின் அப்பா கேட்டார்.

சொன்னேன்.

'பக்கத்து வீட்டுப் பையனா நீ?' என்று அவனது அம்மா கேட்டார்.

ஆமாம் என்று சொன்னேன்.

'என்ன படிக்கிறாய்?'

சொன்னேன்.

அவர்கள் சரளமாக ஆங்கிலம் பேசினார்கள். அவர்களுக்குள் பேசும்போது ஹிந்தியில் பேசிக்கொண்டார்கள். எனக்கு அந்த இரு மொழிகளுமே பரிச்சயமில்லாதவை. ஆனால் வாட்டிஸ் யுவர் நேம், விச் ஸ்டேண்டர்ட் போன்ற வினாக்கள் சிக்கல் இல்லாதவை. எனவே சமாளித்துவிட்டேன்.

வீடு களேபரமாக இருந்தது. நான் உதவி செய்யட்டுமா என்று எட்வினின் அப்பாவிடம் கேட்டேன். அவர் நன்றியுடன் மறுத்தார். எனக்கு அவரது குரலில் இருந்த மிருதுத் தன்மை மிகவும் பிடித்தது. ஒரு நல்ல தந்தை என்று எண்ணிக்கொண்டேன். என் தந்தையும் நல்லவர்தான். ஆனால் என்றுமே அவரால் என்னைப் புரிந்துகொள்ள முடிந்ததில்லை. அந்த ஒரு துயரம் எனக்கு இருந்தது. என்றாவது அது சரியாகிவிடும் என்று என் அம்மா சொல்லி என்னை ஆறுதல் படுத்துவாள்.

நான் அவரிடம் 'வேர் இஸ் யுவர் சன்?' என்று கேட்டேன். எட்வின் அப்போதுதான் என்னை நேருக்கு நேர் பார்த்தான். சிரித்தான். நானும் பதிலுக்குச் சிரித்தேன். 'ஐயம் எட்வின்' என்று சொன்னான். நான் உடனே எந்த க்ளாஸ் என்று கேட்டேன். அவன் அதற்கு பதில் சொல்லவில்லை. தன் பெற்றோரை ஒரு பார்வை பார்த்துவிட்டு டிரான்சிஸ்டரை ஆன் செய்து பாடவிட்டான். சொல்லி வைத்த மாதிரி அதே பாடல். ஓ வசந்த ராஜா. தேன் சுமந்த ரோஜா.

நாங்கள் இருவரும் ஓரிரு நிமிடங்கள் ஒன்றும் பேசாமல் அந்தப் பாடலைக் கேட்டுக்கொண்டே இருந்தோம். அவன் சட்டென்று என்னிடம் கேட்டான், 'இந்த ட்யூன் நன்றாக இருக்கிறதா?'

'அப்படித்தான் தெரிகிறது.'

'பிடிக்கிறதா?'

'இதுவரை நாற்பது முறை கேட்டுவிட்டேன். பிடித்துவிட்டது என்றுதான் நினைக்கிறேன்.'

அவன் சட்டென்று ஒரு ஆர்மோனியத்தை எடுத்து வைத்துக்கொண்டு அந்தப் பாடலை அதில் எனக்கு வாசித்துக் காட்டினான். அது எனக்கு மிகுந்த ஆச்சரியம் அளித்தது.

'இதற்குமுன் இந்தப் பாடலை நீ கேட்டிருக்கிறாயா?'

'இல்லை. இப்போதுதான் கேட்டேன்.'

'பிறகு எப்படி வாசிக்கிறாய்?'

இதற்கு அவன் பதில் சொல்லவில்லை. 'இதைக் கவனி' என்று சொல்லிவிட்டு ஓ வசந்த ராஜா பாடலின் ராகத்திலேயே சிறிது நேரம் வேறென்னவோ வாசித்துக்கொண்டிருந்தவன், பரபரவென்று எங்கெங்கோ சஞ்சாரம் செய்யப் போய் இறுதியில் ஏதோ ஒரு மேற்கத்திய இசைக் கோவையில் சென்று நின்றான். நான் அதுவரை கேட்டறியாத சங்கீதப் பாணி. முற்றிலும் புதிது. ஆனால் ஓ வசந்த ராஜாவின் தாய் அல்லது மூதாதையரின் முகம் அந்த இசைக் கோவைக்கு இருந்ததைக் கண்டேன். எனக்கு என்ன பேசுவதென்றே தெரியவில்லை. அவனை பிரமிப்புடன் பார்த்துக்கொண்டிருந்தேன்.

அவன் இடைவிடாமல் இருபது நிமிடங்கள் வாசித்தான். நிச்சயமாக அது ஓ வசந்த ராஜா இல்லை. வேறு ஏதோ மேற்கத்திய சங்கீதம். ஆனால் ஓ வசந்த ராஜாவில் இருந்துதான் அவன் கிளம்பிச் சென்றான். அதில் சந்தேகமில்லை. போய்ச் சேர்ந்த இடத்தில் திருப்தியாக உழுது முடித்துவிட்டு அவன் ஆர்மோனியம் வாசிப்பதை நிறுத்தியபோது

நான் அவன் கையைப் பிடித்துக் குலுக்கினேன். அன்று நானறிந்த ஒரே சிறந்த பாராட்டுச் சொல்லான 'க்ரேட்' என்பதை ஆத்மார்த்தமாக அவனைப் பார்த்துச் சொன்னேன். அவன் புன்னகை செய்தான்.

'இது ஃப்ரன்ஸ் பீட்டர் ஷுபர்ட். பத்தொன்பதாம் நூற்றாண்டைச் சேர்ந்த ஆஸ்திரிய இசைக் கலைஞருடையது. ஆனால் அவன் கிறிஸ்தவன்' என்று எட்வின் சொன்னான்.

'நீங்களும் கிறிஸ்தவர்கள்தானே?' என்று கேட்டேன். இதற்கு அவன் பதில் சொல்லவில்லை. ஒருவேளை கவனிக்காமல் இருந்திருக் கலாம் என்று எண்ணிக்கொண்டேன். ஆனால் அவன் சொன்ன தகவல் எனக்கு வியப்பாகத்தான் இருந்தது.

'ஓ வசந்த ராஜாவைப் பத்தொன்பதாம் நூற்றாண்டில் அவன் பாடியிருக்கிறானா? இதை என்னால் நம்ப முடியவில்லை. இது இங்கே இப்போது வெளியாகியிருக்கும் ஒரு திரைப்படப் பாடல்.'

எட்வின் மீண்டும் புன்னகை செய்தான். அன்று அவன் எனக்கு வேறு சில தமிழ் திரைப்படப் பாடல்களை என்னைப் பாடச் சொல்லி உடனுக்குடன் ஆர்மோனியத்தில் வாசித்துக் காட்டினான். சில பாடல்களின் ஐரோப்பிய வேர்களையும் தொட்டுக் காட்டி விளக்கம் சொன்னான். நான் அவனை வியப்புடன் பார்த்துக்கொண்டிருந்தது பெரிதல்ல. வீட்டை ஒழுங்கு செய்யும் பணியில் ஈடுபட்டிருந்த அவனது பெற்றோரும் நின்று கவனித்து வியந்துகொண்டிருந்தது எனக்கு வினோதமாக இருந்தது.

என் ஆச்சரியம் அவர்களுக்குப் புரிந்திருக்க வேண்டும். 'நீ பாடும் பாடலெல்லாம் அவன் கேட்டதே இல்லை தம்பி. இப்போதுதான் முதல்முறை கேட்கிறான்' என்று எட்வினின் அப்பா சொன்னார். அவன் ஒரு பிறவி மேதை என்று நான் அப்போது நினைத்தேன். அதைச் சொன்னபோது அவன் உடனே மறுத்தான். 'பன்னிரண்டு வயது வரை எனக்கு இசை என்றால் என்னவென்றே தெரியாது' என்று சொன்னான்.

'அதன்பின் கற்றுக்கொண்டாயா?'

'இல்லை. நான் யாரிடமும் கற்கவில்லை.'

'பிறகு?'

'சிறுநீர் வருகிறது. மலம் வருகிறது. உள்ளே இழுக்கும் மூச்சுக்காற்று வெளியே வருகிறது. அப்படித்தான் இசையும் என்னிடம் இருந்து வருகிறது' என்று சொன்னான்.

அவனுக்கும் எனக்கும் ஒரே வயதுதான். ஆனால் அவன் அன்றைக்குச் சொன்ன அந்த விளக்கத்தை ஒரு நாளும் என்னால் உணரவோ, வெளிப்படுத்தவோ முடியாது என்று தோன்றியது. எனக்கு மிகுந்த ஆர்வமாகிவிட்டது.

'உன் ஆர்மோனியத்தை நான் தொடலாமா?' என்று அவனிடம் கேட்டேன்.

'ஓ, வாசித்துப் பார்' என்று அவன் அதை என் பக்கமாக நகர்த்தி வைத்தான். எப்படி இடக்கையால் காற்றைக் கட்டுப்படுத்துவது, வலக்கையால் கறுப்பு வெள்ளைக் கட்டைகளை அழுத்தி காற்றில் இருந்து இசையைக் கடைந்து எடுப்பது என்று சொல்லியும் கொடுத்தான். நான் சிறிது முயற்சி செய்து பார்த்தேன். அது நானே வெட்கப்படுகிற தரத்தில் இருந்தது. ஆனால் எட்வின் என்னைக் கிண்டல் செய்யவில்லை. மாறாக, 'ஒவ்வொருவருக்கு ஒவ்வொரு திறமை கூடும். உன் திறமை வேறு எதிலாவது இருக்கும்' என்று சொன்னான்.

அன்றே நான் அவனுக்கு நண்பனாகிவிட்டேன். வீட்டில் சொல்லி விட்டு அன்று மாலை நாங்கள் வெற்றி திரையரங்கத்துக்குப் போக முடிவெடுத்தோம். எதிர்பாராத கணங்களில் காலம் சில புதிய மாற்றங்களை நிகழ்த்திவிடுகிறது. எப்போதும் பழைய படங்களையே போட்டுக்கொண்டிருக்கும் வெற்றி திரையரங்கில் அன்று புதிய படம் வெளியாகியிருந்தது. நீங்கள் கேட்டவை. பாலு மகேந்திராவின் திரைப்படம். இளையராஜா இசை. தியேட்டருக்குள் நுழையும் போதே நான் அவனிடம் சொன்னேன். 'இந்தப் படத்தில்தான் அந்தப் பாட்டு.'

'எந்தப் பாட்டு?'

'காலை நீ வாசித்துக் காட்டினாயே, ஓ வசந்த ராஜா.'

'ஓ, ஆமாம். அது ஷ்ரோதஸ்வினி ராகம்.'

'ஷ்ரோதஸ்வினியா?'

'ஆமாம். சுத்த தன்யாசி போலவே இருக்கும். நிஷாதம் மட்டும் மாறிக் கேட்கும்.'

'எட்வின் ஒன்று சொல்லிவிடுகிறேன். எனக்கு ராகமெல்லாம் தெரியாது. இசையே தெரியாது.'

'எனக்கும்தான்' என்று அவன் சொன்னான். அதன்பின் நாங்கள் படம் பார்ப்பதில் தீவிரமாகிவிட்டோம். இடைவேளையில் பாப்கார்ன்

வாங்கிச் சாப்பிட்டோம். நாந்தான் அவனுக்கும் சேர்த்து வாங்கிக் கொடுத்தேன். அவன் எனக்கு நன்றி சொன்னான்.

‘எட்வின் நீ ஒரு அபூர்வம். உன்னைக் கண்டடைந்தது என் அதிர்ஷ்டம்.’ என்று நான் மிகவும் உணர்ச்சிவசப்பட்டுச் சொன்னேன்.

‘அப்படியா? அப்படியானால் நாம் நண்பர்கள்’ என்று அவன் சொன்னான்.

‘ஆம். சந்தேகமில்லை.’

‘நான் இந்த ஊருக்குப் புதியவன். எனக்கு இந்தப் பிராந்தியம் பரிச்சயமில்லை. மொழி பரிச்சயமில்லை. மனிதர்கள் பரிச்சய மில்லை. யாருடனும் பழகுவதற்கு மிகவும் சிரமப்படுவேன் என்று நினைக்கிறேன்.’

‘கவலைப்படாதே. நான் உன்னோடு இருக்கிறேன்.’

‘எனக்கு உதவி செய்வாயா?’

‘நிச்சயமாகச் செய்வேன். என்ன வேண்டும் சொல்.’

அவன் சிறிது நேரம் யோசித்தான். தயங்கினானோ என்றும் சந்தேகமாக இருந்தது. பிறகு மெதுவாகக் கேட்டான், ‘எனக்குச் சிறிது கஞ்சா வேண்டும். இங்கே அது எங்கு கிடைக்கும்?’

2.2

எட்வினைக் குறித்த என் நினைவுகளைத் தொகுத்துக் கொள்வதன் பொருட்டு ஒரு தாளில் 1,2,3 என்று பல சம்பவங்களை ஒரு வரியாக எழுத ஆரம்பித்தேன். ஒவ்வொரு வரியையும் விரித்தால் மொத்தமாக ஒரு புத்தக அளவுக்கு அது பெருகிவிடும் என்று தோன்றியது. எனக்குப் புத்தகம் எழுதி வெளியிடும் விருப்பம் இல்லை. ஆனால் அவன் இன்று உயிருடன் இல்லை என்ற உண்மையைக் கடப்பதற்கு அவனோடு இருந்த நாள்களைத்தான் மெல்ல வேண்டியிருக்கிறது.

தொண்ணூற்று ஒன்றாம் ஆண்டின் இறுதியில் எட்வின் தனது வீட்டைவிட்டு வெளியேறினான். என்னால் அதை மறக்க முடியாது. அன்று நவம்பர் 13ம் தேதி. 'போதும். நான் கிளம்பிவிடலாம் என்று இருக்கிறேன்' என்று அவன் சொன்னான்.

அவனது பெற்றோர் அப்போது காலில் விழாத குறையாகக் கதறியதை நான் பார்த்துக்கொண்டிருந்தேன். அவன் எதற்காக வீட்டை விட்டுப் போகவேண்டும்? அவசியமே இல்லை. அவன் என்ன செய்வதென்றாலும் வீட்டில் இருந்த படியே செய்யலாம். எதுவுமே செய்யாது போனாலும் ஏன் செய்யவில்லை என்று அவர்கள் கேட்க மாட்டார்கள். எந்தத் தாய் தந்தையர் இப்படிச் சொல்வார்கள்? எனக்கு அவர்கள்மீது பெரும் மதிப்பும் மரியாதையும் உண்டானது. அதே சமயம் அவர்களைக் காணப் பரிதாபமாகவும் இருந்தது.

நான் எட்வினிடம் இதைப் பற்றிப் பேச முயற்சி செய்தபோது அவன் சொன்னான், ‘உடல் ஒரு சுமை. உடை ஒரு சுமை. உறவு பெரும் சுமை.’

‘அப்படியா? ஞானத்தை விடவா?’ என்று கேட்டேன். சிறிது யோசித்துவிட்டு, ‘ஆம். அதுவும்தான்’ என்று சொன்னான்.

அன்றைக்கு நான் வெளியே சில வேலைகளை முடித்துவிட்டு வீடு திரும்ப இரவாகிவிட்டது. நான் வீட்டுக்குள் நுழையும்போதே அம்மா எனக்குத் தகவல் சொல்லிவிட்டாள். ‘எட்வின் ஓடிப் போய் விட்டான்.’

நான் உடனே சிரித்துவிட்டேன். நான் வீட்டைவிட்டுப் போகப் போகிறேன் என்று ஒருவன் ஆறு மாதங்களாகச் சொல்லிக் கொண்டிருந்துவிட்டு, ஒருநாள் கிளம்பிப் போயிருக்கிறான் என்றால் அது எப்படி ஓடிப் போவதாகும்? ‘சரியாக விசாரித்துப் பாருங்கள். அவன் தனது பெற்றோரிடம் சொல்லிக்கொண்டுதான் கிளம்பி இருப்பான்’ என்று பதில் சொன்னேன்.

மறுநாள் நான் எட்வின் வீட்டுக்குப் போனபோது நான் சொன்னதுதான் சரி என்பது தெரிந்தது. அவன் ஓடிப் போயிருக்க வில்லை. தனது தாய் தந்தையரை அழைத்து நிறுத்தி, ‘நான் வீட்டை விட்டுப் போகிறேன், என்னால் இனி இங்கு இருக்க முடியாது’ என்று சொல்லிவிட்டுத்தான் போயிருக்கிறான்.

‘எங்கே போய்த் தங்குவாய்?’ என்று எட்வினின் அம்மா கேட்டதற்கு, ‘உள்ளவனுக்கு ஒரு வீடு. இல்லாதவனுக்கு உலகமே வீடு’ என்று பதில் சொல்லியிருக்கிறான்.

எப்படியாவது அவனைக் கண்டுபிடித்து அவனிடம் போய்ப் பேசி மனத்தை மாற்றி வீட்டுக்கு அழைத்து வா என்று எட்வினின் அப்பா என் கைகளைப் பிடித்துக்கொண்டு கெஞ்சினார். எனக்கும் அதுதான் விருப்பம் என்பதால் நிச்சயமாகச் செய்கிறேன் என்று அவரிடம் சொல்லிவிட்டு வந்தேன். ஆனால் அவனைத் தேடிப் பிடிக்க எனக்குப் பெரிய முயற்சிகள் தேவைப்படவில்லை. அவன் போகும்போதே எனக்கு ஒரு தபால் கார்டு எழுதிப் போட்டுவிட்டுத்தான் போயிருந்தான். அவன் குடி போயிருக்கும் மேன்ஷனின் முகவரியை அதில் குறிப்பிட்டிருந்தான். அந்த மேன்ஷன் சைதாப்பேட்டையில் இருந்தது.

மறுநாள் நான் எட்வின் குறிப்பிட்டிருந்த முகவரிக்குச் சென்றேன். காருணீஸ்வரர் கோயில் தெருவுக்குப் பின்புறம் ஜெயராஜ் தியேட்டருக்குப் போகும் வழியில் ஒரு முட்டுச் சந்தில் இருந்தது அந்த மேன்ஷன். எனக்கென்னவோ அங்கு இருப்போர் வேலை பார்க்கும் இளைஞர்களாகத் தோன்றவில்லை. வேலை இல்லாத

அல்லது வேலை தேடும் இளைஞர்களுக்கான அடைக்கல ஸ்தல மாகத்தான் அது இருக்கவேண்டும் என்று நினைத்தேன்.

பாழடைந்த, மிகப் புராதனமான கட்டடம் அது. அச்சுவெல்ல அடுக்குகள் போல அறைகள் தடுக்கப்பட்டிருந்தன. நீண்ட வராண்டா வெங்கும் பிளாஸ்டிக் கயிறு கட்டப்பட்டு லுங்கிகளும் பனியன்களும் ஜட்டிகளும் சட்டைகளும் துவைத்துத் தொங்கவிடப்பட்டிருந்தன. தரையெங்கும் துணிகளில் இருந்து சொட்டிய நீர்ப் புள்ளிகள் வழிகாட்டுவது போலக் கோடிட்டிருக்க, ஒவ்வொரு அறைக்கு வெளியிலும் நான்கைந்து ஜோடி பழைய செருப்புகள் இருந்தன. ஒவ்வொரு அறையிலும் குறைந்தது மூன்று பேராவது குடியிருந்தார்கள்.

எனக்கு எட்வின் வீட்டை விட்டுப் பிரிந்து வந்ததில் வியப்பில்லை. ஆனால் இப்படி ஓர் இடத்தை அவன் எப்படித் தேர்ந்தெடுத்திருப்பான் என்று புரியவில்லை. அந்த மேன்ஷனுக்கு அடுத்தக் கட்டடம் ஒரு மாவு மில். அரிசி, பருப்பு, மிளகாய் அரைத்துப் பொடியாக்கித் தரும் கூடம். அந்த மெஷின்களின் சத்தம் இடைவெளியின்றிக் கேட்டுக் கொண்டே இருந்தது. எட்வினுக்கு வீட்டில் மின்விசிறி சுழலும் சத்தம்கூடப் பெரும் பதற்றம் தரும். அனைத்தையும் மறந்து பேசிக் கொண்டிருப்பவன், திடீரென்று நிலைகுலைந்து போனவனாகத் துள்ளி எழுந்து பாய்ந்து ஸ்விட்சை அணைப்பான். ‘குளிர்கிறதா?’ என்று கேட்டால், ‘அதிர்கிறது, தாங்க முடியவில்லை’ என்று சொல்லுவான். அவனால் இந்த மேன்ஷனில் தங்கி என்ன செய்ய இயலும்? எனக்குப் புரியவில்லை.

புதிதாகக் குடி வந்தவன் என்று சொன்னதும் அங்கிருந்தவர்கள் அவனது அறையைக் காட்டினார்கள். அறை மூடியிருந்தது. நான் கதவைத் தட்டினேன். எட்வின், ‘யார்?’ என்று குரல் கொடுத்தான். இது என்ன அபத்தம்? அவன் எனக்குத்தான் தபால் கார்டு போட்டிருந்தான். எனக்குத் தெரிந்து அவனுக்கு வேறு யாரையும் அந்தளவு பரிச்சயம் கிடையாது. ஒருவேளை நான் அவனது முகவரியை அவனது பெற்றோருக்குத் தெரியப்படுத்தியிருப்பேன் என்று நினைத்து விட்டானா? உடனே, இருக்காது என்று நினைத்துக்கொண்டேன்.

அந்நாள்களில் அவன் என்னைத் தவிர யாரையும் பொருட் படுத்தியதாக எனக்கு நினைவில்லை. முழு முட்டாள்த்தனம் என்று அவனுக்கே தெரிந்தாலும், தனக்குத் தோன்றும் அனைத்தையும் அவன் என்னிடம் தவறாமல் சொல்வான். ஒருநாள் திடீரென்று, ‘என் முற்பிறவியில் நான்தான் ஃபெலிக்ஸ் மெண்டல்ஷான்’ என்று சொன்னான்.

‘ஃபெலிக்ஸ் மெண்டல்ஷானா? அவர் யார்?’

‘பத்தொன்பதாம் நூற்றாண்டின் மிக முக்கியமான கம்போசர்களுள் ஒருவர்.’

‘ஓ. எனக்குத் தெரியாது.’

‘தெரிந்துகொள். ஐரோப்பிய ராஜ குடும்பத் திருமணங்கள் முதல் சாதாரணமாக தேவாலயங்களில் நடைபெறும் திருமணங்கள் வரை வாசிக்கப்படும் வெட்டிங் மார்ச்சை எழுதியது நாந்தான்.’

‘நீயா?’

‘ஆம். நான்தான். இப்போதல்ல. ஃபெலிக்ஸ் மெண்டல்ஷானாக இருந்தபோது.’

நான் சிரித்தேன்.

‘தயவுசெய்து சிரிக்காதே. நான் பொய் சொல்ல மாட்டேன். இசைக்கு சொற்களே அவசியமில்லை என்பதை முதல் முதலில் நிரூபித்தவன் நான்தான். ஒரு கவிஞன் செய்த துரோகத்தில் வெறுப்பாகி, எனக்குப் பாடல் வரிகளே வேண்டாம் என்று முடிவு செய்தேன். Songs without words என்று இசை தெரிந்த யாரிடமாவது போய் சொல்லிப் பார். சிலிர்த்துப் போய் நிற்பார்கள்.’

எனக்கு இசையைப் பற்றி எதுவும் தெரியாது என்பதைவிட, அதைப் பற்றி அவன் என்ன பேசினாலும் எனக்கு அது எந்த விதமான தாக்கத்தையும் நிகழ்த்தாது என்பது பெரிய வசதியாக இருந்தது. அப்போதெல்லாம் அவனைப் பேசவிட்டு வேடிக்கை பார்த்துக் கொண்டிருப்பது எனக்குப் பிடித்தமான பொழுதுபோக்கு.

‘நான் சொல்வதை நீ நம்பவில்லை அல்லவா? இப்படி வந்து உட்கார்’ என்று என்னை அமரவைத்து, தனது ஆர்மோனியத்தில் அவன் வாசிக்க ஆரம்பித்தான். நான் கேட்கத் தொடங்கினேன். சுமார் பத்து நிமிடங்கள் வாசித்துவிட்டு, ‘எப்படி இருந்தது?’ என்று கேட்டான்.

‘வேறு எப்படி இருக்கும்? நன்றாகத்தான் இருக்கிறது.’

‘இது மெண்டல்ஷான் பியானோவுக்காக எழுதிய துணுக்கு. கவனி. உன்னால் எந்தச் சொல்லையும் போட்டு இந்த இசையை நிரப்ப முடியாது. ஏனென்றால் எதைக் கொண்டும் நிரப்பக் கூடிய வெற்றிடம் இந்த இசையில் இல்லவேயில்லை.’

‘இரு. நீ யாரைப் பாராட்டுகிறாய்?’

‘மெண்டல்ஷான்.’

‘நீதான் முன் ஜென்மத்தில் அவனாகப் பிறந்தாய்.’

‘ஆம். அது உண்மை.’

‘ஆக, நீ உன்னையே பாராட்டுகிறாய்.’

‘ஆம். சரி.’

நான் சிரிக்கவில்லை. ஆனால் கண்ணை இமைக்காமல் அவனை சிறிது நேரம் உற்றுப் பார்த்தேன். அது சிரிப்பைக் காட்டிலும் எரிச்சலூட்டக்கூடியதாக இருந்திருக்க வேண்டும்.

‘நீ என்னை நம்பவில்லையா?’ என்று அவன் கேட்டான்.

‘நம்பவில்லை என்று சொன்னால் எப்படி நிரூபிப்பதாக உத்தேசம்?’

‘ஆம். நிரூபிக்க வேண்டும். ஆனால் எப்படி? எப்படி நிரூபிப்பேன்! என்னால் வாசித்துக் காட்ட மட்டுமே முடியும். ஆனால் உனக்கு அது புரியாது. புரிந்தாலும் அவன் எழுதி வைத்ததை நான் வாசிக்கிறேன் என்று சொல்லிவிடுவாய். ஐயோ, இந்த நிரூபணங்களை ஒழிக்கவே முடியாதா?’

சட்டென்று அவனுக்கு என்னவோ ஆகிவிட்டது. சுவரில் தலையை முட்டிக்கொண்டு அழுதான். தடுத்தால் இன்னும் முட்டிக்கொள்வான் என்பதால் நான் தடுக்கவில்லை. நெற்றி வலித்து அவனே நிறுத்திக் கொண்டு வெறுமனே அழத் தொடங்கியபோது சொன்னேன், ‘அழாதே எட்வின். நீ ஒரு முட்டாள். ஏனெனில் உன்னை உனக்கே சரியாக அடையாளம் தெரியவில்லை. நீ எட்வினும் இல்லை. மென்டல்ஷானும் இல்லை. பல்வேறு அவதாரங்களை எடுக்க முடிகிற ஒருவன். ஒருவேளை கடவுளாக இருக்கலாம்’ என்று சொன்னேன்.

அவன் உணர்ச்சி மேலிட்டு என்னை இறுக்கி அணைத்துக் கொண்டான்.

நான் இன்னும் சில முறை கதவைத் தட்டினேன். அவன் திரும்பத் திரும்ப யார் என்று கேட்டுக்கொண்டே இருந்தான். என்ன ஆனாலும் வாய் திறப்பதில்லை என்பதில் நான் உறுதியாக இருந்தேன். அவனுக்கு அலுத்திருக்க வேண்டும். ‘சனியனே, நான் தாழ்ப்பாள் போடவில்லை. சற்று அழுத்தித் திற. கதவு திறந்துதான் இருக்கிறது’ என்று கத்தினான்.

எனக்குச் சிரிப்பு வந்தது. நான் கதவைத் திறந்து உள்ளே போனேன். அறையில் சன்னல்களும் இல்லை, விளக்கும் போட்டிருக்கவில்லை. பகலிலும் நல்ல இருட்டாகவே இருந்தது. சிறிது கூர்ந்து பார்த்த போது அந்த அறையில் ஒரு பியானோ இருப்பதைக் கண்டேன். அவன் ஆடை ஏதுமற்று அதன்மீது ஏறிப் படுத்துக்கொண்டிருந்தான்.

அது அவனை வாசித்துக்கொண்டிருந்தது.

2.3

டிசம்பர் 6, 1992 ஞாயிற்றுக்கிழமை அன்று ஹிந்து அமைப்புகள் ஒன்று திரண்டு அயோத்தியில் பாபர் மசூதியை இடித்தன. நாடு பெரியதொரு அசம்பாவிதத்தில் கவனம் செலுத்திக்கொண்டிருந்தபோது எட்வின் தனது நண்பர்கள் மூன்று பேருடன் இணைந்து தனது இசைக் குழுவைத் தொடங்கினான். அவனது குழுவில் அப்போது ஓரளவு நிதி வசதி உள்ளவனாக இருந்தவன் கருணாகர மூர்த்தி மட்டும்தான். அவன் மத்திய கலால் மற்றும் சுங்க வரித்துறையில் குமாஸ்தாவாக உத்தியோகம் பார்த்துக் கொண்டிருந்தான். பொழுதுபோக்காக வயலின் வாசித்துக் கொண்டிருந்தவனைத் தற்செயலாகத்தான் எட்வின் கண்டுபிடித்தான். ஒரு குழு தொடங்கும் யோசனையைச் சொன்னபோது அவனுக்கும் அது பிடித்திருந்தது. தன்னால் ஓரளவுக்கு உதவ முடியும் என்று அவனேதான் முன்வந்து சொன்னான். இத்தனைக்கும் தனது சொந்தப் பணத்தை அவன் இசைக் குழுவுக்காகச் செலவு செய்யத் தயாராக இல்லை என்றாலும் அவனால் குழுவுக்காக ஒரு வங்கி மேலாளரிடம் பேசி கடனுக்குப் பணம் பெற ஏற்பாடு செய்ய முடிந்தது. அதனால் அவனது விருப்பப்படி காரணீசுவரர் கோயிலிலேயே இசைக் குழுவின் தொடக்க விழாவை நடத்த எட்வின் ஒப்புக்கொள்ளும்படி ஆனது.

பொழுதுபோக்காக வாசித்துக்கொண்டிருந்தாலும் கருணாகரன் நன்றாகவே வயலின் வாசிப்பான். அவன் மூலமாக எட்வினுக்கு அறிமுகமான ஜானவி ஒரு டிரம்மர்.

அன்று எந்த ஒரு இசைக்குழுவிலும் பெண் டிரம்மர் கிடையாது. தங்கள் குழுவுக்கு அது ஒரு சிறப்பான கவன ஈர்ப்பாக இருக்கும் என்று எட்வின் நினைத்தான். குழுவின் நான்காவது உறுப்பினரான பெஸ்கி சிந்தசைசர் வாசிப்பவன். கச்சேரிகள் நிறைய வரும்போது நாள் சம்பளத்துக்கு வெளியில் இருந்து ஆள்களை அழைத்துக் கொள்ளலாம் என்று அவர்கள் பேசிக்கொண்டார்கள்.

அந்தத் தொடக்க விழா பூஜைக்கு எட்வின் என்னை அழைத்திருந்தான். காரணீசுவரர் சன்னிதியில் கருணாகர மூர்த்தி தனது பெயர், நட்சத்திரத்தை சொல்லி, குழுவுக்குப் பொதுவாக அர்ச்சனை செய்யும் படி குருக்களிடம் கேட்டுக்கொண்டான். அவரும் சம்மதித்து, குழுவின் பெயர் என்ன என்று கேட்டார். நண்பர்கள் மூன்று பேரும் எட்வினைப் பார்த்தார்கள். அவன், டெவில் என்று சொன்னான். அர்ச்சகரும் டெவில் நாமஸ்ய, ஆயுள் ஆரோக்கிய ஐஸ்வர்ய அபிவிருத்தியஸ்ய என்று தொடங்கி மந்திரம் சொல்லி அர்ச்சனையை ஆரம்பித்தார்.

மேன்ஷனில் எப்படியோ எல்லோருக்கும் எட்வினின் இசைத் திறன் குறித்துத் தெரிந்துவிட்டிருந்தது. மேன்ஷன் முதலாளி மகள் திருமணத்துக்கு அவனைக் கச்சேரி செய்யச் சொல்லி ஒரு அட்வான்சும் கொடுத்திருந்தார்கள். அந்த மேன்ஷனில் முதல் முதலாக ஒரு பியானோவைக் கொண்டு வைத்ததில் அங்கிருந்த அனைவரும் வெலவெலத்துப் போய்விட்டார்கள் என்று எட்வின் சொன்னான்.

'உண்மை. இந்த உலகத்தில் அனைத்துக்கும் சாட்சி தேவைப் படுகிறது.' என்று நான் சொன்னேன்.

'நிரூபணங்களும்' என்று எட்வின் சொன்னான். அந்த மேன்ஷன் முதலாளி கொடுத்த முன்பணத்தை வாங்கிக்கொண்ட பின்புதான் அவன் ஒரு குழுவை அமைக்கும் யோசனைக்கே வந்து சேர்ந்தான். தியாகராய நகரில் உள்ள ஓர் இசைக் கருவிகள் அங்காடிக்கு அவன் அடிக்கடிப் போவது வழக்கம். அங்கேதான் அவனுக்குக் கருணாகர மூர்த்தி பழக்கமானான். அவன் வாசிப்பில் ஒரு கழுகு வானில் மிதக்கும் லாகவம் இருக்கிறது என்றான். எனக்கு அதெல்லாம் புரியவில்லை என்று சொன்னேன். 'அவன் மிக நன்றாக வாசிக்கிறான். இது புரிகிறதா?' என்று கேட்டான். நான் புன்னகை செய்தேன்.

அந்தக் கல்யாணக் கச்சேரிக்கு ஒரு மாத அவகாசம் இருந்தது. மேன்ஷன் முதலாளியான செட்டியார், தை பிறந்ததும் வந்த முதல் முகூர்த்தத்தில் திருமணத்தை வைத்திருந்தார். அதற்குள் பாடுவதற்கு ஆண்களையும் பெண்களையும் தயார் செய்ய வேண்டும் என்று எட்வின் கவலைப்பட ஆரம்பித்தான்.

‘நீ பாட மாட்டாயா?’ என்று கேட்டேன்.

‘பாடுவேன். ஆனால் என் கவனம் பாடுவதில் குவிந்துவிட்டால் மற்றவை கெட்டுப் போய்விடும்’ என்று சொன்னான். அவன் இரவு பகல் பாராமல் தனது ஆர்மோனியப் பெட்டியுடன் அமர்ந்து இசைத்துக்கொண்டே இருப்பான். தான் உருவாக்கும் இசை உருவங்களை உடனுக்குடன் ஒரு நோட்டுப் புத்தகத்தில் எழுதியும் வைப்பான். அவனிடம் நான் புரிந்துகொள்ள முயற்சி செய்து தோற்ற இடம் அது ஒன்றுதான். அவன் இசையின் மொழியில் குறிப்புகளை எழுதுவதில்லை என்பது எனக்குப் புரிந்தது. மேற்கத்திய இசைக் குறியீடுகளைக் கொண்டோ, கர்நாடக இசை சுவரங்களைக் கொண்டோ அவன் குறிப்பு எழுதியதே இல்லை. வேறு ஏதோ ஒரு மொழியில், வேறு ஏதோ ஒரு வடிவத்தில் அவன் தனது குறிப்புகளைப் பதிவு செய்துகொண்டிருந்தான்.

‘எட்வின், இது உனக்குப் புரியும். ஆனால் உன் இசையைப் பயின்று பாட வருபவர்களுக்கு எப்படிப் புரியும்?’

‘அவர்களுக்குப் புரியும் விதத்தில் சொல்லி எழுதிக்கொள்ளச் சொல்லிவிடுவேன்.’

‘இரண்டு வேலை அல்லவா? நீயே அவர்களுக்குப் புரியும் மொழியில் எழுதி வைத்துவிட்டால் பிரதி எடுக்கும் செலவோடு முடிந்துவிடும்.’

அவன் பதில் சொல்லவில்லை. ஆனால் அவனுக்குத் தோன்றிய விதத்தில்தான் அவன் இசைக் குறிப்புகளை எழுதிக்கொண்டிருந்தான். கருணாகர மூர்த்திக்கும் பெஸ்கிக்கும் அவன் குறிப்புகளைப் படிக்கக் கொடுக்க மாட்டான். மாறாக, அவர்கள் வாசிக்க வேண்டிய பகுதிகளைத் தனது ஆர்மோனியத்திலோ, பியானோவிலோ வாசித்துக் காட்டிவிடுவான். கருணா, பல சமயம் அப்படியும் அவன் வாசிப்பது பிடிபடாமல் திணறி நிற்பான். எட்வின் அப்போது கருணாவின் வயலினை வாங்கி வாசித்தே காட்டிவிடுவதும் நடக்கும்.

‘நீ எத்தனைக் கருவிகள்தான் வாசிப்பாய்?’ என்று கருணாகர மூர்த்தி கேட்டான்.

‘தெரியவில்லை’ என்று எப்போதும் சொல்லும் பதிலையே எட்வின் அப்போதும் சொன்னான்.

தோற்றப் பொலிவிலோ, பழகும் விதத்திலோ, பேசும் வகையிலோ அவனுக்கு நண்பர்கள் சேர வாய்ப்பே இல்லை என்பதை நானறிவேன். அவன் இசை பிடித்து வந்தால்தான் உண்டு. முன்சொன்ன அந்த மூன்று பேரும் அப்படி வந்தவர்கள்தாம். அவர்கள், குழுவுக்கென ஒன்றிரண்டு பாடகர்கள் தேவை என்று

சொன்னார்கள். மற்ற குழுக்களில் இருந்து தேடிப்பிடிக்க முடிவு செய்தார்கள். எட்வின் ஒன்றும் சொல்லவில்லை. ஆனால் அது அவ்வளவு முக்கியமல்ல என்று அவன் நினைத்தான்.

அன்று மாலை அயோத்தியில் மசூதி முற்றிலுமாக இடித்துத் தரை மட்டமாக்கப்பட்டுவிட்ட செய்தி தொலைக்காட்சியில் ஒளிபரப்பானது. நாடெங்கும் கலவரம் மூளலாம் என்று பேசிக்கொண்டார்கள். பல இடங்களில் ஊரடங்கு உத்தரவு பிறப்பிக்கப்பட்டிருப்பதாகச் சொன்னார்கள். ஆனால் சென்னை நகரில் அபாயகரமாகவோ, அச்ச மூட்டக்கூடிய விதத்திலோ எந்தச் சம்பவமும் நடைபெறவில்லை. அன்று மாலை நாங்கள் சைதாப்பேட்டையில் இருந்து கிளம்பி மேற்கு மாம்பலம் வழியே தியாகராய நகருக்குச் சென்று பனகல் பூங்காவில் சிறிது நேரம் அமர்ந்திருந்துவிட்டு, அங்கிருந்து தேனாம்பேட்டை எல்டாம்ஸ் சாலை வரை மீண்டும் நடந்தே சென்றோம்.

எட்வினுக்கு அங்கேதான் ஒரு புத்தக வடிவமைப்பாளன் கஞ்சா வாங்கி வைத்திருப்பான். அன்று இசைக்குழுவின் தொடக்க நாள் என்பதால் எட்வின் ஒரு சிறு விருந்துக்கு ஏற்பாடு செய்திருந்தான். அவனுக்கு கஞ்சா. மற்றவர்களுக்கு மது. ஆடம்பரம் இல்லாமல் அந்த புத்தக வடிவமைப்பு நண்பனின் அறையில் அந்த விருந்து நடைபெற்றது. மூன்று தடியர்கள் குடித்து, கும்மாளமிட்டுக் கொண்டிருந்ததை ஒரு பொருட்டாகவே நினைக்காமல் ஜானவி மட்டும் அந்த அறையில் இருந்த புத்தகங்களை எடுத்துப் புரட்டிக் கொண்டிருந்தாள். ‘நீ வீட்டுக்குப் போக வேண்டுமா?’ என்று எட்வின் அவளிடம் ஓரிரு முறை திரும்பத் திரும்பக் கேட்டான்.

‘அவசரமில்லை. ஒன்றாகவே போகலாம்’ என்று அவள் சொன்னாள்.

‘நமது நட்பை அவள் எவ்வளவு கௌரவமாக வைத்திருக்கிறாள் பாருங்கள்’ என்று எட்வின் மற்றவர்களிடம் சொன்னான்.

‘அதெல்லாம் இல்லை. குடித்துவிட்டு யார் கலாட்டா செய்ய ஆரம்பித்தாலும் அவள் தூக்கிப் போட்டு மிதித்துவிடுவாள். அவள் என்ன வளையல் அணியும் பெண்ணா? டிரம்மர். நினைவிருக்கட்டும்’ என்று பெஸ்கி சொன்னான்.

ஆனால் ஜானவி அப்படிச் செய்யக்கூடியவளாக இல்லை. அவளேதான் அன்றைக்கு அனைவருக்கும் குவளைகளில் மது நிரப்பிக் கொடுத்தாள். எட்வின் சார்மினார் சிகரெட்டுக்குள் இருந்த புகையிலையை உருவி எடுத்துவிட்டு கஞ்சாவை உள்ளே சொருகித் தள்ளப் போராடிக்கொண்டிருந்தபோது, அவனிடம் இருந்து அதை வாங்கி அழகாக அடைத்துக் கொடுத்து, பற்றவும் வைத்தாள்.

எட்வினின் நண்பனான புத்தக வடிவமைப்பாளன் இதையெல்லாம் ஒரு குழந்தையின் ஆர்வத்தோடு அமர்ந்து கவனித்துக் கொண்டிருந்தான். அன்று விருந்து முடிந்து அனைவரும் கிளம்புவதற்குள் அவன் ஜானவியிடம் தனது காதலைச் சொல்லி விடுவான் பார் என்று எட்வின் என்னிடம் சொன்னான்.

'சேச்சே. அதற்கெல்லாம் வாய்ப்பில்லை.'

'எப்படிச் சொல்கிறாய்?'

'வந்ததுமே ஜானவி தன் அப்பா ஒரு சப் இன்ஸ்பெக்டர் என்று அவனிடம் சொல்லிவிட்டாள்.'

'ஓ. அவள் அப்பா போலிஸ்காரரா?'

'ஏன் உனக்குத் தெரியாதா? அறிமுகப்படுத்தும்போதே கருணா சொன்னானே?'

'நான் கவனிக்கவில்லை.'

'வேறு எதைக் கவனித்தாய்?'

'அவளது விரல்களை மட்டுமே கவனித்துக்கொண்டிருந்தேன். முற்றிய பெரிய வெண்டைக்காய்களைப் போல அவை எவ்வளவு நீளம் பார்த்தாயா? இவள் தபலா கற்றுக்கொண்டால் பிரமாதமாக வாசித்துவிடுவாள்.'

எனக்கென்னவோ கலை மனம் என்ற ஒன்று இருந்துவிட்டால் கருவிகள் ஒரு பொருட்டில்லை என்று திரும்பத் திரும்பத் தோன்றிக் கொண்டிருந்தது. மனத்துக்குள் இசை நிரம்பியிருந்தால் போதும். குறிப்பிட்ட கருவியின் அடிப்படை சூட்சுமம் குறித்த அறிவு இருந்தால் போதும். சில தடுமாற்றங்களுக்குப் பிறகு யார் வேண்டு மானாலும் எதை வேண்டுமானாலும் வாசிக்கத் தொடங்கிவிட முடியும் என்றே நினைத்தேன்.

இதை நான் எட்வினிடம் சொன்னபோது அவன் சிரித்தான். 'ஹரிப்ரசாத் சௌராசியாவிடம் சின்ன மௌலானாவின் நாகஸ்வரத்தைக் கொண்டுபோய்க் கொடுத்துப் பார். இசை அல்ல; காற்றுகூட வராது' என்று சொன்னான்.

ஒருவேளை உண்மையாக இருக்கலாம். ஆனால் அவன் வாசிக்கிறானே. எதையும். எல்லாவற்றையும். அதுவும் அவனது வாசிப்பில் ஒரு சீரான தரத்தை நான் கவனித்திருக்கிறேன். அத்தரம் அனைத்துக் கருவிகளிலுமே அவனுக்கு சாத்தியமாகிக் கொண்டிருந்தது. ஆனால் மீண்டும் அதைக் கேட்பதற்கும் அவனது அர்த்தமற்ற பதிலைப் பெறுவதற்கும் எனக்கு விருப்பமில்லை.

நண்பர்கள் நான்கைந்து சுற்று குடித்து முடித்திருந்தார்கள். எட்வின் இரண்டு சார்மினார் நிறைய கஞ்சாப் புகை இழுத்து ஊதியிருந்தான். அனைவருமே நல்ல போதையில் இருந்தார்கள். ஜானவி அந் நேரத்தில் எங்கோ கடை தேடிப் போய் ஒரு பொட்டலம் பம்பாய் அல்வா வாங்கி வந்தாள். 'கொண்டா! கொண்டா!' என்று நண்பர்கள் உற்சாகமாகிவிட, அவள் மறுத்தாள். 'மன்னித்துக்கொள்ளுங்கள். மதுவுக்கு அல்வா வேண்டாம். ஆனால் எட்வினுக்கு இப்போது இது மிகவும் தேவைப்படலாம். எட்வின், நீ சாப்பிடு' என்று அவன் முன்னால் பொட்டலத்தைப் பிரித்து வைத்தாள்.

'நான் இதுவரை கஞ்சாவோடு அல்வாவைச் சேர்த்து உண்டதில்லை.' என்று எட்வின் சொன்னான்.

'இன்று உண்டு பார். உனக்கு அந்த அனுபவம் பிடிக்கும்.'

'அப்படியா?'

அவளே ஒரு விள்ளலை எடுத்து அவன் கையில் கொடுத்தாள்.

'நன்றி. நன்றி' என்று சொல்லிக்கொண்டே அவன் அல்வாவைச் சுவைத்தான். இரண்டு நிமிடங்களில் அவனுக்குள் என்னென்னவோ நிகழ்ந்துவிட்டிருக்க வேண்டும். சட்டென்று எழுந்து நின்றான். 'கருணா, உன் வயலினைக் கொடு' என்று கேட்டான்.

என்னால் மறக்க முடியாத இரவு அது. அவன் கருணாவின் வயலினை எடுத்து சுருதி கூட்டியபோது மணி இரவு எட்டு. அவன் வாசித்து முடிக்கும்போது நேரம் அதிகாலை ஐந்து ஐம்பது. எட்வின் இடையில் அரைக் கணம் கூட வாசிப்பை நிறுத்தவேயில்லை. புழக்கத்தில் இருந்த எந்த ஒரு சினிமா பாடலோ, தியாகராஜ கீர்த்தனையோ, ஹிந்துஸ்தானி சாகித்தியங்களோ அல்ல அவை. அவன் வாசிப்பு, முற்று முழுதாக அவனது அந்தக் கண நேரக் கற்பனை மட்டுமே. ஒரு பெண்ணைப் படுக்கையில் தள்ளிப் புரட்டிப் புரட்டிப் புணர்வது போல இசையின் சகல பக்கங்களையும் அவன் புரட்டியெடுத்துக் காட்டினான்.

நண்பர்களுக்கு அதுவரை குடித்த போதை இறங்கிவிட்டிருந்தது. யாரும் ஒரு வார்த்தைகூடப் பேசவில்லை. இமைக்கவும் மறந்தவர்களாக அவர்கள் எட்வினையே பார்த்துக்கொண்டிருந் தார்கள். அவனது கஞ்சா போதை வடிந்து மெல்ல மெல்ல அவன் சுய நினைவுக்கு மீண்டு, வாசித்தது போதும் என்று நிறுத்தியபோது ஜானவி ஓடிச் சென்று அவனைக் கட்டியணைத்து முத்தமிட்டாள். நண்பர்கள் அனைவரும் அவனைக் கட்டிப்பிடித்துப் பாராட்டினார்கள்.

‘எட்வின்! ஒருநாள் நீ உலகை வெல்வாய். எழுதி வைத்துக்கொள்’ என்று அந்தப் புத்தக வடிவமைப்பாள நண்பன் சொன்னான். உடனே எட்வின், ‘சொல்லாதே. எழுதிக்கொடு’ என்று பதிலுக்குச் சொன்னான். அவனும் உடனே தனது நாற்காலியில் அமர்ந்து ஒரு வெள்ளை அட்டையில் கறுப்பு மையால் பிரஷ் வைத்து அழகாக எழுதினான். ‘ஒருநாள் நீ உலகை வெல்வாய்.’

அந்த அழகிய கையெழுத்தைச் சிறிது நேரம் பாராட்டிக் கொண்டிருந்துவிட்டு அனைவரும் புறப்பட்டார்கள். ‘இன்று நமக்கு வேலை அதிகம். எப்படியாவது பாடகர்களைத் தேடிப் பிடிக்க வேண்டும்’ என்று பெஸ்கி அனைவருக்கும் நினைவூட்டினான். எங்கெல்லாம் விசாரிக்கலாம், யாரையெல்லாம் அழைத்து பாடச் சொல்லிப் பார்க்கலாம் என்று ஆளுக்கொரு பெயரைச் சொல்லி அவரவர் தகுதிகளை அலசிக்கொண்டிருந்தார்கள்.

நெடுநேரம் இந்த விவாதம் எதிலும் கலந்துகொள்ளாதிருந்த எட்வின் இறுதியில் சொன்னான், ‘பம்பாயில் ஒரு பெண் இருக்கிறாள். அற்புதமாகப் பாடுவாள். அவளை அழைத்து வர முடிந்தால் நமது குழு வென்றுவிடும்.’

‘அப்படியா? என்ன பெயர்? பம்பாயில் அவள் எங்கே இருக்கிறாள்?’

‘அதுதான் தெரியவில்லை. ஆனால் அவள் பாடுவாள். எனக்காக அவள் பாடியே தீரவேண்டும்.’

அவர்கள் சிறிது நேரம் யோசித்தார்கள். ஜானவியின் அப்பா மூலமாக முயற்சி செய்து பார்க்கலாம் என்று முடிவெடுத்தார்கள்.

‘அப்பா எதற்கு? ஜானவியே போதும். நான் அவளோடு போனால் எப்படியாவது அந்தப் பெண்ணைத் தேடிக் கண்டுபிடித்துக் கொண்டு வந்துவிடுவேன்’ என்று எட்வின் சொன்னான்.

தனக்கு அதில் பிரச்னை இல்லை என்று ஜானவியும் சொல்லி விட்டதால் அன்றிரவு கிளம்பும் பம்பாய் மெயிலில் டிக்கெட்டுக்கு ஏற்பாடு செய்துவிடுவதாகக் கருணாகரன் சொன்னான்.

அந்த ரயில் பயணத்தில் ஜானவி அவனிடம் தனது காதலைச் சொன்னாள். எட்வின் அவளை முத்தமிட்டான். இருவரும் சிறிது நேரம் கட்டியணைத்து நின்றார்கள். ‘என்னை உனக்கு ஏன் பிடிக்கிறது?’ என்று எட்வின் அவளிடம் கேட்டான். அவள் உடனே அதற்கு பதில் சொல்லவில்லை. நெடுநேரம் எடுத்துக்கொண்டு அதன் பிறகுதான் சொன்னாள். ‘நீ ஒரு திறமையுள்ள எக்ஸண்ட்ரிக். காலம் முழுதும் உன்னோடு வாழ முடியுமா என்று தெரியாது. ஆனால் சிறிது வாழ்ந்தாலும் காலம் முழுதும் நினைவுகூர நிறைய கிடைக்கும்.’

பம்பாயில் அவர்கள் இறங்கியபோது எட்வின் சொன்னான், 'நான் உன்னோடு வாழ ஆரம்பிக்கும்போது அவளைக் காதலிக்க ஆரம்பிப்பேன். அதற்கு நீ கோபித்துக்கொள்ளக் கூடாது.'

'அவளை என்றால் எவள்?'

'இப்போது நாம் தேடிப் போகும் பெண்.'

'அவள் பெயர் என்ன?'

'தெரியாது.'

'பெற்றோர்?'

'தெரியாது. சிறிய வயதில் ஒரே ஒரு முறை பார்த்திருக்கிறேன். அவ்வளவுதான்.'

'அவளுக்கு உன்னைத் தெரியுமா?'

'ஒரு பைத்தியக்காரன் அல்லது பிச்சைக்காரன் என்று ஒரு சமயம் நினைத்திருக்கிறாள். அதை நினைவுபடுத்தினால் ஒருவேளை சிறிது நினைவுக்கு வரலாம்.'

'எனக்குப் புரியவில்லை. நீ அவளைக் காதலித்திருக்கிறாயா?'.

'நிச்சயமாக இல்லை. ஆனால் அவள் நான் காதல் கொள்வதற்காகப் பிறந்தவள் என்று தோன்றுகிறது.'

'எப்போதில் இருந்து இந்த யோசனை?'

'ரயிலில் உன்னை முத்தமிட்ட கணத்தில்.'

'நீ கிறுக்கன்தான். ஆனால் காரியக் கிறுக்கன்' என்று ஜானவி சொன்னாள்.

'அப்படிச் சொல்லாதே. உன் மனம் உயர்தரமானது. நான் அதை கௌரவிக்க நினைக்கிறேன். உன்னை மணந்துகொண்டால் நீ மட்டும்தான் என்றென்றும் என் மனைவியாக இருப்பாய்.'

'ஆனால் நீ அவளைக் காதலிப்பாய்.'

'ஆமாம். அதுவும் என் மனத்துக்குள் மட்டும். அவளிடம்கூடச் சொல்லப் போவதில்லை.'

'ஓ. அப்படியானால் மன்னித்துக்கொள். நீ காரியக் கிறுக்கன் இல்லை. வெறும் கிறுக்கன்தான்.' என்று ஜானவி சொன்னாள். எட்வின் மனம் விட்டுச் சிரித்தான். சிரித்துவிட்டு, தான் அப்படிச் சிரித்தது அதுதான் வாழ்வில் முதல் முறை என்றும் சொன்னான்.

2.4

டெவில் குழுவுக்கு ஒவ்வொரு மாதமும் ஆறு அல்லது ஏழு நிகழ்ச்சிகள் எப்படியும் அமைந்துவிடும். சில சமயம் எல்லாமே கல்யாணக் கச்சேரிகளாக இருக்கும். கோயில் திருவிழாக்கள், கடைத் திறப்பு விழாக்கள் போக, எப்போதாவது இசை நிகழ்ச்சியையே பிரதானமாகச் சொல்லி டிக்கெட் விற்று நடத்தவும் ஆள் இருந்தது. எட்வின் சிறிது முயற்சி செய்திருந்தால் மாதம் முழுவதற்கும் நிகழ்ச்சிகள் ஏற்பாடு செய்திருக்க முடிந்திருக்கும். ஆனால் அவன் அதற்குத் தயாராக இல்லை.

'வாழ்வதற்காகச் சம்பாதிக்கிறோம். எனவே வாழ்வதற்கு நேரம் ஒதுக்கிக்கொள்வது அவசியம்.' என்று அவன் சொல்லுவான். ஒரு நிகழ்ச்சிக்கும் அடுத்த நிகழ்ச்சிக்கும் இடையில் ஆறேழு நாள்கள் இருப்பது போல எப்போதும் பார்த்துக்கொள்வான். அந்தத் தினங்களில் அவனது இசைக் குழு நண்பர்கள் வேறு குழுக்களில் வாசித்து சம்பாதித்துக் கொள்வது பற்றி அவன் கவலைப்பட மாட்டான். 'அவர்கள் பாவம், காசு செலவழித்து இசை கற்றுக்கொண்டிருக் கிறார்கள். சம்பாதித்துத்தான் ஆகவேண்டும். எனக்கு இது சும்மா கிடைத்ததுதானே' என்பான்.

கச்சேரி இல்லாத நாள்களில் அவன் பெரும்பாலும் மேன்ஷனில் இருப்பதில்லை. அவன் எங்கே போகிறான் என்று தெரிந்துகொள்ள நண்பர்கள் பலமுறை முயற்சி செய்து பார்த்திருக்கிறார்கள். ஆனால் ஒவ்வொரு முறையும் அவர்களுக்கு அதில் தோல்விதான் ஏற்படும்.

ஒருநாள் ஜானவியிடம் இதைக் குறித்துக் கேட்டேன். 'நீ அவன் காதலி அல்லவா? நிகழ்ச்சி இல்லாத நாள்களில் அவன் எங்கே போகிறான் என்று உனக்குத் தெரிந்திருக்கும் அல்லவா?'

'எதற்குப் போகிறான் என்று தெரியும். ஆனால் எங்கே என்று தெரியாது' என்று அவள் சொன்னாள். இந்த பதில் எனக்குக் குழப்பமாக இருந்தது. அவளோடு மேலும் சிறிது நேரம் பேசிக் கொண்டிருந்தபோது, எட்வினுக்கு அப்போது ஜானவியைப் போல வேறு பல பெண்களுடனும் தொடர்பு இருந்த விவரம் தெரிந்து சிறிது அதிர்ச்சி அடைந்தேன்.

'அத்தனை பேருடனும் காதலா?' என்று அபத்தமாகக் கேட்டேன். பிறகு நானே அதற்கு வருத்தம் தெரிவித்துவிட்டு, 'நீ இதைக் கண்டிப்பதில்லையா?' என்று மாற்றிக் கேட்டேன்.

'இல்லை' என்று அவள் பதில் சொன்னாள்.

'ஏன்?'

'கண்டித்து என்ன ஆகப் போகிறது. அவன் பம்பாயில் தேடிப் போன பெண்ணை ஒவ்வொரு பெண்ணிடமும் தேடிக்கொண்டிருக்கிறான். ஆனால் இந்த ஜென்மத்தில் அவனுக்கு அவள் கிடைக்கப் போவதில்லை.'

'உனக்கு அவன்மீது கோபம் வரவில்லையா?'

'ஆரம்பத்தில் இருந்தது. பிறகு கோபப்படுவதை நிறுத்திவிட்டேன்.'

'ஏன்?'

'பயனில்லாமல் கோபப்பட்டு என்ன செய்ய?'

'நீ அவனைத் திருமணம் செய்துகொள்ள ஆசைப்படுவதாக பெஸ்கி சொன்னான்.'

'அப்படி ஒரு ஆசை இருந்தது.'

'இப்போது இல்லையா?'

'நிச்சயமாக இல்லை.'

எனக்கு அவள் பேசியது மிகுந்த அதிர்ச்சியளித்தது. சப் இன்ஸ்பெக்டரான அவளது தந்தையிடம் எப்படிப் பேசி அவர்களது திருமணத்தை நடத்தி வைப்பது என்று பல நாள் நான் கவலைப்பட்டு யோசித்திருக்கிறேன். எட்வினை ஓர் இசைக்கலைஞன் என்று அறிமுகப்படுத்த முடியும். ஆனால் என்ன செய்கிறான், எவ்வளவு

சம்பாதிக்கிறான் என்றெல்லாம் அவர் கேட்கத் தொடங்கினால் பதில் சொல்லுவது சிரமமாக இருக்கும்.

எனக்குத் தெரிந்து பல சமயம் இசை நிகழ்ச்சிக்கு வாங்கும் சம்பளத்தைக் குழுவினருக்குப் பிரித்துக் கொடுத்துவிட்டு தனக்கு எதுவும் எடுத்துக்கொள்ளாமல் போய்விடுவான். 'ஏன் இப்படிச் செய்கிறாய்? உனக்கு ஒரு பங்கு எடுத்துக்கொள்' என்று ஜானவி சொல்வாள். 'அப்படியா? சரி' என்று அவளை இறுக்கி அணைத்துக் கொண்டு முகமெங்கும் பத்துப் பதினைந்து முத்தங்கள் கொடுத்து விட்டு, 'எனக்கு இது போதும்' என்பான். சுற்றிலும் நண்பர்கள் இருக்கிறார்களே என்று கவலைப்பட மாட்டான். தனது அத்தகைய செயல் ஜானவிக்கு எவ்வளவு சங்கடத்தைத் தரும் என்பதைப் பற்றி யோசித்ததில்லை. அவள் ஒருமுறை அவமானத்தில் சீற்றம் கொண்டு தனது செருப்பைக் கழட்டி அவன் முகத்தில் அடித்ததை நான் பார்த்தேன். அவள் ஆத்திரம் அடங்கும்வரை அடித்துவிட்டு, வெறுத்துப் போய் வெளியேறும்வரை அமைதியாக அடி வாங்கிக் கொண்டு நின்றிருந்தான். பிறகு, 'அவள் கோபம் நியாயமானது' என்று சொன்னான்.

ஜானவி எப்படி அவனைக் காதலித்தாள் என்பது எனக்குத் தீராத வியப்பு. அவளைப் பலமுறை இதுபற்றிக் கேட்டபோது, 'தெரிய வில்லை' என்று பதில் சொன்னாள். அதனால்தான் திருமணம் செய்து கொள்ளும் ஆசை இப்போது இல்லை என்று அவள் சொன்னபோது முதலில் அதிர்ச்சியாக இருந்தாலும் உடனே நிம்மதியும் ஏற்பட்டது.

'ஆனால் இன்னும் அவனைக் காதலிக்கிறாயா?'

'அது இல்லாமல் எப்படி முடியும்?' என்று அவள் உடனே கேட்டாள். ஏன் என்று பதிலுக்குக் கேட்கத் தோன்றியது. வேண்டாம் என்று விட்டுவிட்டேன்.

எட்வின் ஒரு வசீகரமான ஆண் இல்லை. அவனை ஒரு பெண் காதலிப்பதையெல்லாம் கற்பனை செய்யவும் முடியாது. நிலைக் கண்ணாடியின்முன் அவன் நெடுநேரம் நின்று தன்னைத்தானே பார்த்துக்கொண்டிருப்பான். அவன் வசீகரமானவன் இல்லை என்பது அவனுக்கும் தெரியும். சராசரிக்குச் செய்து பிறகு சிறிது அளவு குறைத்தாற்போன்ற உயரம். அவனது கண்கள் மிகவும் கூர்மையாக இருக்கும். சிரித்துப் பேசிக்கொண்டிருக்கும்போதுகூட அவன் பார்வை ஓர் ஓநாயின் பார்வையைப் போலவே இருக்கும். பேசும் போது நெற்றியை அடிக்கடி சுருக்குவான். அப்போது ஒட்டிய கன்னங்கள் சிறிது மேலெழும்பி உரித்து வீசிய வாழைப்பழத்

தோலைப் போலத் தனியே தெரியும். சிரிக்கும்போது நாக்கால் முன்பற்களை லேசாகத் தடவிக்கொள்ளும் ஒரு வழக்கம் வைத்திருந்தான். அது பார்க்கச் சகிக்காதபடி இருக்கும். சாப்பிடும் போது விரல்களை நக்குவது, காது குடைந்துவிட்டு அந்த விரலை முகர்ந்து பார்ப்பது, அடிக்கடி சட்டைக்குள் கைவிட்டு அக்குளைச் சொறிவது இதெல்லாம் அவனால் என்றுமே தவிர்க்க முடியாதவை.

ஒருமுறை கேசட் கம்பெனிக்காரர் ஒருவரை கருணாகர மூர்த்தி எட்வினிடம் அழைத்து வந்தான். மேல்மருவத்தூர் அப்போது பிரபலமாகிக்கொண்டிருந்தது. ஆதி பராசக்தி ஆல்பம் ஒன்றை எட்வினைக் கொண்டு தயாரிக்க அவர் கருணாவிடம் ஒப்புக் கொண்டிருந்தார். இத்தனைக்கும் அப்போது போட்டுக்காட்டுவதற்கு அவனிடம் பதிவுசெய்யப்பட்ட ஒரு கேசட் கூட இருக்கவில்லை. கருணா, தானே வாசித்துக் காட்டித்தான் அந்த நபரைக் கவர்ந்து அழைத்து வந்திருந்தான்.

எட்வின் அவரோடு அரை மணி நேரம் தனியே பேசிக் கொண்டிருந்தான். பிறகு அவர் விடைபெற்றுக் கிளம்பிச் சென்று விட்டார். என்ன பேசினீர்கள் என்று குழுவினர் எட்வினிடம் கேட்ட போது அவன் மிகவும் உற்சாகமாகத்தான் பதில் சொன்னான். எப்படியும் இது நடந்துவிடும் என்ற நம்பிக்கையில், மறுநாள் கருணா அந்த நபருக்கு போன் செய்து எப்போது ரெக்கார்டிங் இருக்கும் என்று விசாரித்தான். 'எனக்கு அவனைப் பிடிக்கவில்லை. பேசிய பொழுது முழுவதும் பாக்கு மென்று பல் குத்திக்கொண்டே இருந்தான்' என்று அவர் பதில் சொல்லியிருக்கிறார்.

ஜானவி எட்வினை அவனது இசைக்காக மட்டுமே விரும்பினாள் என்பதை நான் அறிவேன். அதைக் கழித்துவிட்டால் அவன் ஒன்று மில்லை. இதை நானே அவனிடம் ஒருமுறை சொன்னேன். அவன் அதனால் சீண்டப்பட்டு என்னிடம் சண்டை போடுவான் என்று நினைத்தேன். ஆனால் சிறிது நேரம் ஒன்றுமே பேசாமல் என்னைப் பார்த்துக்கொண்டே இருந்தான். பிறகு சொன்னான். 'இசையை எப்படி இசையில் இருந்து கழிக்க முடியும்?'

2.5

சேத்துப்பட்டு ரயில் நிலையத்தில் இருந்து எழும்பூர் ரயில் நிலையம் வரை இருப்புப்பாதைகளின் வழியிலேயே நடந்து சென்றால் சில ரசமான காட்சிகள் காணக் கிடைக்கும். அலுப்பூட்டும் அளவுக்கு நீளமாக கூட்ஸ் ரயில்கள் அங்கே நின்றிருக்கும். ஒரு கூட்ஸ் ரயில் எதற்காக, எவ்வளவு நாள் அப்படி நிற்கும் என்று யாருக்கும் தெரியாது. சில பெட்டிகள் பூட்டியே இருக்கும். சில பெட்டிகள் திறந்து கிடக்கும். திறந்து கிடக்கும் பெட்டிகளில் தாற்காலிகமாகச் சிலர் வசிப்பார்கள். அங்கேயே செங்கல் வைத்து அடுப்பு மூட்டி சமைப்பார்கள். ரயில்வே சிப்பந்திகள் அவர்களை ஒன்றும் சொல்லமாட்டார்களா என்று தெரியாது. அவர்கள் கூட்ஸ் ரயில் பெட்டிகளுக்குள்ளேயே சமைத்து உண்டு, பேசி மகிழ்ந்து, உறங்கி எழுந்து சண்டை போட்டு, சமாதான மாகிக் கொஞ்சிக்கொள்ளும் காட்சிகளை எட்வின் ஒருநாள் எனக்குக் காட்டினான்.

'இவர்களைப் பார். இவர்களுக்கு வீடில்லை. ஆனால் இந்த இடத்தில் என்றும் ஒரு கூட்ஸ் ரயில் வந்து நிற்காமல் இருப்பதில்லை.' என்று சொன்னான்.

எட்வின் இரண்டு நாள்களுக்கு ஒருமுறை கடற்கரை ரயில் நிலையத்துக்குச் செல்வது வழக்கம். ரிசர்வ் வங்கி சுரங்கப் பாதை அருகேதான் அவனுக்குக் கஞ்சா கிடைக்கும். சில தொழுநோயாளிகள் அங்கே கஞ்சா விற்பார்கள். சிறு சதுரங்களாக நறுக்கப்பட்ட தினத்தந்தி தாளில் பொட்டலம்

கட்டி அவன் கஞ்சா வாங்கி வருவான். இது பல வருடங்களாக எனக்குத் தெரியும். என்ன காரணத்தாலோ ரிசர்வ் வங்கி சுரங்கப்பாதை அத்தொழுநோயாளிகளுக்குச் சரிப்பட்டு வராமல் போக, அவர்கள் தமது விற்பனைத் தலத்தை எழும்பூருக்கும் சேத்துப்பட்டுக்கும் இடைப்பட்ட கூட்ஸ் வண்டிகள் நிற்கும் பிராந்தியத்துக்கு மாற்றி விட்டார்கள். அதனால்தான் அங்கு வரவேண்டியதானது என்று எட்வின் சொன்னான்.

அவன் சுட்டிக்காட்டிய கூட்ஸ் வண்டிக் குடும்பங்கள், தொழு நோயாளிகளான கஞ்சா வியாபாரிகள் தவிரவும் அந்தப் பிராந்தியத்தில் வேறு சில மனிதர்கள் இருந்தார்கள். பிக்பாக்கெட் காரர்கள் கூடி அமர்ந்து, தமக்குக் கிடைத்த பர்ஸ்களைக் கொட்டிக் கவிழ்த்துப் பணம் எண்ணும் காட்சிகளை நான் அங்கே பலமுறை பார்த்திருக்கிறேன். ஒரு சமயம் மேல் சட்டை ஏதுமின்றி, ஒரு அழுக்குத் துண்டை மட்டும் இடுப்பில் கட்டிக்கொண்டு ஒடுங்கிய முகம் கொண்ட ஒரு மனிதன் முட்புதர் ஓரம் பத்மாசனம் இட்டு அமர்ந்திருந்ததைக் கண்டு சிறிது திடுக்கிட்டுப் போனேன். அது தியானத்துக்கு உகந்த இடம் என்று அவனுக்கு எப்படித் தோன்றி இருக்கும் என்று எப்படி யோசித்துப் பார்த்தும் எனக்கு விளங்க வில்லை. எட்வினுக்கு நான் அதைச் சுட்டிக்காட்டினேன். அவன் உடனே உற்சாகமாகி ரயில் பாதைக்குச் சிறிது விலகி ஒரு புதர் ஓரத்தில் இருந்த ஒரு பாறையின்மீது அமர்ந்து பாடத் தொடங்கினான்.

அன்று அவனுக்கு கஞ்சா போதை அதிகம் என்பதால் சொற்கள் நிறையவே குழறின. ஏற்கெனவே அவனது உச்சரிப்பு அவ்வளவு சரியாக இருக்காது. இதையும் மீறி அவனது இசை அங்கு இருந்த கூட்ஸ் வண்டிக் குடித்தனக்காரர்களையும் பிக்பாக்கெட்காரர் களையும் சில சிறுவர்களையும்கூட அவனருகே இழுத்து வந்தது.

அவன் பாடி முடிக்கும்வரை அமைதியாக நின்றிருந்தவர்கள், முடித்ததும் கைதட்டினார்கள். எட்வின் மிகுந்த மகிழ்ச்சியாகி விட்டான். ‘பிடித்திருந்ததா? பிடித்திருந்ததா?’ என்று திரும்பத் திரும்பக் கேட்டான்.

‘என்னா பாட்டு இது? புரியல. ஆனா நல்லாத்தான் இருந்திச்சி’ என்று ஒரு தொழுநோயாளி சொன்னான்.

அவன் பாடியது ஒரு யூத மொழிப் பாடல். இவ்ரி அனொசி என்று தொடங்கித் துள்ளிக்கொண்டு ஓடும் இசை. நான் ஒரு யூதன், நான் ஓர் இஸ்ரேலியன் என்று மார்தட்டிப் பேசுகிற பாடல். அர்த்தமெல்லாம் யாருக்குத் தேவை? அந்தப் பாடலில் இருந்த வேகம், தாளக்கட்டில்

இருந்த துள்ளல்தான் அவர்களைக் கட்டிப்போட்டது. அவன் பாடி முடித்த பிறகு ஒவ்வொருவரும் அவனை நெருங்கி வந்து கை கொடுத்தார்கள். எப்போதும் அவனுக்கு கஞ்சா விற்கும் தொழு நோய்க் கிழவன் அன்று இலவசமாக ஒரு பொட்டலத்தை அளித்துவிட்டுச் சென்றான்.

கூட்டம் கலைந்த பின்பு நான் அவனைப் பார்த்துப் புன்னகை செய்தேன்.

'என்ன?'

'இந்த இடம் நீ பாடுவதற்கு உகந்ததாக இருக்கிறதா?'

'உண்மையைச் சொல்லவேண்டுமென்றால் இல்லை. ஆனால் அவனைப் பார். இன்னும் அவன் தியானத்தில்தான் இருக்கிறான்' என்று சுட்டிக்காட்டினான். என்னை ஒரு குடும்பம் குடியிருந்த கூட்ஸ் பெட்டிக்கு அழைத்துச் சென்று 'இவனுக்கு ஒரு குவளை கஞ்சி கொடுங்கள்' என்று கேட்டு நொய்க்கஞ்சி வாங்கிக் கொடுத்துக் குடிக்கச் சொன்னான். நான் அந்தக் கஞ்சி நன்றாக இல்லை என்று சொன்னேன். இருந்தாலும் மிச்சம் வைக்காமல் குடித்துவிடும்படி அவன் என்னிடம் கேட்டுக்கொண்டான். அவனுக்கு அங்கே சில சிநேகிதங்கள் அமையத் தொடங்கியிருந்ததைப் புரிந்துகொண்டேன்.

அன்றைக்கு நவம்பர் பதினான்காம் தேதி. சென்னையில் அன்று நல்ல மழை. அறையைவிட்டுக் கிளம்பிச் சென்ற எட்வின், மூன்று மணி நேரமான பின்பும் திரும்பி வராததால், அவன் எங்கே போயிருப்பான் என்று தேடிக்கொண்டு நான் பின்னால் போனேன்.

வழக்கமாக அவன் போகக்கூடிய காருணீஸ்வரர் கோயில், மாரி ஓட்டல், ரசாக் மார்க்கெட் கருவாட்டுக் கடை, காளியண்ணன் டெய்லரிங் கடை என்று எல்லா இடங்களிலும் சென்று தேடிவிட்டு பெஸ்கிக்கு போன் செய்தேன். 'கஞ்சா தீர்ந்திருக்கும். அதற்குப் போயிருப்பான்' என்று அவன்தான் சொன்னான். ஆனால் மேன்ஷன் அறையில் இரண்டு கஞ்சாப் பொட்டலங்கள் இருந்ததை நான் பார்த்தேன். எனவே அது காரணமாயிருக்காது என்று நினைத்தேன். அன்று மாலை வரையிலுமே அவன் திரும்பி வராததால் எதற்கும் போய்ப் பார்த்துவிடலாம் என்று சேத்துப்பட்டு வரை ரயிலில் சென்று அங்கிருந்து எழும்பூர் போகும் இருப்புப்பாதைச் சாலையில் நடக்க ஆரம்பித்தேன்.

மழை சிறிது விட்டிருந்தது. ரயில் பாதை முழுவதும் மண் சேறாகியிருந்தது. அனைத்து புதர்களும் ஈரம் போர்த்தி

சுருங்கியிருந்தன. கூட்ஸ் வண்டிகளின் திறந்த பெட்டிகள்கூட அன்றைக்கு மூடியே இருந்தன. நான் சில பெட்டிகளின் கதவைத் தட்டி, 'எட்வின், எட்வின்..' என்று அழைத்துப் பார்த்தேன். பெட்டிகளுக்கு வெளியே நின்று கஞ்சா விற்கும் தொழுநோயாளிகள் யாரும் அன்று கண்ணில் படவில்லை.

நெடுநேரம் அங்கே அவனைத் தேடி நடந்ததில் மிகவும் களைப்பாகிப் போனேன். ஒரு மாறுதலுக்கு அங்கேயே அன்று படுத்துவிடலாம் என்று முடிவு செய்து ஒரு பெட்டியின் கதவைத் திறந்து உள்ளே எட்டிப் பார்த்தேன். சில அரிசி மூட்டைகள் அடுக்கி வைக்கப் பட்டிருந்தன. அவற்றின்மீது ஒரு புடைவையும் ஒரு சல்வாரும் துவைத்து உலர்த்தப்பட்டிருந்தன. ரயில் பெட்டியின் தரையில் பாத்திரங்கள் சில இறைந்து கிடந்தன. அவற்றை நகர்த்திவிட்டு, நான் பெட்டியின்மீது ஏறி உள்ளே நுழைந்தபோது பெட்டியின் இடப்புறம் தரையில் கோணிச் சாக்கு விரித்து யாரோ படுத்திருந்தது தெரிந்தது. உடம்புக்கு மேலும் கோணிச் சாக்கையே அந்த மனிதன் போர்த்திக்கொண்டிருந்தான்.

அங்கே சரியான வெளிச்சம் இல்லை. நான் ஒரு டார்ச் விளக்கு கொண்டு வந்திருக்க வேண்டும். அதை மறந்துவிட்டேன். வேறு வழியின்றி, 'எட்வின்..' என்று மீண்டும் குரல் கொடுத்தேன். உடனே பதில் வந்தது. 'என்ன?'

'இங்கே என்ன செய்கிறாய்?'

'பார்த்தால் தெரியவில்லை? உறங்கிக்கொண்டிருக்கிறேன்.'

'நீ யாரிடமாவது சொல்லிவிட்டு வந்திருக்கலாம்.'

'ஆம். மறந்துவிட்டேன்.'

'கருணாவும் ஜானவியும் மேன்ஷனுக்கு வந்து பார்த்துவிட்டுத் திரும்பிப் போயிருக்கிறார்கள்.'

'ஓ.'

'சரி எழுந்திரு. போகலாம்.'

'எங்கே?'

'மேன்ஷனுக்கு.'

'ஆனால் இவள் வரமாட்டாள்' என்று தன்மீது போர்த்தியிருந்த சாக்குப் பையை முற்றிலுமாக அவன் விலக்கிக் காட்ட, படுக்கையில் அவனுக்குள்ளே ஒடுக்கிக்கொண்டு ஒரு பெண்ணின் உடல்

கிடந்ததை அப்போதுதான் கண்டேன். சிறிது அதிர்ச்சியாகவும் கசப்புணர்வு கலந்த கோபமாகவும் இருந்தது.

என்னைக் கண்டதும் அந்தப் பெண் லேசாக மிரண்டது. எழுந்து எங்கும் ஓடிவிட முடியாது. அந்தப் பெட்டிக்கு ஒரே ஒரு வாசல்தான். இன்னொரு வாசல் பூட்டப்பட்டிருந்தது. திறந்திருக்கும் வாசல் வழியே அவள் குதித்து ஓடவேண்டுமென்றால் என்னை மோதிக் கொண்டுதான் போகவேண்டும். அதுவுமில்லாமல் அவள் ஆடையற்றிருந்தாள். எழுந்து உடைகளை அணிந்துகொண்டு அவள் என்னைத் தாண்டி வெளியே இறங்கிச் செல்லக் குறைந்தது இரண்டு நிமிடங்கள் ஆகும். ஒரே வழி, நான் வெளியே இறங்கிச் சென்று நிற்பதுதான்.

தலையெழுத்து என்று சொல்லிக்கொண்டு நான் இறங்கப் போனேன். 'நில்!' என்று எட்வின் சொன்னான்.

'என்ன?'

'நீ அவள் உடலைப் பார்த்தால் அவள் ஒன்றும் சொல்லமாட்டாள்.'

'ஆனால் எனக்கு அதில் விருப்பம் இல்லை.'

'எனக்கு இருக்கிறதே'

'அது உன் சுபாவம். என்னை விடு. எனக்கு வேலை இருக்கிறது. நான் போகிறேன்.'

அவன் என் கையைப் பிடித்துக்கொண்டான். நான் தப்பித்து ஓடிவிடக்கூடாது என்பது அதற்கு அர்த்தம். பிறகு அந்தப் பெண்ணைப் பார்த்து சிரித்தபடி, 'இவன் என் சிநேகிதன்' என்று சொன்னான். 'சார் முடிச்சிட்டாரு. பத்து நிமிசம் இருந்திங்கன்னா உங்களோட வருவேன்' என்று அந்தப் பெண் சொன்னது எனக்கு என்னவோ போல இருந்தது. அவளுக்குப் பதினெட்டு அல்லது பத்தொன்பது வயதுதான் இருக்கும். ஏன் இப்படி என்று ஆராய நான் விரும்பவில்லை. பணமில்லை என்று வந்து நிற்கும். வாழ்வில் அனைத்தையும் ஆராய்ந்துதான் தீரவேண்டுமென்பது இல்லை. புதிர்களையும் புதர்களையும் அப்படியே விட்டுவைப்பதில் எனக்கு எவ்வித மனச்சிக்கலும் இல்லை. இல்லாவிட்டால் எட்வினுடன் எப்படி நட்பு கொண்டிருக்க முடியும்?

எட்வின் எழுந்து சட்டையை எடுத்து மாட்டிக்கொண்டு, 'இந்தப் பெண் பிரமாதமாகப் பாடுகிறாள்' என்று சொன்னான்.

'அப்படியா? பாடச் சொல்லிக் கேட்டாயா?'

‘நான் கேட்கவில்லை. ஆனால் உச்சக்கட்ட இன்பத்தைத் தொடும்போது பொதுவாகப் பெண்கள் ஆஊ என்று கத்துவார்கள். இவள் அந்தக் கணத்தை தியானமாக்கிவிடுகிறாள். அவளையறி யாமல் பாடல் வந்துவிடுகிறது’ என்று சொன்னான்.

இது எனக்குச் சிறிது வியப்பாக இருந்தது. அவளிடம், ‘என்ன பாடினாய்?’ என்று கேட்டேன்.

‘சிறு பொன்மணி அசையும்.’

‘எங்கே எனக்குப் பாடு?’

அவள் கூச்சப்படாமல் எனக்காகச் சில வரிகள் பாடிக் காட்டினாள். நன்றாக இருந்தாற்போலத்தான் தெரிந்தது. நான் எட்வினிடம், ‘இவளைக் குழுவில் பாட வைக்கப் போகிறாயா?’ என்று கேட்டேன். அவன் உடனே பதில் சொல்லவில்லை. நான் திரும்பவும் கேட்ட போது, தொடர்பே இல்லாமல் வேறொரு பதிலைச் சொன்னான்.

‘இந்த கூட்ஸ் ரயில் நாளை மதியம் புறப்பட்டு பம்பாய்க்குச் செல்கிறது. நான் பம்பாய்வரை இவளோடு போகப் போகிறேன்.’

‘எதற்கு?’

‘அவள் கிடைக்கிறாளா என்று பார்க்கக் கடைசி முயற்சி ஒன்றைச் செய்ய வேண்டாமா? கிடைக்க மாட்டாள் என்று மனத்தில் பட்டு விட்டால் இவளை அவளாக்கி அழைத்து வந்துவிடுவேன்.’

‘கிடைப்பாள் என்று உன் மனம் சொல்லி, ஆனாலும் அவள் கிடைக்காது போனால்?’

அவன் அந்தப் பெண்ணை இழுத்து அவள் உதட்டைக் கடித்து ஒரு முத்தம் கொடுத்தான். வலியில் அவள் சிறிது முகம் சுளித்தாள். ஆனால் வெட்கப்படவில்லை. பிறகு அவளை நகர்த்திவிட்டு என்னைப் பார்த்துச் சொன்னான், ‘அவள் கிடைக்க வேண்டும். அது அவள் விதியோ என் விதியோ அல்ல. என் இசையின் விதி.’

THREE

3.1

எனக்கு அந்த ராபியைப் பிடிக்கவில்லை. அந்தப் பெரிய கண்கள் உள்ள பெண்ணின் தந்தையையும் பிடிக்கவில்லை. இருவருமே ஒரே விஷயத்தைத்தான் வேறு சொற்களில் சொல்கிறார்கள். ‘நீ சரிப்பட மாட்டாய்.’

ஆனால் எனக்கென்னவோ இந்த உலகில் நான் ஆசைப்படும் இரண்டு விஷயங்களுக்கும் நான் ஒருவன் மட்டுமே பொருத்தமானவன் என்று திரும்பத் திரும்பத் தோன்றிக் கொண்டே இருந்தது. இத்தனைக்கும் என்னை இஸ்ரேலுக்கு அனுப்பிவையுங்கள் என்று கொலாபா தேவாலயத்து ராபியிடம் கேட்டது போலவெல்லாம் நான் அந்தப் பெண்ணின் தந்தையிடம் உங்கள் பெண்ணை எனக்குத் திருமணம் செய்து கொடுங்கள் என்ற கேட்கவில்லை. எனது இசையில் அவள் பாடவேண்டும் என்றுதான் சொன்னேன். அதற்கு அவர் ‘நீ என்ன பப்பி லஹரியா?’ என்று கேட்டார். அந்தப் பெயரை நான் அப்போது கேள்விப்பட்டிருக்க வில்லை. யாரோ பெரிய வித்வான் என்று நினைத்துக் கொண்டேன். பிறகு பப்பி லஹரி என்பவர் ஒரு திரைப்பட இசையமைப்பாளர் என்று தெரியவந்தபோது எனக்குச் சிரிப்புத்தான் வந்தது. அந்தப் பெண்ணின் தந்தையை அடுத்த முறை சந்தித்தபோது சொன்னேன், ‘நான் நிச்சயமாக பப்பி லஹரி ஆகமாட்டேன். ஒருவேளை அதுதான் என் விதி என்று இருக்குமானால் இப்படி உங்கள் பெண்ணுக்காக உங்கள் பின்னால் வந்து தொங்க மாட்டேன்.’

‘என் பெண்ணைத் தேடி நீ அடிக்கடி வருகிறாய். இது எனக்குப் பிடிக்கவில்லை. இது ஒரு பிரச்னை ஆகும்முன் நீயாக விலகிக்கொண்டு விடுவது நல்லது’ என்று அவர் சொன்னார்.

‘ஐயா நான் உங்கள் பெண்ணைக் காதலிக்கவில்லை. திருமணம் செய்யும் உத்தேசத்திலும் இல்லை. எனக்கு அதற்கெல்லாம் இன்னும் வயதோ பக்குவமோ வரவில்லை. நான் கேட்பதெல்லாம் மிக எளிமையானது. என் இசையில் அவள் பாடவேண்டும். அதற்கு மட்டும் அனுமதி கொடுங்கள் போதும்.’

‘முடியாது’ என்று அவர் சொன்னார். நான் ஒரு பப்பி லஹரி ஆனபின்பு வேண்டுமானால் யோசிக்கத் தயாராக இருப்பதாகவும் சொல்லி அனுப்பினார்.

அன்று கொலாபாவிலேயே எனக்கு அறிமுகமாகியிருந்த ஒரு இஸ்திரிக்கடைக்காரன் உதவியால் பப்பி லஹரியின் பாடல்கள் சிலவற்றை அவனது டேப் ரெக்கார்டரில் போட்டுக் கேட்டேன். சராசரி சினிமா பாடல்களுக்கு உரிய அனைத்தும் அந்த இசையில் இருந்தன. ஆனால் அதற்குமேல் ஒன்றுமில்லை.

‘என்ன இப்படிச் சொல்லிவிட்டாய்?’ என்றான் என் நண்பனான இஸ்திரிக்காரன்.

‘வேறென்ன சொல்ல வேண்டும்?’

‘பப்பிசாப் இங்கே ஒரு சூப்பர் ஸ்டார் என்பது உனக்குத் தெரியாதா?’

நான் சிரித்தேன்.

‘எதற்குச் சிரிக்கிறாய்?’

‘இந்த இசைதான் உனக்கு உச்ச நட்சத்திரம் என்றால் உன் உச்சத்தை நீ தரைக்குக் கீழேதான் தேடவேண்டும்’ என்று சொன்னேன். அது அவனுக்குப் புரியவில்லை. மேற்கொண்டு விளக்கம் சொல்லி அவனை வருத்தமடைய வைக்கும் நோக்கம் எனக்கில்லை. என்றாவது ஒருநாள் பப்பி லஹரியிடம் இதனைச் சொல்வேன். அவருக்கு ஒருவேளை புரியலாம்.

அந்தப் பெண்ணின் தந்தையை நான் தொடர்ந்து சந்திக்க முயற்சி செய்துகொண்டிருந்ததற்கு ஒரே காரணம், அவர் அந்த ராபியின் நண்பராக இருந்ததுதான். எனக்கு அதிகம் வேண்டாம். ஒரு பத்து நிமிடங்கள் என்னைப் பேசவிட்டு அவர் முழுமையாகக் கேட்டு விட்டால் போதும். என் பிரச்னை அல்லது தேவை அவருக்குப்

புரிந்துவிடும். ஆனால் அவருக்கு அந்தப் பத்து நிமிடப் பொறுமை இருப்பதில்லை. எப்போது நான் அவர் எதிரே சென்று நின்றாலும் உடனே, 'என்ன?' என்று கேட்பார்.

'சிறிது பேசவேண்டும்.'

'என் மகள் உன்னோடு பாட வரமாட்டாள். பிறகு?'

'இல்லை. இது வேறொரு விஷயம்.'

'உன்னோடு பேசுவதற்கு எனக்கு வேறு எதுவும் இல்லை. நீ போகலாம்' என்று சொல்லிவிட்டு கார் ஏறிச் சென்றுவிடுவார்.

இச்சம்பவம் ஒரு நான்கைந்து முறை நடந்திருக்கும். ஒவ்வொரு முறையும் நான் முயற்சி செய்திருந்தால் அந்தப் பெண்ணைப் பார்த்திருக்க முடியும். ஆனாலும் நான் அதைச் செய்யவில்லை. அவளது தந்தைக்குப் பிடிக்காத ஒன்றை அவளை நான் செய்ய வைக்க விரும்பவில்லை. நான் வீட்டைத் துறந்து வந்தது வேறு. அப்படியான இலக்குகள் ஏதுமற்ற ஒரு பெண்ணை துறக்க வற்புறுத்துவது பாவம்.

கொலாபாவில் இப்போது எனக்கு ஓர் இருப்பிடம் கிடைத்து விட்டிருந்தது. சொன்னேனே, ஒரு இஸ்திரிக்கடைக்காரன். அவன் பெயர் திவ்ய ப்ரகாஷ். என்னைவிட அவன் சில வயதுகள் மூத்தவனாக இருந்தான். சிறு வயதில் படிப்பை விட்டுவிட்டு இஸ்திரித் தொழிலுக்கு வந்தவன். பெரிய நஷ்டம் ஒன்றுமில்லை என்று சொன்னான். ஒரு நாளில் நூறு சட்டை பேண்டுகள், இருநூறு, இருநூற்றைம்பது சுடிதார்கள், சல்வார்களுக்கு இஸ்திரி போட்டுத் தருவதாகச் சொன்னான்.

'திவ்யா, உன் படுக்கை போட்ட இஸ்திரி மேடையில் ஒரு கம்மீஸ் அல்லது சுடிதாரைக் கிடத்தி, பெட்டியால் தேய்க்கும்போது நீ என்ன நினைப்பாய்?' என்று அவனிடம் கேட்டேன்.

சிறிது யோசித்துவிட்டு, 'நினைக்க என்ன இருக்கிறது. சுருக்கம் போகத் தேய்க்கவேண்டும் என்று நினைப்பேன். அவ்வளவுதான்' என்று சொன்னான். அவனிடம் நான் மேற்கொண்டு கேள்வி கேட்க விரும்பவில்லை. ஆனால் அன்றே அவனுக்கு உதவியாளனாகப் பணியில் சேர்ந்துவிடுவது என்று முடிவு செய்துவிட்டேன்.

'என்னால் சம்பளமெல்லாம் தரமுடியாது' என்று திவ்யா சொன்னான்.

'சாப்பாடு போடுவாய் அல்லவா?'

'அது முடியும்.'

‘உன் அறையில் நான் தங்கலாம் அல்லவா?’

‘சிறிய வீடுதான். ஆனால் இரண்டு பேர் படுக்கலாம்.’

‘வீட்டில் வேறு யாரும் இல்லையா?’

‘இல்லை. என் அப்பாவும் அம்மாவும் புனேவில் இருக்கிறார்கள்.’

‘நீ அவர்களுக்கு ஒரே பிள்ளையா?’

‘எனக்கு ஒரு அக்கா இருக்கிறாள். அவளக்குத் திருமணம் ஆகிவிட்டது. அவள் வீட்டுக்குப் பக்கத்தில்தான் அப்பா அம்மா இப்போது இருக்கிறார்கள்.’

‘ஆக இங்கே நீ தனியாக இருக்கிறாய்.’

‘ஆம்’

‘சரி, இனி நான் உன் துணைக்கு இருப்பேன்.’ என்று சொல்லிவிட்டு ஒரு சிவப்பு நிற சுடிதாரை எடுத்து வண்டிப் படுக்கையில் விரித்து, தண்ணீர் தெளித்து இஸ்திரி போடத் தொடங்கினேன்.

அன்று அவள் வீட்டு மொட்டை மாடியில் நான் பார்த்தபோது அந்தப் பெண் சிவப்பு நிறச் சுடிதார்தான் அணிந்திருந்தாள். அவளது வடிவத்துக்கு அந்த நிறம் அவ்வளவு கச்சிதமாகப் பொருந்திப் பொலிந்துகொண்டிருந்தது. நான் அவளிடம் பெயர் கேட்டிருக் கலாம். ஏனோ அது ஞாபகத்துக்கு வரவில்லை. பார்த்ததுமே, ‘எனக்காகப் பாடுவாயா?’ என்று கேட்டுவிட்டேன்.

அவள் அதற்கு பயந்துவிட்டாற்போலத் தெரிந்தது. உடனே, ‘பயப்படாதே. நான் பிச்சைக்காரனோ பைத்தியக்காரனோ அல்ல. நான் ஒரு இசைக்கலைஞன். உன் குரல் எனக்கு மிகவும் பிடித்துவிட்டது. அதனால்தான் கேட்கிறேன்’ என்று சொன்னேன்.

‘நான் பாட்டுப் பாடி நீ கேட்டிருக்க வாய்ப்பே இல்லை’ என்று அவள் சொன்னாள்.

‘இல்லை பெண்ணே. நான் கேட்டிருக்கிறேன். ஆனால் உனக்கு அது தெரியாது.’

‘எங்கே கேட்டாய்?’

‘ஒரு டீக்கடையில் கேட்டேன். பாடியது நீதான். குரல் உன்னுடையதுதான்.’

‘நான் இதுவரை டீக்கடைகளுக்குப் போனதே இல்லை.’

‘போகக்கூடாத அளவுக்கு அது ஒன்றும் தவறான இடம் இல்லை. இருந்தாலும் நீ எனக்காகப் பாட வேண்டும்.’ என்று திரும்பச் சொன்னேன்.

அவள் சிறிது யோசித்தாள். பிறகு, ‘நான் பாட்டு க்ளாஸுக்கெல்லாம் போவதில்லை. கற்றுக்கொண்டதும் இல்லையே’ என்று சொன்னாள்.

‘அது எனக்குத் தெரியாது. இரண்டு வரி பாடு. போதும். நான் போய்விடுவேன்.’

நான் போய்விட வேண்டும் என்பதில் அவளுக்கு அதிக ஆர்வம் இருந்திருக்க வேண்டும். எனவே சுற்றுமுற்றும் பார்த்துவிட்டு அங்கேயே இரண்டு வரிகளைப் பாடினாள். நந்த நந்தன என்னும் மீரா பஜன்.

அவள் முடிப்பதற்கு முன்பாக நான் கைநீட்டி நிறுத்தச் சொல்லி விட்டேன்.

‘போதுமா?’

‘மிக்க நன்றி.’

‘என்ன சாதித்தாய் இதில்?’

நான் புன்னகை செய்தேன்.

‘சிரிக்காதே. இந்த இரண்டு வரி பாடச் சொல்லிக் கேட்டு என்ன சாதித்தாய்?’

‘இப்போது ஒன்றுமில்லை பெண்ணே. ஆனால் இந்தக் குரலை உலகின் உச்சியில் கொண்டு வைக்க என்னால் முடியும். அது விரைவில் நடக்கும். வருகிறேன்’ என்று சொல்லிவிட்டு அந்த மொட்டை மாடியில் இருந்து சன் ஷேடுகளில் குதித்து குதித்துக் கீழே இறங்கிப் போனேன். நான் விழுந்துவிடாமல் நல்லபடியாகத் தரை சேருகிறேனா என்று அவள் கவலையுடன் பார்த்துக்கொண்டே இருந்தாள். எனக்கு அது பிடித்திருந்தது. தரை இறங்கியபின்பு அவளைப் பார்த்துப் புன்னகையுடன் கையசைத்தேன். பதிலுக்கு அவள் கை அசைக்கவில்லை. இருந்தாலும் அவள் கவனம் முழுவதும் என்மீது இருந்தது எனக்கு மகிழ்ச்சியாக இருந்தது.

அடுத்த ஒருவாரம் நான் அவள் வீட்டுப் பக்கம் போகவேயில்லை. என் இஸ்திரிக்கார நண்பனுடனேயே நாளின் பெரும் பகுதியைச் செலவழித்தேன். ஒழுங்காக இஸ்திரி போடக் கற்றுக்கொண்டு அவனைவிட வேகமாகவும் சிறப்பாகவும் அப்பணியைச் செய்து முடிக்கப் பழகினேன்.

பத்துப் பன்னிரண்டு தினங்களுக்குப் பிறகு மீண்டும் ஒருநாள் அவளைப் போய்ப் பார்க்கலாம் என்று தோன்றி அவள் வீட்டுக்குச் சென்றேன். வீடு பூட்டியிருந்தது. அவர்கள் வேறு இடம் போய் விட்டார்கள் என்று அக்கம்பக்கத்தார் சொன்னார்கள். எங்கே என்று கேட்டதற்குச் சரியான பதில் இல்லை. உடனே நீ யார், எங்கிருந்து வருகிறாய் என்று ஆரம்பித்துவிடுகிறார்கள். மக்களுக்குக் கேள்வி களில்தான் விருப்பம். பதில்களை அவர்கள் பொருட்படுத்துவதே இல்லை. பதில்கள் ஒரு கடமை என்று ஏன் யாரும் கருதுவதில்லை? மாறாகக் கேள்விகளைக் கொல்வதற்கான ஆயுதமாக பதில் கேள்விகளை அனுப்பத் தொடங்கிவிடுகிறார்கள்.

ஐயாக்களே, அம்மாக்களே, நான் ஒரு யூதன். நான் ஓர் இசைக் கலைஞனும் கூட. இதைத் தவிர என்னைப் பற்றிச் சொல்ல என்னிடம் ஒன்றுமில்லை.

இதைத்தான் நான் ஒவ்வொருவரிடமும் சொல்லிக் கொண்டிருந்தேன். ஒரே ஒருவர் மட்டும் 'யூதனா?' என்று சிறிது வியந்தார்.

'ஆம் ஐயா. என் பெயர் ஆப்ரஹாம் ஹராரி. நான் இஸ்ரேலைச் சேர்ந்தவன்.'

'ஹிந்தி பேசுகிறாய்?'

'அந்தேரியில் பிறந்ததில் இருந்து இருந்திருக்கிறேன்.'

'இஸ்ரேலைச் சேர்ந்தவன் என்று சொன்னாயே.'

'ஆம். என் முன்னோர்கள் இஸ்ரேலில் இருந்தார்கள்.'

'அங்கே அவர்கள் என்ன செய்துகொண்டிருந்தார்கள்?'

இப்போது நான் கண்மூடி தியானத்தில் ஆழ்ந்தேன். என் மனத்துக்குள் ஒரு பெரும் கடலைக் கடந்து நீந்திச் சென்றுகொண்டிருந்தேன். என் விழிகள் இஸ்ரேலின் கடல் எல்லை எப்போது கண்ணில் படும் என்று அலைபாய்ந்தபடியே இருந்தன. அதற்கு நெடுநேரம் எடுத்தது. ஒரு வழியாக ஹைஃபா நகரத் துறைமுகத்தை நான் என் தரிசனத்தில் கண்டுபிடித்துவிட்டேன். பெரிய பெரிய சரக்குக் கப்பல்கள் அந்தத் துறைமுகத்தில் நின்றிருந்தன. காக்கி தொப்பி அணிந்த கூலியாள்கள் சரக்குகளைக் கப்பல்களில் இருந்து இறக்கி எடுத்துப் போய்க் கொண்டிருந்தார்கள். அவர்களில் முதியவர் ஒருவர் தூக்க முடியாமல் ஒரு பெரும் மூட்டையைத் தனியாளாகத் தூக்கிச் செல்வதைக் கண்டு எனக்குத் துக்கம் ஏற்பட்டது. அவரிடம் ஓடிச் சென்று, 'ஐயா உங்கள்

சுமையை என்னிடம் கொடுங்கள். நான் எடுத்து வருகிறேன்' என்று சொன்னேன்.

அவர் ஹீப்ரூ மொழியில் 'தோதா ராபா' என்று சொன்னார். எனக்கு அது எப்படியோ புரிந்தது. தோதா என்றால் நன்றி. ராபா சேருமானால் மிக்க நன்றி. யூதர்களில் பெண் குழந்தைகளுக்கு ராபா என்று பெயர் வைக்கும் வழக்கம் உண்டு. என் மனத்தில் தோன்றிய இந்த எண்ணத்தை நான் அந்தக் கிழவனிடம் சொல்லி உண்மைதானே என்று கேட்டதற்கு அவன் ஆம் என்று தலையசைத்தான். அது எனக்கு மிகுந்த மகிழ்ச்சியளித்தது.

அன்றைய தினம் முழுவதையும் நான் ஹைஃபா நகரைச் சுற்றிப் பார்ப்பதிலேயே கழித்தேன். ஒரு துறைமுக நகரம் எல்லா நாடுகளிலும் எப்படி இருக்குமோ அப்படித்தான் ஹைஃபாவும் இருந்தது. மீன் வாசனை. தார் வாசனை. மட்கிய சரக்கு வாசனை. கண்ணில் படும் இடமெல்லாம் குவியல் குவியலாக மூட்டைகளைச் சேர்த்து வைத்திருந்தார்கள். எல்லா மூட்டைகளும் குப்பை மூட்டைகளாக இருக்கலாம். தப்பித்தவறி ஏதேனும் ஒன்றில் ஒரு பொக்கிஷம் மறைந்து கிடக்கலாம். குப்பை என்பதும் பொக்கிஷம் என்பதும் அணுகுவோரின் மனம் தீர்மானிக்கும் சொல் மட்டும்தானே?

நெடுந்தூரம் நீந்தி வந்து நடந்து களைத்துப் போய் ஒரு குப்பை மூட்டைக் குவியலுக்கு இடையே சென்று படுத்துக்கொண்டேன். சிறிது நேரம் உறங்கலாம் என்பதுதான் என் திட்டம். ஆனால் நான் படுத்த இடத்தில் என்னை உரசிக்கொண்டிருந்த மூட்டையின் ஒரு பகுதி கிழிந்திருக்க, உள்ளே ஒரு சிறிய மௌத் ஆர்கன் இருப்பதைக் கண்டேன். எனக்குச் சிரிப்பு வந்துவிட்டது. குப்பைகளை அதிகம் கலைக்காமல் அந்த மௌத் ஆர்கனை வெளியே எடுத்துப் பார்த்தேன். உள்ளங்கை அகலக் கருவி. ஊதினால் இசை வரும். ஊதிப் பார்க்கலாமா?

ஏதோ ஆர்வத்தில் அதை எடுத்து வாசிக்கத் தொடங்கினேன். என்ன வாசித்தேன் என்பதெல்லாம் எனக்கு நினைவில்லை. சுமார் பதினைந்து நிமிடங்கள் கண்மூடி, மனத்தில் தோன்றிய இசை வடிவத்தை அதில் வாசித்து முடித்துக் கண்ணைத் திறந்தேன்.

அது என்னால் நம்ப முடியாத ஒரு காட்சி. நான் அமர்ந்திருந்த இடமெங்கும் என்னைச் சுற்றிப் பலபேர் சில்லறைக் காசுகளைப் போட்டுவிட்டுப் போயிருந்தார்கள். எனக்கு மிகுந்த மகிழ்ச்சியாகி விட்டது. ஏனென்றால், அது நான் எதிர்பாராமல் நடந்த சம்பவம். அனைத்தையும் அள்ளிக் குவித்து எண்ணினேன். நாற்பது

அகோராக்கள்[3] சேர்ந்திருந்தன. சரி, உணவுக்குப் பிரச்னை இல்லை என்று எண்ணிக்கொண்டு உற்சாகமாக எழுந்தேன். மறக்காமல் அந்த மௌத் ஆர்கனையும் கையோடு எடுத்துக்கொண்டேன்.

நடக்கத் தொடங்கியபோது தோளில் ஒரு கை விழுந்தது. திரும்பிப் பார்த்தால் பம்பாயில் என்னிடம் கேள்வி கேட்ட குஜராத்திக் கிழவர். 'அட பதில் சொல்லிவிட்டுப் போ தம்பி. இஸ்ரேலில் உன் முன்னோர்கள் என்ன செய்துகொண்டிருந்தார்கள்?'

'இருங்கள். அதைத்தான் தேடிப் போகிறேன். தகவல் தெரிந்ததும் வந்து சொல்கிறேன்' என்று சொல்லிவிட்டுக் கிளம்பி வீதிக்கு வந்தேன். என் நோக்கம், உடனே கொலாபா தேவாலயத்தை அடைவது. ராபி கிளம்பிச் செல்வதற்கு முன்பு அவரிடம் எனக்குக் கிடைத்த அகோராக்களைக் காட்ட வேண்டும். அப்போது அவருக்கு நம்பிக்கை வரும்.

வேகவேகமாக நடந்தேன். தேவாலயத்தை நான் அடைவதற்குள் எனக்கு வியர்த்துவிட்டது. கால்கள் நடுங்க ஆரம்பித்திருந்தன. ஆனால் கடலில் நீந்திய ஈரமெல்லாம் காய்ந்திருந்தது. உப்புப் பிசுபிசுப்பு மட்டும் உடலில் மிச்சம் இருந்தது. அது பிரச்னை இல்லை. இரவு இஸ்திரிக்கார நண்பன் வீட்டுக்குப் போனதும் குளித்துக் கொள்ளலாம். இப்போது ராபியைச் சந்தித்தே தீரவேண்டும்.

நான் தேவாலயத்தை அடைந்த நேரம் ராபி வீட்டுக்குப் புறப்பட்டுக்கொண்டிருந்தார். நான் ஓடிச் சென்று அவர்முன் நின்றேன்.

'என்ன?' என்றார்.

என்னிடம் இருந்த இஸ்ரேலிய நாணயக் குவியல்களை அப்படியே அள்ளி எடுத்து அவர் முன் சமர்ப்பித்து வணங்கி நின்றேன். அவர் ஒரு காயினை எடுத்துப் பார்த்தார். இருபுறமும் திருப்பிப் பார்த்தார். 'இதற்குமுன் இதை நான் கண்டதில்லை' என்று சொன்னார்.

'நமது தேசிய நாணயம்' என்று நான் சொன்னேன்.

'ஏது?'

'ஹைஃபாவில் சம்பாதித்தேன்.'

'என்ன?'

---

3 இஸ்ரேலிய நாணயம்

‘மௌத் ஆர்கன் வாசித்துச் சம்பாதித்தேன்.’

‘ஹைஃபாவுக்கு எப்படிப் போனாய்?’

‘வேறெப்படி முடியும்? கடலில் நீந்தித்தான்.’

‘பம்பாயில் இருந்தா?’

‘ஆம்.’

‘எவ்வளவு தூரம்?’

‘தெரியவில்லை ராபி.’

அவர் நம்ப முடியாமல் என்னைப் பார்த்துக்கொண்டே இருந்தார். பிறகு, ‘அதான் போய்விட்டாயே. பிறகு ஏன் வந்தாய்?’ என்று கேட்டார்.

நான் அமைதியாகிவிட்டேன். இதற்கு என்ன பதில் சொல்ல? போய் வந்ததற்கு ஒரு சாட்சி அளித்திருக்கிறேன். ஆனால் போனது புரியாதது போலவே, திரும்பி வந்ததும் புரியத்தான் இல்லை. எனக்குப் புரியாத ஒன்றை இவருக்கு நான் எப்படிப் புரியவைப்பேன்? எனவே,

‘அது எனக்குத் தெரியாது. இறைவனைத்தான் கேட்கவேண்டும்’ என்று சொன்னேன்.

‘கேட்டுச் சொல்’ என்று சொல்லிவிட்டு அவர் போய்விட்டார்.

3.2

என் பெற்றோர் என்னை நெடுங்காலமாகத் தேடிக் கொண்டிருந்தார்கள். போலிஸ் புகார் கொடுத்தும் தேடினார்கள். பம்பாய் நகரெங்கும் உள்ள அப்பாவின் உறவினர்களும் அலுவலக நண்பர்களும் என்னைத் தேடி நிறைய அலைந்தார்கள். அம்மா, நாளின் பெரும்பொழுதை சர்ச்சில் அழுது கழித்துக்கொண்டிருப்பாள் என்று தோன்றியது. அழுது களைத்த பொழுதுகளில் அவளும் தன்னால் முடிந்தவரை என்னைத் தேடும் பணியைச் செய்துகொண்டுதான் இருந்தாள்.

ஒரு சமயம் அப்பா கொலாபாவுக்கே என்னைத் தேடிக் கொண்டு வந்தார். வி.பி. காந்தி மார்க்கில் உள்ள சினகாக் வாசலில் நான் அவரைப் பார்த்தேன். அவர் நின்றிருந்த இடத்துக்குச் சரியாகப் பதினைந்தடி தொலைவில், ஆனால் எதிர்ப்புறம் எங்கள் இஸ்திரிக்கடை இருந்தது. நான் அப்போது அங்கேதான் நின்றுகொண்டிருந்தேன். என் பார்வை அப்பாவை விட்டு நகராமல் நிலைகுத்தியிருந்தது. அப்பா என்று ஓடிச் சென்று கட்டிப்பிடித்து அழவேண்டும் என்று தோன்றியது. உடனேவே, அப்படிச் செய்தால் அவர் கையோடு அந்தேரிக்கு அழைத்துச் சென்றுவிடுவார் என்ற பயமும் ஏற்பட்டது.

திவ்யப்ரகாஷ் கேட்டான், 'இந்தப் பாதிரி உன்னை ஏற்றுக் கொள்வார் என்று எனக்குத் தோன்றவில்லை. நீ ஏன் உன் அப்பாவோடு போய்விடக் கூடாது?'

'திவ்யா, முதலாவது இவர் பாதிரி இல்லை. இவரை ராபி என்று சொல்லவேண்டும்.'

'சரி, பாதிரி இல்லை. ராபி.'

'இரண்டாவது, அந்தேரியில் இனி எனக்கு வாழ்க்கை இல்லை.'

'ஆனால் அப்பா அம்மா இருப்பார்களே.'

கணப் பொழுது நான் புன்னகை செய்தேன். பிறகு சொன்னேன், 'உண்மைதான். அப்பா அம்மா இருப்பார்கள். ஆனால் அது என் தெய்வம் இல்லாத ஊர்.'

'அந்த ராபி உன்னை ஏற்கவே மாட்டாரா?'

'அப்படித்தான் தெரிகிறது. அவருக்கு நம்பிக்கை வரவில்லை.'

'நம்பும்படியாக நீ எதையாவது செய்யலாம்.'

செய்யலாம்தான். என்னால் பியானோ வாசித்துக் காட்ட முடிந்தது. மௌத் ஆர்கன் வாசித்துக் காட்ட முடிந்தது. நான் ஒரு யூதன், யூதன் என்று திரும்பத் திரும்பப் பைத்தியம் போலச் சொல்லிக்கொண்டே இருக்க முடிந்தது. ஆனால் அவர் நிரூபணங்களை அல்லவா கேட்கிறார்?'

'என்ன நிரூபணம்?' என்று திவ்யா கேட்டான்.

நான் என் பேண்ட் ஜிப்பை அவிழ்த்து என் குறியை அவனுக்குக் காட்டினேன். 'பார், ஒரு யூதன் என்றால் அவன் விருத்தசேதனம் செய்திருக்க வேண்டும் என்று அந்த ராபி சொன்னார். நான் செய்திருக்கிறேன் பார்.'

'மடையா. இதை ஏன் என்னிடம் காட்டுகிறாய்? அவரிடம் போய்க் காட்ட வேண்டியதுதானே?'

'இல்லை திவ்யா. அவரது பிரச்னை வேறு. இங்கே அவர்கள் ஒரு குறுங்குழுவாக இருக்கிறார்கள். சொற்பமான யூதர்கள். மிஞ்சினால் எழுபது எண்பது பேர் தேறுவார்கள் என்று நினைக்கிறேன்.'

'சரி.'

'அப்படிக் குடும்பமாக அல்லாமல் நான் ஒருவன் தனியே போய் நின்றால் அவருக்கு நம்பிக்கை வருவதில்லை. ஏனெனில் என் பிறப்புச் சான்றிதழில் நான் ஒரு கிறித்தவன்.'

'சிக்கல்தான். உன் அப்பா?'

'அவரும் கிறத்தவர்தான்.'

‘அப்படியானால் உன் அம்மா?’

‘அம்மா சிறிது ஆசாரமான கிறிஸ்தவப் பின்னணியில் இருந்து வந்தவள்.’

இப்போது திவ்யாவே என்னை ஒரு பைத்தியம் போலத்தான் பார்த்தான். ‘வெள்ளைத் தகப்பனுக்குப் பிறந்த கறுப்புப் பிள்ளையையே இந்த சமூகம் நம்பாது. நீ கிறித்தவருக்குப் பிறந்த யூதன் என்கிறாய். கஷ்டம்தான் போ’ என்று சொன்னான்.

இன்னொரு நாள் நான் தோராவின் சில பகுதிகளைப் பாடம் செய்துகொண்டு சென்று அந்த ராபியிடம் மூச்சு விடாமல் ஒப்பித்து விட்டு அவர் முகம் பார்த்து நின்றேன். வழக்கம் போல, ‘என்ன?’ என்று கேட்டார்.

‘தோரா படிக்கிறேன்.’

‘படி. நல்லது.’

‘இந்த மொத்த பம்பாயில் நான் ஒருவன் மட்டும்தான் இரவெல்லாம் இதைப் படித்து மனப்பாடம் செய்கிறேன்.’

‘நல்ல காரியம்.’

‘நீங்கள் என்னை ஏற்றுக்கொள்ள மாட்டீர்களா?’

அவர் பதில் சொல்லவில்லை. கணப் பொழுது என்னை உற்றுப் பார்த்தார். பிறகு ஒன்றும் சொல்லாமல் உள்ளே போய்விட்டார்.

மிகவும் சலிப்புற்று எந்தச் சாலை என்றும் பாராமல் கால் போன போக்கில் நடந்துகொண்டிருந்தேன். அன்று மட்டுமே இரண்டு முறை என் அப்பாவை நான் கொலாபாவில் பார்த்தேன். சினகாக் வாசலில் ஒருமுறை. பிறகு கொலாபா பேருந்து நிலையத்தில் ஒருமுறை. அவர் ராபியைச் சந்தித்தாரா, என்னைப் பற்றிக் கேட்டாரா, ராபி என்ன பதில் சொல்லியிருப்பார் என்பதையெல்லாம் யோசிக்க எனக்கு விருப்பம் இல்லாதிருந்தது. நான் எங்கும் யாரிடமும் எதையும் மாற்றிச் சொல்வதேயில்லை. எனது எளிய இரண்டு கோரிக்கைகளுக்கு இரண்டு பெரிய மனிதர்கள் சம்மதம் சொன்னால் போதும். நான் நல்லபடியாக வீட்டுக்குப் போய்விடுவேன்.

ஆனால் அது நடப்பது போலத் தெரியவில்லை. வீடு மாற்றிச் சென்ற அந்த நீண்ட கண்களைக் கொண்ட பெண்ணின் குடும்பத்தார் எங்கே சென்றிருக்கிறார்கள் என்று என்னால் கண்டுபிடிக்க முடியவில்லை. என் சக்தி முழுவதையும் செலுத்தி ஒருவார காலம் சிறிதும் சோர்ந்து

அமராமல் தேடிக்கொண்டே இருந்தேன். இரவு பகல் இரவு பகல் என்று மாறி மாறி வந்தாலும் நான் நடப்பதையும் நிறுத்தவில்லை; தேடுவதையும் கைவிடவில்லை. ஆனால் ஒரு சங்கேதமாகக் கூட எனக்கு அவள் இப்போது எங்கே இருக்கிறாள் என்ற விவரம் கிடைக்கவில்லை. இது சிறிது அயர்ச்சியளித்தது.

ஒரு நாள் ஊரெல்லாம் அலைந்து திரிந்துவிட்டு இரவு திவ்யாவின் குடிசைக்கு வந்து சேர்ந்தபோது, அவன் உள்ளே வா என்றுகூடச் சொல்லாமல், 'யூதர்களின் பண்டிகைத் தினங்கள் என்னென்ன?' என்று கேட்டான்.

'எதற்குக் கேட்கிறாய்?'

'ஒரு நல்ல நாள் என்றால் அவர்கள் இங்கே உள்ள தேவாலயத்துக்கு வருவார்கள் அல்லவா? அப்போது பார்த்துவிடலாமே?'

அவள் ஒரு யூதக் குடும்பத்துப் பெண்ணாக இருப்பாள் என்று எனக்குத் தோன்றவில்லை. ஆனாலும் அது நடக்கலாம். ராபியின் நண்பரான அவளது தந்தை பண்டிகைக் கொண்டாட்டத்தில் கலந்துகொள்ளக் குடும்பத்துடன் சினகாக் வரலாம். ஆனால் யூதப் பண்டிகைகள் பற்றி எனக்கு அப்போது எதுவும் தெரிந்திருக்கவில்லை. எதற்கு நான் மெனக்கெடுகிறேன்! எல்லாம் தானாக வந்து சேருபவை. நான் மெனக்கெடும் பெண் மட்டும்தான் கண்ணில் படாமல் ஆட்டம் காட்டிக்கொண்டிருக்கிறாள்.

'இரு. நீ கேட்பதற்கு அவள் ஒப்புக்கொண்டே விடுகிறாள் என்று வைத்துக்கொள்வோம். ஒரு பேச்சுக்குச் சொல்கிறேன்.'

'சரி சொல்.'

'உடனே உன்னால் என்ன செய்ய முடியும்? வேண்டுமானால் ஒரு பாடலுக்கு இசை அமைப்பாய். அவளைப் பாடச் சொல்லி நீ கேட்பாய். அதற்கு மேலே?'

நான் சற்றும் யோசிக்காமல் புன்னகையுடன் பதில் சொன்னேன், 'அதற்கு மேலே அந்தப் பாடல் தூக்கிச் செல்லும்.'

'அப்படியானால் எனக்கு அதை வாசித்துக் காட்டு. நான் முதலில் கேட்கிறேன்.'

'மன்னித்துக்கொள் திவ்யா. இப்போது என்னிடம் ஒரு பாடல்கூட இல்லை. அவளைப் பார்த்தால் அது வரும்.'

'எங்கிருந்து வரும்?'

‘என் புத்தி. என் சிந்தனை. இல்லாவிட்டால் மோசஸ் தன் கையில் வைத்திருக்கும் கட்டையால் என் தலையில் ஓங்கி அடிப்பார். அப்போது அது சுரக்கும்.’

‘சுத்தம். ரத்தம்தான் சுரக்கும்.’

அதற்குமேல் நான் அவனோடு பேசவில்லை. சாப்பிட்டு, படுத்து உறங்கிவிட்டேன். நள்ளிரவுக்குமேல் எனக்கு விழிப்பு வந்தது. சத்தமில்லாமல் எழுந்து வீட்டை விட்டு வெளியே வந்து நடக்கத் தொடங்கினேன். எனக்கு அதிகம் பரிச்சயமில்லாத பகுதி அது. ஒரு பக்கமெல்லாம் அபார்ட்மெண்ட்கள் கட்டப்பட்டுக்கொண்டிருந்தன. அதற்கு எதிர்ப்புறம் வெட்டவெளியாக இருந்தது. சில சமயங்களில் அங்கே பிள்ளைகள் கிரிக்கெட் ஆடுவதைப் பார்த்திருக்கிறேன். ஆனால் அது கிரிக்கெட் ஆடுவதற்காக ஒதுக்கப்பட்ட மைதானமல்ல. எப்போது வேண்டுமானாலும் ஆள்கள் வந்து அஸ்திவாரம் போட்டுவிட்டுப் போய்விடுவார்கள். தனியார் சொத்து என்ற போர்டு ஒன்று அந்த மைதானத்தின் முகப்பிலேயே நடப்பட்டிருக்கும்.

நான் அந்த மைதானத்தை நோக்கி இருட்டில் தனியே நடந்து கொண்டிருந்தபோது, மைதானத்தில் யாரோ அமர்ந்திருப்பதைக் கண்டேன். அந்நேரத்தில் அது யாராக இருக்கும் என்று குழப்பமாக இருந்தது. நெருங்கிப் பார்த்தேன். யாரோ ஒரு மனிதர். அவரை நான் பார்த்ததில்லை. அவரும் என்னைப் பார்த்தார். ‘என்ன தம்பி, தூக்கம் வராமல் நடந்துகொண்டிருக்கிறாயா?’ என்று கேட்டார்.

‘இல்லை ஐயா. தூங்கி எழுந்து நடந்துகொண்டிருக்கிறேன்.’

‘ஓ. வீடு எங்கே?’

‘எனக்கென்று வீடு இல்லை. இங்கே நண்பன் ஒருவன் கிடைத்தான். இஸ்திரிக்கடைக்காரன். அவன் குடிசையில் தங்கியிருக்கிறேன். அதை விடுங்கள். நீங்கள் ஏன் இப்படி குளிரில் தனியே வந்து அமர்ந்திருக்கிறீர்கள்?’

ஹஹஹா என்று அவர் வாய்விட்டு உரக்கச் சிரித்தார். பிறகு, ‘நான் ஒரு கிறுக்கன். இதெல்லாம் எனக்குப் பிடித்தமான செயல்கள்’ என்று சொன்னார்.

‘இதெல்லாம் என்றால்?’

‘இப்படி இரவில் தனியே வந்து அமர்ந்திருப்பது. தண்ணீருக்குள் தலைகுப்புற நின்றுகொண்டு யோசிப்பது, வாயில் கூழாங்கற்களைப் போட்டுக்கொண்டு சங்கீதப் பயிற்சி செய்வது…’

'ஓ, உங்களுக்கு சங்கீதம் தெரியுமா?'

அவர் என்னை ஏற இறங்கப் பார்த்தார். பிறகு, 'உனக்கு என்னைத் தெரியாதா?'

'மன்னிக்கவும். தெரியாது ஐயா.'

'நல்லது. என் பெயர் பப்பி லஹரி' என்று அவர் சொன்னார்.

'ஓ அப்படியா? நம்பவே முடியவில்லை. சமீபத்தில் உங்கள் பாடல் ஒன்றைக் கேட்டேன். மிகவும் சாதாரணமாக இருந்தது என்று என் நண்பனிடம்கூடச் சொன்னேன்.'

இதை அவர் எதிர்பார்த்திருக்க மாட்டார் என்பது சட்டென்று மாறிய அவரது முகக் குறிப்பு உணர்த்தியது. இருப்பினும் சமாளித்துக் கொண்டு, 'சில பாடல்கள் அப்படி ஆகிவிடும். என்ன செய்ய' என்று சொன்னார்.

'சினிமாவில் எல்லா பாடல்களுமே அவ்வளவுதான். அதை விடுங்கள். என் நண்பன் நீங்கள் ஒரு பெரிய இசையமைப்பாளர் என்று சொன்னான். நான் உடனே நம்பினேன். நான் ஒரு யூதன். இதை நீங்கள் நம்புவீர்களா? என்று கேட்டேன்.

அவருக்குப் புரியவில்லை. 'என்ன சொன்னாய்?' என்று திரும்பக் கேட்டார்.

'ஐயா நான் ஒரு யூதனாகவும் இசைக் கலைஞனாகவும் ஒரே சமயத்தில் மறுபிறவி எடுத்தேன். இரண்டாவதைப் பற்றி எனக்கு அக்கறை இல்லை. ஆனால் ஒரு யூதன் இஸ்ரேலுக்குப் போயே தீரவேண்டும். கொலாபா தேவாலயத்து ராபி அதற்கு உடன்பட மறுக்கிறார். உங்கள் செல்வாக்கால் என்னை அனுப்பிவைக்க முடியுமா?'

அவர் என் அருகே நெருங்கி அமர்ந்துகொண்டார். திரண்ட அவரது பெரிய சரீரத்தை எப்படி அவர் தரையில் முதலில் பொருத்தினார் என்பதே எனக்கு வியப்பாக இருந்தது. அதைவிடப் பெருங்கவலை, அவர் எப்படி எழுந்திருப்பார் என்பது.

'தம்பி நீ யூதனாக இரு. கிறித்தவனாக இரு. இந்துவாக இரு. முசல்மானாக இரு. எனக்கு அதில் பிரச்னை இல்லை. இசைக் கலைஞன் என்று சொன்னாயே, எங்கே ஒரு நாலு வரி பாடிக்காட்டு?'

சட்டென்று எனக்கு நான் அந்தக் கண் கொண்ட பெண்ணைக் கேட்டது நினைவுக்கு வந்தது. சிரித்துக்கொண்டேன். எனக்காக அவள் இரண்டு வரி பாடினாள். இவருக்காக நான் பாடுவதில் என்ன இருக்கிறது? ஓர் இரவுப் பொழுதை இது ஆசீர்வதித்துவிட்டுப் போகட்டும்.

நான் ஏதேனும் பிரபலமான சினிமாப்பாடலை எடுப்பேன் என்று அவர் நினைத்திருப்பார். ஆனால் நான் பாடல் எதையும் நினைக்கவே இல்லை. என் மனத்தில் அந்தக் கணம் உதித்த முகாரி ராகத்தை மெல்ல இழுக்கத் தொடங்கி, ஐந்து நிமிடங்களில் ஒரு பூரண ஆலாபனையைச் செய்து முடித்து நிறுத்தினேன். அவர் சபாஷ் என்று சொன்னார். 'இந்த ராகத்தில் நான் ஒரு பாட்டுப் போட்டிருக்கிறேன். கேட்கிறாயா?'

நான் பதில் சொல்வதற்கு முன்னால் அவர் பாடத் தொடங்கிவிட்டார். அதுவும் சுமாராகத்தான் இருந்தது. அவர் பாடி முடித்ததும் அவரிடம் அதையும் சொன்னேன். சிறிது ஆச்சரியப்பட்டார். பிறகு, 'நீ யாரிடம் கற்றாய்?' என்று கேட்டார்.

'இல்லை ஐயா. நான் யாரிடமும் கற்கவில்லை.'

'ராகங்கள், தாளங்கள் பற்றித் தெரியுமா?'

'தெரியாது.'

'மேற்கத்திய சாஸ்திரிய சங்கீதம் கேட்டிருக்கிறாயா?'

'இல்லை. ஆனால் நீங்கள் எடுத்துக் கொடுத்தால் உடனே அதை வாசித்துவிடுவேன். வாசித்ததில் இருந்து மேலேறிச் செல்லவும் என்னால் முடியும்.'

'அப்படியா? சரி. நாளை என்னை ஸ்டுடியோவில் வந்து பார்' என்று சொல்லிவிட்டு தனது ஜிப்பா பாக்கெட்டில் இருந்து ஒரு விசிட்டிங் கார்டு எடுத்துக் கொடுத்தார். நான் நன்றி சொல்லித்தான் வாங்கிக் கொண்டேன். ஆனால் கிளம்பும்போது இன்னொன்றும் சொன்னேன்.

'உங்கள் அன்புக்கு நன்றி. ஆனால் என் நோக்கம் உங்களிடம் பாடுவதோ வாசிப்பதோ அல்ல.'

'வேறு யார்? லஷ்மிகாந்த் ப்யாரிலால்? இஸ்மாயில் தர்பார்?'

'அவர்கள் எல்லாம் யார்?'

அதற்குமேல் அவர் பேசவில்லை. 'இஷ்டம் இருந்தால் வா' என்று மட்டும் சொல்லிவிட்டு, என்னையே பிடித்துக்கொள்ளச் சொல்லி எழுந்து சென்று காரில் ஏறிப் போய்விட்டார்.

எத்தனை நல்ல மனிதர்! கோபமே படாமல் பேசிவிட்டுப் போய் விட்டார். 'ஆனால் சாப்! நீங்கள் ஒரு கலைஞன் இல்லை' என்று அவர் கார் புறப்பட்ட நேரத்தில் உரக்கச் சொல்லித்தான் அவரை வழியனுப்பி வைத்தேன்.

3.3

அன்று முதல்முதலாக எனக்குக் கடவுளின் தரிசனம் கிடைத்தது.

அதை நான் எதிர்பார்க்கவில்லை. ஏனென்றால் அன்றைக்குத்தான் நான் எக்கச்சக்கமாகக் குடித்திருந்தேன். ஒழுக்க வரம்புகள் முற்றிலும் மறந்து, வாய்க்கு வந்தபடி என்னென்னவோ கெட்ட வார்த்தைகளைச் சொல்லி, யார் யாரையோ திட்டிக்கொண்டே சாலைகளில் அலைந்து கொண்டிருந்தேன். நினைவு தெரிந்து நான்கு முறை கால்கள் தடுமாறிக் கீழே விழுந்து எழுந்தேன். எத்தனை முறை பிறர் பரிதாபப்பட்டு எழுப்பிவிட்டார்கள் என்று தெரியவில்லை. என் மேல் சட்டை பொத்தான்கள் எப்படியோ பிய்ந்து விழுந்து தொலைந்திருந்தன. சட்டை கிழிந்து தொங்கி அசிங்கமாக இருந்தது. யாரிடமாவது சண்டை இழுத்தேனா என்று நினைவில்லை. வலது முழங்கால் முட்டியிலும் இடது தோள்பட்டையிலும், இடக்கை சுண்டுவிரலிலுமம நன்றாக எரிந்தது. சிராய்ப்பு இருக்கவேண்டும். போதையிலும் எரிச்சலின் தீவிரத்தை உணர முடிந்ததால் காயங்கள் பெரிதாகத்தான் இருக்கவேண்டும் என்று நினைத்துக்கொண்டேன். ஆனால் என்னால் சட்டையைக் கழட்டிவிட்டோ, பேண்ட்டை மடக்கிவிட்டுக்கொண்டோ அடி பட்டதைப் பார்க்க முடியவில்லை. இடது கை சுண்டு விரலை மட்டும் அடிக்கடி உயர்த்திப் பார்த்துக்கொண்டேன். அங்கே எரிச்சல் இருந்ததே தவிர அடிபட்டது போலத் தெரியவில்லை. அதாவது ரத்த சேதம் அங்கு இல்லை. குடித்த பின்பு உண்பதற்கு என்னிடம் பணம்

இருக்கவில்லை. அளவுக்கு அதிகமாகக் குடித்திருந்ததால் உண்ண வேண்டும் என்றும் தோன்றவில்லை. கால் போன திக்கில் இரவெல்லாம் நடந்துகொண்டே இருந்தேன்.

அன்றைக்கு திவ்யபிரகாஷ் ஊருக்குப் போவதாகச் சொன்னான். வருமானத்தின் பெரும்பகுதியை அவன் சூதாடி அழித்துக் கொண்டிருந்ததால் அவனால் வீட்டு வாடகை செலுத்த முடியா திருந்தது. வீட்டுக்காரர் பலமுறை அவனை எச்சரித்துவிட்டுப் போனதை நான் பார்த்திருந்தேன். சம்பாதிக்கும் பணத்தையெல்லாம் ஏன் இப்படி சூதாடி அழிக்கிறாய் என்று நான் ஒருநாள் அவனிடம் கேட்டேன். அதற்கு அவன், 'மொத்தமாகவும் பல மடங்காகவும் திரும்பப் பெறுவதற்குத்தான்' என்று பதில் சொன்னான்.

எனக்கு அது புரியவில்லை. புரியவேண்டிய அவசியமும் இல்லை என்று நினைத்தேன். அவன் எனக்குத் தங்குவதற்கு இடம் தந்திருந்தான். பதிலுக்கு நான் அவனது வேலையில் என்னால் முடிந்த அளவு அவனுக்கு உதவி செய்துகொண்டிருந்தேன். அந்த அளவோடு உறவை நிறுத்திக்கொள்வதுதான் சரி என்று நினைத்தேன். அவன் ஓரிரு முறை என்னையும் சூதாட்டத்தில் கலந்துகொள்ள அழைத்தான். அவனது சூது நண்பர்களுக்கு என்னை அறிமுகம் செய்யும்போதெல்லாம் என்னைக் குறித்து மிகவும் உயர்வாகப் பேசுவான். அது எனக்குப் பிடிக்கும்.

'எட்வின் சாதாரணப் பையன் இல்லை. இவன் ஒரு பெரிய இசை மேதை.'

'அப்படியா?' என்பார்கள் அவர்கள். அதற்குமேல் கேட்க அவர்களிடம் ஒன்றும் இருக்காது. அவர்கள் சீட்டுக் கட்டுகளை விரித்து சூதாடத் தொடங்கும்போது அவர்களுக்கு நான் பேல்பூரி தயாரித்துக் கொடுப்பேன். குடிக்க நீர் எடுத்து வந்து தருவேன். பீடி, சிகரெட் வாங்கி வந்து கொடுப்பேன். திவ்யபிரகாஷுக்கு மனத்துக்குள் இது ஒரு 'முதலாளி மகிழ்ச்சி'யைத் தரும் என்பது எனக்குத் தெரியும். அனுபவித்துவிட்டுப் போகட்டுமே? எனக்கு அங்கிருக்கும் நாள்களுக்குள் கொலாபா சாலை சினகாகின் ராபியின் மனத்தில் எப்படியாவது இடம் பிடித்துவிட வேண்டும் என்பதுதான் ஒரே குறிக்கோளாக இருந்தது.

அதற்குள்ளாக அந்த அசம்பாவிதம் நடந்துவிட்டது. திவ்யபிரகாஷ் குடியிருந்த வீட்டு முதலாளி வீடு காலி செய்வதற்கென்றே பம்பாயில் வாடகைக்குக் கிடைக்கும் ஒரு ரவுடிக் கூட்டத்திடம் பொறுப்பை ஒப்படைத்துவிட்டார் என்ற செய்தி வந்தது. அடிதடி ரகளையாகி விட்டால் போலிஸ் வந்துவிடும் என்று திவ்யபிரகாஷ் அஞ்சினான். அப்படி போலிஸ் வரும்போது அக்கம்பக்கத்து வீட்டினர், அவனது சூதாட்ட நடவடிக்கைகள் பற்றியும் நண்பர்கள் என்ற பெயரில் அங்கு

வந்து தங்கிக் கூத்தடிக்கும் கூட்டத்தைப் பற்றியும் சொல்வார்கள். தப்பித்தவறிக் கைதாகிவிட்டால் அதன்பின் கொலாபாவில் தொழில் செய்ய முடியாது என்று திவ்யா என்னிடம் சொன்னான்.

'என்ன செய்யப் போகிறாய்?'

'வேறு வழியில்லை. சில நாள் ஊருக்குப் போய் இருந்துவிட்டுப் பிறகு வருகிறேன்.'

'சில நாள் என்றால்?'

'தெரியவில்லை. இந்தா, இதை செலவுக்கு வைத்துக்கொள்' என்று கொஞ்சம் பணம் கொடுத்தான். அதற்குமேல் அவன் அங்கு இருக்க விரும்பவில்லை என்று புரிந்தது. ஒரே ஒரு துணிப்பையில் சில துணிமணிகளை மட்டும் எடுத்துக்கொண்டு வீட்டைப் பூட்டிக் கொண்டு போய்விட்டான்.

எனக்கு எல்லாமே புதிதாக இருந்தது. யாரும் வேண்டாம் என்று கொலாபாவுக்குத் தனியாக வந்தபோது இருந்த துணிவு, சில மாதங்கள் அவனோடு தங்கியிருந்ததில் வடிந்துவிட்டதா? என்னால் நம்ப முடியவில்லை. சிறிது பயமாகவும் துக்கமாகவும்கூட இருந்தது. அந்த உணர்வை விரட்டத்தான் நான் குடித்தேன். ஆனால் குடி என் அச்சத்தை அதிகரித்துவிட்டது. எனவே மேலும் மேலும் குடித்தேன். திவ்யா கொடுத்துவிட்டுப் போன பணம் முற்றிலும் தீரும் அளவுக்குக் குடித்துவிட்டு நடக்கத் தொடங்கினேன்.

எப்போது, எங்கே சோர்ந்து விழுந்தேன் என்று தெரியவில்லை. என் பார்வை முற்றிலும் இருண்டுபோய், அனைத்துமே துச்சமான கணத்தில் ஒரு பேருந்து என்மீது ஏறி ஓடியது போல ஓர் உணர்ச்சி உண்டானது. இறந்துவிட்டதாகத்தான் நினைத்தேன். அப்படி நினைக்க முடிந்ததை உணரவும் முடிந்ததால் இறக்கவில்லை என்று உறுதிப்படுத்திக்கொண்டேன். சில நிமிடங்கள்தான் கடந்திருக்கும். வாழ்நாளில் அதற்குமுன் நான் கண்டிராத ஒரு பேரொளி என் கண்களுக்குள் உதித்தது. அதன் பிரகாசம் தாங்க முடியாமல் நான் சடாரென விழித்துப் பார்த்தேன். மூடிய கண்களுக்குள் தெரிந்த அதே ஒளி இப்போது வெளியெங்கும் வியாபிக்கத் தொடங்கியது.

ஒளிதானா அது! எனக்குச் சரியாகத் தெரியவில்லை. ஒளியைக் காட்டிலும் பிரகாசமாக இருந்தது. அதனால்தான் பேரொளி என்றேன். அதுகூடச் சரியான சொல்லாக இருக்க முடியாது. அதனைக் காட்டிலும் வேறென்னவோ. அது வெண்மையா, பொன்னிறமா, அல்லது நானறியாத ஒரு புதிய நிறமா என்றும் எனக்குத் தெரிய வில்லை. கண்களின் வழியே இருதயத்தின் அடியாழம் வரை ஊடுருவி என்னைப் பூரணமாகக் குளிப்பாட்டியது. அது எனக்குள்

ஊடுருவத் தொடங்கியதும் என் கறைகளும் அழுக்குகளும் துர்நாற்றமும் என்மீது படிந்த சாபங்களும் வசைகளும் ஒரேயடியாக என்னைவிட்டு விலகி ஓடுவதை என் கண்ணெதிரே கண்டேன்.

என்னையறியாமல் அப்போது நான் அழுதுகொண்டிருந்தேன். என் அழுகை கதறலும் கேவலும் கொண்டதாக இருந்தது. அந்தச் சத்தம் எனக்கு மட்டுமே கேட்டது. இன்னதென்று விவரிக்க முடியாத அப்பரவசத்தைச் சொற்களில் அடைக்க முயற்சி செய்கிறேன். முடியாது என்றுதான் தோன்றுகிறது. உண்மையில் யாருமே அனுபவித்திருக்க முடியாத ஒரு சிலிர்ப்பூட்டும் தீக்குளியலை நிகர்த்த அனுபவமாக இருந்தது அது.

என் இறைவா, என் இறைவா என்று முதல் முறையாக வாய்விட்டுப் புலம்பினேன். எனக்கு வேறு எதுவுமே தோன்றவில்லை. ஒரு பிரார்த்தனையோ, துதியோ என்னால் முடியவில்லை. அவசரமாக யோசித்து ஒரு வேண்டுதலை வைத்துவிடவும் நான் எண்ணவில்லை. எது இருந்துவிட்டால் வேறெதுவுமே தேவையில்லையோ அது எனக்குள் இறங்கிவிட்டது போல ஒரு நிறைவின் ததும்பலில் நான் தத்தளித்துக்கொண்டிருந்தேன். நெடுநேரம் அப்படியே கிடந்தேன்.

சிறிது சமநிலைக்கு வந்தபோது அந்த ஒளிப் பிரவாகம் ஒரு சொல்லாகத் திரண்டு என் செவிகளுக்குள் இறங்கியது. 'அன்பான ஆபிரஹாம் ஹராரி! ஒரு ராபியின் அங்கீகாரத்துக்காக ஏன் ஏங்குகிறாய்? நீ என் குழந்தை. என்னால் ஆசீர்வதிக்கப்பட்ட இனத்தைச் சேர்ந்தவன். எனக்குச் சொந்தமானவன். இது போதாதா?'

'ஆம். எனக்கு இது போதும். ஆனால் நான் இஸ்ரவேலர்களுக்குக் கையளிக்கப்பட்ட நிலத்தில் வசிக்கவேண்டியவன் அல்லவா? என்னால் இந்த நரகத்தில் வாழ முடியவில்லை.'

'உன் நாள் வரும்வரை நீ காத்திருக்கத்தான் வேண்டும்.'

'அது வருமா?'

'வரத்தான் வேண்டும். ஏனெனில் நீ தேர்ந்தெடுக்கப்பட்டவன்.'

'உண்மையாகவா?'

'என்ன சந்தேகம்? இந்தா, இதை அணிந்துகொள்.'

சொல்லாக உருமாறிய ஒளி சட்டென்று ஒரு தங்கக் கரமாக என் முன் நீண்டது. அக்கரத்தில் ஒரு யாமுல்க்[4] இருந்தது. அதன் ஓரங்களில் கறுப்பு மற்றும் மஞ்சள் பட்டை வைத்துத் தைத்திருந்தது. நான்

---

4 யூதர்கள் பிரார்த்தனையின்போது அணியும் தொப்பி

பரவசத்துடன் அதை என்னிரு கைகளில் ஏந்தி எடுத்து அணிந்து கொண்டேன். சட்டென்று ஒரு சந்தேகம் வந்தது.

'என் இறையே, நான் ஒரு மோசமான மனிதனாகிக்கொண்டிருக் கிறேன். இப்போதுகூடக் குடித்திருக்கிறேன். எனக்குக் கிடைத் திருப்பது உண்மையில் தரிசனம்தானா? அல்லது போதை தரும் தாற்காலிக மனப்பிறழ்வின் விளைவா?'

சிறிதுநேரம் பிரபஞ்சம் முழுதும் ஒலியற்றுப் போனது. அது ஒரு நம்பமுடியாத அச்சமூட்டக்கூடிய பேரமைதி. ஒலி பிறப்பதற்கு முந்தைய கணத்தைக் கடவுள் அப்போது எனக்குக் காட்டினார். அந்தக் கணத்தில் பிரபஞ்சத்தை ஒளி மட்டுமே ஆக்கிரமித்திருந்தது.

ஒரு கணம்தான். சட்டென்று எல்லாம் மாறியது. என் வினாவுக்கு அவர் பதில் சொன்னார். 'ஆபிரஹாம்! மது உன்னை ஒன்றும் செய்யாது. நீ போதையில் இல்லை. ஏனெனில் போதை என்பது உன்னிடமிருந்து பிறப்பது.'

அவர் பேசியது அவ்வளவுதான். அதன்பின் சில கணங்களில் நான் கண்ட அப்பேரொளி மறைந்து உலகம் இருண்டுவிட்டது. அது வழக்கமான வெளிச்சம் பெறத் தொடங்கியபோது நான் அந்தேரியில் உள்ள என் வீட்டை நோக்கி நடந்துகொண்டிருந்தேன்.

இப்போது எனக்கு எந்தக் குழப்பமும் இல்லாது போய்விட்டிருந்தது. நான் நடந்துகொண்டிருந்த வேகம் எனக்கே வியப்பாக இருந்தது. அவ்வளவு வேகமாக நடந்தும் எனக்குக் கால் வலிக்கவில்லை. வழியில் எந்தப் போலிஸ்காரர் குறுக்கிட்டு என்னை நிறுத்தி விசாரித் தாலும் என்னால் பதறாமல் பதில் சொல்ல முடியும். என் தந்தை என்னைக் கடுமையாகத் தண்டிக்கலாம். வீட்டை விட்டேகூடத் துரத்தி விடலாம். அது என்னை நிச்சயம் பாதிக்கப்போவதில்லை. அம்மாவின் கண்ணீரோ, அக்கம்பக்கத்தாரின் புரணிப் பேச்சோ என்னை ஒன்றும் செய்யாது. நான் பள்ளிக்கூடத்துக்குச் செல்லப் போவதில்லை. வேலை பார்க்கப் போவதில்லை. திருமணம் செய்துகொள்ளப் போவதில்லை. பிள்ளை பெறப் போவதில்லை. எதிர்காலத்தைக் குறித்துக் கவலைப் படப் போவதில்லை. என் கனவும் இலக்கும் கைகூடாமல் போய்விடுமோ என்று அச்சப்படப் போவதில்லை. அனைத்திலும் மேலாக, உயிரோடு இருப்பதன் வலி இனி ஒருபோதும் என்னை அண்டப் போவதில்லை.

உடலை உதிர்த்துவிட்ட ஒரு சிறகு, உயிரை மட்டும் ஏந்தி மிதப்பது போல உணர்ந்தேன். தாங்க முடியாத பெருமகிழ்ச்சியில் திளைத்தேன். என்னையறியாமல் விரைவில் மகிழ்ச்சியே நானாகிப் போனேன்.

3.4

ஜுஹு கடற்கரைக்கு வந்திருந்தோம். அது என் தந்தையின் ஆலோசனையின்பேரில் என் தாயார் ஏற்பாடு செய்த ஒரு சிறு பயணம். வெறும் நான்கு கிலோ மீட்டர் தூரத்துக்கு டாக்சி வைத்துக்கொண்டு வந்து கடற்கரை மணலில் ஒரு மாலைப் பொழுதைக் கழிப்போம் என்று யாராவது சொல்லியிருந்தால்கூட நான் நம்பியிருக்க மாட்டேன். நான் நம்புவதென்ன? என் தாய் தந்தையே அப்படி ஒன்றை அதற்குமுன் நினைத்துப் பார்த்திருக்க மாட்டார்கள். சாதாரண அரசாங்க ஊழியர்கள் அப்படியெல்லாம் ஆடம்பர செலவு செய்துவிட முடியாது.

அன்று எனக்குப் பிறந்த நாள். காலை என்னை தேவாலயத்துக்கு வருவாயா என்று என் தந்தை கேட்டார். அவரது அழைப்பில் சிறு தயக்கம் இருந்ததை நான் உணர்ந்தேன். நான் வர மறுப்பேன் என்று அவர் நினைத்திருப்பார். இடைப்பட்ட நாள்களில் நான் இயேசுவைத் தொழுவதை அறவே நிறுத்தியிருந்ததுதான் காரணம். ஆனாலும் நான் பிரார்த்தனை செய்யாமல் இல்லை. எங்கள் வீட்டின் மேற்குப் புறச் சுவரோரம் சுவரைப் பார்த்து நின்று கண்மூடி நான் செய்யும் பிரார்த்தனையை அக்கம்பக்கத்து வீட்டாரெல்லாம் வந்து பார்த்துவிட்டுப் போயிருக்கிறார்கள். பிரார்த்தனை சமயங்களில் நான் அணியும் தொப்பி அவர்களுக்கு வினோதமாக இருக்கும். 'இது எதற்கு முசல்மான் மாதிரி?' என்று என் அம்மாவே கேட்டிருக்கிறாள். நான் பதில் சொன்னதில்லை. எதைச் சொன்னாலும்

யாரும் புரிந்துகொள்ளப் போவதில்லை என்னும்பட்சத்தில் எதையும் சொல்லாதிருப்பதே சிறந்தது என்ற முடிவுக்கு வந்திருந்தேன். ஆனால் திரும்பி வரவே போவதில்லை என்று அவர்கள் மனத்தளவில் என்னை இழக்கத் தயாராகியிருந்தபோது நான் வீடு திரும்பியிருந்த படியால் எனது குறைகளாக அவர்களுக்குத் தென்பட்ட யாவும் அவற்றின் முக்கியத்துவத்தை இழந்திருந்தன. நான் சர்ச்சுக்கு வர மறுத்ததையோ, பள்ளிக்குச் செல்லாதிருந்ததையோ, எப்போதும் தனிமையில் ஊறிக்கொண்டிருந்ததையோ என் தந்தையே ஒன்றும் சொல்லாதிருந்தார். ஒரு மகனாக நான் வீட்டில் அவர்களுடன் இருந்தால் போதும் என்ற மனநிலை அவர்களுக்கு வாய்த்து விட்டிருந்தது.

அதனால்தான் என் பிறந்த நாள் அன்று தேவாலயத்துக்குப் போகலாம் என்று சொல்லாமல், வருவாயா என்று என் தந்தை கேட்டார். நான் சரி என்றோ முடியாது என்றோ பதில் சொல்லாமல், கிளம்ப ஆயத்தமாகி அவர் எதிரே சென்று நின்றேன். என் தாய்க்கு அதுவே மிகுந்த மகிழ்ச்சியளித்தது. குழந்தைக்கு இந்தப் பிறந்த நாளில் மறக்க முடியாதபடி ஏதாவது செய்யவேண்டும் என்று அவள் என் தந்தையிடம் சொன்னாள். ‘முதலில் சர்ச்சுக்குச் சென்று வருவோம்’ என்று அவர் சொன்னார்.

அன்று சர்ச்சுக்குச் சென்றுவிட்டு நாங்கள் ஒரு ஓட்டலுக்குச் சென்று சாப்பிட்டோம். என் தந்தை இரண்டு நிமிடங்களில் வந்துவிடுவதாகச் சொல்லிவிட்டு ஒரு டெலிபோன் பூத்துக்குச் சென்று யாருடனோ பேசிவிட்டு வந்தார். யாருக்கு போன் என்று அம்மா பலமுறை கேட்டும் அவர் பதில் சொல்லவில்லை. பிறகு நாங்கள் வீட்டுக்கு வந்த சிறிது நேரத்தில் ஒரு டெம்போவில் ஒரு புதிய பியானோ வந்து இறங்கியது. அம்மா அதை எதிர்பார்க்கவில்லை. என் தந்தை என்னிடம், ‘சந்தோஷம்தானே? உனக்குத்தான் பியானோ’ என்று சொன்னார்.

எனக்கு அது உண்மையிலேயே மிகுந்த மகிழ்ச்சியாக இருந்தது. பயன்படுத்திய பழைய பியானோ என்றபோதும் ஒரு பியானோ வாங்குவது என்பது அவரது சக்திக்கு மிகவும் அதிகம் என்பது எனக்குத் தெரியும். இருப்பினும் அவரது அன்பை அவர் அவ்விதமாக வெளிப்படுத்தியிருந்தார். அந்த கார்க் பியானோ எங்கள் வீட்டுக் கூடத்தின் பாதி இடத்தை அடைத்துக்கொண்டிருந்தது. நான் அதைச் சுருதி கூட்டி சிறிது நேரம் வாசித்தேன். என் பெற்றோர் இருவரும் திகைப்பும் நெகிழ்ச்சியுமாக என் எதிரில் அமர்ந்து நான் வாசிப்பதைப் பார்த்துக்கொண்டே இருந்தார்கள். ‘உன்னால் இதையும் வாசிக்க

முடியும் என்று எனக்குத் தெரியும்' என்று என் தந்தை சொன்னார். அம்மா என்னைச் சேர்த்து அணைத்து உச்சந்தலையில் முத்தமிட்டாள். 'நீ ஒரு ஆசீர்வதிக்கப்பட்ட குழந்தை' என்று சொன்னாள். இப்போது நான் பதில் சொன்னேன், 'மிகவும் சரி அம்மா. இது உங்களுக்குப் புரிந்ததில் எனக்கு மகிழ்ச்சி.'

அன்று மாலை கடற்கரைக்குச் செல்லலாம் என்று என் தந்தை சொன்னார். அம்மா உடனே பக்கத்து வீதியில் இருந்த டிராவல்ஸில் பேசி ஒரு வாடகை கார் ஏற்பாடு செய்தாள். அருகே இருக்கும் கடற்கரைக்குச் செல்ல கார் எதற்கு என்று என் தந்தை கேட்கவில்லை. போகிற வழியில் அவர் உற்சாகமாக என்னிடம் என்னென்னவோ சொல்லிக்கொண்டு வந்தார். அவருக்கு நிச்சயமாகத் தெரிந்து விட்டது. நான் சாதாரணமானவன் இல்லை. ஒருநாள் என் இசையால் உலகை ஆளப் போகிறேன். அபூர்வமான சக்தி படைத்த குழந்தைகள் இப்படித்தான் சற்று வினோதமாக நடந்துகொள்வார்கள். சராசரி மக்கள் அதைப் புரிந்துகொள்ளச் சிறிது அவகாசம் பிடிக்கும்.

நான் பதில் சொல்லாமல் அமைதியாகக் கேட்டுக்கொண்டு இருந்தேன்.

'எட்வின், நீ எவ்வளவு பெரிய மேதை! அதைச் சரியாகப் புரிந்து கொள்ளாமல் உன்னை இசைப் பள்ளிக்குப் போகிறாயா என்றெல்லாம் கேட்டிருக்கிறேன்!' என்று என் அம்மா சொன்னாள்.

'ஆமாம். பள்ளிகள் நல்ல மாணவர்களை உருவாக்கும். மேதைகளை இதுவரை எந்தப் பள்ளியும் உருவாக்கியதில்லை' என்று என் தந்தை அதை ஆமோதித்தார்.

எனக்கு இது எல்லாமே புதிதாக இருந்தது. மகிழ்ச்சியளித்ததா என்று சொல்லத் தெரியவில்லை. ஆனால் இனி என் பெற்றோரால் எனக்குப் பெரிய பிரச்னைகள் இருக்காது என்று தோன்றியது.

அன்று மாலை முதல் இரவு பத்து மணிவரை நாங்கள் கடற்கரையில் அமர்ந்திருந்தோம். அம்மா என்னிடம் ஒரு ஐம்பது ரூபாய் நோட்டைக் கொடுத்து, சாப்பிட என்ன வேண்டுமோ வாங்கிக்கொள் என்று சொன்னாள். நான் இரண்டு ப்ளேட் பாவ்பாஜி வாங்கி வந்து அவர்கள் இருவருக்கும் கொடுத்து சாப்பிடச் சொன்னேன்.

என் தந்தை என்னிடம், 'எங்களுக்கு உன்மீது எந்த வருத்தமும் இல்லை. ஆனால் நீ வீட்டில் சகஜமாகப் பேசுவதே இல்லை' என்று சொன்னார்.

'ஆம். நான் பேசுவதில்லைதான். ஆனால் ஏனென்று தெரியவில்லை அப்பா' என்று சொன்னேன்.

‘பரவாயில்லை எட்வின். நீ பேசாமல் இருந்தாலும் பாசமாக இருக்கிறாய். அது போதும்’ என்று என் அம்மா சொன்னாள்.

எனக்கு மிகவும் வருத்தமாக இருந்தது. இரண்டு மகத்தான இருதயங்களை நான் எவ்வளவு நோகடித்துக்கொண்டிருக்கிறேன்! உண்மையில் என் தாய் சொன்னது போல நான் அவர்களிடம் பாசமாகவெல்லாம் நடந்துகொள்வதில்லை. இயல்பான அனைத்து உணர்ச்சிகளுமே என்னிடம் இருந்து உதிர்ந்துவிட்டாற்போல இருந்தது. நான் அழுவதில்லை. கோபப்படுவதில்லை. சிரிப்ப தில்லை. அவர்களிடம் ஒட்டி உறவாடுவதில்லை. குரலெழுப்பிப் பேசுவதில்லை. பசித்தால் பசிக்கிறதென்றுகூடச் சொல்வதில்லை. கண்ணுக்குத் தெரியாத ஒரு சிறு பதுங்கு குழிக்குள் என்னை நானே இறக்கி வைத்து உடலைக் குறுக்கிக்கொண்டு அதற்குள் வாழப் பழகிவிட்டிருந்தேன். அது பாதுகாப்பாக இருந்தது. அப்படி இருக்கும் போது யாரும் என்னைப் பெரிதாக விமரிசனம் செய்வதில்லை என்பதையும் கண்டுகொண்டேன். அப்படியே யாராவது எதாவது சொன்னாலும் அது என்னையல்ல என்று எடுத்துக்கொள்ள ஆரம்பித்திருந்தேன்.

ஒருமுறை எங்கள் பக்கத்து வீட்டுக்காரர் என் அப்பாவிடம் ஒரு பிரபலமான மனநல மருத்துவரின் பெயரைச் சொல்லி, என்னை அவரிடம் அழைத்துப் போனால் ஏதாவது பலன் இருக்கும் என்று சொன்னதைக் கேட்டேன். அப்பாவுக்கு அது வருத்தமாகத்தான் இருந்திருக்க வேண்டும். ஆனாலும் காட்டிக்கொள்ளாமல், ‘அவனளவில் அவன் சாதாரணமாகத்தான் இருக்கிறான். நமக்குத்தான் அது அசாதாரணமாகத் தெரிகிறது’ என்று சொன்னார்.

எந்தப் பைத்தியமும் தன்னைப் பைத்தியம் என்று உணர்வதில்லை என்று அந்த மனிதர் முணுமுணுத்தபடி சென்றதையும் கவனித்தேன். என் தந்தைக்குக் கண் கலங்கிவிட்டது. எனக்குச் சிறிது சங்கடமாகி விட்டது. அவர் வீட்டுக்குள் வந்ததும் நான் அவரிடம் சென்று, ‘நீங்கள் சொன்னால் நான் வைத்தியரிடம் வரத் தயாராக இருக்கிறேன்’ என்று சொன்னேன். என்ன நினைத்தாரோ. என்னை இறுக்கி அணைத்துக்கொண்டு, ‘இல்லை. நீ நிச்சயமாகப் பைத்தியம் இல்லை. உன்னைப் பைத்தியம் என்று சொல்கிறவர்கள்தான் பைத்தியக் காரர்கள்’ என்று உணர்ச்சிவசப்பட்டுச் சொன்னார்.

அன்றிரவு நாங்கள் வீடு திரும்பப் பதினொரு மணி ஆகிவிட்டது. அவ்வளவு நேரமும் வாடகை கார் எங்களுக்காகக் கடற்கரைச் சாலையில் காத்திருந்தது. ‘பணம் ஒரு பெரிய விஷயமே இல்லை எட்வின். நான் இந்த வேலையைக்கூட விட்டுவிடலாம் என்றிருக்கிறேன்’ என்று என் தந்தை சொன்னார்.

‘அரசாங்க உத்தியோகத்தையா?’

‘என்ன பெரிய அரசாங்க உத்தியோகம்? எனக்கு அலுத்துவிட்டது.’

எனக்கு அதற்குமேல் அதைக் குறித்துப் பேச ஒன்றுமில்லை என்று தோன்றியது. ஆனால் என் தந்தை மிகத் தெளிவாக யோசித்து, அம்மாவுடன் விவாதித்து ஏற்கெனவே அந்த முடிவுக்கு வந்திருக்க வேண்டும். தமிழ்நாட்டில் அவரது நண்பர் ஒருவர் நடத்தும் நிறுவனத்தில் பெரிய பொறுப்பு ஒன்றை ஏற்கவிருப்பதாக இன்னொரு நாள் என்னிடம் சொன்னார். வேறொரு நாள் குடும்பத்தோடு சென்னைக்குக் குடிபெயர்ந்துவிட நினைப்பதாகச் சொன்னார். பம்பாய் அலுத்துவிட்டதாக என் அம்மாவும் அடிக்கடி சொல்லத் தொடங்கினாள்.

அவர்கள் அதிக நாள் அவகாசம் எடுத்துக்கொள்ளவில்லை. சுமார் ஆறேழு மாதங்களில் நாங்கள் பம்பாயைவிட்டுப் புறப்பட்டு விட்டோம். இடைப்பட்ட நாள்களில் என் தந்தையும் தாயும் என்னிடம் ஒருமுறைகூட எதற்கும் கோபித்துக்கொள்ளவில்லை. என்னைக் கண்டிக்கவில்லை. அம்மா என்னைப் பார்த்து அழவில்லை. எனக்குக் கிட்டிய தரிசனத்தைப் போல அவர்களுக்கு என்னைப் பற்றிய தரிசனம் ஏதோ அகப்பட்டிருக்க வேண்டும் என்றுதான் நினைத்தேன். எனக்கு அவர்கள் அப்படி இருந்தது நிம்மதியாக இருந்தபடியால் அமைதியாக இருந்துவிட்டேன்.

உண்மையில் என் தந்தை எனக்காகத்தான் அப்படி ஒரு முடிவு எடுத்திருந்தார். பென்ஷன் வரக்கூடிய அரசாங்க உத்தியோகத்தை உதறினாலும் பரவாயில்லை; பம்பாயைவிட்டுப் போய்விட வேண்டும் என்று யார் நினைப்பார்கள்? முற்றிலும் வேறான ஒரு சூழ்நிலை என்னைச் சமநிலைக்குக் கொண்டுவரக்கூடும் என்று அவர் நினைத்திருக்கிறார். இதை ரயிலில் சென்னைக்கு வரும்போது நான் தூங்கிவிட்டதாக நினைத்து அவர் அம்மாவிடம் சொல்லிக் கொண்டிருந்தபோது கேட்டேன்.

அன்புள்ள என் தந்தையே, இதற்கு நீங்கள் நமது அடுத்த வீட்டுக்காரர் சொன்னதைப் போல என்னை ஒரு பைத்தியக்கார ஆஸ்பத்திரிக்கு அழைத்துச் சென்றே சேர்த்திருக்கலாம் அல்லவா?

அந்தக் கணத்திலேயே நான் ஒட்டிக்கொண்டிருந்த மிச்சம் அனைத்தையும் முற்றிலுமாக உதிர்த்துவிட்டேன். அப்போதில் இருந்து உலகில் நானும் என் கடவுளும் மட்டும்தான் வாழ்ந்து கொண்டிருந்தோம்.

3.5

என் பத்தொன்பதாம் வயதுப் பிறந்த நாள் அன்று இரண்டாவது முறையாக நான் கடவுளைச் சந்தித்தேன். அதே ஒளிப் பிரவாகத் தோற்றம்தான். அதே மிருதுவான கீழ்க்குரல்தான். எப்படி இருக்கிறாய் என்று என்னிடம் நலம் விசாரித்தார்.

'என்னை ஏன் கேட்கிறீர்கள்? உங்களுக்குத் தெரியாதா?' என்று நான் பதிலுக்குக் கேட்டேன்.

'தெரியாது. நீயே சொல்.'

'என்னால் இந்த மண்ணில் இருக்க முடியவில்லை. நான் இஸ்ரேலுக்குப் போகவேண்டும். என்னை அங்கே கொண்டு போட்டுவிடுங்கள், போதும். பிச்சை எடுத்தாவது பிழைத்துக் கொள்கிறேன்' என்று சொன்னேன்.

அவர் சிரித்தார். அது எனக்குப் பிடிக்கவில்லை. 'ஏன் சிரிக்கிறீர்கள்?' என்று கேட்டேன்.

'நீ மிகவும் அவசரப்படுகிறாய். வாழ்வுக்கு ஒரு தாளகதி உண்டு. அதில்தான் அனைத்தும் இயங்கியாக வேண்டும். காலம் பெரிதென்றாலும் ஒவ்வொரு நாள் வாழ்வின் மூலமாகத்தான் அதனைக் கடக்க வேண்டும்.'

நான் அழுதேன். என் பெற்றோர் எனக்குச் செய்த துரோகத்தைச் சொல்லிக் கதறினேன். பம்பாயில் இருந்தால் நான் அடிக்கடி கொலாபா சினகாகுக்குப் போய்விடுவேன்

என்று நினைத்துத்தான் என் அப்பா வேலையைத் துறந்துவிட்டு இவ்வளவு தூரம் குடும்பத்தை அழைத்துக்கொண்டு வந்து குடிவைத் திருக்கிறார். இது அநியாயம் அல்லவா?' என்று கேட்டேன்.

அவர் சிரித்தார். 'நான் சினகாகில் இருப்பதாகவா நீ கருதுகிறாய்?'

'இல்லையா?'

'இப்போது உன் முன்னால் நிற்கிறேன். இந்த இடம் சினகாகா?'

'அது புரிகிறது. ஆனாலும்...'

'என் அன்பான எட்வின், நான் உனக்கு வாக்களித்திருக்கிறேன். என் வாக்கு பொய்க்காது. உனக்கு அந்த நம்பிக்கை வேண்டும்' என்று அவர் சொன்னார்.

நான் நிலத்தின்மீது நெற்றி பட மண்டியிட்டு வணங்கினேன். புறப்படும்போது கடவுள் என்னிடம் ஒரு சிறு பேழையைக் கொடுத்தார். அதைப் பேழை என்று சொல்வதா? சிறிது குழப்பம்தான். சற்றே நீண்ட குங்குமச் சிமிழ் போல அது இருந்தது. 'இதற்குள் என்ன இருக்கிறது?' என்று நான் கேட்டேன்.

'நீ நெடுநாள்களாகத் தேடிக்கொண்டிருக்கும் அந்த பம்பாய்ப் பெண்.'

'என்ன?'

'அதிர்ச்சியடையாதே எட்வின். உனது மீட்சியின் வாசல், இந்தப் பேழையின் மூடி. இதை பத்திரமாக எடுத்து வை. நிகரற்ற உன் இசையின் உச்சம் என்று நீ எப்போது எதனைக் கருதுகிறாயோ அப்போது பேழையைத் திறந்து அவளை வெளியே எடுத்துப் பாட வை.'

'என் இறைவா! நான் இதை இப்போது திறந்து பார்க்கலாமா?'

'கூடாது.'

'அந்தப் பெண் எப்படி இச்சிறு பேழைக்குள் இருக்க முடியும்? மூச்சு முட்டிவிடாதா?'

'பேழைக்குள் பெண்ணை இருத்திக் கொண்டு வந்து கொடுத்திருப்பது உன் கடவுள். நான் சரியாகச் செய்ய மாட்டேனா?'

'ஐயோ. மன்னித்துவிடுங்கள். இருந்தாலும்..'

'உன் உச்சத்தை நீ தொடும்போது அவள் நினைவு உனக்குத் தன்னால் வரும். அப்போது நீ அவளை விடுவிக்கலாம். அவள் உன்னை விடுவிப்பாள்.'

பேழையை என் கையில் கொடுத்துவிட்டுக் கடவுள் மறைந்து விட்டார். நான் அதைக் கண்ணில் ஒற்றிக்கொண்டு எடுத்துச் சென்று என் துணிகளுக்கு அடியில் மறைத்து வைத்தேன். ஆனால் அதைத் தவிர வேறு எதையுமே அப்போதில் இருந்து நினைக்க முடியாமல் போய்விட்டது. பொழுது விடியும்போதே எனக்கு அந்தப் பேழையின் நினைவுதான் வரும். யாருக்கும் தெரியாமல் அதை ஒருமுறை எடுத்துப் பார்ப்பேன். அப்படி எடுத்துப் பார்க்கும்போதெல்லாம் திறந்து பார்க்கத் துடிப்பேன். மிகவும் சிரமப்பட்டு அந்த எண்ணத்தை அடக்கி வைத்து, பேழையை மீண்டும் இருந்த இடத்திலேயே வைத்து மேலே துணிகளைப் போட்டு மூடுவேன். மேன்ஷனில் இருக்கும் பொழுதெல்லாம் பத்து நிமிடங்களுக்கு ஒருமுறை என் பார்வை தன்னிச்சையாக அப்பேழை இருக்கும் அலமாரியை நோக்கிச் செல்லும். ஒரு அதிசயம். ஒரு அற்புதம் என் மேன்ஷன் அறைக்குள்ளே இருக்கிறது. அது என்னைத் தவிர வேறு யாருக்கும் தெரியாது. எந்த முனிவரோ யோகியோ சித்தரோ எனக்கு அதைப் பரிசளிக்கவில்லை. நான் கடவுளின் குழந்தை. எனவே என் கடவுளே எனக்கு நான் விரும்பிய ஒரு பரிசை அளித்திருக்கிறார். அந்தப் பேழையை நான் திறக்கப் போகிற கணத்தை நினைத்துப் பார்ப்பேன். அலாவுதீன் தேய்த்த பேழையில் இருந்து பூதம் கிளம்பியது போல, நான் திறக்கும்போது இப்பேழை தன் வடிவை விரித்துப் பெரிதாக்கிக் கொள்ளும். பேழையின் மூடி அப்போது ஒரு வாயிற்கதவு போல அகண்டு நிற்கும். உறங்கிக்கொண்டிருக்கும் பேரழகியான அந்தப் பெண் கண்ணைத் திறந்து என்னைப் பார்ப்பாள். வியப்படைவாள். அதன்பின் அவளுக்கு நான் நடந்த அனைத்தையும் சொல்ல வேண்டும். ‘பெண்ணே! உன்னை எனக்குக் கடவுள் கொடுத்தார்.’

அந்தக் கணத்தின் பரவச உணர்வை நான் ஒவ்வொரு கணத்திலும் மனத்துக்குள் அனுபவித்துப் பார்க்கத் தொடங்கினேன். இது என் அன்றாட நடவடிக்கைகளில் கணிசமான மாற்றங்களை ஏற்படுத்தியது. என் மௌனம் சிறிது சிறிதாகக் கரையத் தொடங்கியது அதில் முதலாவது. நான் அனைவருடனும் பேச ஆரம்பித்திருந்தேன். சில சமயம் அவர்கள் வாய்விட்டுச் சிரிக்கும் அளவுக்குக் கூட என்னால் நகைச்சுவையாக ஏதாவது சொல்ல முடிந்தது. இது எனக்குப் பல புதிய நண்பர்களை உருவாக்கி அளித்தது. வாரம் ஒருமுறை குரோம்பேட்டைக்குச் சென்று என் தாய் தந்தையரைப் பார்த்து சிறிது நேரம் பேசிக்கொண்டிருந்துவிட்டு வருவேன். ‘என்னதான் செய்கிறாய் இப்போது?’ என்று எப்போதும் அம்மா கேட்பாள். இப்போதெல்லாம் அவள் கேட்பதற்கு முன்னால் நான் பதில் சொல்லிவிடுகிறேன். ‘அம்மா, என் இசையின் துணையுடன் நான் இஸ்ரேலுக்குப் போய்விடுவேன். நீங்கள் கவலைப்படாதீர்கள்.’

எனக்கென்று ஒரு சிறு குழு அப்போது உருவாக ஆரம்பித்திருந்தது. எல்லோருமே இசைத்துறை சார்ந்த நண்பர்கள். பெஸ்கி நன்றாக கீ போர்ட் வாசிப்பான். தவிரவும் அவன் ஒரு ப்ரோக்ராமர். கருணாகர மூர்த்திக்கு நிகரான ஒரு வயலினிஸ்ட் இந்த தேசத்தில் எங்குமே இருந்திருக்க முடியாது. ஆனால் அவன் ஒரு முட்டாள். தான் ஒரு கலைஞன் என்பதை அறியாமல் அஞ்சுக்கும் பத்துக்கும் வாசித்துக் கொண்டிருக்கும் அப்பாவி. அப்புறம் ஜானவி. அவள் ஒரு டிரம்மர். வாசிக்கும்போது ஆணைப் போலவும், மேடையைவிட்டு இறங்கிய கணத்தில் பெண்ணாகவும் மாறிவிடக் கூடிய அபூர்வமான திறன் படைத்தவள்.

ஒருநாள் நான் அவளிடம் கேட்டேன், 'நீ பெண்ணாகப் பிறந்ததற்கோ, டிரம்மராக இருப்பதற்கோ என்றாவது வருந்தியிருக்கிறாயா?'

அவள் யோசிக்காமல் பதில் சொன்னாள், 'தாளக் கருவிகள் அனைத்தும் எனக்குக் கணவன்கள். ஏழெட்டுக் கணவன்களை எதிரே வைத்துக்கொண்டு என் இஷ்டத்துக்கு ஆட்டிப் படைக்கும் சுகத்தை உனக்குப் புரியவைக்க முடியாது எட்வின்.'

என்னிடம் உள்ள பேழையைக் குறித்து அவளிடம் சொல்லலாம் என்று அவ்வப்போது தோன்றும். ஏனெனில் ஜானவி என்னைக் காதலிப்பவளாகவும் இருந்தாள். அவளுக்கு ஏன் என்மீது விருப்பம் உண்டானது என்று எனக்குச் சரியாகத் தெரியாது. நான் அதை மறுக்கவில்லை என்பது ஒன்றுதான் என் தரப்புப் பதிலாக இருந்தது. காதல், திருமணம் போன்ற வலைகளில் சிக்கிக்கொள்ளத்தான் வேண்டுமா என்ற கவலை எனக்கு இருந்தது. காதலைக்கூட ஒப்புக் கொள்வேன். என்னால் ஒரு பெண்ணைத் திருமணம் செய்துகொண்டு வாழ முடியாது என்றுதான் திரும்பத் திரும்பத் தோன்றியது. ஜானவியிடமே இதனைப் பலமுறை நான் சொல்லியிருக்கிறேன்.

'அதனால் என்ன? நாம் காதலித்துக்கொண்டிருப்போம்' என்று அவள் பதில் சொன்னாள்.

'தப்பித்தவறி நீ கர்ப்பமாகிவிட்டால்?'

'என்ன இப்போது? கலைத்துவிடலாம்' என்று அதற்கும் ஒரு பதிலை உடனே சொன்னாள். எனக்குச் சிறிது நிம்மதியாக இருந்தது. சில வினாடிகள் அமைதியாக இருந்துவிட்டு அவளிடம் சொன்னேன், 'ஜானவி, நான் ஒரு கோழை. என்னால் பிரச்னைகளை எதிர்கொள்ள முடியாது. நான் ஒரு தன்முனைப்பாளன். அடுத்தவர்களைப் பற்றி அதிகம் யோசிக்கத் தெரியாது. உணர்ச்சிகளுக்கு என்னிடம் பெரிய இடமில்லை. ஒரு மிருகம் அளவுக்குக் கூட நான் உறவுகளுக்கு முக்கியத்துவம் தருவேன் என்று தோன்றவில்லை.'

‘எனக்கு இப்போது ஒரு முத்தம் தேவை. அதைத் தருவாயா?’

கணப் பொழுது அவளை உற்றுப் பார்த்தேன். நெருங்கி அவள் உதட்டுடன் என் உதட்டைப் பதித்துத் தலையை இடப்புறமாகச் சிறிது சாய்த்து வசதியாக்கிக்கொண்டேன். சுமார் ஏழு நிமிடங்களுக்கு மிக நீண்டதொரு முத்தத்தை அவளுக்கு அளித்தேன். அந்த ஏழு நிமிடங்களும் ஜானவி கண்களை மூடிக்கொண்டும், நான் கண்களைத் திறந்துகொண்டும் இருந்தோம். என் தலைக்குள் சரேலென ஏதோ இடம் மாறினாற்போலிருந்தது. அவளை அப்படியே விட்டுவிட்டுப் பாய்ந்து சென்று என் நோட்டுப் புத்தகத்தை எடுத்து வைத்துக்கொண்டு விறுவிறுவென்று எழுத ஆரம்பித்தேன்.

‘என்ன எழுதுகிறாய்?’ என்று ஜானவி கேட்டாள்.

‘ஓர் இசைக்கோவை. உன் முத்தத்தில் இருந்து கிடைத்தது.’

‘அட. அப்படியானால் அதில் எனக்கு ராயல்டி உண்டு.’

‘தருவேன்.’

‘எதற்கு எழுதுகிறாய்? வயலினுக்கா அல்லது சிந்தசைசருக்கா?’

‘ஒரு பெண் குரலுக்கு.’

‘ஓ. யார் பாடப் போவது?’

‘ஒரு பெண்.’

‘அதுதான் யார்?’

நான் புன்னகை செய்தேன்.

‘திரும்ப அந்த பம்பாய்ப் பெண் என்று சொல்லாதே. கடுப்பாகி விடுவேன். அப்படி ஒரு பெண் இல்லை என்று எண்ணிக்கொள். அதுதான் உனக்கு நல்லது.’

அவள் பேசிக்கொண்டிருக்கும் போதே நான் அந்த இசையை முழுதாக எழுதி முடித்து நோட்டுப் புத்தகத்தைத் தூக்கிப் போட்டேன். பிறகு சொன்னேன், ‘இது அவளுக்காக எழுதியதுதான். அவள்தான் பாடப் போகிறாள்.’

‘எப்போது?’

‘தெரியவில்லை. நாளையாக இருக்கலாம். அடுத்த மாதமாக இருக்கலாம். அடுத்த வருடமாகக் கூட இருக்கலாம். ஆனால் பாடுவது அவள்தான். சந்தேகமில்லை.’

‘அதற்குள் கண்டுபிடித்துவிடுவாயா?’ என்று ஜானவி கேட்டாள்.

‘ஏற்கெனவே அவள் எனக்குக் கிடைத்துவிட்டாள்.’

‘அப்படியா? சொல்லவேயில்லையே?’

நான் புன்னகை செய்தேன்.

‘இல்லை. நீ பொய் சொல்கிறாய்.’

‘இல்லை ஜானவி. நான் அவளோடுதான் இருக்கிறேன். அவளுக்கு மிகவும் அருகிலேயேதான் இருக்கிறேன். இது இன்னும் அவளுக்குத் தெரியாது என்பது மட்டும்தான் சுவாரசியம்.’

‘புரியவில்லை.’

நான் சிறிது நேரம் அமைதியாக யோசித்துக்கொண்டிருந்தேன். பிறகு ஒரு முடிவுக்கு வந்தவனாக அவளிடம் சொன்னேன், ‘போய் பெஸ்கியிடம் பேசு. யாராவது புதிய சினிமா தயாரிப்பாளர்கள் கிடைக்கிறார்களா என்று பார்க்கச் சொல்.’

இப்போது அவள் திடுக்கிட்டாள். ‘சினிமாவா? நீயா!’

‘ஆம். ஏன்?’

‘முடியவே முடியாது என்றாயே?’

‘இப்போது முடியும் என்கிறேன். முயற்சி செய்து பார்த்து விடலாமே?’

ஜானவி கிளம்பிச் சென்ற பின்பு நான் கதவை மூடிவிட்டு அந்தப் பேழையை எடுத்து மடியில் வைத்துக்கொண்டு நெடுநேரம் தடவிக் கொண்டே இருந்தேன். அதை லேசாக ஆட்டிப் பார்த்தேன். உள்ளே என்ன இருக்கிறது என்று புரியவில்லை. காதருகே வைத்து ஏதாவது சத்தம் வருகிறதா என்று கவனித்தேன். இல்லை. ஒரு காலிப் பேழையைக் கடவுள் நிச்சயம் தந்துவிட்டுப் போயிருக்க மாட்டார் என்று உறுதியாகத் தோன்றியது. ஆனால் ஒரு சரியான சந்தர்ப்பம் வராமல் அதைத் திறந்து பார்க்கக்கூடாது என்ற தடை உத்தரவுதான் இப்போது சிக்கலாக இருந்தது.

பாடுபவள் கிடைத்துவிட்டாள். இசைக் கோலத்தை எழுதியாகி விட்டது. இனி வேண்டியது என்ன? பாடல் பதிவுக்கு ஒரு ஸ்டுடியோ. அதைப் பயன்படுத்த ஒரு திரைப்படம்.

யார் வந்து அழைக்கப் போகிறார்கள்?

அன்றெல்லாம் நான் அப்பேழையை நெஞ்சோடு சேர்த்து அணைத்த படியே படுத்திருந்தேன். ஏதோ ஒரு கட்டத்தில் என் கண்கள் சொருகிப் போக, அச்சமயம் பேழையின் மூடி தானாகத் திறந்துகொண்டது. அவள் மெல்ல எழுந்து பேழையை நகர்த்திவிட்டு என் நெஞ்சில் சாய்ந்தாள். அப்படியே ஒரு பனிப்பாளமாக உருகி எனக்குள்ளே சென்று உட்கார்ந்துகொண்டாள்.

கடவுள் திரும்பவும் வந்து கேட்கத்தான் போகிறார். அப்போது நான் என்ன செய்வேன்? ஆதமைப் போலப் பெண்ணைத்தான் குற்றம் சாட்டிக் காட்டவேண்டும். வேறு வழியில்லை. ஆனால் அவள் பழியை இடம் மாற்றி வைக்க இங்கே நாகம் ஏதுமில்லை என்பது அவளுக்குத் தெரிந்திருக்குமா?

FOUR

4.1

அன்றைக்கு எட்வின் மிகவும் உற்சாகமாக இருந்தான். காலை எழுந்து ஒரு டீ குடித்த உடனேயே சார்மினாரில் அடைத்த கஞ்சாவைப் புகைக்கும் பழக்கம் உள்ளவன் அன்று அதனைத் தவிர்த்தான். 'எல்லோரையும் வரச் சொன்னால் நன்றாக இருக்கும்' என்று சொன்னான்.

'எதற்கு?'

'ஒரு யோசனை தோன்றியது. அனைவரும் ஒப்புக் கொள்கிறார்களா என்று கேட்கவேண்டும்.'

'எது தொடர்பான யோசனை?'

'ஒரு நிகழ்ச்சி நடத்துவது தொடர்பாகத்தான்.'

'யாராவது அழைத்திருக்கிறார்களா?'

'இல்லை.'

'பிறகு?'

'நானே நடத்தப் போகிறேன்.'

'எங்கே?'

'கடற்கரையில். கண்ணகி சிலைக்கு அருகில்.'

'அதற்கு அனுமதி பெற வேண்டும்.'

'வேண்டாம்.'

'பிறகு?'

‘அனுமதியில்லாமல் நடத்தப்படும் நிகழ்ச்சியை நிறுத்துவதற்கு வரும் காவலர்களே நமது நிகழ்ச்சிக்குத் தலைமை தாங்குவார்கள்.’

நான் சிறிது நேரம் அமைதியாக இருந்தேன். இம்மாதிரியான திடீர் யோசனைகள் நெடுநேரம் நிலைத்து நிற்காது. சட்டென்று அவற்றின் மீதான ஆர்வம் கரைந்துவிடும். பலமுறை பார்த்திருக்கிறேன். ஒரு சமயம் ஜானவியின் பிறந்த நாள் வந்தது. அவளது பிறந்த நாளை வாழும்வரை மறக்க முடியாதபடி அமைத்துவிட வேண்டும் என்று எட்வின் சொன்னான். என்ன இருந்தாலும் காதலன் அல்லவா!

சைதாப்பேட்டைக்கும் கிண்டிக்கும் இடைப்பட்ட ரயில் பாலத்தின் அடியில் காய்ந்து கிடந்த அடையாறு மணல் வெளியை அவன் மேடையாகத் தேர்ந்தெடுத்தான். ஆங்காங்கே சிறு குட்டைகளாக அங்கே நீர்த்தேக்கங்கள் இருக்கும். மக்கள் ஒன்றில் துணி துவைப்பார்கள். இன்னொன்றில் குண்டி கழுவுவார்கள். வேறொரு குட்டையில் குளிப்பார்கள். மற்றொன்றில் செலாவணிக்கு நீர் எடுத்துச் செல்வார்கள்.

‘அங்கேயா?’ என்று பெஸ்கி கேட்டான்.

‘ஏன், என்ன பிரச்னை?’

‘பிரச்னை ஒன்றுமில்லை. ஆனால் காற்று சிறிது அதிகமாக இருக்கும். சுருதியில் நிற்பது சிரமம்.’

‘அதெல்லாம் பார்த்துக்கொள்ளலாம்’ என்று எட்வின் சொன்னான்.

அன்றிரவு ஜானவிக்குச் சொல்லாமல் அடையாற்றுப் பாலத்தின் அடியில் நான்கு மரப்பலகைகளைக் கொண்டு போய்ப் போட்டு மேடை போலொன்று அமைத்தோம். மின்சாரம் பிரச்னையாக இருக்கும் என்று யோசித்து, அனைத்துக் கருவிகளுக்கும் உதவும் வகையில் ஒரு ஜெனரேட்டருக்குச் சொல்லி வாடகைக்கு எடுத்து வந்திருந்தோம். கருணா தன்னோடு இன்னும் இரண்டு வயலின் கலைஞர்களை அழைத்து வர, பெஸ்கி தன் பங்குக்கு ஒரு சாக்ஸபோன் கலைஞனைப் பிடித்து வந்திருந்தான்.

‘என்ன வாசிக்கப் போகிறோம்?’ என்று புதியவர்கள் கேட்டார்கள்.

‘தெரியாது’ என்று கருணா சொன்னான்.

‘அப்படி என்றால்?’

‘உண்மையிலேயே தெரியாது. எட்வினுக்கு அந்தக் கணத்தில் என்ன தோன்றுகிறதோ அதைத்தான் அவன் வாசிக்கத் தொடங்குவான். அதைப் பிடித்துக்கொண்டு நாம் உடன் வாசிக்க வேண்டும்.’

‘சினிமா பாடல்கள் கிடையாதா?’

‘கொன்றுவிடுவான்.’

‘பக்திப் பாடல்கள்?’

‘அவன் ஒரு நாத்திகன்.’

அவர்களுக்குப் புரியவில்லை. ஆயினும் மாறுபட்ட ஓர் அனுபவத்துக்காக அவர்கள் காத்திருந்தார்கள்.

இரவு ஒன்பது மணிக்குமேல் எட்வின் அங்கு வந்தான். இம்முறை அவன் தனது ஆர்மோனியத்தைக் கொண்டுவரவில்லை. மாறாக ஒரு ரோலாண்ட் கீபோர்டை எடுத்து வந்திருந்தான். புதியவர்களுடனான அறிமுகம் முடிந்த பின்பு ஒரு நாற்காலியை இழுத்துப் போட்டு உட்கார்ந்து அவன் பாட்டுக்கு வாசிக்கத் தொடங்கிவிட்டான். அவனது விரல்கள் ஓடிய வேகம் எங்களுக்கு அதிர்ச்சிதரத்தக்கதாக இருந்தது. ‘எட்வின், நீ கலையைத் இயந்திரமயமாக்கிக்கொண்டிருக் கிறாயா?’ என்று கருணா கேட்டான்.

‘ஏன்?’

‘நீ உன் விரல்களுக்குள் மின்னணு அட்டை பொருத்தி வந்திருக் கிறாயா அல்லது உன் சிந்தசைசரில் எதையாவது புதிதாக இணைத் திருக்கிறாயா? இந்த வேகத்துக்கு யாரும் ஈடுகொடுப்பது சிரமம்’ என்று அவன் சொன்னான்.

எட்வின் சிறிது யோசித்தான். ‘ஆம். வேகம்தான். வாழ்க்கை அப்படித்தானே இருக்கிறது? நான் வாழ்வின் கதியை என் இசையின் கதியாக்கிக்கொண்டிருக்கிறேன்’ என்று சொன்னான்.

பதினொரு மணிக்குமேல் ஜானவிக்கு போன் செய்து உடனே கிளம்பி வரச் சொல்லி சொன்னோம். அவளுக்கு ஒன்றும் புரியவில்லை. ‘இன்று கச்சேரி இல்லையே’ என்று திரும்பத் திரும்பக் கேட்டுக் கொண்டிருந்தாள்.

‘இல்லை. கச்சேரி இருக்கிறது. நீ உடனே வா.’

‘எங்கே வரவேண்டும்?’

சைதாப்பேட்டையில் இருந்து கிண்டி தொழிற்பேட்டை செல்லும் பாதையில் வந்துகொண்டே இரு. நாங்கள் உன்னை அழைத்துச் செல்வோம்.’

‘நாங்கள் என்றால்?’

‘நான்கைந்து பேர் இருக்கிறோம். நேரில் வந்து பார்த்துக்கொள்.’

எந்த அலங்காரங்களும் கிடையாது. கேக் வெட்டும் சம்பிரதாயம் இல்லை. வருபவர்களுக்கு குடிப்பதற்குக் கொடுக்கக்கூடக் கைவசம் ஒன்றுமில்லை. அதெல்லாம் பரவாயில்லை. யாருமற்ற காய்ந்த ஆற்று வெளியில் நள்ளிரவுப் பொழுதில் திடீரென ஒரு இசைக் கச்சேரியைத் தொடங்கினால் சுற்றுப்புற குடிசைவாசிகளின் தூக்கம் கெடும். அவர்கள் சண்டைக்கு வந்தால் விவகாரம் பெரிதாகும். 'எட்வின், எதற்கும் இன்னொரு முறை யோசி' என்று கருணா சொன்னான்.

ஆனால் அவன் யோசிக்கும் மனநிலையில் இல்லை. ஜானவி வரும் வரை மனத்தில் தோன்றிய எதையெதையோ வாசித்துக்கொண்டே இருந்தான். மற்றவர்களால் அவன் வாசிப்புக்கு ஈடு கொடுக்கவே முடியவில்லை. புழக்கத்தில் இல்லாத பல ராகங்களை அன்று அவன் தொட்டான். ஒவ்வொரு ராகத்தின் உயிர் உறைந்திருக்கும் மையத்துக்குச் சென்று ஒரு சுற்று சுற்றிவிட்டு, அங்கிருந்து அப்படியே உச்சத்தை நோக்கிப் பாய்ந்தான்.

பேரனுபவம் அது. மேதைகளுக்கு மட்டுமே சாத்தியமானது. குழுவுக்குப் புதிதாக வந்திருந்த கலைஞர்கள் தமது கருவிகளை அவன் காலடியே வைத்து மண்டியிட்டு வணங்கினார்கள். எட்வின் அவர்களைக் கட்டியணைத்து உச்சந்தலையில் முத்தமிட்டான். நன்றி, நன்றி என்று திரும்பத் திரும்பச் சொல்லிக்கொண்டிருந்தான்.

சரியாக நள்ளிரவு பன்னிரண்டு மணிக்கு பெஸ்கியும் அவனது நண்பனான தங்ககுமாரும் பைக் எடுத்துக்கொண்டு பாலத்துக்குப் போனார்கள். ஜானவி வருவது தெரிந்தால் அப்படியே வழியில் நிறுத்தி இறக்கி பைக்கில் அழைத்து வந்துவிடலாம் என்பது திட்டம். ஏனெனில் மேம்பாலத்தில் போகிறவர்கள் யாருக்கும் பாலத்துக்கு அடியில் ஆறேழு பேர் கச்சேரிக்குக் காத்திருக்கும் காட்சி தென்படாது. விளக்கற்ற வெறும் இருளில் நாங்கள் வாத்தியங்களுக்கு மட்டுமே ஜெனரேட்டரைப் பயன்படுத்துவதென்று முடிவு செய்திருந்தோம்.

'தவிரவும் ஒளி எதற்கு? ஜானவி போதும்' என்று எட்வின் சொன்னான். நான் புன்னகை செய்தேன்.

பதினொன்று ஐம்பது வரை எட்வின் வாசித்துக்கொண்டே இருந்தான். தன்னை மறந்து இசையுடன் கரைந்து போய் வெளியை நிரப்பிக்கொண்டிருந்தான். அதுவரை யாரும் எதிர்ப்புச் சொல்ல வரவில்லை என்பதால், அதற்கு மேலும் யாரும் வரமாட்டார்கள் என்பது எங்களுக்குத் தெளிவானது. எனவே பிறந்த நாள்

கொண்டாட்டத்தை இன்னும் உற்சாகமாகச் செய்துவிட முடிவு செய்திருந்தோம்.

சரியாகப் பன்னிரண்டு ஐந்துக்கு ஜானவி ஒரு ஆட்டோவில் மேம்பாலத்தின்மீது வந்தாள். கருணாதான் முதலில் அதைப் பார்த்தது. உடனே அவன் பெஸ்கிக்குக் கையாட்டித் தகவல் சொல்ல, அவன் பைக்கை எடுத்துக்கொண்டு மேம்பாலத்தை நோக்கிப் போனான். பாதி வழியில் அவளை நிறுத்திக் கீழே இறக்கினான்.

'என்னடா, என்னடா' என்று ஜானவி திரும்பத் திரும்பக் கேட்டாள்.

'சொல்கிறேன் இரு' என்று சொல்லிவிட்டு ஆட்டோக்காரனுக்குக் காசு கொடுத்து அனுப்பிவிட்டு அவளைத் தன் பைக்கில் கீழே அழைத்து வந்தான்.

அந்நேரத்தில் டெவில் குழுவினரை முழுதாக அங்கு பார்த்ததில் ஜானவிக்கு மிகுந்த மகிழ்ச்சி உண்டாகிவிட்டது. 'வாவ்! வாவ்!' என்று சொன்னாள். அனைவரும் அவளுக்குப் பிறந்த நாள் வாழ்த்து சொன்னார்கள். எட்வின் அவளைக் கட்டியணைத்து முத்தமிட்டுத் தன் வாழ்த்தைத் தெரிவித்தான். 'இன்றைய இரவு உனக்கானது ஜானவி. நீ என்ன கேட்கிறாயோ நான் இசைக்கிறேன்' என்று சொன்னான்.

'என்ன வேண்டுமென்றாலுமா?'

'உன்னையே வேண்டுமென்றாலும்.'

'சீ' என்று சொன்னாள்.

அனைவரும் ஆயத்தமானார்கள். எட்வின் தனது கீபோர்டில் சுருதி சரி பார்த்துக்கொண்டான். ஜானவி டிரம்ஸ் வாசிக்கத் தயாராக இருந்தாலும் அவளை வேண்டாம் என்று தடுத்து எதிரே உட்கார வைத்துவிட்டார்கள். கருணா அழைத்து வந்திருந்த ஒரு புதிய கலைஞன் தாள வாத்தியப் பொறுப்பை ஏற்றிருந்தான்.

ஜானவி மிகுந்த ஆர்வமுடன் காத்திருக்க, எட்வின் சிறிது நேரம் அமைதியாக எங்கோ உற்றுப் பார்த்துக்கொண்டிருந்துவிட்டு சட்டென்று தனது சிந்தசைசருடன் இணைக்கப்பட்டிருந்த பிளக்கைப் பிடுங்கிப் போட்டான்.

'என்ன ஆயிற்று?'

சரியாக வேலை செய்யவில்லையா?'

அவன் ஜானவியின் எதிரே வந்து நின்றான். 'மன்னித்துக்கொள். எனக்குத் தூக்கம் வந்துவிட்டது' என்று சொல்லிவிட்டுத் திரும்பிப் பாராமல் நடந்து போய்விட்டான்.

அன்று ஜானவியை சமாதானப்படுத்த நண்பர்களுக்கு நெடுநேரம் பிடித்தது. கிட்டத்தட்ட விடியும் நேரம்தான் அவள் சிறிது அமைதியடைந்து வீட்டுக்குப் போனாள். அதுவரை காதால் கேட்கமுடியாத கெட்ட வார்த்தைகளால் எட்வினைத் திட்டிக் கொண்டே இருந்தாள்.

பிறகொருநாள் எட்வினிடம் அவன் அப்படி நடந்துகொண்டதைப் பற்றி நான் கேட்டபோது, ‘தவறுதான். ஆனால் அந்த நேரத்தில் அந்தத் தவறுதான் எனக்குச் சரியாகப் பட்டது. நான் மேற்கொண்டு வாசித்திருந்தால் கெடுத்திருப்பேனே.' என்று சொன்னான்.

‘நீ வாசிக்கத்தான் வேண்டும் என்று அவள் கேட்கவில்லையே. வெறுமனே ஆற்று மணலில் அமர்ந்து பேசிக்கொண்டிருந் திருக்கலாம் அல்லவா? நீ சொன்ன ஒரு வார்த்தைக்காக அவள் வீட்டில் என்ன பொய் சொல்லிவிட்டுக் கிளம்பி வந்தாளோ தெரியாது. பாவம், மிகவும் ஏமாந்துபோய் விட்டாள்.'

‘ஆம். தவறுதான். ஆனால் சரி செய்துவிடுகிறேன்.'

‘எப்படி சரி செய்வாய்? பாலசந்தர் படங்களில் வருவது போல அவள் வீட்டு வாசல்முன் சென்று அமர்ந்து வாசித்துக் காட்டப்போகிறாயா?'

அவன் பதில் சொல்லவில்லை. மறுநாள் அவன் எங்கோ கிளம்பித் தனியே போனான். மாலைதான் மேன்ஷனுக்குத் திரும்பி வந்தான். ஒரு துணி போட்டுச் சுற்றி வைத்திருந்த தன் வலக்கையை விலக்கி என்னிடம் காட்டினான்.

அதில் ஜானவியின் பெயரைப் பச்சை குத்தி வந்திருந்தான்.

4.2

ஜானவி, மிகுந்த ஆச்சரியங்களைத் தனக்குள் ஒளித்து வைத்திருக்கும் ஒரு பெண். அவளைக் குறித்த ரகசியங்களை டெவில் குழு நண்பர்கள் தேடிப் பிடித்துத்தான் கொண்டு வருவார்கள். அப்படி ஒரு நாள் கருணா ஜானவியைப் பற்றிய ஒரு தகவலுடன் வந்து நின்றான். 'தெரியுமா? அவள் ஒரு ரேஸர். சென்னை நகரத்துக்குள் நடக்கும் பல சட்ட விரோத பைக் ரேஸ்களில் கலந்துகொண்டு கோப்பை வென்றிருக்கிறாள்.'

'அப்படியா?' என்றான் பெஸ்கி.

'இன்னொன்றும் கேள். ஜானவி ஒரு நோட்டுப் புத்தகம் வைத்திருக்கிறாள். அதை யாரையும் தொடவிடமாட்டாள்.'

'அதில் என்ன எழுதியிருக்கிறாள்?'

'சில கோலங்களும் சில கவிதைகளும்.'

'கோலங்களா!'

'ஆம். அவள் பிரமாதமாகக் கோலம் போடுகிறாள். நூற்றைம்பது புள்ளி, முன்னூற்று எழுபது புள்ளிக் கோலமெல்லாம் அநாயாசமாகப் போடுகிறாள்.'

'வீட்டு வாசலிலா?'

'ஆமாம். வீட்டுக்குள்ளேயே அவள் கோலம் போட்டுப் பழக சப் இன்ஸ்பெக்டர் ஒரு சதுக்கம் அமைத்துக் கொடுத்திருக்கிறார் தெரியுமா?'

'நீ பார்த்தாயா?'

'ஆம். பார்த்தேன். அவள் வீட்டுக் கூடத்தின் ஒரு பகுதியை மட்டும் சிறிது தாழ்வாக வடித்து சமப்படுத்தி வைத்திருக்கிறார்கள். அங்கே ஜானவி தினமொரு கோலம் வரைவாள்.'

இப்படித்தான் செய்திகள் வரும். ஜானவி நன்றாகச் சமைப்பாள் என்று குழுவில் புதிதாகச் சேர்ந்த ரகு ஒருநாள் சொன்னான். அவனை வீட்டுக்கு சாப்பிட வரச் சொல்லிவிட்டு அன்றைய மெனுவைச் சொல்லியிருக்கிறாள். ரசமலாய், வத்தக் குழம்பு, உருளைக்கிழங்கு சிப்ஸ். இது என்ன சேர்மானம் என்று ரகுவுக்குப் புரியவேயில்லை. ஆனால் ஜானவி அன்றைக்கு அவனைத் தீர்மானமாகத் தன்னருகே அமர்த்தி வைத்து, தானே பரிமாறியிருக்கிறாள்.

'ரசமலாய் ஒரு விள்ளல் எடுத்துக்கொள். வேண்டுமானால் அதனை ஒரு இட்லித் துண்டாக நினைத்துக்கொள். இப்போது அதை வத்தக் குழம்பில் முக்கி எடுத்துச் சாப்பிடு.'

வேறு வழியின்றித்தான் ரகு அப்படிச் சாப்பிட்டுப் பார்த்திருக்கிறான். ஆனால் ஏதோ ஒரு கட்டத்தில் அவனுக்கு அந்த இனிப்பும் புளிப்புக் காரமும் கலந்த ருசி பிடித்துப் போயிருக்கிறது. 'உருளைக்கிழங்கு சிப்ஸ் எதற்கு?' என்று அவன் கேட்டதற்கு, 'சாப்பிட்டு முடித்த பிறகு கொரிப்பதற்கு' என்று சொல்லியிருக்கிறாள்.

வேறொரு சமயம் ஜானவியை பெசண்ட் நகர் கடற்கரை மணல் வெளியில் குப்பை அள்ளிக்கொண்டிருக்கும்போது பார்த்ததாக எட்வினே சொன்னான்.

'நீ எதற்கு இந்த வேலையெல்லாம் செய்கிறாய்?' என்று கேட்டதற்கு, 'சும்மா' என்று பதில் சொல்லியிருக்கிறாள். வெறும் சும்மாதான். அதில் ஒரு புன்னகையும் ஆர்வமும் சேரும்போது சும்மாவின் நிறம் மாறிப் போய்விடுகிறது.

அவள் எதையாவது மாற்றிச் செய்து பார்த்துக்கொண்டிருக்கவே விரும்புகிறாள் என்று எட்வின் சொன்னான்.

'இருக்கலாம். வேறெப்படி உன்னைப் போய் ஒருத்தி காதலிப்பாள்?'

'அதென்னவோ உண்மை. நான் அவளை வெளியே எங்குமே அழைத்துப் போகவில்லை.'

'வேண்டாம் என்று நினைக்கிறாயா?'

'இல்லை. ஏனோ அந்த எண்ணம் தன்னிச்சையாக எழுந்து வரவில்லை.'

'அவள் ஆசைப்பட்டாளா?'

'நிச்சயமாக. ஏழெட்டு முறை கேட்டுவிட்டாள்.'

'என்னவென்று?'

'எங்காவது போய் வரலாம் என்று.'

'சினிமாவுக்காவது போகலாம்.'

எட்வின் பதில் சொல்லவில்லை. யோசித்தான். நெடுநேரம் யோசித்துக்கொண்டிருந்துவிட்டுப் பிறகுதான் சொன்னான், 'கடற்கரை மணலில் நாம் ஒரு கச்சேரி செய்வோம். அதை ஜானவிக்கு நான் டெடிகேட் செய்கிறேன்.'

அறிவிப்பு வேண்டாம்; ஆனால் கச்சேரிக்கு வருபவர்களிடம் உண்டியல் நீட்டலாம் என்று கருணா சொன்னான்.

'சேரும் தொகை எதுவானாலும் அதில் அவளுக்கு நான் என்னவாவது வாங்கித் தருவேன். உங்கள் யாருக்கும் பங்கு கிடையாது.' என்று கண்டிப்புடன் எட்வின் சொன்னான். சிரித்தபடியே அனைவரும் சரி சரி என்று ஒப்புக்கொண்டார்கள். அவள் பிறந்த நாள் இரவில் நிகழ்ந்த அபத்தம் போல் மீண்டும் ஒன்று நேர்ந்துவிடக்கூடாது என்பதுதான் அனைவருக்கும் இருந்த ஒரே கவலை. அன்று கோபித்துக்கொண்டு வீட்டுக்குப் போனவள் மறுநாள் முழுதும் அழுதுகொண்டே இருந்தாளாம். சப் இன்ஸ்பெக்டரும் அவளது அம்மாவும் கதவைத் திறக்கச் சொல்லிப் பலமுறை போராடிப் பார்த்தும் ஜானவி அறைக் கதவைத் திறக்கவேயில்லை. மிகவும் சிரமப்பட்டுத்தான் அவளை வெளியே அழைத்து வந்திருக்கிறார்கள். அப்பா சப் இன்ஸ்பெக்டர் அல்லவா? எனவே சுற்றி வளைத்து வராமல் நேரடியாகக் கேட்டிருக்கிறார், 'யாரைக் காதலிக்கிறாய்?'

'என்னது! காதலா?' என்று ஜானவியின் அம்மா அலறியபோது, 'ஒண்ணும் தப்பில்லை. இதென்ன உன் காலம் போலன்னு நினைச்சியா? எம்பொண்ணு அதெல்லாம் சரியான ஆளாத்தான் பிடிச்சிருப்பா. நீ சொல்லும்மா. பையன் யாரு?'

ஜானவி சில நிமிடங்கள் அமைதியாக யோசித்தாள். எதையும் மாற்றியோ மிகைப்படுத்தியோ சொல்லிப் பலனில்லை. அச்சம் தராத ஒரு தந்தையை நம்பி என்ன வேண்டுமானாலும் சொல்ல முடியும். எனவே,

'நான் எட்வினைக் காதலிக்கிறேன் அப்பா. ஆனால் திருமணம் செய்துகொள்ளும் உத்தேசம் இல்லை.'

‘அப்படியென்றால் திருமணத்துக்கு முன்னால் கழட்டிவிட்டு விடுவாய். அப்படித்தானே?’

‘இல்லை. அவனிடமும் நான் பேசியிருக்கிறேன்.’

‘வெறுமனே காதலித்துக்கொண்டிருக்க சம்மதம் சொல்லி விட்டானா?’

‘அப்பா அவன் ஒரு கலைஞன்.’

‘நீயும்தான் டிரம்ஸ் வாசிக்கிறாய்.’

‘இதுவேறு. அவன் பிறவிக் கலைஞன். பெரிய மேதை. மேதைகள் கிறுக்காகத்தான் இருப்பார்கள். ரசிக்கலாமே தவிர வாழ முடியாது.’

‘ஓஹோ.’

‘சரி இன்றைக்கு ஏன் அழுதாய்? அதுவும் உன் பிறந்த நாள் தினத்தில்.’

‘எனக்காக ஒரு சர்ப்ரைஸ் ஏற்பாடு செய்திருந்தான்.’

‘சரி.’

‘ஆனால் அவனே சொதப்பிவிட்டான்.’

‘அடடா...’

‘பரிகாரமாக என் பெயரைப் பச்சை குத்திக்கொண்டிருக்கிறானாம். நான் பார்க்கவில்லை. பெஸ்கி சொன்னான்.’

நீண்ட யோசனையில் இருந்த சப் இன்ஸ்பெக்டர் பிறகு கேட்டார், ‘இசைக்குழு வைத்திருக்கிறீர்கள். நாலைந்து பேர் சேர்ந்து செயல் படுவது என்றால் என்னவென்று எனக்குத் தெரியும். என் மகளைப் பற்றியும் எனக்குத் தெரியும். திருமணம் முடியாது என்று இவ்வளவு தெளிவாகத் தெரிந்திருக்கும்போது காதல் மட்டும் எதற்கு? நட்போடு நிறுத்தியிருக்கலாம் அல்லவா?’

‘அப்பா! ரஜினியின் முரட்டுக்காளை எவ்வளவு போரடித்த படம்! இருந்தாலும் முதல் நாள் முதல் காட்சி பார்த்தே ஆகவேண்டுமென்று அடித்துப் பிடித்து டிக்கெட் வாங்கி வந்தீர்களே.’

‘ஆம். அது ஒரு ஆராதனை.’

‘அதேதான் இதிலும்.’

‘அப்படியா? எட்வின் ரஜினியைப் போன்றவனா!’

‘இல்லை. இவன் உயரம் இன்னும் பெரிது. கொஞ்ச நாளில் ஊர் அதைத் தெரிந்துகொள்ளும்.’

‘ஜாக்கிரதையாக இரு’ என்று மட்டும் சொல்லிவிட்டு சப் இன்ஸ்பெக்டர் வேலைக்குக் கிளம்பிப் போனார்.

அன்று அந்தக் கடற்கரைக் கச்சேரி நாங்கள் கற்பனைகூடச் செய்திராத உயர் தரத்தில் அமைந்தது. மைக் இல்லை. அலங்கார விளக்குகள் இல்லை. மேடை இல்லை. எதுவுமே இல்லை. மணல் வெளியில் அப்படியே உட்கார்ந்துகொண்டும் நின்றுகொண்டும் அவரவர் வாத்திய வசதிகளின்படி இசைத்தார்கள். வேடிக்கை பார்க்க வந்த கூட்டம் முதலில் பத்திருபது பேர்களாகத்தான் இருந்தது. அதுவே மெல்ல மெல்ல ஐம்பது நூறு என்றானது. அவர்களுக்கு எட்வினின் இசை முதலில் புரியவில்லை. ஒரு பல்லவிக்கும் இரண்டு சரணங் களுக்கும் பழகியிருந்த தமிழ் சினிமாக் காதுகளில் அவன் அன்றைக்கு வாசித்த ‘பாரோக்’ சங்கீதம் முற்றிலும் வேறொரு அனுபவத்தைத் தரத்தக்கதாக இருந்தது. அதன் வேகமும் துள்ளலும் அவர்களைத் தாளம் போட வைத்தது. எழுந்து ஆட வைத்தது. ஆனால் பாரோக்கின் அழகே ஒரு வரிக்கும் அடுத்ததற்கும் இடையில் தரும் இடைவெளிதான். சமயத்தில் அது ஒரு நோட்டுக்கும் இன்னொரு நோட்டுக்குமான இடைவெளியாகவும் உருமாறும். இசையை ரசிக்கும்போதே இடையில் வரும் அந்த அபூர்வ மௌனத்தின் கணத்தில் சிறிது வாழ்ந்து எழப் பயிற்சி தேவை.

எட்வின் அன்றைக்கு ஏனோ புல்லாங்குழலை எடுத்துக்கொண்டான். உண்மையில் அவன் எழுதியிருந்த பாரோக் இசை, வயலினுக்கானது. ஆனால் மேடையில் இப்படி முடிவு செய்பவனை என்ன செய்ய முடியும்? கருணா எட்வின் வாசிக்கும் புல்லாங்குழலுக்கு வயலினில் ஒரக்கோடு போட்டுக்கொள்கிறேன் என்று சொல்லிவிட்டான் எட்வின் எப்போதும் வாசிக்கும் சிந்தசைசரில் ரகு உட்காரும்படி ஆனது. இரவு எட்டு மணிக்கு மேல் தொடங்கி பதினொரு மணிவரை எந்தத் தடையும் இல்லாமல் எட்வின் வாசித்துக்கொண்டே இருந்தான். இடையிடையே ஜானவியைப் பார்த்துச் சிலமுறை புன்னகை செய்தது மட்டும்தான் அவன் புவியில் கால் பதித்திருந்தான் என்பதைக் காட்டியது. ஏதோ ஒரு பாடலுக்கு மட்டும் ஜானவியே டிரம்ஸ் வாசித்தாள். எட்வின் அதனை ஒரு ஜுகல்பந்தியாக மாற்ற முயன்றது எங்களுக்குத் தெரிந்துவிட்டது. ஜானவியும் உற்சாகமாக அதில் கலந்துகொண்டாள். குழலும் டிரம்ஸும். சிறிது அபூர்வம்தான். ஆனால் நிகழ இயலாதது என்று சொல்வதற்கில்லை. சுமார் இருபது நிமிடங்கள் போட்டி போட்டுக்கொண்டு அவர்கள் மாற்றி மாற்றி வாசித்து, அந்த இசையின் உச்சத்துக்குச் சென்று சேர்ந்து மூச்சுவிட்டபோது மொத்தக் கடற்கரையும் கைதட்டியது.

‘எட்வின், உண்டியல் யோசனை வேலை செய்திருக்கிறது. இங்கே பார்’ என்று பெஸ்கி உண்டியலை அவனிடம் காட்டினான். ஐந்து ரூபாய்த் தாள் முதல் நூறு ரூபாய்த் தாள்கள் வரை நிறையப் பணம் சேர்ந்திருந்தது. சில்லறைகளும் கணிசமாகக் குவிந்திருந்தன. மேன்ஷனுக்குப் போய் எண்ணிக்கொள்ளலாம் என்று எட்வின் சொன்னான்.

கிளம்பும்போது ஒரு போலிஸ்காரர் வந்தார். இப்படியெல்லாம் பொது இடத்தில் அமைதிக்கு ஊறு விளைவிக்கக்கூடாது என்று சொன்னார். பெஸ்கி ஒரு ஐம்பது ரூபாய் நோட்டை எடுத்து அவர் பாக்கெட்டில் வைத்து, ‘வீட்டுக்குப் போறப்ப ஒய்ஃபுக்கு அல்வா வாங்கிட்டுப் போங்க சார்’ என்று சொல்லி அனுப்பிவைத்தான்.

மேன்ஷனுக்கு வந்ததும் முதல் வேலையாக உண்டியலைத் திறந்து பணத்தை எண்ணினார்கள். அது நிச்சயமாக நாங்கள் எதிர்பார்த்த தொகையல்ல. அதைக் காட்டிலும் பல மடங்கு. ஒரு பகுதியை அனைவருக்கும் பிரித்துக் கொடுத்துவிடுகிறேன் என்றுதான் எட்வின் சொன்னான். கருணாவும் பெஸ்கியும் அதைக் கடுமையாக மறுத்தார்கள். ‘சொன்னது சொன்னதுதான். இந்தப் பணத்தை வைத்து ஜானவிக்குப் பிடித்த மாதிரி எதையாவது வாங்கிக்கொடு. எங்களுக்கு இது வேண்டாம்.’

மறுநாள் எட்வின் ஜானவியிடம் கேட்டான், ‘உனக்கு ஏதாவது வாங்கித் தர விரும்புகிறேன். என்ன வேண்டும்?’

அவள் சிறிதும் யோசிக்காமல் சொன்னாள், ‘ஒரு நாள் - ஒரே ஒருநாள், வேறு யாருடனும் பேசாமல், எந்த வேலைக்கும் போகாமல், நாள் முழுவதும் என்னுடன் மட்டுமே இருக்க வேண்டும். முடியுமா? அப்போது நான் என்னவெல்லாம் கேட்கிறேனோ அதை வாங்கிக் கொடு.’

எட்வின் ஒப்புக்கொண்டான். அடுத்த வாரத்தில் ஒருநாள் - அன்றைக்கு புதன் கிழமை - அவர்கள் இருவரும் பெங்களூருக்கு இன்பச் சுற்றுலா போவதென்று முடிவானது. ரகு ரயில் டிக்கெட்களை முன்னதாகவே வாங்கி வந்துவிட்டான். இடைப்பட்ட நாள்கள் முழுவதும் ஜானவி பெங்களூர் பயணத்தைக் குறித்தே பேசிக்கொண்டிருந்தாள். பயணத்துக்குத் தேவையான பொருள்களைப் பட்டியல் போட்டு ஒவ்வொன்றாக வாங்கிச் சேமித்துக்கொண்டிருந்தாள்.

செவ்வாய்க்கிழமை நள்ளிரவு வரை எட்வின் குழுவினர் அனைவரும் அவனது மேன்ஷன் அறையில்தான் இருந்தார்கள். அதிகாலை

அவர்கள் ரயில் ஏறப் போகவேண்டும் என்பதால் ஒரு மணிக்குமேல் விடைபெற்றுக் கிளம்பிவிட்டார்கள.

அதன் பிறகுதான் அவனுக்கு இளையராஜாவிடம் இருந்து தொலைபேசி அழைப்பு வந்தது. 'சந்திக்க வேண்டுமே.'

'எப்போது?'

'நாளைக் காலை முடியுமா? நான் ஏழு மணிக்கு பிரசாத் வந்து விடுவேன். நீங்களும் அப்போது வந்துவிட முடியுமானால் நல்லது.'

போனை வைத்துவிட்டான். ஜானவியைப் பார்த்து, 'மன்னித்துக்கொள்' என்று சொன்னான். 'ஆனால் ராஜாவைப் பார்க்கப் போகும்போது நீயும் வரலாம். நான் இன்னும் முழுதாக வாசித்துப் பார்த்திராத கருவி என்று அறிமுகப்படுத்துவேன்.'

சிரித்தபடிதான் சொன்னான். ஜானவிக்குத்தான் கோபம் உச்சந் தலைக்கு ஏறிவிட்டது. வேகமாக நெருங்கி அவனைப் பளாரென அறைந்தாள். 'நீ உருப்படமாட்டாய்' என்று சொல்லிவிட்டுப் போய்விட்டாள்.

4.3

தொண்ணூறுகளின் மத்தியில் தமிழ் திரையுலகில் இயங்கிவந்த பெரும்பாலான இசையமைப்பாளர்கள் எட்வினைத் தங்களுக்கு வேலை செய்யச் சொல்லிக் கேட்டுக் கொண்டே இருந்தார்கள். அவனது கற்பனை வளம், கருவிகளை ஆளும் லாகவம், இசையை எழுதும் வேகம் இவையெல்லாம் நம்ப முடியாத உயர்தரம் கொண்டவை. தனது மேடைக் கச்சேரிகளில் அவன் என்றுமே சினிமா பாடல்களைப் பாடி இசைத்ததில்லை. அனைத்தும் அவனே எழுதிய இசை. தவிர, பாடல் வரிகள் இல்லாமல், பாடுவோர் என்று யாரும் இல்லாமல், முற்றுமுழுக்கக் கருவிகளைக் கொண்டு மட்டுமே அவன் தனது நிகழ்ச்சிகளை அமைத்தான். அந்நாளில் அது பெரிய புதுமையாகப் பேசப்பட்டது.

ஒரு தருணம். அதை மறக்கவே முடியாது. பிராட்வே ராஜா அண்ணாமலை மன்றத்தில் அன்றைக்கு எட்வினின் இசை நிகழ்ச்சி ஏற்பாடாகியிருந்தது. துணிகளை வெளுக்கப் பயன்படும் ஒரு சொட்டு நீல கம்பெனி அந்நிகழ்ச்சியை ஸ்பான்சர் செய்திருந்தது.

அரங்குக்கு வெளியே ஏராளமான விளம்பரத் தட்டிகளும் எட்வினுக்கு ஒரு சிறிய கட் அவுட்டும்கூட வைத்திருந் தார்கள். அது பொங்கல் விடுமுறைக் காலம். ஏதோ ஒரு வாரப் பத்திரிகையுடன் இணைந்து அந்த சொட்டு நீல நிறுவனம் நடத்திய ஒரு போட்டியில் வென்றவர்களை

அந்நிகழ்ச்சிக்கு சிறப்பு அழைப்பாளர்களாக அழைத்து கௌரவிக்க இருந்தார்கள். பெரிய பத்திரிகை - பிரபல சொட்டு நீல நிறுவனம் - விளம்பர நோக்கம் என்றான பின்பு ஆரவாரங்கள் இல்லாதிருக்குமா? நிகழ்ச்சிக்கு மூன்று பெரிய இசையமைப்பாளர்களை சிறப்பு விருந்தினர்களாக அழைத்திருந்தார்கள். போதாமல் போய்விடுமோ என்று அன்றைய இந்திய இளைஞர்களின் கனவுக் கன்னியான மாதுரி தீட்சித்தையும் பம்பாயில் இருந்து வரவழைத்திருந்தார்கள். மாபெரும் ஞானிகளும் யோகிகளும் தேடித் தோற்ற ஆன்மா ரவிக்கையின் பின்னால் உறைந்திருப்பதை உலகத்துக்குச் சொன்னவர் அல்லவா? எனவே கூட்டம் கட்டுக்கடங்காமல் போனது.

அன்று மாதுரியை விழா மேடையில் பார்த்த உடனே ரசிகர்கள் 'சோளி கே பீச்சே... சோளி கே பீச்சே..' என்று கத்தத் தொடங்கிவிட்டார்கள்.

'சத்தம் போடாதீர்கள். அமைதியாக இருங்கள். நிகழ்ச்சியில் கண்டிப்பாக அந்தப் பாடல் இருக்கும்' என்று விழா அமைப்பாளர் மைக்கில் சொன்னார். குழுவினர் சிறிது கவலையுறத் தொடங்கினார்கள். பொதுவாக எட்வின் சினிமா பாடல்களை அனுமதிப்பதில்லை என்பது ஒரு காரணம். இன்னொன்று, ஒருவர் சொல்லி அவன் ஒன்றைச் செய்ததாக சரித்திரம் இல்லை. சில சமயம் வேண்டுமென்றே அதற்கு எதிராகவும் ஏதாவது செய்வான். 'கட்டளைகளைப் போலத்தான் வேண்டுகோள்களும். நானாக விரும்பிச் செய்யாத ஒன்று நிச்சயமாக நன்றாக இருக்காது' என்பான்.

அன்று நிகழ்ச்சி தொடங்கியபோது எட்வினே அதை மைக்கில் அறிவிக்கவும் செய்தான். உங்களுக்குச் சோளி வேண்டுமென்றால் வீட்டுக்குப் போய் உங்கள் பெண்டாட்டியிடம் கேளுங்கள்.

என்ன புரிந்ததோ. அதற்கும் சிலர் கைதட்டினார்கள்.

விஷயம் அதுவல்ல. அன்றைக்குப் பேசிய ஓர் இசையமைப்பாளர், இந்நாள்களில் இசையைத் தாளம் வென்றுகொண்டிருக்கிறது என்று சொன்னார். ஒரு மோசமான சங்கீதத்தைத் துள்ளும் தாளத்துடன் இணைத்துக் கொடுத்துவிட்டால் வென்றுவிடும் என்று ஒன்றிரண்டு உதாரணங்களுடன் பேசினார். போதாக்குறைக்கு தனக்கு முன் இருந்த போடியத்தில் அவரே தாளம் போட்டும் காட்டினார். இதற்கும் கூட்டம் கைதட்டியது.

பேச்சாளர்கள் முடித்துக்கொண்டு முதல் வரிசைக்குச் சென்றபின், இசை நிகழ்ச்சி ஆரம்பித்துப் பத்து நிமிடங்கள் ஆகியிருக்கும். எட்வின் மைக்கைக் கேட்டு வாங்கி ஓர் அறிவிப்பை வெளியிட்டான்.

‘என் எதிரே அமர்ந்திருக்கும் இசை அமைப்பாளர்களே! இப்போது நான் இசைக்கப் போகும் பாடலுக்கு நீங்கள் யாராவது தாளம் போடுங்கள். ஏழு தாளங்களுக்கும் என் இசை அடங்கப் போவதில்லை.’

இதனை யாரும் எதிர்பார்க்கவில்லை. எந்தத் தாளத்துக்கும் அடங்காத இசை என்று ஒன்று இருக்க முடியுமா? அவன் சொல்லிவிட்ட காரணத்தாலேயே அன்றைக்கு நிகழ்ச்சிக்கு வந்திருந்தவர்களில் இசை தெரிந்தவர்கள் அவன் இசைத்த அந்தக் குறிப்பிட்ட இசைக்கோலம் முடியும் வரை விதவிதமாகத் தாளம் போட்டுப் போட்டுப் பார்த்தார்கள். யாருக்கும் அது எந்தத் தாளம் என்று கண்டுபிடிக்க முடியவில்லை. முதல் வரிசை இசையமைப்பாளர்கள் தமக்குள் திரும்பிப் பார்த்து ரகசியக் குரலில் அடிக்கடி பேசிக் கொண்டார்கள். நடப்பது எதுவும் புரியாத மாதுரி தீட்சித், ஆரம்பித்த புன்சிரிப்பை நிறுத்தாமல் கைதட்டிக்கொண்டே நிகழ்ச்சியைப் பார்த்துக்கொண்டிருந்தார்.

எட்வின் அதற்குமுன் அப்படியொரு இசையை வாசித்துக் குழுவிலேயே யாரும் கேட்டதில்லை. அதனால் அவன் ஆரம்பித்த போது மற்ற யாராலும் ஒத்திசைந்து உடன் செல்ல முடியவில்லை. அவன் அதைப் பொருட்படுத்தவில்லை. எலக்ட்ரானிக் சிந்தசைசரில் வாசிக்க ஆரம்பித்து, கணப் பொழுதில் புல்லாங்குழலுக்கு மாறி, மீண்டும் சிந்தசைசருக்கு வந்து, பிறகு வயலினைக் கேட்டு வாங்கி வாசித்து அவனே நிறைவு செய்தான்.

உண்மையில் அன்று ஜானவிதான் தவித்துப் போய்விட்டாள். எட்வின் வாசித்தது சுத்தமான மேற்கத்திய இசைதான். அவனே உருவாக்கியது. அதுவும் அந்தக் கணத்தில். கேட்க நன்றாகவும், வந்திருந்த இளைஞர்கள் ஆட்டம் போடத் தக்கதாகவும்தான் இருந்தது. ஆனாலும் எந்த வகையிலும் தாளக்கட்டில் இழுத்து முடிச்சுப் போட அவளால் முடியவில்லை. ஒரு கட்டத்தில் வாசிப்பதை நிறுத்திவிட்டு எழுந்து வந்து எட்வின் காலடியில் மண்டியிட்டு அமர்ந்துவிட்டாள். கூட்டம் எழுந்து நின்று கைதட்டியது. வேறு வழியின்றி அந்த மூன்று இசையமைப்பாளர்களும் கூடச் சேர்ந்து கைதட்டினார்கள். எட்வின் சொன்னான்: ‘இதுவரை பெயரிடப்படாத இந்தக் கைதட்டல் சத்தம்தான் நான் வாசித்த இசையின் தாளம்.’

அந்தச் சம்பவத்துக்குப் பிறகு அன்று வந்திருந்த இசையமைப் பாளர்களுள் ஒருவர் எட்வினை ஒருநாள் தன்னைச் சந்திக்க வரமுடியுமா என்று அழைத்தார்.

ஏவிஎம் ஸ்டுடியோவில் அவருக்கென ஒரு நிரந்தர இடம் இருந்தது. ஒய்வறையுடன் கூடிய ஒலிப்பதிவுக் கூடம். நாளெல்லாம் அவர் அங்கே இருந்துதான் இசை அமைத்துக்கொண்டிருந்தார்.

எட்வின் அவரைச் சந்திக்கச் சென்றபோது சுற்றி வளைக்காமல் அவர் நேரடியாகக் கேட்டார், 'எனக்கு வாசிக்கிறீர்களா?'

'என்ன வாசிக்க வேண்டும்?'

'உங்கள் விருப்பம். நீங்கள்தான் எல்லா கருவிகளையும் வாசிக்கிறீர்களே.'

'ஆம். வாசிப்பேன். ஆனால் இன்னொருவர் எழுதித் தருவதை என்னால் வாசிக்க முடியாது.'

'அது பரவாயில்லை. நீங்கள் சொந்தமாகவே வாசிக்கலாம்.'

'அதைத்தானே இப்போது செய்துகொண்டிருக்கிறேன்?'

'இல்லை. என் குழுவில் சிறிது காலம் இருந்தால் பிறகு நீங்களே சொந்தமாகத் திரைப்படங்களுக்கு இசையமைக்க வாய்ப்பு வரும்.'

'மன்னிக்கவும். காட்டுப் பன்றிகள் பீத்தின்னுவதில்லை.' என்று சொல்லிவிட்டு எழுந்து வந்துவிட்டான்.

மேன்ஷனில் குழுவினருக்கு இந்தச் சம்பவத்தை அவன் விவரித்த போது ஜானவி அவனைப் பளாரென அறைந்தாள். 'முட்டாள். உன்னையே நீ ஏன் பன்றி என்று சொல்லிக்கொண்டாய்? நீ ஒரு தெய்வம் அல்லது சாத்தான். வேறு எதுவாகவும் இருக்க முடியாது.'

அந்நாள்களில் சினிமா நடிக நடிகையர், இயக்குநர்கள், பிற தொழில்நுட்பக் கலைஞர்கள் தவிர பத்திரிகையாளர்களும் ஏவிஎம் ஸ்டுடியோவில் தினமும் பழி கிடப்பார்கள். ஸ்டுடியோவுக்குள் நுழைந்து நூறடி தூரம் நடந்து வலப்புறம் திரும்பினால் வரும் எடிட்டர் லெனினின் அறைக்கு வெளியே பக்கவாட்டில் மரத்தடியில் ஒரு பெஞ்சு போடப்பட்டிருக்கும். பத்திரிகையாளர்கள் பெரும் பாலும் அங்கேதான் அமர்ந்திருப்பார்கள். பதினொரு மணிக்கு மேல் ஒவ்வொரு படப்பிடிப்புத் தளமாகச் சென்று கண்ணில் படும் கலைஞர்களைச் சந்தித்து ஏதாவது செய்தி சேகரித்துப் போவார்கள். செய்தி இல்லாத நாள்களில் அதை உருவாக்கவும் சில சினிமாக் காரர்களே அவர்களுக்கு உதவி செய்வதுண்டு. அன்றைக்கு இந்தச் சம்பவம் நடந்த விவரம் அடுத்த சில நிமிடங்களில் அந்தச் செய்தியாளர்களுக்குத் தெரிந்துவிட்டது. அதே ஏவிஎம்

ஸ்டுடியோவில் இருந்த இன்னொரு இசையமைப்பாளரின் உதவியாளர் மூலமாக அது பரவியதாகப் பின்னால் தெரிந்தது. எட்வின் என்ன சொன்னான், எதற்காகச் சொன்னான் என்பதல்ல முக்கியம். பன்றி - பீ என்ற இரண்டு சொற்கள் அவர்களுக்குப் போதுமானதாக இருந்தது.

அதை எடுத்துக்கொண்டு அவர்கள் அந்த இசையமைப்பாளரிடமே சென்று இப்படி நடந்தது உண்மையா என்று கேட்டார்கள். பழுத்த அனுபவஸ்தரும் விவகாரங்களை விரும்பாதவருமான அம்மனிதர், அப்படி ஒரு சம்பவம் நடக்கவேயில்லை என்று அவர்களிடம் சொன்னார்.

'எட்வின் உங்களைப் பார்க்க வரவேயில்லையா?'

'இல்லை. அவர் வந்தார். அது மரியாதை நிமித்தமான சந்திப்பு. நான் அந்த இளைஞரின் இசைக்கு ரசிகன்.'

அங்கு இருந்த பத்திரிகையாளர்களில் பலருக்கு அது போதுமானதாக இருந்தது. தினத்தந்தி நிருபர் மட்டும் எதற்கும் எட்வினிடம் ஒரு வார்த்தை கேட்டுவிடலாம் என்று அவனது முகவரியை விசாரித்துக்கொண்டு அவன் தங்கியிருந்த மேன்ஷனுக்கு வந்தார்.

'என்ன?'

'இசையமைப்பாளர்கள் எல்லாம் பீத்தின்னும் பன்றிகள் என்று நீங்கள் சொன்னீர்களாமே?'

எட்வின் அந்த நிருபரை அடித்தான். அது செய்தி ஆனது. நிகழ்ச்சிகளால் தர இயலாத பெரும் புகழை அது அவனுக்குத் தந்தது. சம்மந்தப்பட்ட இசையமைப்பாளரின் தொழில் எதிரி என்று கருதப்பட்ட ஒருவர் எட்வினை அழைத்துத் தனக்கு கண்டக்டராகப் பணியாற்றும்படிக் கேட்டார். எட்வின் அதற்கு, 'செய்கிறேன். நான் ஸ்டுடியோவுக்கு வரும் எல்லா நாள்களிலும் நீங்கள் என் மேன்ஷன் அறைக்கு வந்து பெருக்கித் துடைத்து சுத்தம் செய்துவிட்டுப் போக வேண்டும்.' என்று சொன்னான்.

அவனது இசையைவிட வேகமாக அவனது ஆணவம் பிரபலமாகத் தொடங்கியது அப்போதுதான். ஜானவி மிகவும் வருத்தப்பட்டாள். குழுவில் இருந்த அனைவருமே அவனிடம் இம்மாதிரி பேசுவதைக் குறைத்துக்கொள் என்று புத்திமதி சொன்னார்கள்.

'நான் என்ன செய்ய முடியும்? என்னால் ஒருபோதும் ஒரு நதியை நக்கிக் குடிக்க முடியாது' என்று எட்வின் சொன்னான்.

அவன் ஜானவியுடன் இளையராஜாவைச் சந்திக்கச் சென்றபோது, ‘இசைக் கச்சேரிகளில் பாடக்கூடாது என்று என்ன விரதம்?’ என்று அவர் கேட்டார்.

‘விரதம் ஒன்றுமில்லை. நான் ஒரு குரலுக்காகக் காத்திருக்கிறேன். அது வந்து சேர்ந்துவிட்டால் என் நிகழ்ச்சிகளில் பாடுவோரும் இருப்பார்கள்’ என்று எட்வின் அவரிடம் சொன்னான்.

‘இருக்கும் பாடகர்கள் யாரையும் உனக்குப் பிடிக்கவில்லையா?’

‘அப்படி இல்லை. நான் ஒன்றை உத்தேசிக்கிறேன். அது உன்னதமானது. மிகவும் உயர்ந்தது. இறைவன் தனது திருக்கரத்தால் தொட்டுத் தடவி ஆசீர்வதித்த சாரீரம். வாழ்வில் ஒரே ஒருமுறைதான் நான் அக்குரலைக் கேட்டிருக்கிறேன். அதுவும் மிகச் சிறிய வயதில். ஆனால் இன்றும் என் காதுகளில் அந்த அதிர்வு நிலைத்திருக்கிறது. என் இசையைப் பாடுவதற்காகவே பிறப்பிக்கப்பட்ட குரல் அது. அதைக் கண்டடையும்வரை வேறு யாரையும் நான் பாட அனுமதிக்கப்போவதில்லை.’

‘நான் பாடுகிறேன் என்றால்?’ அவர் சிரித்துக்கொண்டேதான் கேட்டார். எட்வின் சிரிக்காமல் பதில் சொன்னான், ‘மன்னியுங்கள். உங்களை நான் அங்கீகரிக்கவில்லை.’

4.4

தொண்ணூற்று ஐந்தாம் ஆண்டு டெவில் குழுவுக்கு எல்லா வகையிலும் முன்னேற்றமும் வளர்ச்சியும் தெரியத் தொடங்கியது. எட்வின் அந்த மேன்ஷன் அறையை மாற்ற மாட்டேன் என்று சொல்லிவிட்டான். ஆனால் குழுவினருக் காகவும் நிர்வாகப் பணிகளுக்காகவும் தி நகர் பசுல்லா சாலையில் உள்ள ஒரு கட்டடத்தின் மாடி அறையை வாடகைக்கு எடுத்துக்கொண்டார்கள். (இப்போது அந்தக் கட்டடம் இருந்த இடத்தில் ஐசிஐசிஐ வங்கி இயங்கிக் கொண்டிருக்கிறது.) மிகவும் விசாலமான பெரிய ஹால். ஹாலின் நான்கு புறத்திலும் நான்கு அறைகள் இருந்தன. எல்லாமே பெரிய அறைகள். தாராளமாக நான்கு பேர் கால் நீட்டிப் படுக்கலாம் என்னும் அளவுக்குப் பெரிது. ஒவ்வொரு அறைக்குள்ளும் கழிப்பறை இருந்ததை எட்வின் மிகவும் பாராட்டினான். 'கலைஞனுக்குக் கற்பனை பொங்கும் இடமே டாய்லெட்தான். உண்மையில் ஒவ்வொரு டாய்லெட்டையும் ஒரு கோயிலைப் போல வைத்துப் பராமரிக்க வேண்டும்' என்று அவன் சொன்னான். உடனே ஜானவி ஒரு சாம்பிராணி ஊதுபத்தியைக் கொளுத்தி ஒரு டாய்லெட்டுக்குள் கொண்டு போய் வைத்துவிட்டு வந்தாள். கருணா தன் பங்குக்கு ஐயப்ப பஜனை கேசட் ஒன்றை ஒலிக்கவிட்டு, அதை ஒரு டாய்லெட்டை நோக்கித் திருப்பி வைத்தான். எட்வின் முறைக்கிறானா என்று எல்லோரும் பார்த்துக்கொண்டே இருந்தார்கள். ஆனால் அவன் நல்ல மனநிலையில்தான் இருந்தான். கருணா ஒலிபரப்பத் தொடங்கிய டேப் ரெக்கார்டரைக் குனிந்து எடுத்துச் சென்று

டாய்லெட்டுக்குள்ளேயே அவன் வைத்தான். இன்னொரு டாய்லெட்டில் ஒரு சிறிய மரத்தினாலான அலமாரியைச் செய்து மாட்டி அதில் புத்தகங்களை அடுக்கி வைத்தார்கள். ரகுவும் பெஸ்கியும் சேர்ந்து வீடு மொத்தத்துக்கும் வெள்ளை அடித்தார்கள். ஒரு எலக்டிரீஷியனை அழைத்து வந்து ஹால் முழுதும் தேவைப்படும் இடங்களில் ப்ளக் பாயிண்ட் பொருத்தினார்கள். கருவிகளை அதனதன் இடங்களில் வைத்து ஸ்விட்ச் போர்டுடன் பொருந்துகின்றனவா என்று கருணா பரிசோதனை செய்தான்.

எல்லாம் சரியான பின்பு நிர்வாக அறை ஒன்று உருவாக்கப்பட்டது. ஒரு மேசை. ஒரு நாற்காலி. மேலே ஒரு மின்விசிறி. பக்கவாட்டில் ஒரு புராதனமான மர பீரோ. மூர் மார்க்கெட்டில் நூற்று எண்பது ரூபாய்க்கு எடுத்து வந்ததாக எட்வின் சொன்னான். நல்ல திடகாத்திர மாகத்தான் இருந்தது. எட்வின் கொண்டு வைத்த பீரோவுக்குள் ரகு பத்து பாச்சை உருண்டைகளை மூலைக்கொன்றாகப் போட்டு மூடினான். 'ஐயங்காரே! பீரோவ திறந்திங்கன்னா கும்முனு வாசன அடிக்கும். ரொம்ப மோந்துராதிங்க. ரத்தம் கக்கி செத்துருவிங்க' என்று சொல்லிவிட்டுப் போனான்.

கணக்கு வழக்குகளைப் பார்த்துக்கொள்ள வந்திருந்த ஐயங்காருக்குக் கோடம்பாக்கம் சாமியார் மடத்தின் அருகே வீடு இருந்தது. அவருக்கு இரண்டு பெண்கள். இருவருமே சிறு வயதில் பாட்டு கற்றுக் கொண்டிருக்கிறார்கள் என்று எதற்காகவோ ஏழெட்டு முறை இதுவரை சொல்லிவிட்டார். டெவில்கள் எதுவும் அதை சட்டை செய்யவே இல்லை. இதில் அவருக்கு மிகுந்த வருத்தம்.

அன்று மாலை எட்வின் அந்த அலுவலக இடத்துக்கு வந்தபோது அவனிடமும் சொன்னார். 'ரெண்டு பொண்ணுகளும் பிரமாதமா பாடுவா.'

'என்ன வயசு?' என்று எட்வின் கேட்டான்.

'மூத்தவளுக்குப் பத்தொம்பது. சின்னவ பதினேழுல இருக்கா.'

'ம். எத்தன வருஷம் கத்துகிட்டாங்க?'

'நாலாங்கிளாஸ்லேருந்து போச்சுங்கோ. இன்னும் நிறுத்தலியே.. போதும்னு சொல்ற வழக்கமே கிடையாது.'

'என்ன பாடுவாங்க?'

'என்ன வேணா பாடுவா. என் மூத்த பொண்ணு பஞ்சரத்னம் பாடி நீங்க கேக்கணுமே. சின்னவளுக்கு ஹிந்துஸ்தானிப் பித்து. அவ பாடுறது எனக்கே பெரிசா புரியாது.'

‘சரி கூட்டிட்டு வாங்க ஒரு நாள்’ என்று எட்வின் சொன்னான்.

முன்பெல்லாம் அவன் இப்படி அழைத்து வரச்சொன்னவுடன் ராணுவ வேகத்தில் குழுவினர் பாடகர்களுக்கு வேட்டையாடுவார்கள். பல்வேறு குழுக்களில் பாடுபவர்களை கெஞ்சிக் கூத்தாடி அழைத்து வந்து நிறுத்துவார்கள். எட்வின் அவர்களையெல்லாம் ஏதாவது ஒரு வரி பாடச் சொல்வான். ஒரு வரி முடிந்ததுமே புன்னகையுடன் கைகூப்பி நன்றி சொல்லிவிடுவான். இதில் அவனுக்கு ஆண் பெண் பேதமே இல்லை. யாராக இருந்தாலும் ஒரு வரி. பெயரைக்கூடக் கேட்டுக்கொள்ள மாட்டான். அவ்வாறாகச் சுமார் நூற்றைம்பது பேர் அவனிடம் பாடக்கேட்டு வந்து போயிருப்பார்கள்.

‘என்ன நீ.. எஸ்.பி. பாலசுப்ரமணியனை அழைத்து வந்தாலும் ஒரு வரி பாடச் சொல்லித் திருப்பி அனுப்பிவிடுவாய் போலிருக்கிறதே!’ என்று ஜானவி ஒருநாள் கேட்டாள்.

‘நியாயம்தான். ஆனால் பாலு பெரிய ஆள். அவரைப் பாடச் சொல்லித் திருப்பி அனுப்பமாட்டேன். பேசிக்கொண்டிருந்துவிட்டு அனுப்பி விடுவேன்.’ என்று எட்வின் சொன்னான்.

‘சரி, ஜேசுதாஸ்?’

‘இதோ பார். நான் மராத்திக்காரன். தமிழ் கற்றுக்கொண்டு சுத்தமாகப் பேசுகிறேன். அவர் மலையாளி. முப்பது வருடங்களுக்குமேல் இங்கு பாடிக்கொண்டிருக்கிறார். இன்னும் அவர் நாக்கில் ள ல ழ உச்சரிப்பு சரியாக வருவதில்லை.’

‘சும்மா இரு. அந்தக் குரலின் தெய்வீகம் யாருக்கும் எளிதில் கூடாதது.’

‘நானும் அதைத்தான் சொல்கிறேன். தெய்வீகம் குறைபட்டிருக்கக் கூடாது.’

அவனுடன் யார் பேச முடியும்?

வாசுதேவ ஐயங்கார் மறுநாள் தமது இரு மகள்களையும் அழைத்து வந்து அறிமுகப்படுத்தி வைத்தார். எட்வின் வருவதற்கு முன்னரே மற்றவர்கள் அவர்களைப் பாடச் சொல்லி நான்கைந்து கீர்த்தனைகள் கேட்டுவிட்டிருந்தார்கள். ‘எப்டி பாடறா?’ ‘எப்டி பாடறா?’ என்று ஐயங்கார் ஒரு குழந்தை போல ஒவ்வொருவரிடமும் ஓடி ஓடிப் போய்க் கருத்துக் கேட்டுக்கொண்டிருந்தார்.

அவர்கள் வந்து பாட ஆரம்பித்து நாற்பது நிமிடங்களுக்குப் பிறகே எட்வின் வீட்டுக்குள் நுழைந்தான். அந்தப் பெண்கள் இருவரும் உடனே ஓடிச் சென்று அவன் பாதம் தொட்டு வணங்கின. அவன்

அவர்களை ஏற இறங்கப் பார்த்துவிட்டு, 'எங்கே கற்கிறீர்கள்?' என்று கேட்டான்.

'மேற்கு மாம்பலத்தில்.'

'யாரிடம்?'

'காமாட்சி மாமி.' என்று அக்கா சொன்னாள்.

'மாமிக்கு யாருமில்லை. தனியா ஒரு ஓல்டேஜ் ரூம்ல தங்கி இருக்கா. பாட்டு சொல்லித் தர்றது, ஆவக்கா ஊறுகா போட்டு விக்கறது ரெண்டுதான் அவா வேலை.' என்று சிறிய பெண் சொன்னாள்.

எட்வின் புன்னகை செய்தான்.

'பாடவா?' என்று அந்தப் பெண் கேட்டது.

'அவசியமில்லை. நீங்கள் இதுவரை பாடிய அனைத்தையும் வெளியில் இருந்து கேட்டுக்கொண்டிருந்தேன்.'

'அப்டியா?' என்று ஐயங்கார் ஆர்வமுடன் முன்னால் ஓடி வந்தார்.

'எப்டி பாடறா ரெண்டு பேரும்?'

'நன்றாக இருக்கிறது.'

'ஏதாவது செய்ய முடியுமா?'

'புரியவில்லை.'

'இல்லே. நம்ம குரூப்பிலே சேர்ந்து...'

எட்வின் அதற்கு பதில் சொல்லவில்லை. அந்த மூத்தப் பெண்ணைப் பார்த்து, 'உன் கிளாஸில் உன்னைவிடப் பிரமாதமாகப் பாட யாராவது இருக்கிறார்களா?' என்று கேட்டான். பதில் உடனே சிறியவளிடம் இருந்து வந்தது. 'ஓ இருக்காளே. ப்யூலா ரொம்பப் பிரமாதமா பாடுவா.'

'அவ பம்பாய்ல இருக்கறப்பவே நிறைய கத்துண்டிருக்கா. ஆனா அதெல்லாம் ஹிந்துஸ்தானி. இங்க வந்தப்பறம்தான் கர்நாடிக் கத்துக்கறா,' என்று மூத்தவள் சொன்னாள்.

'பம்பாய்க்காரியா?'

'ஆமா.'

'உங்க வயசா?'

'இல்லை. அடுத்த செட். அவாளுக்கு எப்டியும் உங்க வயசு இருக்கும். இல்லன்னா கொஞ்சம் அதிகம்.'

‘ஓ!’

‘மாஸ்டர், அந்த அக்கா ஆஹீர் பைரவி பாடினான்னா அப்டி இருக்கும். ஒருநாள் நீங்க கேட்டுப் பாருங்க. அசந்து போயிடுவிங்க.’

இப்போது எட்வின் ஏதோ தீவிரமாக யோசிப்பது போலப்பட்டது. சட்டென்று அந்தப் பெண்ணை இழுத்து, ‘அவள் வீடு எங்கே?’ என்று கேட்டான்.

‘இங்க திநகர்தான். மோதிலால் தெரு.’

‘இப்போது போனால் இருப்பாளா?’

‘ஓ. இருப்பாங்களே.’

‘அப்படியானால் என்னை அழைத்துச் செல்வாயா?’ என்றவன் சிறிது தயங்கி ஜானவியைப் பார்த்தான்.

‘எத்தனை முறை இப்படி ஏமாறுவாய்? வேண்டாமே எட்வின்?’ என்று அவள் சொன்னாள்.

‘ஆம். ஏமாந்துதான் போகிறேன். ஆனால் நூறு ஏமாற்றங்களுக்கு அடியில் என் வெற்றி ஒளித்துவைக்கப்பட்டிருந்தால்? இழந்துவிடக் கூடாதல்லவா?’ சிரித்தபடி சொன்னான்.

அன்று மாலை ஐயங்காரின் இளைய மகள் வந்து அவனை அந்த ப்யூலாவின் வீட்டுக்கு அழைத்துச் செல்வதாக ஏற்பாடாகியிருந்தது. அபூர்வமாக அன்றைக்கு எட்வின் மாலையில் மீண்டும் ஒருமுறை குளித்தான். தன்னிடம் உள்ளதிலேயே ஓரளவு தரமான பேண்ட் சட்டையை எடுத்து அணிந்துகொண்டான். கண்ணாடி பார்த்து ஒழுங்காகத் தலைவாரிக் கொண்டு, சட்டைக்கு மேலே சிறிது ஜவ்வாது பூசிக்கொண்டான். ஜானவி முறைத்தாள். ‘கோபித்துக்கொள்ளாதே. இதுதான் காதியில் சீப்பாகக் கிடைக்கிறது’ என்று சொன்னான்.

அந்தப் பெண் சரியாக ஐந்து மணிக்கு வந்தது. ‘நான் தயாராக இருக்கிறேன் கண்ணே. நாம் போகலாம்’ என்று வாசலிலேயே அவளை நிறுத்தி அழைத்துக்கொண்டு புறப்பட்டுப் போய்விட்டான்.

குழுவினர் அனைவரும் இதைக் குறித்து நெடுநேரம் பேசி சிரித்துக்கொண்டிருந்தார்கள். ஒரு பெண். பெயர் தெரியாது. முகம் நினைவில்லை. அப்பா அம்மா யார் என்று தெரியாது. பம்பாய்க்காரி. சிறிய வயதில் ஒரே ஒருமுறை பார்த்திருக்கிறான். அப்போது அவள் ஏதோ பாடியிருக்கிறாள். இன்றைக்கு வரை அப்பாட்டும் குரலும் உயிருடனும் உயிர்ப்புடனும் இருக்குமா! வாழ்க்கை எந்தக் கட்டத்தில் யாரை என்ன செய்யும் என்பது யாருக்குத் தெரியும்.

‘நான்கூடத்தான் கலெக்டராக வேண்டும் என்று ஐஏஎஸ் கோச்சிங்கெல்லாம் போனேன். கடைசியில் என்ன ஆனது?’ என்று ரகு கேட்டான். கருணா சட்டம் படிக்க முயற்சி செய்து அதில் தோற்ற பிறகு அரசாங்கப் பரீட்சை எழுதி குமாஸ்தா வேலைக்குப் போய்க் கொண்டிருந்தான். பெஸ்கி இஞ்சினியரிங் முடித்துவிட்டு இசைத் துறைக்கு வந்திருந்தான். குழுவில் பின்னால் சேர்ந்த ஐந்தாறு பேரும் கூட படித்தது ஒன்றும் பழகுவது ஒன்றுமாகத்தான் இருக்கிறார்கள்.

‘இதை ஒன்றும் செய்ய முடியாது. இதுதான் இயற்கையின் விதி. வாழ்வின் தாளகதி’ என்று எட்வின் சொன்னான். என்றைக்காவது ஒருநாள் - யாரும் எட்டித் தொட இயலாத ஓர் உயரம் - இதைத் தவிர குழுவில் யாருக்கும் வேறு கனவுகள் இல்லை. இன்றில்லா விட்டாலும் விரைவில் சினிமாவுக்குள் நுழைந்துவிடுவோம் என்று அனைவருமே மனப்பூர்வமாக நம்பினார்கள்.

‘அதற்கு அந்த பம்பாய்ப் பெண் அவனுக்குக் கிடைக்க வேண்டும். அது நடந்தால் அனைத்தும் நடக்கும்’ என்று ஜானவி சொன்னாள்.

‘பெண்டாட்டி போலவே அவனோடு திரிகிறாய். நீயாவது எடுத்துச் சொல்லக்கூடாதா?’ என்று கருணா ஒருநாள் அவளிடம் கேட்டான்.

‘நான் எதைச் சொல்லாமல் இல்லை? அவன் செய்வதை அங்கீகரிக்க மட்டும்தான் அவன் நமக்கு அனுமதி அளித்திருக்கிறான். விமரிசிப்பதற்கு அல்ல.’

‘ஆம். நீ சொல்வது உண்மைதான். ஆனால் எப்படி அவனை உன்னால் காதலிக்க முடிகிறது?’

‘கஷ்டம்தான். அதனால்தான் இப்போதெல்லாம் காதலிப்பதை விடுத்து, தொழ ஆரம்பித்துவிட்டேன்’ என்று ஜானவி சொன்னாள்.

‘என்ன?’

‘சரணாகதி. கேள்விகளுக்கோ சந்தேகங்களுக்கோ இடமே இன்றிப் போய்விடுவது.’

‘ஆனால் அது காதல் அளவுக்கு வண்ணமயமானதா?’

ஜானவி சில வினாடிகள் அமைதியாக இருந்தாள். பிறகு ஒரு நீண்ட பெருமூச்சு விட்டாள். அதன்பின் சொன்னாள். ‘காதல் வண்ணமயமானதில்லை. அது ஒற்றை வண்ணம் கொண்டது. கருஞ்சாம்பல் வண்ணம். ஆனால் சரணாகதி வண்ணமற்றது. நீரைப் போன்றது. தாகத்துக்கோ குண்டி கழுவவோ மிகவும் உபயோக மானது.’ என்று சொல்லிவிட்டு வெளியே எழுந்து போனாள்.

4.5

ஜானவி புடைவை கட்டி அவன் அன்றுதான் முதல் முதலாகப் பார்த்தான். 'நீ வேறு பிறவி எடுத்து வந்தவள் போல இருக்கிறாய்' என்று வியப்போடு சொன்னான்.

'புடைவையில் நான் அழகாகத் தெரிகிறேனா?'

'நிச்சயமாக. ஒரு நாளாவது நீ புடைவை கட்டிக்கொண்டு டிரம்ஸ் வாசிக்க வேண்டும்!'

'அது கஷ்டம்.'

'தெரியும். இருந்தாலும் பார்க்க ஆசையாக இருக்கிறது.'

கருணாகர மூர்த்தி தலையில் அடித்துக்கொண்டான். 'ஏண்டா?' என்று பெஸ்கி கேட்டான்.

'புடைவை கட்டிக்கொண்டிருக்கும்போதாவது மேடையை மறந்துவிட்டு அவன் வேறு ஏதாவது பேசலாம்.'

எட்வினுக்கும் அது சரி என்று பட்டது. 'உண்மைதான். நான் அப்படிச் சொல்லியிருக்கக்கூடாது. குறைந்தபட்சம் இன்றைக்கு.'

'ஆனால் பரவாயில்லை எட்வின். நீ மகிழ்ச்சியாக இருக்கிறாய். எனக்கு அது போதும்' என்று ஜானவி சொன்னாள்.

அன்றைக்கு அவள் தனது காதலைச் சொன்ன நாள். இந்த நாளுக்காவது எங்காவது வெளியே போகவேண்டும் என்று

அவள் மூன்று மாதங்களுக்கு முன்னரே சொல்லியிருந்தாள். சைதாப்பேட்டை பாலத்துக்கு அடியில் கொண்டாடத் தொடங்கிக் கைவிடப்பட்ட பிறந்த நாளை அவளால் மறக்கவே முடியவில்லை. எட்வின் எப்படியாவது அவளைச் சமாதானப்படுத்திவிட வேண்டும் என்று முடிவு செய்து, அவள் கேட்டதற்கு ஒப்புக்கொண்டு தென் தமிழகம் முழுதும் சுற்றி வரும்படியாக ஒரு பயணத்திட்டத்தைத் தயார் செய்தான். சென்னையில் இருந்து கன்யாகுமரி வரை ரயிலில் சென்றுவிட்டு அங்கிருந்து கார் எடுத்துக்கொண்டு ஒவ்வொரு இடமாகப் போய்விட்டு நான்கு நாள்கள்களுக்குப் பிறகு தஞ்சாவூரில் இருந்து ரயில் மூலம் சென்னைக்குத் திரும்புவது திட்டம். அவனும் ஜானவியும் மட்டும் போவதாகத்தான் குழுவில் அனைவரும் நினைத்தார்கள். டிக்கெட் போடப் போகும்போது ஜானவிதான், 'தலைகளை கவனமாக எண்ணிக்கொள்' என்று ரகுவிடம் சொன்னாள்.

'என்ன?'

'ஐயங்காரோடு சேர்த்து நாம் மொத்தம் ஒன்பது பேர். டிக்கெட்டும் சரி, தங்குமிடமும் சரி. அதை நினைவில் கொண்டு ஏற்பாடு செய்ய வேண்டும்.'

'எல்லோருமா போகிறோம்?' என்று எட்வின் கேட்டான்.

'ஏன், வேண்டாமா?'

'வேண்டாம் என்று நான் சொல்வேனா? ஆனால் நீ அதை விரும்பமாட்டாய் என்று நினைத்தேன்.'

'உனக்கு அதுதானே பிடிக்கும்?'

சிறிது நேரம் அவன் ஒன்றும் சொல்லவில்லை. அவளது காதலின் பரிபூரணத்தின் அடியாழத்தில் ஒரு துளி வன்மம் கலந்திருக்குமோ என்று நினைத்தான். அப்படி இருந்தால் அது பிழை என்று அவனால் நினைக்க முடியாது. ஏனெனில் என்றுமே அவன் ஜானவியின் காதலை கௌரவித்ததில்லை. அவளுக்கு விருப்பமான விதத்தில் எதையுமே செய்ததில்லை. ஒரு புன்னகையை, ஒரு வருடலை, ஒரு முத்தத்தை, ஒரு துளிக் கண்ணீரை அவள் எதிர்பார்த்தபோதுகூட அதைச் சரியாகச் செய்ய அவனால் முடிந்ததில்லை.

ஜானவியின் அம்மா ஒரு சமயம் ஆஸ்பத்திரியில் படுத்திருந்தாள். முதுகுத் தண்டுவடத்தில் அறுவைச் சிகிச்சை நடந்திருந்தது. அந்நாள்களில் குழுவினர் அனைவரும் ஆஸ்பத்திரியில் அவளுக்கு உதவியாகக் கூடவே இருந்தார்கள். ஆனால் எட்வினுக்கு ஆபரேஷன்

நடந்து முடிந்த தகவலைக்கூடத் தெரியப்படுத்த முடியவில்லை. யாருக்கும் சொல்லாமல் அவன் எங்கோ போய்விட்டிருந்தான். அவன் திரும்பி வந்தபோது ஜானவியின் அம்மாவை டிஸ்சார்ஜ் செய்து வீட்டுக்கு அழைத்துவந்துவிட்டிருந்தார்கள்.

'எங்கே போய்த் தொலைந்தாய்? அந்த நேரத்தில் நீ பக்கத்தில் இருந்திருந்தாள் அவள் எவ்வளவு ஆறுதலடைந்திருப்பாள்!' என்று கருணா சொன்னான்.

எட்வின் பதில் சொல்லவில்லை. இரண்டு நாள்களுக்குப் பிறகு ஜானவி மீண்டும் மேன்ஷனுக்கு வரத் தொடங்கியபோது சம்பிரதாயமாகக்கூட அவளது அம்மாவைக் குறித்து அவன் விசாரிக்க வில்லை. மாறாக, 'நான் ஊர் திரும்பி இரண்டு நாள் ஆகிறது. நீ ஏன் என்னை வந்து பார்க்கவேயில்லை? நேற்று இரவெல்லாம் உன்னையே நினைத்துக்கொண்டிருந்துவிட்டு, தூங்க மறந்து விட்டேன்' என்று சொன்னான்.

அந்தத் தென் தமிழக சுற்றுலா நாள்கள் மிகவும் மகிழ்ச்சியாகவே கழிந்தன. கன்யாகுமரி, திருநெல்வேலி, ராமேஸ்வரம், தூத்துக்குடி, மதுரை என்று எங்கெங்கோ அலைந்து திரிந்துவிட்டு சுற்றுலாவின் இறுதி நாளில் தஞ்சாவூருக்கு வந்து சேர்ந்தார்கள். விடுதியில் குளித்து, டிபன் சாப்பிட்டுவிட்டுப் பெரிய கோயிலுக்குக் கிளம்பினார்கள்.

பணி நாள் என்பதாலோ என்னவோ. அன்று கோயிலில் சுற்றுலாப் பயணிகள் கூட்டம் அதிகம் இல்லை. எட்வின் ஜானவியின் கையைப் பிடித்துக்கொண்டு நடந்தான். மற்றவர்கள் நான்கடி தள்ளி நடந்து வந்தார்கள்.

'இந்த நாளை நினைவுகூர்ந்து நான் ஏதாவது வாங்கித் தர விரும்புகிறேன். உனக்கு என்ன வேண்டும்?' என்று எட்வின் கேட்டான். அவள் புன்னகை செய்தாள்.

'ஏன் சிரிக்கிறாய்?'

'இந்த நான்கு நாள் நீ என்னோடு இருப்பதே எனக்கு சந்தோஷம்.'

'நான் என்றுமே உன்னோடுதான் இருக்கிறேன். அருகே இல்லா விட்டாலும் நினைக்காமல் இருப்பதில்லை.'

'உண்மையாகவா?'

'ஆம்.'

'இன்னொரு பெண்ணுடன் இருக்கும்போதுகூடவா?'

இப்போது எட்வின் சிறிது யோசித்தான். அதைக் கேட்டிருக்க வேண்டாம் என்று ஜானவி நினைத்திருக்கலாம். பேச்சை மாற்றும் விதமாக, 'நீ ஒரு மேதை. உன்னால் சராசரிகளின் உலகில் பொருந்த முடியாது என்று எனக்குத் தெரியும். ஆனால் நான் சராசரிதான். அப்படி இருப்பதுதான் எனக்கு சௌகரியமும்கூட. அதனால்தான் உன்னைச் சிறிது காயப்படுத்தி சந்தோஷப்பட்டுக்கொள்கிறேன். மன்னித்துக்கொள்' என்று சொன்னாள்.

நீண்ட யோசனைக்குப் பிறகு எட்வின் பேசினான். 'நீ சொல்வது உண்மை. நான் பல பெண்களிடம் போகிறேன். அது அவசியமில்லை என்று தெரிந்தாலும் போய்க்கொண்டுதான் இருக்கிறேன். ஆனால் யாரையும் நான் காதலிப்பதில்லை. யாரும் என்னைக் காதலிப்ப தில்லை. காதல் இல்லாமல் என்னால் ஒரு கீ போர்ட், வயலினைக் கூடத் தொட முடியாது. அப்படியும் நான் தொடுகிறேன் என்றால் அந்தப் பெண்கள் எனக்கு என்னவாக இருக்கிறார்கள் என்று யோசித்துப் பார்.'

'செக்சுவல் அபாரடஸ்.'

'ஆனால் காமம் தெய்வீகமானது. பொருள்களால் இட்டு நிரப்ப முடியாதது. மனம் கூடாத பட்சத்தில் உடலே ஒரு தேவையற்ற சுமைதான் அங்கே.'

'பிறகு எதற்குப் போகிறாய்?'

இப்போது எட்வின் கண் கலங்கினான். 'ஐயோ ஏன் அழுகிறாய்?' என்று ஜானவி கேட்டாள்.

'என்னால் ஒவ்வொரு நாளும் சுவரில் முட்டிக்கொண்டு அழ முடிவதில்லை ஜானவி. ஆனால் நான் அழவேண்டியிருக்கிறது. முட்டினால் வீங்கிக்கொள்ளாத, ரத்தம் வரவைக்காத, வலி தராத சுவர்கள் எனக்கு வேண்டியிருக்கிறது' என்று அவன் சொன்னான்.

பிரகதீசுவரர் சன்னிதியில் அவன் ஜானவியின் பெயர், நட்சத்திரம் கேட்டு, அவள் பெயரில் அர்ச்சனை செய்யச் சொன்னான். 'ஒரு நிமிடம்' என்று சொல்லிவிட்டு ஜானவி அவன் நட்சத்திரத்தைக் கேட்டாள்.

'தெரியாதே.'

'இங்கிலீஷில் சொல். நான் தமிழ் நட்சத்திரம் சொல்லிக்கொள்கிறேன்.'

'அதுவும் தெரியாது.'

'உன் அப்பா அம்மா சொன்னதில்லையா?'

'சொல்லியிருக்கலாம். நான் கவனித்ததில்லை. மன்னித்துக்கொள்.'

அவள் எட்வின் பெயரை அர்ச்சனையில் சேர்த்துக்கொள்ளச் சொல்லி குருக்களிடம் சொன்னாள். குருக்கள் மந்திரம் சொல்லத் தொடங்கும்போது அவன் பதறிக்கொண்டு, 'வேண்டாம்' என்று தடுத்துவிட்டான்.

கோயிலைவிட்டு வெளியே வந்ததும் ஜானவி அவனிடம் 'சாரி' என்று சொன்னாள்.

'எதற்கு?'

'உன்னை ஒரு சிவன் கோயிலுக்கு அழைத்து வந்ததற்கும் உன் பெயரில் அர்ச்சனை செய்யச் சொல்லி சங்கடப்படுத்திவிட்டதற்கும்.'

'அது பரவாயில்லை.'

'இல்லை. சங்கடமாகத்தான் இருந்திருக்கும். இனி இப்படிச் செய்ய மாட்டேன்.'

'நான்தான் பரவாயில்லை என்கிறேனே. எனக்கு இவை எல்லாம் ஒன்றுதான்.'

'இவை என்றால்?'

'கோயில், மசூதி, சர்ச். எல்லாம்.'

'பெஸ்கியும் அப்படித்தான் சொல்வான்.'

எட்வின் சிரித்தான். 'ஆனால் அவன் சொல்வது வேறு பொருளில்.'

'வேறென்ன பொருள் இதற்கு?'

'நம்பிக்கை உள்ளவன் எல்லாம் ஒன்று என்று சொல்வதற்கும் நம்பாதவன் அதையே சொல்வதற்கும் வித்தியாசம் உண்டு.'

'நீ நாத்திகனா?'

'நிச்சயமாக இல்லை.'

'பிறகு?'

'ஆத்திகன்தான். ஆனால் என் தெய்வத்தைத் தொலைத்துவிட்டேன்' என்று சொன்னான்.

5.1

FIVE

ஒரு மேதையின் வாழ்வில் மிகப்பெரிய அவலம் எது தெரியுமா? நாம் அறிந்ததை, நாம் உணர்ந்ததை, நாம் உள்ளார்ந்த நெகிழ்ச்சியும் பரவசமுமாக அனுபவித்ததை இன்னொருவரிடம் விவரிக்கும்போது எதிர்த் தரப்பு வெளிப்படுத்தும் இளக்காரமான ஒரு சிறு சிரிப்பு இருக்கிறதே, அது. அத்தகைய சிரிப்பு ஒரு விஷம் நிறைந்த கிண்ணம். பிலாத்துக் காலத்தில் மரண தண்டனைக் கைதிகளுக்கு அத்தகைய விஷம்தான் தரப்பட்டது. சாக்ரட்டீஸ் அருந்தியதும் அதுவேதான் என்பதில் எனக்குச் சந்தேகமில்லை. உலகில் பெரும்பாலான மனிதர்கள் விஷக்கிண்ணங்களுடன்தான் அலைகிறார்கள். ஏந்திக் குடிக்கும் ஏமாளியாக நானும் இருந்துவிட்டால் அவர்களது கொதிப்பு தணிந்துவிடும்.

ஆனால் என் கடவுளே, நான் என்ன செய்வேன்? எனக்கு விஷம் அருந்தி இறக்க விருப்பமில்லை. சொல்லப் போனால் நான் இறப்பை வெறுக்கிறேன். மரணமற்ற ஒரு மகோன்னதமான வாழ்வு பற்றிய கனவுகள் எனக்கு இருக்கின்றன. செய்ய வேண்டியவை குறித்த தெளிவுகளும் தீர்மானமும் இருக்கிறது. மரணம்,

என்றோ ஒருநாள் வந்துவிட்டுப் போவதுதான். அந்த என்றோ ஒருநாளை ஒவ்வொரு நாளும் எண்ணிக் கொண்டிருப்பவன் நானல்ல.

முன்னொரு பிறப்பில் நான் இதே ஆபிரஹாம் ஹராரியாக இருந்த போது மோசே என்று எனக்கொரு நண்பன் இருந்தான். அப்பிறப்பில் எனது பெற்றோர் எப்படி எகிப்திய அடிமைகளாக இருந்தார்களோ, அதே போலத்தான் அவனது பெற்றோரும் அடிமைகளாக இருந்தார்கள். அது சபிக்கப்பட்ட காலம். எகிப்திய ஆட்சி அதிகாரத்துக்கு உட்பட்டிருந்த பிராந்தியங்களில் எல்லாம் எந்த யூதக் குடும்பத்தில் ஆண்பிள்ளை பிறக்கிறதோ அதை உடனே கொன்று விட வேண்டும் என்று சட்டமே போட்டிருந்தார்கள். கொடூர மல்லவா? கொலை பாதகமல்லவா? ஆனாலும் அப்படித்தான் செய்தார்கள். எத்தனையோ ஆயிரமாயிரம் குழந்தைகள் அன்று தினம் தினம் வெட்டிக் கொல்லப்பட்டன. கொன்ற குழந்தைகளின் தலை களையும் உடல்களையும் ரத்தம் சொட்டச் சொட்ட அள்ளி எடுத்துக் கொண்டு போய் குழிவெட்டிக் குவித்து சுவடின்றி மூடிச் சென்றார்கள். அதில் தப்பிப் பிழைத்த மிகச் சில குழந்தைகளுள் நானும் மோசேவும் இருந்தோம்.

அவனது தாயார், அவனை எப்படியாவது காப்பாற்றிவிட வேண்டும் என்று முடிவு செய்து, பிறந்த குழந்தையை ஒரு பிரம்புக் கூடையில் வைத்து மூடி நைல் நதியில் மிதந்து போக விட்டுவிட்டார். யார் கண்ணிலாவது கூடை படும். யாராவது குழந்தையைக் காப்பாற்று வார்கள். அதிர்ஷ்டவசமாக அது இன்னொரு அடிமைக் குடும்பத்து உறுப்பினராக இல்லாது இருந்தால் போதுமானது.

ஆனால் மோசே ஆசீர்வதிக்கப்பட்டவன். என்னைப் போலவே. அன்று அவனை நதியில் இருந்து காப்பாற்றித் தூக்கியது, அன்றைய எகிப்து மன்னனின் ஒரே மகள். இளவரசியால் காப்பாற்றப்பட்டவன் பிழைத்துக்கொள்வதில் என்ன சிக்கல்? தவிரவும் பிறந்த குழந்தையாக அவன் இருந்ததைச் சுட்டிக்காட்டி அதற்குத் தாய்ப்பால் கொடுக்க ஒரு தாதியை அமர்த்தவும் அவர் முடிவு செய்தார். மோசேவின் தாயே அந்த தாதிப் பொறுப்பை ஏற்றுக்கொண்டு அரண்மனைக்குள் நுழைந்தார். நாடகம் போல் இருக்கிறதல்லவா?

ஆனால் எனக்கு அம்மாதிரியான ஆச்சரியம் தரக்கூடிய அனுபவங்கள் நிகழவில்லை. அப்படியும் அவனைப் போல நானும் உயிர்த்தேதான் இருந்தேன். என்னைப் பெற்றவர்கள் என்னையும் ஒரு பிரம்புக் கூடையில் வைத்துத்தான் நைல் நதியில் விட்டார்கள். நான் ஆடு மேய்க்கும் ஒரு கூட்டத்தினரால் கண்டெடுக்கப்பட்டு வளர்க்கப் பட்டேன். ஆடுகள் எனக்குத் தாயாராக இருந்து பால் கொடுத்தன. அவன் அங்கே வளர்ந்துகொண்டிருந்த அதே கதியில் நானும் வளர்ந்துகொண்டிருந்தேன். எங்களுக்குச் சம வயது. நாங்கள் சம உயரம். சம எடை. சம நிறம். இருவரும் ஆடு மேய்க்கக் கற்றுக்

கொண்டு ஆளுக்கு நூறு ஆடுகளை மேய்க்க ஆரம்பித்தபோதுதான் சிநேகிதர்களானோம்.

'மோசே, இது என்ன வாழ்க்கை? எத்தனைக் காலம் இப்படி நாம் அடிமைப்பட்டுக் கிடப்போம்? விடுதலை வேண்டாமா? நமக்கென்று அருளப்பட்ட பூமிக்கு நாம் செல்ல வேண்டாமா?' என்று ஒருநாள் அவனிடம் கேட்டேன்.

'நாம் செல்வதினும் முக்கியம் நமது மக்களை அழைத்துச் செல்வது' என்று அவன் சொன்னான். கவனியுங்கள். நாங்கள் எல்லோருமே இறைவனால் தேர்ந்தெடுக்கப்பட்ட பிள்ளைகள்தாம். ஆனாலும் அவன் இறைத் தூதனாக விஸ்வரூபமெடுத்ததற்கும் நான் ஒரு மேதையாக மட்டும் தேங்கிப் போனதற்கும் காரணம் இதுதான். எனக்கு நான் முக்கியமாக இருந்தேன். அவனுக்கு ஒரு சமூகம் முக்கியமாக இருந்தது. பெருத்த வித்தியாசம்தான். அதனாலென்ன. என் வார்ப்பு இப்படி. அவன் வார்ப்பு அப்படி. எனக்குப் பொறாமை யெல்லாம் இல்லை. அவன் என் நண்பன். இறைவன் சில விசேட சக்திகள் அளித்து அவனை எங்கள் கூட்டத்தாருடன் இஸ்ரவேலை நோக்கி அனுப்பிவைத்தார். அவன் கைப்பிரம்பின் அசைவுக்குக் கடல் நகர்ந்து வழி கொடுத்தது. அவன் நிமிர்ந்து பார்த்தால் மழை பொழிந்தது. நில்லென்றால் நின்றது. சினாய் மலை உச்சிக்கு அவன் சென்றபோது இறைவன் அவனுக்குப் பத்து கட்டளைகளை எழுதிக் கொடுத்தார். 'இந்தா இது உன் சமூகத்துக்கு. போய்ச் சொல். பின்பற்றி வாழ்ந்தால் பண்பட்டு வாழலாம்.'

மோசே என்னை அவனுடன் நிரந்தரமாக இருக்கச் சொன்னான். அவனது பிரச்னை சிறிது நுணுக்கமானது. அவனால் வளமாகச் சிந்திக்க முடியும். தனிப்பேச்சில் அற்புதமாக என்னென்னவோ விஷயங்களை எனக்கு அவன் சொல்லியிருக்கிறான். ஆனால் ஒரு கூட்டத்தின் மத்தியில் அவனைப் பேசச் சொன்னால் தவித்து விடுவான். வியர்த்துப் போய் கால்கள் நடுங்க சிரம் குனிந்து நிற்பான்.

'ஆபிரஹாம்! உனக்குப் பேச வரும். உன்னால் எத்தனை பெரிய கூட்டத்தையும் வசீகரிக்க முடியும். நமது கடவுள் என்னிடம் கையளித்த இந்தக் கட்டளைகளை நமது சமூகத்துக்கு எடுத்துச் சொல்லி விளக்க எனக்கு நீ உதவி செய்வாயா?'

'ஆனால் என் இலக்கு வேறாக உள்ளதே மோசே?'

'இசைதானே? இந்தா...' என்று சட்டெனத் தன் கையில் இருந்த தோள் உயரக் கழியை ஓங்கித் தரையில் தட்டினான். அது இரண்டாகப் பிளந்து விழுந்தது. ஒன்றின் மத்தியில் ஏழு துளைகள் ஏற்பட்டன. ஆனந்தப் பரவசத்துடன் அதனை நான் எடுத்துக்கொண்டேன்.

மோசே சிரித்தான்.

‘கடலைக் கடக்கக் கடவுள் அளித்தது அது. அக்காரியம் கைகூடியாகி விட்டது. இனி அக்கோல் உன்னிடம் குழலாக வாழட்டும்’ என்று சொன்னான். நான் அவனுக்கு நன்றி சொல்லிவிட்டு, இறைவனைத் துதித்துச் சிறிது நேரம் வாசித்துக்கொண்டிருந்தேன். என் இசை சிறுகச் சிறுக என்னை உருக்கி உருவற்றதாக்கியது. உருவற்ற தெய்வத்துடன் நான் ஒன்றிப் போனேன். ஒரு பனிப்பாறை உருகிக் கடலோடு நீரானது போல. கடலும் ஆவியாகிக் காற்றில் கலந்தது போல. பிறகு காலமும் வெளியும் கடல் கொண்டு மீண்டது.

எங்கள் தலைமுறையில் யாரும் மிச்சமில்லாது போயிருந்தார்கள் என்பதை உலகெல்லாம் தேடிக் கண்டுகொண்டேன். நூற்று இருபது வருடங்கள் வாழ்ந்து மோசே செத்துப் போயிருந்தான். தனது பிரசாரகனாக வரும்படி அவன் என்னைக் கேட்டு நான் மறுத்த காரணத்தால் எங்களுடைய இன்னொரு நண்பனான ஆரோன் அந்தப் பணியை அவனுக்காகச் செய்திருந்தான். பல தலைமுறைகள் தழைத்திருந்தன. யூதர் இனமே உலகெலாம் பரவி வேர்விட்டிருந்தது. ஆனால் வாக்களிக்கப்பட்ட மண்ணில் ஒரு தொன்மத்தின் எச்சமாக நான் மட்டும்தான் உலவிக்கொண்டிருந்தேன். அது எனக்கு விவரிக்க இயலாத மன உளைச்சலை அளித்தது.

‘நீங்கள் யார்? எங்கிருந்து வருகிறீர்கள்?’ என்று பார்த்த அனைவரும் கேட்டார்கள்.

‘எகிப்தில் இருந்து வருகிறேன்’ என்று நான் பதில் சொன்னபோது சிரித்தார்கள். மோசே என் நண்பன் என்றாலும் சிரித்தார்கள். நான் என்ன பேசினாலும் சிரித்தார்கள். வெறுத்துப் போய் என்னை அவர்களிடம் இருந்து பிடுங்கி நானே பல நூற்றாண்டுகள் தாண்டி விசிறியடித்துக்கொண்டு போய் விழுந்தேன். பதினாறாம் நூற்றாண்டில் என் பெயர் ஜியோவனி பலஸ்திரினா. பிறகு தியோடர் பேக்கராகப் பிறந்தேன். மெண்டல்ஷான் ஆன கதையை முன்பே சொல்லியிருக்கிறேன். எந்தப் பிறப்பிலும் நான் இசைக் கலைஞனாக அல்லாமல் வேறு என்னவாகவும் பிறக்கவில்லை.

அதைத்தான் இறைவன் ஒரு சமயம் நான் பனையூர் கடற்கரையில் தனித்து அமர்ந்திருந்தபோது என்னிடம் வந்து சொன்னார், ‘நீ வேறு என்னவாகவும் பிறக்க வழியில்லை ஹராரி. ஏனெனில் இசை என்னும் கலையின் ஜீவாதார ஊற்றை நான் உன் இருதயத்தின் அடியாழத்தில்தான் புதைத்து வைத்திருக்கிறேன்.’

5.2

எனக்கு மொசார்ட்டைப் பிடிக்காது. பீதோவனை அறவே பிடிக்காது. ஷுபர்ட் சிறிது பரவாயில்லை என்பேன். இவர்கள் அளவுக்கெல்லாம் பிரபலமாகாத க்ளாட் டெபூஸி என் மனத்துக்கு உகந்த கலைஞன். கொஞ்சம் அசந்தால் சிம்பொனி என்று எண்ணத் தோன்றிவிடும் தரத்தில் அதற்கும் மேம்பட்ட இசை வடிவங்களை வெகு அநாயாசமாக எழுதி வீசிவிட்டுப் போனவன். இப்படிச் சொன்னால் விளங்கும். டெபூஸி, மெண்டல்ஷானின் தலைகீழ் மனச்சாட்சி.

இசையைக் குறித்து என்னிடம் யாராவது ஏதாவது கேட்டால் என்னால் இப்படித்தான் பேச முடிகிறது. இதில் உங்களுக்கு என்ன புரியும்? உண்மையிலேயே புரியாதுதான். நூறு நூறு வருடங்களாக உலகம் ஏற்றுக்கொண்டு பீடத்தில் ஏற்றி அமர வைத்து சிலையாக்கிவிட்ட சில மேதைகளை இந்த அற்பன் மட்டம் தட்டுகிறான் என்று தோன்றும். அப்படித் தோன்றினால் அதில் மூன்றில் இரண்டு பங்கு பிழையில்லை. அவர்கள் மேதைகள் என்பது உண்மை. நான் அற்பன் என்பதும் உண்மை. மட்டம் தட்டுவதாகத் தோன்றுவது மட்டும் பிழை. ஒரு தராசுக்குரிய மரியாதையை இச்சமூகம் தருவதில்லை. அது ஒரு பொருள். அவ்வளவுதான். சரியாக அளந்தால் இருந்துவிட்டுப் போகட்டும். எதிராளிக்குச் சந்தேகம் வந்துவிடுமானால் எடுத்து வீசிவிட்டு வேறொன்றைக் கொண்டு வந்து வை. இரு தட்டுகளும் நடுவே ஊசலாடும் குறி முள்ளும் தேவையில்லை. நவீன

தராசுகள் வந்துவிட்டன. இனி அது வெறும் பொருள் இல்லை. அது ஒரு இயந்திரம். இயந்திரம் தவறு செய்யாது.

எப்படி என்னால் இந்தச் சமூகத்திடம் பேச முடியும்? ஒருநாள் எனது குழு நண்பர்களிடம் நான் டெபூஸியைக் குறித்துத் தீவிரமாகப் பேசிக் கொண்டிருந்தபோது பெஸ்கி இடையில் குறுக்கிட்டு, ‘அவனது மனைவி ஒரு யூதப் பெண்’ என்று சொன்னான். இருந்த அனைவரும் உடனே சிரித்தார்கள்.

இது ஒரு வன்முறை அல்லவா! யுத்த தரும மீறல் அல்லவா! நான் கலையைப் பற்றிப் பேசுகிறேன். அப்படிப் பேசும்போது கலைஞனே எனக்கு முக்கியமில்லாமல் போய்விடுகிறான். அவன் எங்கு யாருக்குப் பிறந்தான், என்ன ஜாதி, என்ன மதம், எந்த தேசம் எதுவுமே ஒரு பொருட்டில்லை. செத்துப் போனவன் உயிரோடு விட்டுப் போனதை வைத்துக்கொண்டு நாம் உரையாடுகிறோம். அதைப் பேசித் தீர்க்கவே இந்தப் பிறவி போதாதே? செத்துப் போனவன் பெண்டாட்டி என்ன ஜாதியாக இருந்தால் என்ன?

இம்மாதிரித் தருணங்களில் நான் சலித்துவிடுகிறேன். பேசவும் பிடிக்காமல் எழுந்து கடற்கரைக்குச் சென்றுவிடுகிறேன். ‘கச்சேரி இருக்கிறது; திரும்பி வா’ என்று நண்பர்கள் என் பின்னால் ஓடி வந்து கெஞ்சுவார்கள். நான் போகமாட்டேன். கச்சேரி தடைபடும். விசில் அடிப்பார்கள். கல் வீசுவார்கள். அமைப்பாளருக்குத் தேவையற்ற தர்ம சங்கடம்.

‘பெஸ்கி, இப்போது நீ சொல். இன்றைய கச்சேரி கெட்டதற்கு யார் காரணம்?’

அவன் உடனே பதில் சொன்னான், ‘டெபூஸியின் மனைவி.’

குழுவினருடன் இசை குறித்துப் பேசுவதில்லை என்று அப்போது முடிவு செய்தேன். யாருடனாவது பேசியே தீரவேண்டும் என்ற வெறி ஏற்பட்டால், யாருக்கும் சொல்லாமல் ஒரு ஆட்டோ பிடித்துக் கொண்டு பனையூர் கடற்கரைக்குப் போய்விடுவேன். நகர சந்தடியில் இருந்து முற்றிலும் விலகி ஒரு தனித்தீவு போல் இருக்கும் சிறு மீனவ கிராமம். ஈரக் காற்றில் மீன் வாசனை நிரந்தரமாக இருக்கும். கால் புதையும் மணலுக்குள் காலி பாட்டில்கள், சோடா கோலி குண்டுகள், வத்திப்பெட்டி, பெண்கள் தலையில் கட்டும் ரிப்பன், எழுதாத பேனா, காற்றுப் போன பந்து என்று என்னென்னவோ தட்டுப்படும். மனிதர்கள் போகும் இடங்களில் எல்லாம் எதையாவது மிச்சம் வைத்துவிட்டுத் திரும்பிப் போய்விடுகிறார்கள். தேவையற்றவை

களால் ஆன வாழ்க்கை. அனைத்தையும் கவிழ்த்து உதிர்த்துவிட்டுப் பறந்துவிட முடியாதா என்று ஏங்கிக்கொண்டிருப்பவனுக்கு ஒரு கதி மோட்சம் கிட்டியபாடில்லை. ஆனால் உலகம் சந்தோஷமாகத்தான் இருக்கிறது. எதுவும் பெரிய இழப்பல்ல. பெரிய இழப்பானாலும் அது ஒரு பொருட்டல்ல.

அன்றைக்கு நான் நள்ளிரவு தாண்டிய பின்பும் கடற்கரை இருளில் தனியே அமர்ந்திருந்தேன். எனக்குள் என்னவென்று புரியாத ஒன்று நிகழ்ந்துகொண்டிருந்தது. ஒரு இசை வடிவம். வடிவம் கூடாத வடிவம். மெலிதாக, மிக மெலிதாக ஒரு ஷெனாயின் ஒலியில் அது தொடங்குகிறது. எங்கிருந்தோ பத்து வயலின்கள் திருட்டு நடையில் குறுக்கே வந்து வரிசையில் புகுந்துவிடுகின்றன. ஒலிக்கும் ஷெனாயின் உள்ளிருந்து கிளம்பும் அலைக்கு இருபுறமும் சரிகை போட்டாற்போல அந்தப் பத்து வயலின்கள் சேர்ந்து இசைக்க ஆரம்பிக்கின்றன. அப்போது தனித்து ஒரு வயோலா கேட்கிறது. எங்கிருந்தோ டிரம் வாசிக்கத் தொடங்குகிறார்கள். பத்து வயலின்கள் நூறாகின்றன. நூறு ஆயிரமாகிறது.

ஆயிரம் வயலின்கள்! ஆரவாரமில்லாமல் அடக்கமான, அமைதியான தொனியில் ஆயிரம் வயலின்கள் ஒத்திசைந்து இசைக்கும்போது ஒரு சிறு க்ளாரினட், பூனை போல் உள்ளே வருகிறது. எனக்குத் தெரியும், அதன் நோக்கம் ஷெனாயை நெருங்கித் தொடவேண்டும் என்பது தான். விடுவேனா? நான் ஷெனாயைத் தூக்கி ஒரு சித்தாரின் அருகே வைக்கிறேன். இப்போது வயலின்களுக்கு எதிரிடையாக அவை இரண்டும் சேர்ந்து ஒலிக்கின்றன.

சொன்னேன் அல்லவா? வடிவம் கூடாத ஒரு வடிவம். ஆனால் என் மனத்துக்குள் அதன் ஓசை கேட்கத் தொடங்கிவிட்டது. எனக்குக் கைகால்கள் நடுங்க ஆரம்பித்துவிட்டன. கடற்கரை மிகவும் குளிர்ந்து விட்டிருக்க வேண்டும். எழுந்து சென்றுவிடலாம் என்று நினைத்தேன். எழுந்தால் இசை அடங்கிவிடுமோ என்று அச்சமாக இருந்தது. கணப் பொழுது தியானத்தில் என்னால் அனைத்துக் கருவிகளில் இருந்தும் பொங்கும் இசையைச் சொற்களாக மாற்றிக் கொட்டி சேமித்து வைக்க முடியும். ஆனால் அவசரத்தில் ஒரு குறிப்பு நோட்டுகூட எடுத்து வராமல் வந்துவிட்டேன்.

ஆனால் ஏதாவது செய்தாக வேண்டும். அதுவும் உடனே.

தீவிரமாக யோசித்து, இருளில் மணல் வெளியெங்கும் அளாவி ஒரு நீண்ட குச்சியைக் கண்டுபிடித்தேன். அது போதும் என்று தோன்றியது. நான் அமர்ந்திருந்த இடத்தைச் சுற்றி ஒரு பெரிய வட்டம்

போட்டேன். அந்த வட்டத்துக்குள் எனக்குள் ஒலித்த இசையைச் சொற்களாக்கி எழுதி வைத்தேன். மிஞ்சிப் போனால் பத்து நிமிடங்கள். ஆனால் அதை நான் செய்துவிட்டேன்.

சட்டென்று ஒரு பெரும் காற்று கடலுக்குள் இருந்து பாய்ந்து வந்து என் கண்ணை மூடிச் சென்றது. மணல் பரப்பில் இருந்து துகள்கள் எழுந்து பறந்து நகர்ந்து சென்று அடங்கின. இருளில் நான் எழுதிய குறிப்புகள் அழிந்திருக்கும் என்று நினைத்தேன். சரி போ பார்த்துக்கொள்ளலாம் என்று அப்படியே படுத்துவிட்டேன்.

கண் விழித்தபோது விடிந்து வெகுநேரமாகியிருந்தது. மீனவர்க்ள் கடலுக்குள் போய்க்கொண்டிருந்தார்கள். அவர்களை வழியனுப்பிய பெண்கள் அன்றைய பொழுதின் பிரச்னைகளைப் பற்றி உரத்த குரலில் பேசிக்கொண்டு திரும்பிப் போய்க்கொண்டிருந்தார்கள். எனக்கு முதல் நினைவாக இரவு எழுதிய குறிப்புகள்தான் சட்டென்று மனத்தில் உதித்தன. உடனே சுருட்டி எழுந்து நின்று பார்த்தேன்.

நீங்கள் நம்பத்தான் மாட்டீர்கள். மணற்பரப்பில் நான் வரைந்த வட்டக் கோட்டுக்குள் அடங்கிய குறிப்புகள் இருந்த இடம் மட்டும் புடைப்புச் சிற்பம் போல எழுந்து நின்று தனித்துத் தெரிந்தன. அலையும் காற்றும் அதை ஒன்றுமே செய்யவில்லை என்று சொல்லமாட்டேன். ஆனால் என் கற்பனையை சாசுவதப் படுத்துவதில் இறைவனுக்கு இயற்கை உதவி புரிந்திருக்கிறது என்று எண்ணிக்கொண்டேன்.

அன்று மேன்ஷனுக்குத் திரும்பியதும் கருணாகர மூர்த்தியை அழைத்துச் சொன்னேன். ‘நாம் மிக விரைவில் பெர்லினுக்குப் போகவேண்டியிருக்கும்.’

‘எதற்கு?’

‘மொசார்ட்டும் பீதோவனும் மண்டியிடுவதைப் பார்க்க பெஸ்கி ஆசைப்படுவான். குறைந்தபட்சம் டெபூஸியின் மனைவியைச் சந்தித்து அவளது சாதியைக் கேட்டு உறுதிப்படுத்திக்கொள்ளவாவது விரும்புவான். அதை நிறைவேற்றிய பிறகுதான் இனி மற்ற எல்லாமே.’ என்று சொன்னேன்.

5.3

சுமார் ஆறு மாத காலம் நான் சரியாக இல்லை. நான் சரியாக இல்லை என்பது மற்றவர்களுக்குத் தெரிந்துவிடாமல் பார்த்துக்கொள்ள நிறைய சிரமம் எடுத்துக்கொண்டேன். உள்ளுக்குள் எனக்கு இருந்த பதற்றமும் பெரும் தவிப்பும் என் முகத்தில் தெரிந்துவிடக்கூடாது என்று நினைத்தேன். முடிந்தால் மனிதர்களை முற்றிலுமாகத் தவிர்த்துவிட்டால் நல்லது என்று தோன்றியது. ஆனால் கடவுளே! அது எப்படி சாத்தியம்? கண்ணை விழித்துப் பார்த்தால் தென்படும் அனைவரும் மனிதர்களாகத்தான் இருக்கிறார்கள். ஒரு மாறுதலுக்கு மயிலோ மாடோ பன்றியோ நாயோ தட்டுப் படுவதில்லை. நகர்ப்புற மிருகங்களின் ஆகப்பெரிய ஆகிருதி கொண்டவனே வெளியை நிறைத்திருக்கிறான். என்ன செய்ய?

குழுவினரோடு அமர்ந்து பேசிக்கொண்டிருந்தபோது ஒரு சமயம், 'எனக்கு இப்போது தனியாக எங்காவது மலை வாசஸ்தலத்துக்குப் போகவேண்டும் போல இருக்கிறது. ஆனால் வரும் மாதத்தில் இருபது நாள் நிகழ்ச்சிகள் இருக்கின்றன. உள்ளூரிலேயே யார் கண்ணிலும் படாமல் நேரத்தைக் கொல்ல ஒரு வழி சொல்லுங்கள்' என்று கேட்டேன்.

ஒவ்வொருவர் ஒவ்வொரு யோசனை சொன்னார்கள். பெஸ்கி என்னைப் பாண்டிச்சேரிக்குச் சென்று அரவிந்தர் ஆசிரமத்தில் தங்கிவிட்டு வரச் சொன்னான்.

‘அடக்கடவுளே. நான் எப்படி ஆசிரமத்தில் தங்குவேன்? குடிக்க விடமாட்டார்கள். கஞ்சா உபயோகிக்க விடமாட்டார்கள். தினமும் குளிக்க வேண்டும் என்பார்கள். என்னால் முடியாது.’

‘அப்படி இல்லை எட்வின். ஆசிரமம் நடத்தும் விடுதி ஒன்று இருக்கிறது. அங்கு வேலை பார்க்கும் நபர் ஒருவர் எனக்குத் தெரிந்தவர். நீ விரும்பினால் நான் அவரிடம் பேசி ஏற்பாடு செய்து தர முடியும்.’

எனக்கு அதில் ஏனோ விருப்பமில்லை. திருட்டுத்தனமாக என்னால் சாலையில் எச்சில் துப்பக்கூட முடியாது. செய்வதை பகிரங்கமாகச் செய்வதே எனக்கு சௌகரியம். பேச்சிலுமேகூட நான் தோன்றுவதை அப்படியேதான் பேசுகிறேன். அதனாலேயே எதையும் நினைவில் வைத்துக்கொள்ள எனக்கு அவசியம் இருப்பதில்லை. என் நினைவில் நானே ஒரு பெரும் தகவல் மூட்டையாக இருக்கும்போது வேறெதைப் புதிதாகத் தூக்கிச் சுமக்க?

பிறகும் மகாபலிபுரம், தடா அருவி, வேடந்தாங்கல் என்று ஒவ்வொருவரும் ஓரிடத்தைக் குறிப்பிட்டார்கள். எனக்கென்னவோ ஜானவி சொன்ன யோசனை அனைத்திலும் சிறப்பானது என்று தோன்றியது.

‘சென்னையில் இசைவிழா ஆரம்பிக்கப் போகிறது. சீசன் பாஸ் வாங்கிக்கொண்டு தினமும் போய் உட்கார்ந்துவிடு. பெரும் கூட்டத்தில் உன்னைக் கண்டு நலம் விசாரிக்க யாரும் இருக்க மாட்டார்கள். உனக்கும் பொழுது போகும்’ என்று அவள் சொன்னாள்.

எனக்கு அந்த யோசனை பிடித்தது. ரகுவும் பெஸ்கியும் யாருக்கோ பேசி சங்கீத வித்வத் சபையில் ஒரு சீசன் டிக்கெட் ஏற்பாடு செய்து கொண்டு வந்து தந்தார்கள். நாளெல்லாம் நான் அங்கே இருப்பேன். கச்சேரிகள் கேட்டுக்கொண்டு, கேண்டீனில் சாப்பிட்டுக்கொண்டு, சோர்வானால் அங்கேயே படுத்துத் தூங்கிக்கொண்டு பகல் பொழுது முழுவதையும் அங்கே கழிப்பேன். சரியாக மாலை ஆறு மணிக்கு ரகு வண்டி எடுத்துக்கொண்டு வந்து வாசலில் நிற்பான். அப்போது நான் வெளியே வந்தால் போதும். எங்கள் நிகழ்ச்சியை நடத்திக் கொடுத்துவிட்டு இரவு மேன்ஷனுக்குப் போய்விடலாம்.

இது திட்டம். எதற்காக நான் அப்படியொரு தனிமையைக் கேட்டேன் என்று குழுவில் யாருக்கும் தெரியாது. நான் ஜானவியிடம்கூடச் சொல்லவில்லை. உண்மையில் நான் மிகுந்த மனக் கொந்தளிப்புக்கு அப்போது ஆளாகியிருந்தேன். சிந்தனை ஒரு சுருதியில் நிற்க

மறுத்தது. பிரிந்து பறக்கும் யோசனைகளை இழுத்துக் கட்டவும் முடியவில்லை. ஒரே சமயத்தில் நூற்றுக்கும் மேற்பட்ட விஷயங்களைப் பற்றி மனம் யோசிக்கத் தொடங்கிவிடும். சம்மந்தமில்லாத விஷயங்களின் மோதலில் என் மூளைச் செல்கள் சிராய்ப்படைந்திருந்தன. இவை அனைத்தையும்விடப் பெரிய சிக்கல், மனச் சோர்வு. எதுவும் நடக்கவில்லை என்ற எண்ணம் ஒரு சுய இரக்கமாக மாறி என்னைக் கொல்லத் தொடங்கிவிடும். தலைக்குள் அப்படியொரு பெரும் இரைச்சல் இடைவிடாது கேட்டுக்கொண்டே இருக்கும். என் காதுகள் வழியே அந்த இரைச்சல் எங்கே வெளியே வழிந்து நாலு பேர் திரும்பிப் பார்க்கும்படியாகி விடுமோ என்று அஞ்சுவேன். வெளியே போனாலே இரு காதுகளிலும் பஞ்சு அடைத்துக்கொள்ளாமல் போவதில்லை. மனநல மருத்துவரைப் போய்ப் பார்க்காமல் சரி செய்ய ஏதாவது வழியுண்டா என்றுதான் தேடிக்கொண்டிருந்தேன். இந்த இசைவிழா தினங்கள் ஓரளவு எனக்கு உதவும் என்று ஏனோ தோன்றியது.

முதல் நாள் தொடக்க விழா என்பதால் நான் போகவில்லை. மறுநாள் காலை ஜானவி என்னை சங்கீத வித்வத் சபைக்கு அழைத்துச் சென்று இறக்கிவிட்டாள். 'நான் உடன் இருக்கலாமா?' என்று கேட்டாள். எனக்குச் சங்கடமாக இருந்தது.

'வேண்டாம் என்று சொன்னால் நான் தொந்தரவு செய்ய மாட்டேன்.'

'நன்றி. வேண்டாம்' என்று சொன்னேன்.

அவள் போய்விட்டாள். பிறகு அதற்காக, அவளைத் திருப்பி அனுப்பியதற்காகச் சிறிது நேரம் வருந்திக்கொண்டிருந்தேன். ஒருவாறு சமாளித்துக்கொண்டு உள்ளே போய் அமர்ந்தால் ஒரு சிறுவன் பாடிக்கொண்டிருந்தான். மிஞ்சினால் பதினேழு பதினெட்டு வயது இருக்கும். ஜிப்பா அணிந்து, ஜிப்பாவுக்கு மேல் புலிநக செயின் போட்டுக்கொண்டு, நடு நெற்றியில் சந்தனம், குங்குமம் பொட்டு அணிந்து, படியத் தலைவாரிக்கொண்டு, இடது கையால் வேக வேகமாகத் தாளம் போட்டபடி ஏதோ ஒரு தியாகராஜர் கீர்த்தனையை அவன் பாடினான். எனக்கு அவன் பெயர் நினைவில் இல்லாமல் போய்விட்டது. முதல் அரை மணி நேரம் மிகவும் சுமாராகத்தான் பாடினான். போகப் போக கூட்டத்தை மறந்து அவன் தனக்கே பாட ஆரம்பித்துவிட்டது போலத் தோன்றியது. அப்போது முதல் அவன் பாட்டு எனக்குப் பிடித்துவிட்டது.

கச்சேரி முடியும்வரை நான் அசையாமல் அமர்ந்து கேட்டுக் கொண்டிருந்தேன். ஒரு மாயாமாளவகௌளையை முக்கால் மணி

நேரம் ஆலாபனை செய்து, ராகம் தானம் பல்லவியெல்லாம் பாடி, தனிக்கு இடம் கொடுத்து, வாசிப்பவர்களுக்கு சபாஷ் சொல்லி -

நான் இம்மாதிரியான சபா கச்சேரிகளுக்குப் போனதே இல்லை. இவர்களெல்லாம் என்ன பாடுவார்கள் என்று தெரியுமே தவிர நேரடி அனுபவம் இருந்ததில்லை. குளிரூட்டப்பட்ட அறையில் சொகுசாக சாய்ந்து அமர்ந்து இசையை ரசிப்பதும் நன்றாகத்தான் இருந்தது. அன்று நான் அடுத்தடுத்த இரண்டு கச்சேரிகளை விடாமல் கேட்டேன். நான்கு மணிக்கு சுதா ரகுநாதன் பாடுகிறார் என்று சொன்னார்கள். ஏழு மணிக்கு மகாராஜபுரம் சந்தானம். என்னால் அதற்கு இருக்க இயலாது என்பதால் சுதா ரகுநாதன் கச்சேரி வரை முழுதாக இருந்து கேட்டேன். அந்தப் பெண்ணின் ஜிமிக்கிகளும் பட்டுப்புடைவையும் என்னை மிகவும் வசீகரித்தன. அவர் பாடும் வேகத்துக்கு டிங் டிங் டிங் என்று ஜிமிக்கிகள் ஆடிய அழகை நாளெல்லாம் பார்த்துக்கொண்டிருக்கலாம். இந்தப் பெண் அடுத்த வருஷம் ஏழு மணி கச்சேரிக்குப் போய்விடும் என்று என் அருகே அமர்ந்திருந்த ஒரு பெரியவர் ஆரூடம் சொன்னார். எனக்குமே அது சரி என்றுதான் பட்டது. பளபளக்கும் பட்டுப் புடைவையும் சுடர்ந்தொளிரும் வைரக் கம்மலும் நான்கு மணி வெளிச்சத்தைக் காட்டிலும் ஏழு மணி இருளுக்கு இன்னும் பொருந்தும்.

அன்றைக்கு சுதா ரகுநாதன் பாடி முடிக்கும் போது மொத்த அரங்கமும் எழுந்து நின்று கைதட்டியதைப் பார்த்தேன். 'என்ன இருந்தாலும் எம்.எல். வசந்தகுமாரி சிஷ்யையாச்சே?' என்று ஒருவர் சொன்னார். ஜிமிக்கி அணிந்து எம்.எல். வசந்தகுமாரி பாடிய வீடியோக் காட்சி ஏதாவது கிடைக்குமா என்று பார்க்க வேண்டும் என்று நினைத்துக்கொண்டு அரங்கைவிட்டு வெளியே வந்தேன். ரகு இன்னும் என்னை அழைத்துப் போக வந்திருக்கவில்லை. அரங்கத்துக்குள் இருந்த கேண்டீனில் நிற்கக்கூட இடமில்லாததால் நான் வெளியே வந்து ஒரு டீக்கடையில் காப்பி அருந்தினேன். சட்டென்று உள்ளுக்குள் ஏதோ ஒன்று இடறியது. அவசரமாக, அருந்திய காப்பிக்குப் பணம் கொடுத்துவிட்டு அந்தத் தள்ளுவண்டிக் கடைக்குப் பக்கத்திலேயே சுவர் ஓரமாக இருந்த ஒரு பாறாங்கல்லின்மீது அமர்ந்து என் நோட்டுப் புத்தகத்தை எடுத்து வைத்துக்கொடு விறுவிறுவென்று எழுத ஆரம்பித்தேன்.

உண்மையைச் சொல்கிறேன். சுதா ரகுநாதன் பாடிய ஒரு நடபைரவிதான் நான் எழுதியதற்கு வித்து. ஆனால் இரண்டு வரிகளில் அவர் பாடியதைக் கடந்து வேறெங்கோ சென்றுவிட்டேன். எவ்வளவு நேரம் அப்படி எழுதிக்கொண்டிருந்தேன் என்று

நினைவில்லை. என் நோட்டுப் புத்தகம் முழுவதும் எழுதி முடிக்கப் பட்டு, அப்போதும் தாள் போதாமல் கடைக்காரனிடம் கேட்டு அவனது கணக்கு நோட்டுப் புத்தகத்தில் இருந்து இரு தாள்களைக் கிழித்து எழுதி முடித்தேன்.

வேகமாக ஒருமுறை வாசித்துப் பார்த்தபோது மிகுந்த மகிழ்ச்சியாக இருந்தது. எல்லாம் சரியாக இருக்கிறது, எல்லாம் சரியாக இருக்கிறது என்று வாய்விட்டுச் சொல்லிக்கொண்டேன். உடனே மேன்ஷனுக்கு ஓடிச் சென்று அதை வாசித்துப் பார்க்கவேண்டும் என்ற வேட்கை உண்டானது. ஏழு மணிக்கு நான் சென்றாக வேண்டிய எங்கள் குழுவின் நிகழ்ச்சி எனக்கு மறந்தே போயிருந்தது. நான் மேன்ஷனுக்குப் போய்விடலாம் என்று எழுந்தபோது என் தோளில் ஒரு கை பட்டது. ரகு நின்றிருந்தான்.

'ஓ. வந்துவிட்டாயா?'

'நான் வந்து அரை மணி ஆகிறது. நீ எழுதிக்கொண்டிருந்ததால் தொந்தரவு செய்ய வேண்டாம் என்று ஒதுங்கி இருந்தேன்.'

'ரகு! நான் ஒன்று எழுதியிருக்கிறேன். நடபைரவியில் ஒரு சிம்பொனி. யாரும் செய்ததில்லை. செய்யவும் முடியாத ஒன்று இது.'

'அப்படியா?'

'ஆம். ராகத்தில் இருந்து இம்மியும் வழுவாத மேற்கத்திய சிம்பொனி. முதல் இரண்டு மூவ்மெண்ட்களை முழுக்க எழுதி முடித்துவிட்டேன். ரூமுக்குப் போய்விட்டால் மிச்சத்தையும் நிறைவு செய்துவிடுவேன்.'

'ஆனால் நமக்கு எல்லையம்மன் கோயில் கச்சேரி இருக்கிறது எட்வின்.'

'ஆம். இருக்கிறது.'

'நீ வரப் போவதில்லையா?'

சில வினாடிகள் யோசித்தேன். எனது கிறுக்குத்தனம் இன்னாள்களில் என் கட்டுப்பாட்டை மீறிச் சென்றுகொண்டிருப்பதை இன்னொருவர் உணர்ந்துவிடக்கூடாது என்று மீண்டும் மனத்துக்குள் சொல்லிக் கொண்டு, 'சரி வருகிறேன்' என்று அவனோடு புறப்பட்டேன்.

கச்சேரி முடித்து இரவு மேன்ஷனுக்கு வந்தபோது மிகவும் களைப்பாக இருந்தது. பெஸ்கி கட்டாயப்படுத்தி ஒரு பாருக்கு அழைத்துச் சென்று மூன்று லார்ஜ்கள் வாங்கித் தந்திருந்தான். அதன்பின் சாப்பிட்ட சிக்கன் பிரியாணி உடனே படுத்துத் தூங்கச் சொன்னது. அறைக்கு வந்தபோது என்னால் அதுதான் முடிந்தது.

காலை கண் விழித்ததும் நான் முதல்நாள் எழுதிய இசைக் குறிப்புகளை எடுத்துப் படித்தேன். உடனே அதை பியானோவில் வாசிக்கத் தொடங்கினேன். என் சுய நினைவு அறவே இல்லாது போய், நான் ஒலியாக உருமாறி அறையெங்கும் நிறைந்துவிட்டிருந்தேன். கண் விழித்தபோது ஜானவியும் பெஸ்கியும் ஐயங்காரும் என் எதிரே நின்றிருந்தார்கள். அவர்களோடு தயாரிப்பாளர் ஒருவர் வந்திருந்தார்.

'என்ன?' என்று கேட்டேன்.

'இவர் ஒரு படம் எடுக்கிறார். நீ இசை அமைக்கலாம் என்கிறார்.'

'அப்படியா?'

'நேற்று உங்கள் கச்சேரிக்கு வந்திருந்தேன். யாருடைய சாயலும் இல்லாத சுத்தமான சங்கீதம் எனக்குப் பிடித்திருந்தது.'

'நன்றி.'

'சினிமாவுக்குக் கூடாது என்று கொள்கை ஏதாவது வைத்திருக்கிறீர்களா?'

'இல்லையே? யார் சொன்னது?'

'இல்லை. சில விளம்பரப் படங்களுக்கு வாசிக்கக் கேட்டு நீங்கள் மறுத்துவிட்டதாகக் கேள்வி.'

'ஆம். மறுத்திருக்கிறேன்.'

'சினிமாவுக்குச் செய்வது பெரிய வேலை.'

'இசை உங்கள் சினிமாவைவிடப் பெரிது. நான் செய்கிறேன். மற்றவற்றை நீங்கள் ஜானவியிடம் பேசிக்கொள்ளுங்கள்' என்று சொன்னேன்.

அவரை அனுப்பிவிட்டு ஜானகியும் பெஸ்கியும் மீண்டும் அறைக்கு வந்தார்கள்.

'குட். வாழ்த்துகள். ஆனால் உன் பம்பாய் கனவுக்கன்னியை அடுத்துக் கேட்பாயே?' என்று ஜானவி சொன்னாள்.

'அவளே வருவாள்' என்று சொன்னேன்.

'எப்படி?'

'யாருக்குத் தெரியும்? மீண்டும் யாரோ கதவு தட்டுகிறார்கள். போய்ப் பார்.'

ஜானவி கதவைத் திறந்தபோது அவள் நின்றிருந்தாள். கண்களால் நிறைந்தவள். 'நான் உள்ளே வரலாமா?' என்று கேட்டாள்.

‘நீங்கள் யார்?’

‘நான் மரியா. ஒரு பாடகி.’

நான் அந்தப் பெண்ணை உற்றுப் பார்த்துக்கொண்டே இருந்தேன். பரவசமெல்லாம் இல்லை. பதற்றமும் இல்லை. எனக்குத் தெரியும். தேர்ந்தெடுக்கப்பட்டவர்களுக்கு இறைவன் இப்படித்தான் அனைத்தையும் தேடாமல் அனுப்பி வைப்பான்.

‘இவர் எட்வின். இவரை உனக்கு எப்படித் தெரியும்?’ என்று பெஸ்கி கேட்டான்.

‘இரண்டு இசை நிகழ்ச்சிகள் பார்த்திருக்கிறேன்.’

‘வேறெந்த விதமாகவும் தெரியாதா?’ என்று நான் கேட்டேன்.

‘இல்லை.’

‘நீ எனக்கு இரண்டு பன்களைக் கொடுத்தாய். ஒரு நாள் பசி எனக்கு உன்னால் தீர்ந்தது. உனக்கு அது நினைவிருக்கிறதா?’ என்றேன்.

அவளுக்கு அதெல்லாம் நினைவில்லை அல்லது புரியவில்லை. ‘நான் பாடுவேன். உங்கள் குழுவில் எனக்கு வாய்ப்புக் கிடைக்குமா?’ என்று மீண்டும் கேட்டாள்.

நான் அவளை நெருங்கினேன். மிகவும் நெருங்கிச் சென்று நின்றேன். அவளுக்கு அது சற்று சங்கடமாகத்தான் இருந்திருக்க வேண்டும். ஜானவி என்னையே பார்த்துக்கொண்டிருந்தாள். ஒரு கணம் கண்மூடி சுவாசத்தை இழுத்து விட்டேன். பிறகு கண்ணைத் திறந்து அவளைப் பார்த்துச் சொன்னேன், ‘இறைவன் எனக்களித்த பேழையில் இருந்து இறங்கி நீ எனக்குள்ளே சென்று எவ்வளவோ நாளாகிவிட்டது. இப்போது வெளியே வந்திருக்கிறாய். வா, வந்து பாடு!’ என்றேன்.

5.4

அது நான் மன உளைச்சலில் இருந்து இன்னும் மோசமாகி, மனச் சிதைவை நோக்கிப் போய்க்கொண்டிருந்த நாள்கள். என்னை எப்படியாவது மீட்டுவிட வேண்டும் என்று ஜானவி பெருமுயற்சி எடுத்துக்கொண்டிருந்தாள். என் வாழ்வில் நான் சந்தித்த மனித அற்புதங்களுள் அவள் இரண்டாமவள். மரியாவின் குரலுக்கு நிகராக இன்னொன்றைச் சொல்ல முடியுமென்றால் நான் ஜானவியின் மனத்தைச் சொல்வேன். அவள் என்னைக் காதலிப்பதாக ஒருமுறைதான் சொன்னாள். அதன்பின் என்றுமே அவள் காதல் வயப்பட்டு, கிறுக்குத் தனமாக என்னிடம் நடந்துகொண்டதில்லை. எப்போதும் போல ரிகர்சல்களுக்கு வருவாள். நிகழ்ச்சிகளுக்கு வருவாள். நண்பர்களுடன் அமர்ந்து பேசிக்கொண்டிருப்பாள். என்னிடம் தனியாகப் பேசும்போதுகூட என் உடல் நலனைப் பற்றி மட்டுமே பேசுவாள். நிறையக் குடிக்காதே. கஞ்சாவைக் குறைத்துக்கொள். வேளைக்குச் சாப்பிடு. இதைச் சொல்லிவிட்டு, ‘இப்படிச் சொல்வது உன்னை எந்த விதத்திலும் பாதிக்காது, மாற்றாது என்று எனக்குத் தெரியும். இருந்தாலும் சொல்லத் தோன்றியதால் சொன்னேன்’ என்றும் சொல்வாள். எப்போதாவது திடீரென்று எனக்குப் புதிதாகச் சில சட்டைகளும் பேண்ட்களும் வாங்கி வந்து தருவாள். நன்றி என்று சொன்னால், ‘அது வேண்டாம்; ஒரு முத்தம் தா’ என்பாள். முத்தமிட்டதும் அதற்கு நன்றி சொல்லிவிட்டுப் போய்விடுவாள்.

பழகத் தொடங்கிச் சில வருடங்கள் ஆகிவிட்டன. இடைப்பட்ட காலத்தில் நாங்கள் பலமுறை உடல் உறவு

கொண்டிருக்கிறோம். என் மேன்ஷன் அறையில் கட்டில் கிடையாது. தரையில் பாய் விரித்துத்தான் படுப்பேன். என்னிடம் ஒரு தலையணை கூடக் கிடையாது. சாதாரணமாகவே தூங்கப் போகும்போது நான் உள்ளாடை வரை களைந்துவிட்டு நிர்வாணமாகத்தான் படுப்பேன். போர்த்திக் கொள்ளும் வழக்கம் கிடையாது. ஜானவி முதல் முறை என் அறையில் உறங்க வந்தபோது அவளுக்கு அதிர்ச்சி தரக்கூடாது என்று படுக்கும் முன்பே என் வழக்கத்தை அவளிடம் சொன்னேன். அவள் சிறிது அதிர்ச்சியோ, வியப்போ அடைவாள் என்று எதிர்பார்த்தேன். ஆனால், 'ஓ, அப்படியா?' என்று மட்டும் சொன்னாள். 'விளக்கை அணைக்கிற வழக்கம் உண்டா? அதுவும் கிடையாதா?' என்று கேட்டாள்.

அன்று அவளிடம், 'என் பாயை நீ பகிர்ந்துகொள்வது நீ எனக்கு அளிக்கும் கௌரவம்' என்று சொன்னேன். பதிலுக்கு அவள், 'எனக்காக நீ இன்று கஞ்சா குடிக்காதிருப்பது என் பெருமை' என்று சொன்னாள்.

இரண்டு நாகங்கள் புணர்வதைப் போல அன்று நாங்கள் பின்னிப் பிணைந்து தரையில் தேய்த்துத் தேய்த்து நகர்ந்து மேன்ஷன் அறை முழுதும் சுற்றி வந்தோம். மூச்சு விட முடியாத அளவுக்கு இறுக்கம் எங்களுக்கிடையே இருந்தது. நானும் அதிலிருந்து விடுபட முயலவில்லை. அவளுக்கும் அதுவேதான் வேண்டியிருந்தது. அரை மணிநேரம், முன் காமத்தின் தகிப்பை முழுவதுமாக அனுபவித்து விட்டுப் பிறகு நான் அவளைப் புணர்ந்தேன். இரண்டு மணி நேரம் இடைவெளி விட்டு மீண்டும் அதையே திரும்பச் செய்தோம்.

அன்று இரவெல்லாம் நான் அவளைப் புரட்டிப் புரட்டி வாசித்துக்கொண்டிருந்தேன்.

'இந்த உலகில் பாடிக்கொண்டே செக்ஸில் ஈடுபடும் ஒரே பிறவி நீதான் எட்வின்' என்று அவள் சொன்னாள்.

'வேறு எத்தனைப் பேரைப் பார்த்திருக்கிறாய் நீ?'

'தெரியும் இப்படிக் கேட்பாய் என்று. ஒரு ஆண் எந்தச் சமயத்தில் என்ன செய்ய முடியும் என்பதைவிட, எப்போது எது அவனுக்கு முடியாது என்பது ஒரு பெண்ணுக்கு மிக நன்றாகத் தெரியும்' என்று அவள் சொன்னாள்.

'அப்படியா?'

'அப்படித்தான். எங்கள் மொழியில் ஜானகிராமன் என்று ஒரு எழுத்தாளர் இருக்கிறார். தனது முதலிரவின்போது நான் ஒரு பாட்டு

பாடிக்கொள்ளட்டுமா என்று மனைவியிடம் அனுமதி வாங்கிக் கொண்டு அவர் ஒரு பாட்டுப் பாடியதைப் பற்றி எழுதியிருக்கிறார்'

'ஓ, நீ படிப்பாயா?'

'நிறைய.'

'படிக்கிற வழக்கம் உள்ள ஒரு பெண்ணுக்கு இசை பயிலும் ஆர்வம் இருந்தால் புரிந்துகொள்ள முடியும். குறிப்பாக உனக்கு டிரம்ஸ் கற்கும் ஆசை எப்படி வந்தது?'

'இந்த இரவுக்கு அது அவ்வளவு முக்கியமா?' என்று ஜானவி கேட்டாள்.

நாங்கள் மீண்டும் கூடிக் கலவி செய்தோம். இரு உடல்களும் வியர்த்து, கசகசத்து நாறத் தொடங்கும் வரை நிறுத்தாமல் செய்தோம். அதன்பின் எப்போது நான் உறங்கினேன் என்று எனக்குத் தெரியாது.

கண் விழித்தபோது அவள் சூடாகக் காப்பி வாங்கி வந்து வைத்திருந்தாள். அதைக் குடித்துவிட்டு ஒரு சிகரெட்டை எடுத்துப் பற்ற வைத்துக்கொண்டேன்.

'நன்றாக இருந்ததா?' என்று அவள் கேட்டாள்.

'தெய்வீகமான அனுபவம்.'

'நீ தினமும் தியானம் செய்தால் உன் பிரச்னையில் இருந்து விடுபடலாம் என்று டாக்டர் சொன்னார். உன்னையெல்லாம் தியானம் பழக்கி உட்கார வைக்க முடியுமா? அதனால்தான் இந்தக் குறுக்கு வழியைத் தேர்ந்தெடுத்தேன்' என்று அவள் சொன்னபோது எனக்குச் சிறிது வியப்பாக இருந்தது. பிடித்திருந்தது. அவள் கிளம்பும்போது, 'குறுக்கு வழிச் சிகிச்சை மீண்டும் எப்போது?' என்று கேட்டேன். 'சீ' என்று செல்லமாகச் சிரித்துவிட்டுப் போய்விடுவாள் என்றுதான் நினைத்தேன். ஆனால் ஜானவி, 'உனக்கு எப்போது தோன்றுகிறதோ என்னைக் கூப்பிடு' என்று சொல்லிவிட்டுப் போனாள்.

அடுத்த முறை அவள் மேன்ஷனுக்கு வந்தபோது, 'உனக்குக் குற்ற உணர்வு இருக்கிறதா?' என்று கேட்டேன்.

'செக்ஸில் குற்ற உணர்வு கூடாது எட்வின்.'

'நான் அதைச் சொல்லவில்லை. உன் அப்பா அம்மாவுக்கு இது தெரிந்தால் வருத்தப்படுவார்கள்.'

'வருத்தமெல்லாம் இருக்காது. உன்னைத் திருமணம் செய்துகொள்ளச் சொல்லிவிடுவார்கள்.'

‘அதற்கு என்ன சொல்வாய்?’

‘எட்வின் அதற்கு லாயக்கில்லை என்று சொல்லிவிடுவேன்.’

காதல்தான். ஆனால் எத்தனை நூதனமாக அதற்கொரு வடிவம் அளித்து வைத்திருக்கிறாள்! நாங்கள் தனியே எங்குமே போனதில்லை. ஒரு ஓட்டலில் சேர்ந்து அமர்ந்து சாப்பிட்டது கூட இல்லை. கன்யாகுமரி முதல் தஞ்சாவூர் வரை போய் வந்த ஒரு பயணம்தான் எங்கள் காதலுக்கு ஒரே ஞாபகச் சின்னம். அதுவும் குழுவினரோடு போன பயணம். ரயில், பஸ் பயணங்களின் போதெல்லாம் அவள் பெரும்பாலும் கருணாகர மூர்த்தி, பெஸ்கி, ரகு, ஐயங்கார் இவர்களோடுதான் அமர்ந்திருப்பாள். அவர்களோடுதான் நாளெல்லாம் பொழுதெல்லாம் பேசிக்கொண்டும் இருந்தாள். இரவு அறைக்குச் செல்லும்போது மட்டும் என்னோடு வருவாள். ஹீட்டர் போட்டு ஒரு வாளி நிறையத் வென்னீர் பிடித்து அதில் என்னிரு கால்களையும் பிடித்து முங்கி, அப்படியே பத்து நிமிடம் வைத்திருக்கச் சொல்வாள். அலைந்த களைப்புக்கு அது பரம சுகமாக இருக்கும். பிறகு நான் குளித்துவிட்டு வந்ததும் பாடி ஸ்ப்ரே அடித்து விடுவாள். நான் தலை துவட்டி முடித்தும் சீப்பை எடுத்து அவளே கோணமாணலாகத் தலை வாருவாள். கண்ணாடியில் அது கோரமாகத் தெரியும். ஆனாலும் எனக்குப் பிடிக்கும்.

பின்னொரு நாள், ‘ஜானவி, நீ ஏன் எனக்கு இதெல்லாம் செய்கிறாய்?’ என்று அவளிடம் கேட்டேன்.

‘பிடித்திருக்கிறது.’

‘அவ்வளவுதானா?’

‘வேறென்ன காரணம் இருக்க முடியும்?’

‘ஆனால் நீ என்னைத் திருமணம் செய்துகொள்ளப் போவதில்லை.’

‘ஓ எஸ்! அதில் சந்தேகம் இல்லை. உன்னோடெல்லாம் ஒரு பெண் வாழவே முடியாது.’

‘ஏன்?’

‘சரி ஒன்று கேட்கிறேன். இப்போது நான் உனக்குச் செய்யும் அனைத்தையும் நீ எனக்குத் திருப்பிச் செய்வாயா? தேவைப்படும் போதெல்லாம்?’

நான் யோசித்தேன். அநேகமாக முடியாது என்றுதான் தோன்றியது. அதை வெளிப்படையாக அவளிடம் சொன்னேன்.

‘அவ்வளவுதான். நீ ஒரு ஜீனியஸ். உனக்கு என்னைத் தருவதில் எனக்கு ஒரு சந்தோஷம். ஆனால் என்னைத்தான் தர முடியுமே தவிர என் முழு வாழ்க்கையையும் அல்ல.’

நான் அவளை இழுத்து முத்தமிட்டபோது கதவைத் திறந்துகொண்டு மரியா உள்ளே வந்தாள். கணப் பொழுது தவறு செய்துவிட்ட உணர்ச்சிக்கு ஆளாகி, ‘சாரி சாரி’ என்று சொல்லிக்கொண்டு வெளியே ஓடப் பார்த்தாள். அவளை இழுத்து நிறுத்த வேண்டியதாகிவிட்டது.

‘தவறான பொழுதில் வந்துவிட்டேன்.’

‘முத்தம் தவறல்ல பெண்ணே.’

‘ஆனாலும் நான் வந்தது தவறு.’

‘சரி உட்கார். நான் வாசிக்கிறேன், நீ பாடு.’ என்று சொல்லி என் பியானோவில் நான் அமர்ந்தேன். அவள் பாடுவதற்குத் தயாரான போது ஜானவி அவளுக்கு டீ போட்டுக் கொண்டு வந்து கொடுத்தாள். குடித்துவிட்டு அவள் பாடினாள். அவள் ஆரம்பித்தது ஒரு சூஃபி பாடல். உர்தூ மொழியில் இயற்றப்பட்டது. எனக்கோ ஜானவிக்கோ மரியாவுக்குமேகூட அர்த்தம் தெரியாது. ஆனாலும் அந்தப் பாடலுக்குள் ஒரு வசீகரம் இருந்தது. மேனி அறியாமல் நெஞ்சுக்குள் கையைவிட்டு ஆன்மாவைத் தனியே உருவி எடுத்து வந்து வைக்கிற லாகவம் அப்பாடலின் இசைக் கட்டில் இருந்தது.

அவள் தன்னை மறந்து பாடிக்கொண்டிருந்தாள். அவள் பாட்டுக்கேற்ப நான் பியானோவில் இணை இசை தந்து கொண்டிருந்தேன். ஜானவி அதைக் கேட்டுக்கொண்டிருந்தாள். பத்து நிமிடங்கள் அது நிகழ்ந்திருக்கும். ஏதோ ஒரு கட்டத்தில் நான் அவள் பாடியதில் இருந்து விலகி நகர்ந்துவிட்டேன். அதே சூஃபி இசையின் வாலைப் பிடித்துக்கொண்டு வேறெங்கோ போகத் தொடங்கி விட்டேன். வெண்ணிறப் பனிமலைகளின்மீது என் இசை என் கையைப் பிடித்து அழைத்துக்கொண்டு போனது. தாங்க முடியாத குளிர்க்காற்றில் நான் நடுங்கிக்கொண்டிருந்தேன். அப்போது ஒரு கரம் என்னை நெருங்கி ஒரு கம்பளியை என் மீது போர்த்தியது. நான் நன்றி சொல்லத் திரும்பியபோது அந்தக் கரமும் அதற்கு உரியவனும் அங்கில்லை. அவனைத் தேடிப் பனிமலையில் நான் மேலும் அலைந்தேன். வெகு தூரம். மிக உயரம். பல இடங்களில் பனிச் சரிவுகள் என்னைக் குப்புறத் தள்ளிப் புரட்டிப் போட்டன. மீண்டும் எழுந்து மேலேறினேன். ஒரு மாத முயற்சியில் அம்மலையின் உச்சத்தை நான் எட்டிப் பிடித்துவிட்டேன். வெட்ட வெளி. மேலே வானமும் கீழே நானும் மட்டும் இருந்தோம். அங்கிருந்தபடி என்

இறைவனை அழைத்து இந்தா இந்தா என்று ஒவ்வொரு இசைக் கோவையாகத் தூக்கி எறிந்துகொண்டிருந்தேன்.

எவ்வளவு நேரம் அப்படி இருந்திருப்பேனோ தெரியாது. சுய நினைவு திரும்பியபோது மரியா என் கால்களைப் பற்றிக்கொண்டிருந்தாள். கட்டுப்படுத்த முடியாத அழுகை வெடித்து அது என் கால்களை ஈரமாக்கியது.

'எழுந்திரு' என்று நான் அவளைத் தூக்கிவிட்டேன்.

'உங்களைப் போலொரு மேதையை நான் கண்டதில்லை' என்று மரியா சொன்னாள்.

'உன்னைப் போலொரு பெண்ணையும் கண்டதில்லை என்று எட்வின் சொல்வான்' என்று ஜானவி சொன்னாள்.

'மரியா, உன் சிறு வயதில் உன் அப்பா உன்னை ஒரு சினகாகுக்கு அழைத்துச் சென்றது நினைவிருக்கிறதா?'

'இல்லை' என்று அவள் பதில் சொன்னாள்.

'ஆனால் அது நடந்தது உண்மை. பம்பாயில், கொலாபாவில் உள்ள சினகாக். நீல நிறக் கட்டடம். அப்போது உன் அப்பா ஒரு சிறிய ப்ரீமியர் பத்மினி கார் வைத்திருந்தார். அதன் எண் 3736. சரியா?'

'நினைவில்லை' என்று மீண்டும் சொன்னாள்.

'உனக்கு எதுதான் நினைவிருக்கிறது?'

'என் அப்பா புற்று நோய் கண்டு இறந்து போனார். என்னை வளர்க்க என் அம்மா மிகவும் சிரமப்பட்டார்.'

'ஓ.'

'அப்பா சேர்த்து வைத்த பணத்தையெல்லாம் அவரது தம்பிகள் வந்து எடுத்துச் சென்றுவிட்டார்கள். நானும் அம்மாவும் வீதிக்கு வந்தபோது எங்களிடம் பதிமூன்று ரூபாயும் இருபது பைசாவும் இருந்தன.'

'அப்படியானால் உங்கள் வீடு?'

'சித்தப்பாக்கள் அதை விற்று பங்கு பிரித்துக்கொண்டுவிட்டார்கள்.'

'அதெப்படி அவர்கள் அப்படி செய்ய முடியும்? உன் அப்பாவுக்குப் பிறகு அவருடைய அனைத்தும் உன் அம்மாவுக்கல்லவா உரிமை?

'அம்மா கிறிஸ்தவப் பெண் அல்ல. அவள் ஒரு யூதப் பெண். கோவாவைச் சேர்ந்தவள். அப்பாவைக் காதலித்து மணந்தவள். அப்பா குடும்பத்துக்கு என் அம்மா என்றுமே வேண்டாதவள்தான்.'

டெபூசியின் மனைவியைக் குறித்து பெஸ்கி சொன்னது அசந்தர்ப்பமாக இப்போது எனக்கு நினைவுக்கு வந்தது. அடக்கிக் கொண்டு, 'பிறகு?' என்றேன்.

'சிறு வயதில் நான் நன்றாகப் பாடுவேன். என் பாட்டு மூலம் ஏதாவது சம்பாதிக்கலாம் என்று அம்மா சொன்னாள்.'

'முடிந்ததா?'

'ஏதோ சிறிது முடிந்தது. அப்போதுதான் சென்னைக்கு இடம் பெயர்ந்தால் சினிமா வாய்ப்புகள் நிறையக் கிடைக்கும் என்று ஒரு ஏஜெண்ட் சொன்னான்.'

'கஷ்டம். பம்பாயில் இல்லாத வாய்ப்புகளா?' என்றாள் ஜானவி.

'உன்னால் புரிந்துகொள்ள முடிகிறதா ஜானவி? ஒரு தேவதையின் கரத்தில் துடைப்பத்தைக் கொடுத்து டாய்லெட் சுத்தம் செய்ய அனுப்பியிருக்கிறார்கள்.' சொல்லும்போது நான் மிகவும் உணர்ச்சிவசப்பட்டிருந்தேன்.

'சார், எனக்கு உங்கள் குழுவில் பாடுவதற்கு வாய்ப்புக் கிடைக்குமா?' என்று அவள் மீண்டும் கேட்டாள்.

நான் ஒரு நிமிடம் கண் இமைக்காமல் அவளையே உற்றுப் பார்த்துக் கொண்டிருந்தேன். காலம் அவளது மினுமினுப்பு, செழுமை, இளமை அனைத்தையும் கலைத்து விளையாடியிருந்தது. மரியா என்னைக் காண வந்தபோது சாம்பல் படிந்து போயிருந்தாள். அவளது பெரிய கண்களே சிறிது இடுங்கிவிட்டிருந்தன. தலையில் நிறைய முடி கொட்டியிருக்க வேண்டும். பழுப்பேறிய சுடிதாரும் ரப்பர் வளையலும் அணிந்திருந்தாள். எனக்குப் பார்க்க சங்கடமாக இருந்தது.

'எங்கே தங்கியிருக்கிறாய்?' என்று கேட்டேன்.

'நானும் அம்மாவும் விருகம்பாக்கத்தில் ஒரு வீடு எடுத்துத் தங்கியிருக்கிறோம்.'

'எத்தனைக் காலமாக?'

'இரண்டு வருடங்களாக... ஆனால் சொல்ல முடியாத நூறு கஷ்டங்கள். எல்லாமே ஒரு நல்ல வாய்ப்பில் இல்லாமல் போய்விடும் என்ற நம்பிக்கையில்தான் வாழ்கிறேன்.' சொல்லிவிட்டு அவள் கண்ணைத் துடைத்துக்கொண்டாள்.

நான் அவளிடம் சொன்னேன், 'நீ மேடை நிகழ்ச்சிகளுக்கு வேண்டாம். உன்னை நான் நேரடியாக சினிமாவில் அறிமுகப் படுத்துகிறேன்.'

‘சினிமாவா!’

‘நடக்கும் பொறு!’ என்று ஜானவி சொன்னாள்.

மரியா விடைபெற்றுப் போன பின்பு நான் ஜானவியிடம் சொன்னேன், ‘அந்தப் படம் கைகூட வேண்டும். ஒரு படம் போதும். ஒன்றே ஒன்று. அவளைக் கடைத்தேற்றிவிட்டு நான் வெளியே வந்துவிடுவேன்.’

‘வந்து?’

‘என் இலக்கு சினிமா அல்ல.’

‘பிறகு?’

‘உலகை வெல்லும் ஓர் இசையை உருவாக்கிக்கொண்டிருக்கிறேன். அதற்கு முதலில் நான் நாட்டைக் கடக்க வேண்டும்.’ என்று சொன்னேன்.

5.5

வானும் நிலமும் ஈரச் சாம்பல் படிந்தாற்போல் ஒளி அற்றிருந்தன. வெளி குளிர்ந்துவிட்டிருந்தது. சாலைகளும் கட்டடங்களும் ஈரத்தில் ஊறியிருந்தன. எப்போதும் மழை பெய்துகொண்டே இருந்தது. மின்சாரம் எப்போது போனது என்றே தெரியவில்லை. இருளுக்குள் வாழ மனம் பழகிக்கொண்டிருந்தது. அப்போதைய வாழ்நிலைக்கு அம்மழையும் மின்சாரமற்ற தினங்களும் பொருத்தமாக இருப்பது போலத் தோன்றியது.

இரண்டு நாள்களாக மேன்ஷன் அறைக்கு யாருமே வரவில்லை. நான் தனியாகவே இருந்தேன். எத்தனையோ ஆண்டுகளுக்குப் பின்பு அப்படியொரு முழுத் தனிமை வாய்த்தது. நான் அறையைவிட்டு வெளியே வரவே இல்லை. மழை இருளுக்குள் என்னைப் பொருத்திக் கொண்டு சும்மா இருந்தேன். பசித்தது. ஆனால் சாப்பிட வில்லை. உண்ணாதிருப்பதன் மூலம் என் இறைவனை நான் தண்டிக்கிறேன் என்று எண்ணிக்கொண்டேன். உண்மையில் கோபமும் சலிப்பும் வெறுப்பும் ஏமாற்றமும் மனமெங்கும் அடர்ந்திருந்தன. நிகழ்ச்சிகளுக்கான அழைப்புகள் வெகுவாகக் குறைந்துவிட்டிருந்தது காரணமாக இருக்குமா என்று எண்ணிப் பார்த்தேன். அது இல்லை என்று உடனே சொல்லிக்கொண்டேன். என்றுமே நான் வாய்ப்புகளை எண்ணிக்கொண்டிருந்ததில்லை. அதை நோக்கி கவனம் திரும்ப அனுமதித்ததில்லை. வாழ்வதற்குப் பணம் என்பதைத் தாண்டி எதையும் பொருட்படுத்தியதும் இல்லை.

என்னை அறிந்தவர்கள் என் இசையைக் கொண்டாடினார்கள். நான் மேதை என்று சொன்னார்கள். ஒரு சிறிய புன்னகையைத் தவிர வேறு பதில் இருந்ததில்லை. அது நான் வலிந்து வரவழைத்துக் கொண்டதல்ல. உண்மையில் என் இயல்பு அதுவாகவே இருந்தது. ஒரு சிறு புன்னகையில் மிகப்பெரிய உரையாடல்களைத் தவிர்த்துத் திரையிட முடிந்துவிடுகிறது. அது பாதுகாப்பானதாகவும் இருக்கிறது. குழுவில் உள்ள நண்பர்கள் எனக்காக யார் யாரிடமோ பேசுவார்கள். பெரிய பெரிய தயாரிப்பாளர்கள். இசைத்தட்டு நிறுவனங்கள். மாபெரும் வர்த்தகப் புள்ளிகள். அவரவர் சக்திக்கு எட்டும் அத்தனை உயரங்களிலும் என்னை நிறுத்திப் பார்க்க ஆசைப்பட்டார்கள்.

வாசுதேவ ஐயங்காரின் மூத்த மகளைப் பெண் பார்க்க வந்திருந்தார்கள். பேச்சு வாக்கில் மாப்பிள்ளையின் அம்மா, கவிஞர் வாலி தனது சித்திப் பாட்டிக்கு மாப்பிள்ளை முறை என்று சொல்லப் போக, உடனே ஐயங்கார் தன் மூத்த மகளை மறந்தார். அவள் திருமணத்தை மறந்தார். அனைத்தையும் மறந்துவிட்டு என்னைக் குறித்து அவர்களுக்கு எடுத்துச் சொல்ல ஆரம்பித்தார்.

'சொன்னா யாரும் நம்பக்கூட மாட்டா. அவ்ளோ பெரிய ஞானஸ்தன். பாத்தா தெரியாது. ஆனா அனுக்ரஹம்னா அப்டியொரு அனுக்ரஹம். அவன் தெய்வக் குழந்தையா, இல்லே அந்த தெய்வமேதானான்னு எனக்கு அடிக்கடி சந்தேகம் வந்துடும்னா பார்த்துக்கோங்கோ.'

'அப்டியா?'

'என்னமோ பகவான் இன்னும் அவனுக்குக் கண்ணத் திறக்கலே. நீங்க உங்க வாலிகிட்ட சொல்லுங்கோளேன். ஒரு தடவை அவர் இவன பாத்துட்டார்னா போதும். இப்போ சினிமால இருக்கற யாரும் ம்யூசிக் டைரக்டரே இல்லேன்னு அவரே சத்தியம் பண்ணிடுவார்.'

'ஆச்சரியமா இருக்கே.'

'ஒரு சான்ஸ் கிடைச்சுட்டா போதும் மாமி. அவன் உச்சாணிக்குப் போயிடுவான். என்ன சிக்கல்னா அவனா போய் யார்ட்டயும் கேக்க மாட்டான். பரப்ரும்மம் மாதிரி உக்காந்துண்டிருப்பான். வாலி மட்டும் அவனைப் பார்த்துட்டார்னா போதும். தமிழ் சினிமா தலையெழுத்தையே மாத்திப்பிடுவான்.'

இந்தச் சம்பவத்தைக் கருணாகர மூர்த்தி என்னிடம் சொன்னான். எனக்கு மிகவும் சங்கடமாக இருந்தது. என்னையறியாமல் என் சுமை என் நண்பர்களுக்கு ஏறிக்கொண்டு போகிறதென்று தோன்றியது. ஜானவி அழைத்து வந்த தயாரிப்பாளர் படம் எடுப்பதில் உறுதியாகத்தான் இருந்தார். ஏனோ அத்திட்டம் தள்ளிப்

போய்க்கொண்டே இருந்தது. அடுத்த மாதம் பூஜை என்பதையே ஆறேழு மாதங்களாகச் சொல்லிக்கொண்டிருந்தார். ஒருமுறை அவரது அலுவலகத்துக்கு என்னை வரச் சொன்னார். அவரது படத்தை இயக்கவிருந்த புதிய இயக்குநரை எனக்கு அறிமுகம் செய்து வைத்தார். அந்த இளைஞன் என்னிடம் கதைகூடச் சொன்னான். ஒரு விஜயதசமி நாளில் அவர் மீண்டும் என்னை அழைத்து பத்தாயிரத்து ஒரு ரூபாய் முன்பணம் கொடுத்தபோது நிச்சயமாக அந்தப் படம் ஆரம்பித்துவிடும் என்று நினைத்தேன்.

அன்று மாலை மரியாவை என் மேன்ஷன் அறைக்கு வரச் சொல்லியிருந்தேன். அன்று அவள் வெளிர் நீல நிறத்தில் சுடிதார் அணிந்து வந்திருந்தாள். நியாயமாக வெளிர் நீலம் என்பது பிரகாசத்தைக் கூட்டிக் காட்டுகிற நிறம். ஏனோ அவள் அந்த உடையில் மேலும் மங்கித் தெரிந்தாள். என் நினைவில் பல்லாண்டு களாகத் தங்கிப் புதைந்திருந்த அவளது விழிகள் வைரக் கற்களைப் போல எப்போது எண்ணிப் பார்த்தாலும் மின்னும். அவை அப்போது சாக்குத் துணியால் சுற்றப்பட்டிருந்தாற்போலத் தெரிந்தன. என் மனச் சோர்வை அது மேலும் அதிகப்படுத்தியது.

நான் மரியாவிடம் திரும்பத் திரும்ப அவளது பம்பாய் வாழ்க்கை குறித்தே பேசினேன். என்னை அவளுக்கு முற்றிலும் மறந்திருந்தது என்பதை என்னால் ஏற்க இயலவில்லை. அது ஒரு சிறுபிள்ளைத்தனம் என்றும் எனக்குத் தெரிந்தது. இருப்பினும் அந்தத் துயரத்தை என்னால் தவிர்க்க முடியவில்லை. வி.பி. காந்தி மார்க் நெஸ்ஸட் இலியாஹூவுக்குத் தனது பெற்றோருடன் வந்த ஞாபகமே இல்லை என்று அவள் சொன்னாள்.

‘உன் அம்மா ஒரு யூதப் பெண் என்றால் கண்டிப்பாக அங்கே அடிக்கடிப் போயிருப்பாரே.’

‘இல்லை. பிறப்பால் என் அம்மா யூதப் பெண்தான். ஆனால் அப்பாவை மணக்கும்போது கிறித்தவத்துக்கு மாறிவிட்டார்.’

‘ஆனால் உன்னை நான் கொலாபா சினகாக் வாசலில் பார்த்தேன். உன் அம்மா என்னை ஒரு பிச்சைக்காரன் என்று உன்னிடம் சொன்னார்.’

‘அப்படியா? ரொம்ப சாரி.’

‘இதற்கெல்லாம் நீ வருத்தப்படாதே.’

‘சரி.’

‘ஆனால் உன்னை அங்கே பார்ப்பதற்கு முன்பே எனக்கு உன்னைத் தெரியும்.’

‘அப்படியா?’

‘எப்படி என்று கேட்காதே. தெரியும். உன் முகம், உன் குரல் இரண்டுமே எனக்குப் பரிச்சயமானது.’

‘எங்கே பார்த்தீர்கள்?’

‘அதைத்தான் கேட்காதே என்றேன். உனக்குப் புரியாது. நீ வரம் பெற்ற குரல் உடையவள்.’

‘நன்றி சார். ஆனால் இன்றுவரை ஒரு நல்ல வாய்ப்பு அமையவில்லை. நிறையக் கல்யாணக் கச்சேரிகளில் பாடுகிறேன். உண்மையில் அதுதான் குடும்பத்தை நடத்த உதவுகிறது.’

‘உனக்குத் திருமணம் ஆகிவிட்டதா?’

அவள் சிறிது தயங்கினாள். உடனே அவளுக்கு விவாகரத்து ஆகிவிட்டது அல்லது கணவன் இறந்துவிட்டான் என்று சொல்லப் போகிறாள் என்று தோன்றியது. ஆனால் அவள், ‘இல்லை சார்.’ என்று சொன்னாள்.

‘ஏன்?’

அவள் சிறிதும் யோசிக்கவில்லை. ‘காசில்லை சார்’ என்று சொன்னாள். அவளது துயரம் என்னை மிகவும் பாதித்தது. அவளை அம்மாதிரி என்னால் நினைக்க முடியவில்லை. என் இசையின் ஒளியை உச்சந்தலையில் ஏந்தி எடுத்துச் சென்று பரப்பும் ஒரு தேவதூதுவராகவே மனத்துக்குள் அவளை நான் சேமித்திருந்தேன். என் சிந்தனையில் நான் உருவாக்கும் இசை வடிவங்கள் அனைத்தையும் அவள் குரலின் மூலமாக மட்டுமே நான் உட்செவிக்குள் கேட்பது வழக்கம். என் இசையையும் அவளது குரலையும் என்னால் பிரித்து யோசிக்கவே முடிந்ததில்லை. அவள் இல்லாத பெரும் காலப் பரப்பில் நான் வேறு எந்தக் குரலுக்கும் என் இசையை வழங்கியதில்லை என்பதை அவள் அறியமாட்டாள். அதனாலேயே என்னால் நியாயமாக நான் சென்றிருக்க வேண்டிய இடத்தைச் சென்றடையாமல் இருக்கிறேன் என்பதை எப்படி அவளுக்கு நான் விளங்கச் செய்வேன்?

அன்று நான் அந்தத் தயாரிப்பாளரிடம் வாங்கிய முன் பணத்தில் பாதியை மரியாவுக்குத் தர நினைத்துத்தான் அவளை வரச் சொல்லியிருந்தேன். அவள் அதை எதிர்பார்க்கவில்லை. திருமணக் கச்சேரிகளில், சிறிய இசைக் குழுக்களில் பாடும் ஒரு சாதாரணப் பாடகிக்கு நான் சினிமா வாய்ப்புத் தருவதாகச் சொன்னதையே அவள் முதலில் நம்பவில்லை. முன்பணம் கொடுத்தபோதுகூட, ‘உங்கள்

மேடைக் கச்சேரிகளில் வாய்ப்புக் கொடுத்தால் போதும் சார்' என்றுதான் சொன்னாள். என் துக்கம் கரை மீறியது அப்போதுதான்.

எடுத்துச் சொல்லி விளங்க வைக்க முடியாத பேருண்மைகள் இறுதி வரை மறைந்திருந்து புதை பொருள்களாகிவிடுகின்றன. அவை கண்டெடுக்கப்படும் காலம் வரும்போது உண்மையின் ஒளி மங்கிப் போய்விடுகிறது. பொருள்களை மினுக்கச் செய்து புதுப்பித்துக் காட்டலாம். ஒளியைப் புதுப்பிக்க வழி என்ன இருக்கிறது?

முன்பெல்லாம் நான் உணரும் அனைத்தையும் உலகுக்குப் புரிய வைக்க மிகவும் தவிப்பேன். என்னால் முடிந்த அளவு மிகச் சரியான சொற்களின் மூலமே என்னைத் திறந்து காட்டுவேன். ஆனால் நான் பேசத் தொடங்கும்போதே சிரிக்க ஆரம்பித்துவிடுவார்கள். இந்த உலகில் எனது உண்மைகள் இறுதிவரை அனாதையாகத்தான் இருக்கும் என்பது புரிந்தபோது நான் பேசுவதை நிறுத்திவிட்டேன். மரியாவுக்கு என்னைத் திறந்து காட்டலாம் என்று ஒரு கணம் சபலம் ஏற்பட்டது. அதன்பின் அவள் வராமலே போய்விடுவாளோ என்று உடனே அஞ்சினேன். எனவே அதைச் செய்யவில்லை.

அவள் திரும்பவும் கேட்டாள், ' உங்கள் கச்சேரிகளில் எனக்கு வாய்ப்புத் தாருங்கள்'

எனக்கு எம்மாதிரியான பதில் சரியாக இருக்கும் என்றே குழப்பம் வந்துவிட்டது. நீண்டநேரம் அவளை வெறுமனே பார்த்துக் கொண்டே நின்றேன். பிறகு, 'நான் திரைப்படத்துக்கு இசையமைக்க வாய்ப்பிருக்காது என்று நினைக்கிறாயா?' என்று கேட்டேன்.

'ஐயோ அப்படி இல்லை சார். நான் தினசரி வாழ்வின் செலவுகளுக்காக மட்டும் யோசிப்பவள். தவறாக நினைக்காதீர்கள். சினிமா வாய்ப்பு கிடைத்தால் அதைவிட வேறு என்ன சந்தோஷம் இருக்க முடியும்?'

அது அவள் கனவாக இருக்கலாம். எனக்கு அது கனவோ லட்சியமோ அல்ல. உண்மையில் ஆசையும்கூட இல்லை. இதையாவது புரியவைத்துவிட வேண்டும் என்று நினைத்தேன். அவளிடம் தந்த ஐயாயிரத்தைத் திரும்பக் கேட்டு வாங்கி, என்னிடம் மீதமிருந்த ஐயாயிரத்தையும் சேர்த்து வைத்து அவளிடம் திருப்பித் தந்தேன்.

'நன்றி சார்' என்று மட்டும் சொன்னாள். போய்விட்டாள்.

6.1

SIX

எட்வின் எப்படி அம்முடிவுக்கு வந்தான் என்று தெரிய வில்லை. பெரிய வியப்பில்லை என்றாலும் நம்ப முடிய வில்லை. அந்தத் தயாரிப்பாளர் அவனுக்கு வாய்ப்புத் தந்த காரணத்தால்தான் அவன் அவரது காது கேட்காத மகளைத் திருமணம் செய்துகொள்ளச் சம்மதித்தான் என்று சொல்வது முட்டாள்தனம். வாய்ப்புகளைக் குறித்து அவன் சிந்திக்கவே மாட்டான். அப்படி ஒன்று வாழ்நாள் முழுதும் அமையாமலே போனாலும் அவனுக்கு அக்கறை இல்லை. அவனது உலகில் நிர்ப்பந்தங்களுக்கும் நிபந்தனைகளுக்கும் கட்டளைகளுக்கும் இடம் இருந்ததில்லை.

அவனைப் போன்ற ஒரு கலைஞன் சிறிது ரசிப்பதற்கு அந்தப் பெண்ணிடம் ஒன்றுமில்லை. அவள் பத்தாம் வகுப்பு வரை படித்திருந்தாள். மாநிறத்தில் மிகவும் சாதாரணமாக இருந்தாள். அழகி அல்லது குரூபி என்று இரு விதமாகவும் சொல்ல முடியாத சாதாரணம். சமைக்கத் தெரியாது என்று அந்தப் பெண்ணின் தாயார் எட்வினிடம் சொல்லி இருக்கிறாள். புத்தக வாசிப்பு அல்லது சினிமா பார்க்கும் பழக்கம் இல்லை என்று அந்தப் பெண்ணே அவனிடம் கூறினாள். உனக்கு வேறு என்ன பிடிக்கும் என்று அவன் கேட்டபோது 'தூங்கப் பிடிக்கும்' என்று அவள் சொன்னாள். 'என் மகளுக்குத் திருமணம் நடந்துவிட்டால் என் கடமை முடிந்துவிடும். முழு மூச்சாக அதன்பின் சினிமா எடுக்கப் போகிறேன்' என்று அந்தத் தயாரிப்பாளர் எட்வினிடம் சொன்னார். ஆனால் அது நடப்பது அத்தனை எளிதல்ல என்பது அவனுக்குப் புரிந்தது.

‘நான் பரிதாபப்பட்டெல்லாம் அப்படிச் சொல்லவில்லை. என்னவோ, சொல்லத் தோன்றியது. ஒப்புக்கொண்டேன்’ என்று எட்வின் தனது நண்பர்களிடம் சொன்னான்.

‘உன் இசையை நன்றாக இருக்கிறது அல்லது நன்றாக இல்லை என்றுகூட அந்தப் பெண்ணால் சொல்ல முடியாது எட்வின்’ என்றாள் ஜானவி.

‘அதனால் என்ன? ஒலிகளற்ற உலகில் அவள் ஒரு பறவை. அந்த மோனத்தை முழுவதும் உணர்ந்தவள். எத்தனைப் பேருக்கு அது வாய்க்கும்?’ என்று அவன் பதிலுக்குக் கேட்டபின் யாரும் வேறெதுவும் கேட்கவில்லை.

எட்வின் திருமணம் நடந்த மறுநாள் அவனது மாமனார் படத்துக்கான பூஜையை நடத்த ஏற்பாடு செய்திருந்தார். திருமணத்துக்கு வந்திருந்தவர்களிடம், உலகப் புகழ் பெறவிருக்கும் ஒரு மேதையைத் தனது மருமகனாக அறிவித்து அறிமுகம் செய்தார். இசைக்குழு நண்பர்கள் அனைவரும் விடாமல் ஜானவியுடனேயே பேசிக் கொண்டிருந்தார்கள். அவள் கண்ணில் இருந்து ஒரு துளி நீர் உதிர்ந்து விட்டால்கூட அத்தனைப் பேரும் நிலைகுலைந்துவிடுவார்கள் என்று தோன்றியது. ஆனால் அவள் அழவில்லை. திருமணத்தில் மகிழ்ச்சியாகவே இருந்தாள். அந்தப் பெண்ணுக்குப் புடைவை கட்டிவிட்டதில் இருந்து மேடை அலங்காரங்கள்வரை அவள்தான் முன் நின்று செய்தாள்.

எட்வின் அவளிடம், ‘உனக்கு நான் நன்றி சொல்ல வேண்டுமா? அல்லது மன்னிப்புக் கேட்க வேண்டுமா?’ என்று கேட்டான்.

‘ஒரு முத்தம் கொடுத்தால் போதும்’ என்று ஜானவி சொன்னாள். அவளைத் தனியே ஓர் அறைக்கு அழைத்துச் சென்று கதவை மூடித் தாழிட்டுவிட்டு இறுக்கி அணைத்தான். வாழ்நாள் முழுவதற்குமான ஒரு முத்தத்தை அவளுக்கு அப்போது தந்தான். பிறகு, ‘சந்தோஷமா?’ என்று கேட்டான்.

‘ஆம் எட்வின். மிகவும் மகிழ்ச்சி. ஆனால் இந்த மகிழ்ச்சியின் பூரணம் உனது வெற்றியில் இருக்கிறது. இந்தப் படத்தை மட்டும் கைவிட்டு விடாதே. எப்படியாவது இது ரிலீஸ் ஆகிவிட வேண்டும்.’

‘எப்படியாவது நான் நன்றாக இசையமைக்க வேண்டும் என்று சொல்வாய் என எதிர்பார்த்தேன்.’

‘எப்படிச் சொல்வேன்? உன்னால் மோசமான ஒன்றை நினைக்க முடியாதே.’

அந்தத் தயாரிப்பாளருக்குத் தனது மருமகனைப் பற்றித் தாங்க முடியாத பெருமை. எட்வினின் நண்பர்களை அழைத்து உட்கார வைத்து, அவனது இசைப் புலமை குறித்துப் பேச ஆரம்பித்து விட்டார். அவரது தாத்தா திருச்சி திருவானைக்காவில் இருந்தவர். ரயில்வே கேட்டுக்கு அருகே அவரது வீடு. பக்கத்து வீட்டில் ஷேக் சின்ன மௌலானா என்னும் நாகஸ்வரக் கலைஞர் வசித்து வந்தார். தயாரிப்பாளரின் தாத்தா, தனது பக்கத்து வீட்டு வித்வானின் வாசிப்பைக் கேட்டே சங்கீதம் கற்றுக்கொண்டுவிட்டார் என்று சொன்னார். அவரிடம் இருந்துதான் தனக்கு இசையின் மீதான நாட்டம் உண்டானது என்றும் அது இருந்ததால்தான் எட்வினின் மேதைமையைப் புரிந்துகொள்ள முடிந்தது என்றும் சொன்னார்.

அந்தத் திருமணத்தில் அவனது நண்பர்களால் மறக்கவே முடியாதது, எட்வினின் பெற்றோர் சொன்னது. ‘இவன் அந்தப் பெண் ஜானவியைத்தான் திருமணம் செய்வேன் என்று சொன்னால், உடனே அதற்குச் சம்மதம் சொல்லத் தயாராக இருந்தோம். ஒருவேளை அந்த மரியாதான் தன் மனைவி என்று அழைத்து வந்திருந்தாலும் ஏற்றுக்கொள்ளத் தயாராக இருந்தோம். இது என்ன சம்மந்தமே இல்லாமல் ஒரு பெண்?’

இதற்கு ஜானவியே பதில் சொன்னாள். ‘கருவிகளுக்கு வாசிக்கத் தெரியாது அம்மா. அதற்குக் கலைஞன் வேண்டும். ஆனால் கருவிகளுக்கு உறை போட்டுப் பாதுகாத்து வைப்பது வாசிப்பின் அளவே அவசியம். அதற்கு அப்பெண் சரியாக இருப்பாள்.’

எட்வின் பெற்றோர் விருப்பப்படி பறங்கிமலை சர்ச்சில் முதலில் அவர்களுக்கு மோதிரம் மாற்றித் திருமணம் நடைபெற்றது. பிறகு அங்கிருந்து கார்களில் புறப்பட்டு ஆபட்ஸ்பரிக்குச் சென்றார்கள். அங்கே இந்து கவுண்டர் திருமண முறைப்படி சடங்குகள் நடந்தன. எட்வின் அந்தப் பெண்ணுக்குத் தாலி கட்டினான். போட்டோக்களுக்கு இருவரும் சிரித்தபடி போஸ் கொடுத்து நின்றார்கள்.

அன்று எட்வினைப் பார்வையாளனாக உட்காரவைத்து, குழு நண்பர்கள் ஒருங்கிணைந்து ஒரு மாபெரும் இசை விருந்தை அளித்தார்கள். உலக சரித்திரத்தில் எந்த ஒரு திருமண வரவேற்பு விருந்திலும் அப்படியொரு இசை நிகழ்ச்சி நடந்திருக்க வாய்ப்பில்லை. அன்று அவர்கள் வாசித்த அனைத்துமே எட்வின் எழுதிய இசை. ஆரம்பித்த சில நிமிடங்களிலேயே பாடகர்களோ பாடகிகளோ இந்த நிகழ்ச்சியில் இருக்க மாட்டார்கள் என்பது பார்வையாளர்களுக்குப் புரிந்துவிட்டது. அதைச் சிறிது வியப்புடன்

பேசிக்கொண்டார்கள். ஆனால் சிறிது நேரம்தான். அந்த இசை அவர்களைக் கட்டிப்போட்டுவிட்டது. நிகழ்ச்சி முடியும்வரை யாரும் சாப்பிடக் கூட எழுந்து போகவில்லை. இரண்டு மணி நேரம் உற்சாகமாக நடந்து இறுதிக் கட்டத்துக்கு வந்தபோது, அதுவரை அமர்ந்து ரசித்துக்கொண்டிருந்த எட்வின் எழுந்து கச்சேரி மேடைக்கு வந்தான். கூட்டத்தில் இங்கும் அங்கும் பார்த்தான். மரியாவும் அவளது தாயாரும் அத்திருமணத்துக்கு வந்திருந்தார்கள். அவர்களைத் தேடிக் கண்டுபிடித்து, பெஸ்கியைவிட்டு அழைத்து வரச் சொன்னான்.

'என்ன?' என்று மரியா கேட்டாள்.

'நீ பாடப் போகிறாய்.'

'இப்போதா? என்ன பாடல்?'

'இரண்டு நிமிடங்களில் சொல்லித் தருகிறேன். பிடித்துக்கொண்டு பாடு' என்று எட்வின் சொன்னான். அவள் பயந்துவிட்டாள். 'அது எப்படி முடியும்?' என்று திரும்பத் திரும்பக் கேட்டாள்.

'எல்லாம் முடியும். இரு, நான் எழுதிக்கொண்டு வருகிறேன்' என்று சொல்லிவிட்டுத் தனியே போனான். ஒரு நிமிடம். என்ன எழுதினான் என்று யாருக்கும் தெரியாது. ஆனால் திரும்பி வந்தபோது ஒரு முழுப் பாடலுக்கான பல்லவி, சரணங்கள், இடையிசை, முன்னிசைக் குறிப்புகளுடன் வந்திருந்தான். ஜானவியிடம் அதனைக் கொடுத்து அனைவருக்கும் சொல்லிக் கொடுக்கும்படிச் சொல்லிவிட்டு, மரியாவை அவன் மேடைக்குப் பின்னால் அழைத்துச் சென்றான்.

'பாடல் வரிகளைச் சொல்லுங்கள்' என்று மரியா கேட்டாள்.

அவன் சொன்னான். 'எனக்கென ஒரு நாள் வரும் - உனக்கென அன்று தேன் சிந்தும் - நமக்கென்னவென்று யாரும் அறியா - நல்லவை எல்லாம் சேர்ந்திடும்.'

'இது யார் எழுதிய பாட்டு?' என்று மரியா கேட்டாள்.

'பாட்டாகத் தெரிகிறதா? போதும். நன்றி. நான் தான் எழுதினேன்.'

'அப்படியா?'

'இது சும்மா டம்மி சொற்கள். படத்தில் பெரிய கவிஞரை அழைத்து எழுத வைப்போம். இப்போது நீ இதைப் பாடு.' என்று அவனே அவளுக்குப் பாடச் சொல்லிக் கொடுத்தாள். இரு நிமிடங்கள் என்றது பத்து நிமிடங்களாகிவிட்டன. இதற்குள் கூட்டம் சிறிது சலசலத்துக் கலையத் தொடங்கியது.

‘போ. சீக்கிரம் போய்ப் பாடலை ஆரம்பி’ என்று எட்வின் அவளைத் துரிதப்படுத்தி மேடைக்கு அனுப்பிவைத்தான்.

மரியா பாடத் தொடங்கினாள். பல்லாண்டுக் காலமாக அவன் ஏன் வேறு யாரையுமே தன் கச்சேரிகளில் பாடுவதற்கு அழைக்கவில்லை என்பதை நியாயம் செய்வது போலிருந்தது மரியாவின் குரல். அவள் மேடைக் கச்சேரிகள் பலவற்றில் பாடி அனுபவம் உள்ளவள் என்பதால் எளிதில் இந்தக் குழுவினருடன் பொருந்திவிட முடிந்தது. குறிப்பாக ஜானவியின் டிரம்ஸ் அவள் குரலுக்காகவே வேறு ஒலி பூண்டு ஒலித்தாற்போலிருந்தது.

உலகம் அதுவரை கேட்டிராத அந்தப் பாடலை அன்று முதல் முதலில் அத்திருமணத்துக்கு வந்திருந்தவர்கள் கேட்டார்கள். பல நடிகர்கள், தயாரிப்பாளர்கள், இயக்குநர்கள் ஓடி வந்து எட்வினைக் கட்டிப் பிடித்துப் பாராட்டினார்கள். நம்ப முடியாத சம்பவம் ஒன்றும் நிகழ்ந்தது. மண மக்களுக்குத் தருவதற்கென்று எடுத்து வந்திருந்த மொய் கவர்களை ஒரு தயாரிப்பாளர் மொத்தமாக எடுத்து எட்வினிடம் கொடுத்தார். ‘என் படத்துக்கு நீதான் இசை. இதை அட்வான்ஸாக வைத்துக்கொள்.’

‘இல்லை. நான் இவரது படத்துக்கு ஒப்புக்கொண்டுவிட்டேன். இது முடியும்வரை வேறெதையும் செய்வதாக இல்லை.’ என்று எட்வின் சொன்னான்.

‘பரவாயில்லை. நீ முடித்துவிட்டு வந்து எனக்குச் செய்து கொடுத்தால் போதும். இந்த இசை வேறு விதமாக இருக்கிறது. இதுவரை கேட்காதது’ என்று அவர் சொன்னார்.

எட்வின் மிகுந்த மகிழ்ச்சி கொண்டான். ‘வேறு விதம் என்றால் எம்மாதிரி என்று தெரிகிறதா?’

அவர் சிறிது யோசித்துவிட்டு, ‘இது நம் ஊர் இசையே இல்லை. அது தெரிகிறது. ஆனால் சினிமாக்காரர்கள் காப்பியடிக்கும் பிற வகை இசையாகவும் இல்லை.’

‘ஆம். இது மூன்றாயிரம் வருடங்களுக்கு முற்பட்ட யூத இசைக்கலையின் நாகரிக வடிவம். நானே எழுதியது’ என்று சொன்னான்.

அன்று அந்தப் பாடலைத் திரும்பத் திரும்பப் பாடச் சொல்லி மரியாவை ரசிகர்கள் கேட்டுக்கொண்டே இருந்தார்கள். இரண்டு முறை அவள் பாடினாள். அதற்கும் அடுத்த முறை கேட்டபோது சங்கடமுடன் சிரித்துவிட்டுக் கீழே இறங்கினாள். பலபேர் ஓடி வந்து

அவளிடம் ஆட்டோகிராஃப் வாங்கினார்கள். சில பெரியவர்கள் அவள் எங்கே இருக்கிறாள், என்ன செய்கிறாள் என்றெல்லாம் கேட்டுக்கொண்டார்கள்.

எல்லாம் முடிந்து வந்திருந்தவர்கள் அனைவரும் கிளம்பிச் சென்றபின்பு மாமனாரான தயாரிப்பாளர் எட்வினிடம் சொன்னார், ‘யார் அந்தப் பெண்? எப்பேர்ப்பட்ட குரல் அவளுக்கு! யாருடனும் ஒப்பிடவே முடியாத பாடாந்திரம். நம் படத்தில் இந்தப் பெண் பாடுகிறாள் அல்லவா?’

எட்வின் புன்னகை செய்தான். பேசாதிருப்பதே பேருண்மை களுக்கான மரியாதை என்று தனக்குள் சொல்லிக்கொண்டான். அவர் விடைபெற்றுப் போனபின்பு மரியாவே அவனிடம் கேட்டாள், ‘நான் கச்சேரிகளில் வாய்ப்புக் கொடுக்கச் சொல்லிக் கேட்டபோதெல்லாம் முடியாது என்றீர்கள். இன்று மட்டும் என்ன திடீரென்று?’

அவன் சிறிது நேரம் சிரித்தபடி அவளையே பார்த்துக் கொன்டிருந்தான்.

‘பதில் சொல்ல மாட்டீர்களா?’

‘சொல்லலாம்.’

‘பிறகு சொல்லுங்கள்!’

‘இன்று நடப்பது என் திருமணம். உன்னைப் பாடவைத்து என்னை நான் கௌரவித்துக்கொண்டேன்’ என்று சொன்னான்.

6.2

எட்வினின் மாமனார் தினத்தந்தியில் முழுப்பக்க விளம்பரம் கொடுத்திருந்தார். தங்கக் கடற்கரையில் பூஜையும் ஏவிஎம் ஸ்டுடியோவில் ரெக்கார்டிங்கும் ஒரே நாளில் நடக்கும் என்று முடிவானது. முதல் நாள் திருமணத்துக்கு வந்திருந்த திரை உலகப் பிரமுகர்கள் பலபேர் அந்த பூஜைக்கும் வந்திருந்தார்கள். புதிய கதாநாயகன். புதிய கதாநாயகி. புதிய இயக்குநர். புதிய இசையமைப்பாளர். எல்லாமே புதிதாக இருப்பதும் நன்றாகத்தானே இருக்கிறது என்று எட்வின் சொன்னான். பூஜை முடிந்து அனைவரும் கேசரி சாப்பிட்டு, காப்பி குடித்துவிட்டுப் போனபின்பு எட்வின் தனது நண்பர்களுடன் ஏவிஎம் ஸ்டுடியோவுக்குச் சென்றான்.

‘எதைக்கண்டும் மிரள வேண்டாம். உன் திறமையை நான் நம்புகிறேன்’ என்று எட்வினின் மாமனார் சொன்னார். அவன் அப்படியெல்லாம் எதிலும் மிரண்டு திகைத்திருக்க வில்லை. இசையைப் பொறுத்தவரை, தன்னால் பிழையாக எதையும் செய்ய இயலாது என்று அவன் மனப்பூர்வமாக நம்பினான்.

அது உண்மைதான். அன்று ஒரே நாளில் எட்வின் மூன்று பாடல்களை ரெக்கார்ட் செய்தான். அது ஒரு சாதனை என்று வந்திருந்த பாடகர்களும் வாத்தியக் கலைஞர்களும் வியந்தார்கள். எட்வின் வெறுமனே புன்னகை செய்து கைகூப்பி அவர்களை அனுப்பி வைத்தான்.

'மரியாவை என்றைக்குப் பாடவைக்கப் போகிறாய்?' என்று அவனது நண்பர்கள் கேட்டார்கள்.

'இன்னொரு நாள்' என்று பதில் சொன்னான். ஆனால் அன்றைய பாடல் பதிவுகளுக்கு அவன் மரியாவை வரச் சொல்லியிருந்தான். பதிவறையில் அவளுக்கு ஒரு நாற்காலி போடச் சொல்லி அமர வைத்து வேறு இரண்டு பாடகிகள் பாடியதை ஒலிப்பதிவு செய்தான்.

'என் வாழ்வில் இவர்கள் பாடுவதையெல்லாம் ஒலிப்பதிவின்போது நேரில் பார்ப்பேன் என்று நினைத்ததே இல்லை' என்று மரியா ஆச்சரியப்பட்டாள்.

'அது அத்தனை பெரிய விஷயமா?'

'நிச்சயமாக.'

'நானும் இவர்களையெல்லாம் இன்றைக்குத்தான் பார்க்கிறேன்.'

'அப்படியா?'

'மரியா, சினிமாவில் எனக்கு யாரையும் தெரியாது. தெரிந்து கொள்ளும் விருப்பமும் இல்லை. இந்த ஒரு படத்துக்குப் பிறகு நீ என்னை இங்கே பார்க்க முடியாது.'

அவளுக்கு அது மிகவும் அதிர்ச்சியாக இருந்தது. முதல் பட வாய்ப்பு என்பது எவ்வளவு பெரிது! ஒரு மழையை நிகர்த்ததல்லவா. இசையில்தான் ஒரு திரைப்படம் தொடங்குகிறது. ஆனால் அது வெளியாவதற்கு முன்னால் எத்தனைக் கட்டங்களைக் கடக்க வேண்டியிருக்கிறது! பிறகு வெளியீட்டுக் கட்டம். வெளியான பின்பு ஓடுமா ஓடாதா என்பது. ஓர் அறிமுகக் கலைஞனின் முதல் படம் வெற்றி பெற்றுவிட்டால் நிச்சயமாக அவனுக்கு அடுத்தப்படம் கிடைத்துவிடும். உண்மையில் அந்த இரண்டாவதிலும் அவன் வெல்லும்போதுதான் அவனது இருப்பிடம் நிரந்தரமாகிறது. அதன் பிறகு தோல்விகள்கூடப் பெரிய அளவில் பொருட்படுத்தப்படுவ தில்லை.

மரியா இதனை அறிந்திருந்தாள். அவள் எட்வினிடம் தனக்குத் தெரிந்ததைச் சொன்னபோது, 'நீ சொல்வதெல்லாம் உண்மையாக இருக்கலாம். ஆனால் எனக்கு இதெல்லாம் சம்பந்தமில்லாதவை ஆயிற்றே?' என்று அவன் சொன்னான்.

அவள் சிறிது குழப்பம் அடைந்திருக்க வேண்டும். அதன்பின் என்ன பேசுவது என்று தெரியாமல் அமைதியாகவே இருந்தாள். அன்றைய ஒலிப்பதிவுகள் முடிந்து அனைவரும் அவனை வாழ்த்திவிட்டுப் போன பின்பு எட்வின் அவளிடம் சொன்னான்,

‘நீ கவலைப்படாதே. உனக்கு நான் இந்தப் படத்தில் ஒரு பாடல் தருவேன். ஒன்றுதான். இந்தப் படம் வெளியாகவே இல்லை என்றாலும் அந்தப் பாடல் உலகை ஆளும். இந்தத் துறையில் நீ ஒரு நிரந்தர இளவரசியாக இருப்பாய்.’

அவன் இதனைச் சொன்னபோது டெவில் குழு நண்பர்கள் அனைவரும் அருகே இருந்தார்கள். ஒவ்வொருவரும் எட்வினைக் கட்டித் தழுவித் தமது அன்பைத் தெரியப்படுத்தினார்கள்.

‘எதிர்மறைச் சிந்தனைகள் வேண்டாம். இந்தப் படம் வெல்லும். நீ இங்கே ஒரு முடிசூடா மன்னனாக இருப்பாய்’ என்று ஜானவி சொன்னாள். அவன் பதில் சொல்லவில்லை.

அந்தத் திரைப்படத்தின் படப்பிடிப்பு நடக்க ஆரம்பித்தது. எட்வினின் மாமனார் மிகவும் உற்சாகமாகவும் தன்னம்பிக்கையுடனும் பேசினார். வலுவான கதை. சிறப்பான இசை. கண்டிப்பாகப் படம் ஜெயித்து விடும் என்று சில பத்திரிகைகளில் பேட்டிகூட அளித்தார். அவரே முயற்சி எடுத்து சில பத்திரிகையாளர்களை எட்வினை பேட்டி காண ஏற்பாடு செய்தார். ஏனோ அவன் ஒவ்வொரு பேட்டியிலும் சிறிதும் சுவாரசியமில்லாமலேயே பேசினான். அவன் மாமனாருக்கு அது மிகவும் கவலையளித்தது. ‘பயப்படாதீர்கள், சந்தேகப்படாதீர்கள். உங்கள் இசை உண்மையிலேயே மிகவும் சிறப்பாக இருக்கிறது’ என்று திரும்பத் திரும்பச் சொன்னார்.

மேன்ஷன் அறையில் நண்பர்களுடன் குடித்துக்கொண்டிருந்த ஒரு சமயத்தில் இதனைச் சொன்ன எட்வின், ‘அவர் திரும்பத் திரும்பச் சொல்வதாலேயே என் தரம் தேய்ந்து போய்விடுமோ என்று பயமாக இருக்கிறது’ என்றான்.

‘ஏன் அப்படிச் சொல்கிறாய்? அவர் இந்தப் படத்தின் தயாரிப்பாளர். உனக்கு மகளைக் கட்டிக்கொடுத்தவரும்கூட. உன் மனச்சோர்வைத் தீர்க்க வேண்டும் என்று நினைப்பதில் என்ன பிழை?’

‘முட்டாள். சிறப்பாக இல்லாத ஒன்று என்னிடமிருந்து எப்படி வரும்?’ என்று அவன் கேட்டான்.

அன்று நெடுநேரம் ஜானவி மரியாவைக் குறித்துத்தான் பேசிக் கொண்டிருந்தாள். அவளை அவன் எப்போது பாடவைக்கப் போகிறான்? என்ன பாடல்? யார் எழுதப் போவது? குழு நண்பர்கள் ஒவ்வொருவரும் ஒரு கருத்துச் சொன்னார்கள். மரியாவை ஒன்றிரண்டு பாடல் பாடச் சொல்லிப் பதிவு செய்து கேட்டுப் பார்த்தார்கள். படத்தின் உச்ச சிறப்பாக அவள் பாடப் போகிற

பாடல்தான் இருக்கும் என்பதில் யாருக்கும் சந்தேகமில்லை. ஆனால் அதனை நோக்கிய முதல் அடியை எடுத்து வைப்பது எப்போது?

இடைப்பட்ட நாள்களில் மரியா அடிக்கடி பசுல்லா சாலை அலுவலகத்துக்கு வந்து போகத் தொடங்கியிருந்தாள். எட்வினுக்கு மரியா எவ்வளவு முக்கியம் என்பது ஜானவிக்குத் தெரிந்த அளவு மற்றவர்களுக்குத் தெரியாது. சிறு வயதில் அவன் மரியாவின் குரலைக் கேட்டிருக்கிறான் என்பதைத் தாண்டி வேறு எதுவுமே தெரியாது. ஜானவிக்குமே இன்னும் ஒரு படி மேலாக மட்டுமே தெரியும். எட்வின் தனது சிறு வயதில் எப்போதோ ஒருமுறை கேட்ட அவளது குரலைச் சேமித்து வைத்து, அந்த ஒலியை ஒரு பெண்ணின் உருவமாகத் தனது மானசீகத்தில் அவன் காதலித்துக்கொண்டிருக்கிறான் என்று அவள் நினைத்தாள்.

உண்மையில் அவன் மரியாவை பம்பாயில் தவறவிட்ட நாள் முதலாக தினசரி வன்கலவி செய்துகொண்டிருந்தான். சில நிமிடங்கள் தான் கேட்ட அவளது குரலைத் தனது மானசீகத்தில் ஒரு யோனியாகப் பிரதிஷ்டை செய்து வைத்திருந்தான். ஒவ்வொரு நாளும் அதில் மூழ்கி எழும்போதெல்லாம் அவளது குரல் அவனுக்குள் ஓர் அலறலாகப் பொங்கிப் பெருகும். அந்த அலறலின் சுரங்களை அவன் ஒரு நோட்டுப் புத்தகத்தில் எழுதி வைத்தான். வெவ்வேறு சுருதிகளில், வெவ்வேறு கதிகளில் வெவ்வேறு தாளக்கட்டில் ஒவ்வொரு நாளும் அவன் எழுதிய அக்குறிப்புகள் ஆயிரக்கணக்கான பக்கங்கள் வரும். தனது மற்ற எந்த இசை எழுத்தையும்விட அதுவே உன்னதமானது என்று அவன் கருதினான்.

அவன் அக்குறிப்புகளை யாருக்கும் காட்டியதில்லை. அப்படி ஒன்று நிகழ்வதாக யாரிடமும் சொன்னதில்லை. ஒரு நோக்கம். ஓர் இலக்கு. ஒரே குறி. அவன் அந்த நாளுக்காகக் காத்திருந்தான்.

முதல் கட்டப் படப்பிடிப்பு முடிவடைந்து இயக்குநரும் குழுவினரும் சென்னைக்கு வந்துவிட்டார்கள். அடுத்தக் கட்டப் படப்பிடிப்பின் முதல் அங்கமே அந்தப் பாடல்தான். தயாரிப்பாளரின் மாப்பிள்ளை எப்போது பதிவு செய்து தருவார்?

‘எப்போது வேண்டும்?’ என்று எட்வின் கேட்டான்.

‘இரண்டு நாள்களில் கிடைத்தால் நன்றாக இருக்கும்.’ என்று இயக்குநர் சொன்னார்.

‘என்றால் நாம் நாளையே கம்போசிங் உட்கார வேண்டியிருக்கும்.’ என்று அவரது உதவியாளர் ஞாபகப்படுத்தினார்.

எட்வின் அவர்கள் இருவரையும் அன்பு தெளித்த புன்னகையுடன் பார்த்தான். 'இரண்டு நாளில் ரெக்கார்டிங் என்பதை ஏற்கிறேன். ஆனால் இதற்கு கம்போசிங் கிடையாது.'

'என்ன?'

'இது தயாராக இருக்கிற இசை. கம்போசிங் தேவையில்லை.'

'அப்படியா? எங்கே பாடிக்காட்டுங்கள்?' இயக்குநர் மிகவும் ஆர்வமானார். ஆனால் எட்வின் தீர்மானமாக முடியாது என்று சொல்லிவிட்டான்.

இரண்டு நாளில் பாடல் பதிவு நடக்கும். ஆனால் ஸ்டூடியோவுக்கு இசைக்குத் தொடர்பில்லாத யாரும் வரக்கூடாது. அது இயக்குநரானாலும் சரி, தயாரிப்பாளரானாலும் சரி.

'நானுமா!' என்று அவனது மாமனார் கேட்டார்.

'நீங்கள்தானே தயாரிப்பாளர்? அப்படியென்றால் நீங்கள்தான்.'

'இல்லை.. இந்தப் பாடலைப் பற்றி உங்கள் நண்பர்கள் ஓயாமல் பேசுகிறார்கள். அப்படி என்ன இருக்கிறது என்று தெரிந்துகொள்ள ஒரு ஆர்வம்..' என்று அவர் இழுத்தார்.

'இரண்டே நாள்தான் மாமா. பதிவு செய்து கேசட்டை உங்கள் கையில்தான் முதலில் கொடுக்கப் போகிறேன். அப்புறம் நீங்கள் பார்த்து யாருக்குத் தருகிறீர்களோ அவர்களுக்கு..'

தயாரிப்பாளருக்குப் புரிந்தது. இவன் சொல்லிக் கேட்பவனல்ல. 'சரி உங்கள் இஷ்டம். ஒரே ஒரு உபகாரம் மட்டும்....'

'சொல்லுங்கள். என் மகள் ஒரு ரெக்கார்டிங்குக்கு வரவேண்டும் என்று மிகவும் விரும்புகிறாள்.'

சுற்றி இருந்த அனைவருமே ஒரு கணம் வருந்து மனநிலைக்குப் போய்விட்டார்கள்.

'அவளால் கேட்க முடியாதுதான். ஆனாலும் ஓர் அற்ப ஆசை.'

எட்வின் சட்டென்று எழுந்து அவரது இரு தோள்களையும் பற்றினான். 'அவள் என் மனைவி. எனக்குள்ள அனைத்து உரிமைகளும் அவளுக்கு உண்டு. அவளை நான் அழைத்துச் செல்வேன். ஆனால் நிச்சயமாக உங்களையல்ல.'

ஏவிஎம் சி தியேட்டரை இரவு கால்ஷீட்டுக்குப் பதிவு செய்திருந்தார்கள். எட்டு மணிக்கே ஸ்டுடியோவுக்கு வந்துவிட்ட டெவில் குழு நண்பர்கள் தம்மைத் தவிர வேறு யாரும் ஏன் இன்னும்

வரவில்லை என்று குழம்பினார்கள். ஜானவி சிறிது தாமதமாக வந்தாள். அவளிடம் இதைப் பற்றி விசாரித்தபோது, 'எட்வின் இந்தப் பாடலுக்கு இசைக் கலைஞர்கள் யாரையும் வரச் சொல்லவில்லையே' என்று சொன்னாள்.

'நாம் நால்வரே போதும் என்று நினைத்துவிட்டானா!'

'உலகை ஆளப் போகிற ஒரு பாடலுக்கு நான்கே வாத்தியங்கள்தானா!'

எட்வின் பத்து மணிக்கு ஸ்டுடியோவுக்கு வந்தான். மரியா அவனோடேதான் வந்து இறங்கினாள். சிறிது பதற்றத்தில் இருந்திருப்பாள். சமாதானப்படுத்தலாமா என்றால் எட்வின் அதை வேண்டாம் என்று தடுத்துவிட்டான். 'என் பாடலுக்கு அந்தப் பதட்டம் ஓர் அவசியம்' என்று சொன்னான்.

அனைவரும் ஸ்டுடியோவுக்குள் போனதும் எட்வின் அனைவரையுமே ரெக்கார்ட் செய்யும் கேந்திரத்துக்கு வந்து அமரச் சொன்னான். பாடும் அரங்கில் மரியா மட்டும் மைக் முன்னால் நின்றிருந்தாள். எட்வின் அவள் அருகே இருந்தான்.

'மரியா, இந்தப் பாடலைப் பாடுவதற்கு நான் உன்னைத் தேர்ந்தெடுக்கவில்லை. ஆனால் இப்பாடல் உன்னைத் தவிர யாரிடமும் வடிவம் காணாது. புரிகிறதா?' என்று கேட்டான்.

அவளது பதற்றம் மேலும் அதிகரித்து, குடிக்கச் சிறிது தண்ணீர் வேண்டும் என்று கேட்டாள். அது வரும்வரை எட்வின் அமைதியாக இருந்தான். அவள் தண்ணீர் குடித்து முடித்த பின்பு மைக்குகளை அணைக்கச் சொல்லிவிட்டு அவளுக்கு பாடலைச் சொல்லிக் கொடுக்கத் தொடங்கினான். அது ஒரு ஓலத்தின் சங்கீதம். உயிரோடிருப்பதன் வாதையை உருவியெடுத்துவிட மேற்கொள்ளப் படும் ஒரு பெரு முயற்சியின் சித்திரம். திருடியதைத் திரும்பக் கொண்டு வைக்கிற கதாநாயகன். திருடும்போது ஒன்றாக இருந்து வைக்கும்போது வேறொன்றாக மாறி, எடுக்கும்போது ஒரு வலம்புரிச் சங்காக உருப் பெறும் சங்கேத தெய்வீகம்.

பொறுமையாக, மிக மிகப் பொறுமையாக, கீழ் சட்ஜம சுருதியிலேயேதான் எட்வின் அவளுக்கு அந்தப் பாடலைச் சொல்லிக் கொடுத்தான். அவள் கண்ணிமைக்கா ஆர்வத்துடன் கேட்டுக் கொண்டு திரும்பிப் பாடிப் பார்க்கத் தொடங்கினாள். என்ன இருந்தாலும் அது ஓலத்தின் ஒலியல்லவா! பாவத்தின் பிரார்த்தனை கீதமல்லவா! குரலெடுத்துத்தான் பாட வேண்டும். எட்வின்

‘சைலன்ஸ்’ என்று உள்ளே இருப்பவர்களைப் பார்த்துக் குரல் கொடுத்தான்.

மரியா பாடத் தொடங்கினாள். எட்வின் கண்களை மூடிக்கொண்டு அமைதியாகக் கேட்டுக்கொண்டே இருந்தான். ஜானவி கண்ணை இமைக்கவும் மறந்தவளாக மரியாவையே பார்த்துக் கொண்டிருந்தாள்.

முள்ளின் ருசியை இசை.
மலரின் மணத்தை அசை.

உன்னிடம் எடுத்தது
என்னிடம் உள்ளது
மீண்டும் வைக்கிறேன்
உன்னிடம் - அட, நீயுமறியா
இருட்டினில்
முள்ளின் ருசியை இசை.

துயரகீதம் நீயும் பாட?
உதட்டையுரசும் குழலுண்டு
துயரம் தீர நானும் தருவேன்
குழலின் வழியே தழலொன்று

ஊதினால் தீருமோ
உறக்கம் தான் சேருமோ
உள்ளேயுறைந்த வலிகளை
உரக்கச் சொல்லி விளங்குமா
முள்ளின் ருசியை இசை
என் முன்னால் வந்து இசை.

பாடல் வரிகள் இதுதான். எழுதியது யார் என்று எட்வின் சொல்லவேயில்லை. பலவிதமாகக் கேட்டுப் பார்த்தும் சிரித்தானே தவிரச் சொல்லவில்லை. அவனே எழுதியிருப்பான் என்று நினைக்க முடியவில்லை. எழுதும் அளவுக்கு அவனுக்குத் தமிழ் தெரிந்திருக்க வாய்ப்பில்லை என்று எல்லோரும் நினைத்தார்கள்.

‘எழுதியவனா முக்கியம்? பொருளைப் பார்’ என்று எட்வின் சொன்னான். உண்மையில் ஒலிப்பதிவின் போது பொருளைக்கூட யாரும் கவனிக்கவில்லை.

அந்த இசையும் பாடலும் ஒரு நிகழ இயலாத அற்புதம்தான். ஒரு சங்கின் சுருதியைப் பற்றிக்கொண்டு ஒற்றை வயலினும் ஒரு புல்லாங்குழலும் ஒரு ஷெனாயும் சிந்தசைசரும் அவ்வோலத்தை

மெல்ல மெல்ல மேலே உயர்த்திக்கொண்டே போக, சங்கநாதமே உச்சம் தொட்டபோது கருவிகள் ஏந்திச் சென்றதெல்லாம் கண்ணுக்கு எட்டாத உயரங்களில் போய் ஒலிக்கத் தொடங்கின.

'கடவுளே! இது என்ன இசை! எங்கிருந்தது இவனிடம் இவ்வளவு காலமாக!' என்று ஜானவி வாய் பொத்தி நின்றுவிட்டாள். கருணாவும் பெஸ்கியும் குமுறிக் குமுறி அழுதுகொண்டிருந்தார்கள். 'அயோக்கியன் நம்மை இதற்கு வாசிக்கச் சொல்லவில்லை பார்த்தாயா?'

'அங்கே பார்!'

எட்வின் அத்தனைக் கருவிகளையும் தானேதான் வாசித்தான். அடுத்தடுத்து எடுத்து வாசிப்பதில் இடைவெளி வந்துவிடாத விதத்தில் அவன் இசையின் கட்டுமானத்தை வனைந்திருந்தான். சொற்களில் அதைப் பிடித்துக்காட்டுவது மனித முயற்சியால் முடியாதது. உள்ளார்ந்த ஒரு துயரத்தின் ஆன்மாவைப் பிடித்து அதன் கடைசிச் சொட்டு ரத்தத்தை விரல் நுனியில் ஏந்தி உலகின்மீது தெளிக்கும் ஒரு முயற்சி.

தன் உயிரே போய்விடும் என்ற முடிவோடுதான் மரியா பாடினாள். ஆனால் முடிந்தபோது அவள் மறுபிறப்பெடுத்திருந்தாள். சட்டென்று ஓடிச் சென்று எட்வினின் காலில் விழுந்தாள்.

'எழுந்திரு மரியா. நீ என்னைவிட இரண்டு வயது மூத்தவள். என் காலில் நீ விழக்கூடாது.'

'இல்லை. நீங்கள் எனக்குக் கடவுள். இப்படி ஒரு பாடலை எனக்கு இயேசுவேகூடத் தந்திருக்க முடியாது.'

'சந்தோஷமா?'

'சாகச் சொன்னால் இறந்துவிடுவேன். அவ்வளவு சந்தோஷம்.'

'நான் ஏன் சாகச் சொல்லப் போகிறேன். நீ இத்துறையின் நிரந்தர இளவரசி. இது என் ஆசீர்வாதம் உனக்கு. ஆனால் பதிலுக்கு நீ எனக்கு ஒன்று செய்ய வேண்டும்.'

'சொல்லுங்கள்.'

அவன் தனது நண்பர்கள் அனைவரையும் பார்த்து, 'சிறிது நேரம் வெளியே இருங்கள்' என்று சொன்னான். ஜானவி அவனைக் கோபமாக முறைத்துவிட்டுப் போனாள். அனைவரும் போனபின்பு எட்வின் அவளது கால் செருப்புகளைத் தனதிரு கரங்களில் ஏந்தி எடுத்து வந்தான்.

‘ஐயோ இதென்ன..’ என்று அவள் அலறிக்கொண்டு பாய்ந்து வந்து அதைத் தன் கையில் வாங்கிக்கொள்ள, ‘கேட்டேனே. எனக்காக நீ ஒன்று செய்ய வேண்டுமென்று? அது இதுதான். உன் செருப்புகளால் என் உச்சந்தலையில் ஓங்கி அடி.’ என்று சொன்னான்.

‘கடவுளே, எதற்கு?’

‘பாவத்துக்குச் சம்பளம் உண்டென்று நம்புபவன் நானில்லை. ஆனால் குற்றங்களுக்கு தண்டனை அவசியம்.’

‘எனக்குப் புரியவில்லை சார்.’

‘இன்று நான் உன் குருவானேன் அல்லவா? சொல்லித் தந்தேன் அல்லவா? இதுதான் தட்சணை. அடி.’ என்று மீண்டும் சொன்னான்.

அவள் அழுதாள். முடியவே முடியாது என்று காலில் விழுந்து கெஞ்சினாள். அவன் சிறிதும் மாற்றம் கொள்ளவில்லை. தயவுசெய்து அடி, தயவுசெய்து அடித்து விடு என்று கெஞ்ச ஆரம்பித்தான். நெடுநேரம் போராடி அலுத்தபின் வேறு வழியின்றி அவள் தனது செருப்புகள் இரண்டையும் எடுத்து எட்வினின் உச்சந்தலையில் வைத்தாள்.

‘வைத்தால் போதாது. அடி’ என்று அவன் மீண்டும் சொன்னான். அவளால் அது முடியவில்லை. அழுதபடி வெளியே ஓடிப் போய்விட்டாள்.

நடந்த அனைத்தையும் அமைதியாகப் பார்த்துக்கொண்டிருந்த அந்தக் காது கேட்காத பெண் எட்வினிடம் வந்து, ‘என்ன பிரச்னை மாமா?’ என்று கேட்டது.

‘வாழ்வதுதான். வேறென்ன?’ என்று சொல்லிவிட்டு அவன் போய்விட்டான்.

6.3

அந்தப் பெண்ணின் பெயர் சந்தான லட்சுமி. வீட்டில் அவளது பெற்றோர் அவளை சந்தானம், சந்தானம் என்று அழைப்பார்கள். 'அப்படிக் கூப்பிடாதீர்கள், ஒரு ஆண் பிள்ளையை அழைப்பது போல இருக்கிறது' என்று எட்வின் அவர்களிடம் சொல்லிப் பார்த்தான். ஆனால் அவர்களால் பழக்கத்தை மாற்றிக்கொள்ள முடியவில்லை. இதற்காக ஒவ்வொரு முறையும் அவளை அழைக்கும்போது எட்வின் அருகே இருந்துவிட்டால் மறக்காமல் உடனே அவனிடம் மன்னிப்புக் கேட்டுவிடுவார்கள். பிறந்ததில் இருந்து உடன் இருந்தும் சந்தான லட்சுமிக்கு சரியாகப் புரியக்கூடிய சைகை மொழியை அவளது பெற்றோர் அறிந்துகொள்ள முயற்சி மேற்கொண்டதில்லை. பெயர் சொல்லி அழைத்து, உடனே அருகே சென்று தொட்டுத் திருப்பித்தான் பேசுவார்கள்.

எட்வினுக்கு இது அருவருப்பாக இருந்தது. அவன் திருமணமான பத்து நாள்களில் ஒரு கணவன், மனைவியிடம் கேட்டுத் தெரிந்துகொள்ள வேண்டியவற்றையும் சொல்லிப் புரியவைக்க வேண்டியவற்றையும் அவள் அறிந்த சைகை மொழியில் பேசக் கற்றுக்கொண்டுவிட்டான். சந்தான லட்சுமி அவளது பெற்றோரிடம் இதைப் பற்றி மிகவும் பெருமையாகச் சொன்னதைத் தனது நண்பர்களிடமும் பகிர்ந்துகொண்டான்.

'எட்வின், நீ மகிழ்ச்சியாக இருக்கிறாயா?' என்று நண்பர்கள் அவனிடம் திரும்பத் திரும்பக் கேட்டார்கள்.

‘எனக்கென்ன பிரச்னை? வீடு வசதியாக இருக்கிறது. சாப்பாடு நன்றாக இருக்கிறது. மாடியில் உள்ள ஓர் அறையை என் மாமனார் ம்யூசிக் ரூமாக மாற்றிக் கொடுத்திருக்கிறார். நான் அந்த அறைக்குள் சென்றுவிட்டால் என்னை யாரும் தொந்தரவு செய்வதில்லை.’

‘அதில்லை. நீ மகிழ்ச்சியாக இருக்கிறாயா?’

அவன் சில வினாடிகள் அமைதியாக இருந்தான். பிறகு, ‘அது என்றுமே இருந்ததில்லை’ என்று சொன்னான். அவனைத் தேன் நிலவுக்குச் சென்று வரும்படி ஜானவி சொன்னாள். ‘உனக்கு ஆர்வம் இல்லாவிட்டாலும் உன் மனைவி எதிர்பார்ப்பாள்.’

எட்வின் ஒப்புக்கொண்டு தன் மாமனாரிடம் இது குறித்துப் பேசியபோது அவர் மிகவும் மகிழ்ச்சி அடைந்தார். அவர் குறைந்த பட்ஜெட்டில் படம் எடுப்பவர் என்பதால் கொச்சியில் உள்ள தனது விருந்தினர் விடுதியில் தங்கி கேரளத்தின் அழகை ரசித்து வர ஏற்பாடு செய்வதாகச் சொன்னார். எட்வின் சந்தான லட்சுமியுடன் கொச்சிக்குக் கிளம்பினான்.

ரயிலில் பெரும்பாலான நேரத்தை அவன் சந்தான லட்சுமியிடம் சைகை மொழி கற்பதில் செலவழித்தான். அவளுக்குத் தன்னைக் குறித்து, தான் பள்ளிப் படிப்புக்கு மேல் படிக்காமல் விட்டது குறித்து, தனக்குத் திருமணம் நடக்க வாய்ப்பே இல்லை என்று சோதிடர்கள் தீர்மானமாகச் சொல்லிவிட்டுப் போனதைக் குறித்து, அது பற்றிய அவளது பெற்றோரின் கவலை குறித்தெல்லாம் நிறையப் பேச ஆசை இருந்தது. பிறவியிலேயே அவளுக்குக் காது கேட்காது என்பது போக, ஜாதக ரீதியிலும் நிறைய தோஷங்கள் உண்டென்று அவளே எட்வினிடம் சொன்னாள். அவன் அதைப் பொருட்படுத்தவில்லை. ‘அப்படியா?’ என்று மட்டும் கேட்டான்.

‘கிறித்தவர்களுக்கு ஜாதக நம்பிக்கை எல்லாம் கிடையாதா?’

‘தெரியாது’ என்று அவன் பதில் சொன்னான்.

‘எனக்கு இயேசுநாதரைப் பிடிக்கும்.’

‘அப்படியா?’

‘நீங்கள் ஒருமுறை என்னை சர்ச்சுக்கு அழைத்துச் செல்ல வேண்டும்.’

‘அதற்கென்ன? போகலாம்.’

இதுவரை எல்லாமே சுமுகமாகத்தான் போய்க்கொண்டிருந்தது. திடீரென்று அவள், ‘உங்களுக்கு ஞானஸ்நானம் ஆகிவிட்டதா?’ என்று கேட்டாள். எட்வின் இதற்கு என்ன பதில் சொல்வதென்று

யோசித்தான். சிறு வயதில் அவனுக்கு அந்தச் சடங்கை நடத்த அவனது தந்தை ஏற்பாடு செய்திருந்த நாளில்தான் அவன் வீட்டில் சொல்லாமல் கொலாபாவுக்குப் போனான்.

என்னவென்று புரியாத ஒரு நடுக்கம் அவனுக்கு அப்போது இருந்தது. 'ஞானஸ்நானம் என்பது பிரமாதமில்லை. உன்னை ஒரு தொட்டி நீரில் அமிழ்த்தி எழுப்பித் துடைத்துவிடுவார்கள். அவ்வளவுதான்' என்று அவனது தந்தை சொன்னார். அவன் மனத்தில் அப்போது அந்தத் தொட்டி நீரில் மயக்க மருந்து கலந்திருக்கும் என்று தோன்றியது. அது தன்னை இயேசுவின் ஊழியத்தில் கட்டாயப்படுத்திப் பிடித்துத் தள்ளிவிடும் என்று அஞ்சினான். பிறகு அவன் வீட்டுக்குத் திரும்பி வந்த பின்பு அவனது பெற்றோர் ஞானஸ்நானம் குறித்துப் பேச்செடுக்கவில்லை. பல்லாண்டுகளுக்குப் பிறகு சந்தான லட்சுமி அதைக் கேட்டபோது அவனுக்கு மீண்டும் அந்தப் பதற்றம் தொற்றிக்கொண்டது.

'லஷ்மி, நான் உன்னை மனப்பூர்வமாக ஒப்புக்கொண்டு மனைவி ஆக்கிக்கொண்டிருக்கிறேன். உன் குறைகள் என்று சொல்லப்படும் எதுவும் எனக்குப் பொருட்டல்ல. உன் ஜாதக தோஷங்கள் என்றென்றும் சௌக்கியமாக இருந்துவிட்டுப் போகட்டும். எனக்கு அது பிரச்னை இல்லை. நீ கோயில்களுக்குப் போய் வா. உன் நம்பிக்கைகள், மதச் சடங்குகள், பண்டிகைகள், திருவிழாக்கள், பழக்க வழக்கங்கள் எதையும் நீ மாற்றிக்கொள்ள வேண்டாம். உன்னிடம் நான் வேண்டுவதெல்லாம் ஒன்றுதான். நான் பதில் சொல்ல விரும்பாதவற்றைக் கேள்விகள் ஆக்காதே.' என்று சொன்னான்.

சந்தான லட்சுமிக்கு இது புரியவில்லை. இருந்தாலும் அவன் சொல்வதை மறுக்கக்கூடாது என்று நினைத்தாள். உடனே சரி என்று சொன்னாள்.

அவர்கள் பத்து நாள் கொச்சியில் தயாரிப்பாளத் தந்தையின் விருந்தினர் மாளிகையில் தங்கி இருந்து ஊர் சுற்றிப் பார்த்தார்கள். மலபார் பகுதியில் காணவேண்டிய இடங்கள் என்று சுற்றுலாத் துறை வெளியிட்டிருந்த விளம்பரத் தாளில் உள்ள ஓரிடத்தையும் தவற விடக்கூடாது என்னும் லட்சியத்துடன் சந்தான லட்சுமி நேரம் வகுத்துக்கொண்டு அவனை இழுத்துக்கொண்டு ஓடிக்கொண்டிருந் தாள். மாலை நேரங்களில் அறைக்குத் திரும்பிய பிறகு அவர்கள் கடற்கரையில் நெடுந்தொலைவு நடந்தார்கள். சந்தான லட்சுமி கண்ணில் பட்ட கடைகளில் எல்லாம் ஏதேதோ பொருள்கள் வாங்கினாள். வாங்குவதில் அவளுக்குத் திகட்டாத ஆர்வம் இருப்பதை எட்வின் கண்டான். 'நீங்கள் ஏன் எதுவுமே

வாங்குவதில்லை?' என்று அவள் கேட்டாள். அதற்கு 'எனக்கு நீ கிடைத்தது போதும்' என்ற எளிய பதிலில் அவளை சந்தோஷப் படுத்தினான்.

ஒருநாள் அவர்கள் மட்டஞ்சேரிக்குப் போனார்கள். அங்கு பல விதமான நூதன கைவினைப் பொருள்களும் இறக்குமதிப் பொருள்களும் ஏராளமாகக் கிடைக்கும் என்றும் புகழ்பெற்ற பரதேசி தேவாலயம் அங்கேதான் இருக்கிறது என்றும் தெரிந்துகொண்டு சந்தான லட்சுமிதான் அவனை அழைத்துக்கொண்டு புறப்பட்டாள்.

அவள் கேள்விப்பட்டிருந்த தகவல் உண்மைதான். ஏராளமான கடைகள், விதவிதமான கடைகளால் நிறைந்திருந்தது மட்டஞ்சேரி. அவ்வளவு கடைகளுக்கு அங்கு வரும் சுற்றுலாக் கூட்டம் குறைவுதான் என்று எட்வினுக்குத் தோன்றியது. வெளிநாட்டுப் பயணிகளில் எவ்வளவு பேர் யூதர்களாக இருந்துவிடப் போகிறார்கள்? சுற்றிப் பார்க்க வரும் கிறித்துவர்கள் ஒரு யூத தேவாலயத்தைச் சுற்றுலாத் தலமாகவேனும் பாவித்து அங்கே சென்று பார்க்க நினைக்க மாட்டார்கள் என்று நினைத்தான். தானேகூட மனைவியுடன் வந்திருக்கும் சமயத்தில் அங்கே செல்ல அவனுக்கு மிகவும் தயக்கமாக இருந்தது. அவளை அறையில் இருக்கச் சொல்லிவிட்டு ஒருநாள் தனியே வரவேண்டும் என்று நினைத்திருந்தான். எப்படியோ மட்டஞ்சேரியில் ஒரு புகழ்பெற்ற, புராதனமான சுற்றுலாக் கோயில் இருக்கிற விஷயத்தை அவள் மோப்பம் பிடித்துவிட்டாள்.

வழியெல்லாம் சந்தான லட்சுமி 'ஐயோ எதையெல்லாம் வாங்குவது என்றே தெரியவில்லையே' என்று மகிழ்ச்சியுடன் கவலைப்பட்டுக் கொண்டே வந்தாள். துணிக்கடைகளும் பரிசுப் பொருள்கள் விற்கும் கடைகளும் நிறைந்த ஒரு குறுகலான சாலையில் அவர்கள் நடந்து கொண்டிருந்தபோது எட்வின் தன்னையறியாமல் உணர்ச்சி வயப்படத் தொடங்கினான். நடை சிறிது தொய்ந்தது. அவன் கரங்கள் நடுங்கத் தொடங்கின.

'என்ன ஆயிற்று?' என்று சந்தான லட்சுமி கேட்டாள்.

'ஒன்றுமில்லை. எனக்கு கஞ்சா வேண்டும். அறையில் மறந்து வைத்துவிட்டு வந்துவிட்டேன்.'

'நீங்கள் குடிப்பீர்கள் என்று தெரியும். கஞ்சா குடிப்பீர்களா? அது வெறும் சிகரெட் என்று நினைத்தேன்.'

'மன்னித்துக்கொள்.'

அவள் ஒன்றும் சொல்லவில்லை. மேலும் சிறிது தூரம் நடந்தார்கள். அவனால் அதற்குமேல் முடியவில்லை. 'நாம் திரும்பிவிடலாமா?' என்று கேட்டான்.

'ஏன்?'

அவனுக்கு அவள் கேட்டது காதில் விழவில்லை. அவன் பார்வை பரதேசி யூத தேவாலயத்தின்மீது நிலை பெற்றிருந்தது. விபி காந்தி மார்கில் கண்டதைப் போலவே கட்டடங்களோடு கட்டடமாக அது இருந்தது. சுற்றுலாப் பயணிகள் வியப்புடன் அதன் வெளித் தோற்றத்தைப் புகைப்படம் எடுத்துக்கொண்டிருந்தார்கள். கேமராவை உள்ளே எடுத்துச் செல்ல அனுமதி இல்லை என்று எழுதி வைத்திருந்தார்கள்.

'இந்த சர்ச்சுக்குப் போகலாமா?' என்று சந்தான லட்சுமி கேட்டாள்.

அவனுக்குச் சட்டென்று சிரிப்பு வந்துவிட்டது. 'நிச்சயமாக ஒருநாள் உனக்கு மத நல்லிணக்க விருது கிடைக்கும்' என்று சொன்னான். சைகை இல்லாமல் அவன் சொன்னது அவளுக்கு விளங்கவில்லை. 'என்ன, என்ன' என்று திரும்பத் திரும்பக் கேட்டாள். 'ஒன்றுமில்லை' என்று சொன்னான்.

'இங்கே போகலாம்' என்று அவள் சொன்னாள்.

ஒரு கணம் அவளை உற்றுப் பார்த்தவன், பிறகு சரி என்று சொல்லிவிட்டு அழைத்துக்கொண்டு உள்ளே போனான். சுற்றுலாப் பயணிகள் ஆங்காங்கே கூடி நின்று சுவர்களையும் மேலிருந்து தொங்கும் அலங்கார விளக்குகளையும் கலைப் பொருள்களையும் அரங்கின் நடுவே போடப்பட்டிருந்த புராதனமான சிம்மாசனங் களையும் பார்த்துக்கொண்டிருந்தார்கள்.

'இது சர்ச் இல்லையா?' என்று சந்தான லட்சுமி கேட்டாள்.

'இல்லை. இது யூத தேவாலயம். புராதனமானது. பதினாறாம் நூற்றாண்டில் கட்டப்பட்டது.'

'ஓ. நான் சர்ச் என்று நினைத்தேன். போகலாம்' என்று அவள் சொன்னாள்.

'இந்த இடம் உனக்குப் பிடிக்கவில்லையா?'

'இங்கு ஒன்றுமே இல்லையே.'

'ஓ. சர்ச்சில் என்ன இருக்கும்?'

'என்ன இப்படிக் கேட்கிறீர்கள்? சிலுவையில் அறையப்பட்ட இயேசுநாதர் சிலை இருக்குமே.'

அவன் ஒன்றும் சொல்லவில்லை. அந்த சினகாகைச் சுற்றிப் பார்த்தபடியே நடந்து ஒரு சுவரோரம் வந்து சாய்ந்து நின்றான். இரு கரங்களையும் விரித்து உயர்த்தியவாறு அவளைப் பார்த்துச் சிரித்தான்.

'என்ன?' என்று அவள் கேட்டாள்.

'ஆணியில் அறையப்பட்டதன் ரத்தம் தெரிகிறதா?'

6.4

எட்வினின் தேன் நிலவு நாள்களின்போது அவன் மாமனார் எடுத்துக்கொண்டிருந்த படம் மிக வேகமாக வளர்ந்து கொண்டிருந்தது. அவன் மரியாவை வைத்து இசைத்த பாடல் படமாக்கப்பட்டுவிட்டது என்றும் அவன் சென்னைக்குத் திரும்பிய சில நாள்களிலேயே முழுப்படமும் எடுத்து முடிக்கப்பட்டுவிடும் என்றும் இயக்குநர் போன் செய்து சொன்னார். பாடல் வெளியீட்டு விழாவைக் குறித்து தயாரிப்பாளர் யோசித்துக்கொண்டிருப்பதாகவும் அவன் பேசி, அதைப் பெரிய அளவில் நடத்த முடிந்தால் நல்லது என்றும் சொன்னார்.

ஒன்றும் பெரிய காரியமில்லை. தனது அருமை மகள் மகிழ்ச்சியாக இருக்கும் மகிழ்ச்சியே அவரைப் பாடல் வெளியீட்டு விழாவுக்குத் தனியே பத்திருபது லட்சங்கள் செலவு செய்ய வைத்துவிடும்.

பேசுகிறேன் என்று சொல்லிவிட்டு போனை வைத்தான். இரண்டு கஞ்சா சிகரெட்டுகளையும் தீப்பெட்டியையும் எடுத்துக்கொண்டு தங்கியிருந்த வீட்டுக்கு வெளியே வந்து புல்வெளியில் அமர்ந்துகொண்டு புகைக்க ஆரம்பித்தான். ஒலிப்பதிவின்போது மரியா பாடியது அவன் நினைவில் ஒலித்துக்கொண்டே இருந்தது. சந்தான லட்சுமி அருகே இருக்கும்போது அதை நினைத்துக்கொள்ள அவனுக்குச் சங்கடமாக இருந்தது. 'என்ன யோசனை?' என்று கேட்டு விடுவாள். பொதுவாக எட்வினுக்கு எதையும் மாற்றிச் சொல்லப் பிடிக்காது. ஒன்று, யோசித்துக்

கொண்டிருப்பதைச் சொல்வான். அல்லது சொல்ல விருப்பமில்லை என்று சொல்வான். ஒன்றுமில்லை என்று சொல்வதைக்கூட அவன் அறவே வெறுத்தான்.

அவனுக்கு ஒரு விஷயம் மிகவும் ஆச்சரியமாக இருந்தது. மணமான நாள் முதல் சந்தான லட்சுமி அவனிடம் இசையைப் பற்றியோ, இசைத் துறையைப் பற்றியோ, குறைந்தபட்சம் அவன் முதல் முதலில் பணியாற்றும் அவளது தந்தையின் படத்தைப் பற்றியோ ஒரு சொல் கூடப் பேசவில்லை. இசை என்றால் என்னவென்று தெரியாமல் இருக்கலாம். அது பிழையில்லை. ஆனால் ஒரு பெண்ணுக்குத் தன் கணவன் பணியாற்றும் தொழிலைக் குறித்துத் தெரிந்துகொள்ள ஒரு வரித் தகவலாவது தேவைப்படாதா?

அவனே இதை அவளிடம் தாங்க மாட்டாமல் ஒருமுறை கேட்டு விட்டான். சந்தான லட்சுமி நெருங்கி வந்து அவன் கைகளை எடுத்துத் தன் உள்ளங்கைக்குள் வைத்துக்கொண்டு, 'உங்களைப் பார்த்தால் சினிமாக்காரர் மாதிரியே இல்லை மாமா' என்று சொன்னாள்.

'வேறு யாரைப் போல இருக்கிறேன்?'

'நீங்கள் புல்லாங்குழல், வயலின், கீ போர்ட், கிடார் என்னென்னவோ வாசிப்பீர்கள் என்று என் அப்பா சொல்லியிருக்கிறார். ஆளும் பார்க்க ஒல்லியாக இருக்கிறீர்களா.. உங்களையும் நான் அப்படி ஒரு வாத்திய மாகத்தான் பார்க்கிறேன்' என்று சொல்லிவிட்டு விழுந்து விழுந்து சிரித்தாள். 'ஆனால் பேசும் வாத்தியம். பாசம் உள்ள வாத்தியம்.'

எட்வின் திகைத்துப் போனான். சாமர்த்தியம் சிறிதுமற்ற, சராசரிக்கு மிகவும் கீழ்மட்டத்தில் உள்ள ஒரு நல்ல பெண் என்றுதான் அவளைப் பற்றி அவன் மதிப்பிட்டிருந்தான். ஆனால் உயிருள்ள ஒரு மனிதனை ஒரு கருவியாக அவளால் கருதிக்கொள்ள முடிவதற்கும், முகமே மறந்துபோன ஒருத்தியின் குரலையே அவளது முகமாகவும் யோனித்துவாரமாகவும் முப்பதாண்டுகளுக்கு மேலாக நினைத்துக் கொண்டிருந்ததற்கும் என்ன பெரிய வித்தியாசம்?

'லஷ்மி, நீ பெரிய ஆள்' என்று சொன்னான். அவளுக்கு மிகவும் மகிழ்ச்சியாகிவிட்டது.

'அப்பா சொன்னார், இந்தப் படம் வெளியானால் நீங்கள் பிடிக்க முடியாத உச்சாணிக் கொம்புக்குப் போய்விடுவீர்கள் என்று.'

'அப்படியா?'

'ஆமாம். பாட்டெல்லாம் அவ்வளவு நன்றாக வந்திருக்கிறதாமே?'

'தெரியவில்லை லஷ்மி. ஒரு பாட்டு நன்றாக இருக்கும். அது நிச்சயம்.'

'நீங்கள் இதுவரை போட்டுக் கொடுத்திருக்கும் நான்கு பாடல்களுமே ஹிட் ஆகும் என்று அப்பா சொன்னார்.'

'அப்படியா? உன் அப்பாவுக்கு இசை தெரியுமா?'

'உங்களைத் தெரிந்திருக்கிறதே.'

இந்த பதிலும் அவனுக்குப் பிடித்திருந்தது. அன்று அவர்கள் வெளியே எங்கும் செல்லவில்லை. வீட்டிலேயே இருந்து ஓய்வெடுக்கலாம் என்று சந்தான லட்சுமி சொல்லியிருந்தாள். நாளெல்லாம் அவளோடு சைகை மொழியில் சலிக்காமல் பேசிக் கொண்டிருந்துவிட்டு மாலைதான் அவன் கஞ்சா குடிக்க வீட்டுக்கு வெளியே வந்திருந்தான். அப்போதும் விடாமல் அவள் பின்னால் வந்துவிட்டாள்.

எட்வின் நெடுநேரம் யோசித்துவிட்டு அவளிடம் சொன்னான், 'லஷ்மி நான் உன்னை விட்டுத் தனியே வந்து உட்காரும்போது என்னை அப்படியே சிறிது நேரம் இருக்க விடு. அதற்குக் காரணமெல்லாம் கிடையாது. கட்டிப் பிடித்துப் புரளும்போது வரும் கிளர்ச்சி இப்படித் தனியே வந்து இருக்கும்போதும் உண்டு. நீயும் முயற்சி செய்து பார்.'

அவள் என்ன நினைத்தாளோ. 'சாரி மாமா' என்று சொல்லிவிட்டு உள்ளே போய்விட்டாள். அதன்பின் எட்வின் நெடுநேரம் தனியாகவே இருந்தான். திரும்பத் திரும்ப மரியாவையும் அவள் பாடியதையுமே நினைத்துக் கொண்டிருந்தான். அவன் மனத்தில் பல்லாண்டுகளாக உருவாக்கி வைத்திருந்த இசை அது. அது அவனுக்குள் எப்படி இருந்ததோ, அதில் சிறிதும் சேதாரமின்றி வெளிப்பட்டிருக்கிறதா என்று ஒவ்வொரு சுரமாக மனத்துக்குள் அவளை மீண்டும் பாடவிட்டு சரி பார்த்துக்கொண்டிருந்தான்.

எவ்வளவு நேரம் அப்படியே கிடந்தான் என்று அவனுக்கே தெரியவில்லை. இரவு ஒன்பது மணிக்கு லேசாக மழைத் தூறல் போட ஆரம்பித்ததும்தான் அவனுக்கு சுய உணர்வு வந்தது. எழுந்து வீட்டுக்குள் வந்தான். சந்தான லட்சுமி சாப்பிட்டுவிட்டுப் படுத்துத் தூங்கியிருந்தாள். அவனுக்கு அதுவும் பிடித்திருந்தது. அவனுக்காக அவள் எடுத்து வைத்திருந்த உணவை ஓசைப்படாமல் உட்கார்ந்து சாப்பிட்டுவிட்டு அவனும் வந்து படுத்துக்கொண்டான்.

கண்ணை மூடி உறங்கத் தொடங்கியபோது மூடிய விழிகளுக்குள் நீலத் திரை ஒன்று மெல்ல எழுந்து விரிந்து பார்வை மொத்தத்தையும் மறைத்தது. திரைக்கு மறுபுறத்தில் இருந்து ஒரு கரம் நீண்டு வந்து எட்வினின் வலக்கரத்தைப் பிடித்தது.

'என்ன?' என்று அவன் எழுந்துகொண்டான்.

நீட்டிய கரத்தில் ஒரு எழுதுகோல் இருந்தது. நீலத் திரையில் இப்போது வரிகள் உருவாகியிருந்தன. எழுது என்று மானசீகத்தில் ஓர் ஆணைச் சத்தம் கேட்டது. அவன் எழுத ஆரம்பித்தான். என்ன எழுதுகிறோம் என்ற உணர்வில்லாமல், ஆனால் எதுவானாலும் சரியாக இருக்க வேண்டும் என்ற பிரக்ஞையுடன் அவன் எழுதினான். பனையூர் கடற்கரை மணலில் எழுதியதன் தொடர்ச்சியாக அது அமைந்து கொண்டிருந்ததைக் கவனித்தான். உடனே ஆர்வம் மிகுந்துவிட்டது. ஓர் அற்புதம் நிகழ்ந்தேவிடும் என்று அவன் மனத்தில் பட்டது. வெறி கொண்டவன் போல, நீண்டுகொண்டே போன அந்த நீலத்திரையில் அவன் எழுதிக்கொண்டே போனான்.

அரை மணி நேரம். ஒரு மணி நேரம். இரண்டு மணி நேரம். கை சோர்ந்து போகுமளவுக்கு எழுதியபின் சட்டென்று அந்தத் திரையை வாரிச் சுருட்டித் தனது தலையணையின் அடியில் வைத்துக் கொண்டான். காணாமல் போய்விடுமோ என்ற அச்சம் உண்டாகி அதன் ஒரு முனையைத் தன் கையால் அழுத்திப் பிடித்துக்கொண்டு உறங்கத் தொடங்கினான்.

மறுநாள் காலை சூரிய உதயம் நிகழ்ந்தபோது சந்தான லட்சுமி உறங்கி எழுந்தாள். அருகே எட்வின் இல்லை என்பதைத்தான் முதலில் கண்டாள். மாமா மாமா என்று அழைத்தபடி அந்த விருந்தினர் மாளிகை முழுவதும் அவனைத் தேடினாள். சமைப்பதற்கு உதவியாக அவளது அப்பா அங்கே வேலைக்கு வைத்திருந்த பெண் வந்தபோது, 'மாமாவைப் பார்த்தாயா?' என்று கேட்டாள். அவள் இல்லை என்று சொன்னதும் சந்தான லட்சுமி வீதிக்கு வந்து தேடிப் பார்த்தாள். அன்றெல்லாம் அவள் கொச்சி நகரம் முழுவதும் எட்வினைத் தேடிச் சோர்ந்து போனாள். பிறகு சென்னைக்கு போன் செய்து தனது தந்தையிடம் விவரம் சொல்லி அழுதாள். எங்கே போயிருப்பார் என்றே தெரியவில்லை அப்பா என்று அவள் சொன்னது தயாரிப்பாளத் தந்தைக்கு மிகுந்த துக்கத்தை அளித்தது.

'நீ கவலைப்படாதே சந்தானம். கலைஞர்கள் இப்படித்தான் முன்னப்பின்ன இருப்பார்கள். எட்வின் நல்லவன். எப்படியும் வந்துவிடுவான். அடுத்த வாரம் பாடல் வெளியீட்டு விழா வேறு இருக்கிறது' என்று சொன்னார். பிறகு கொச்சியில் அவருக்குத்

தெரிந்த ஒரு டிராவல்ஸ் முதலாளியிடம் போனில் பேசி, சந்தான லட்சுமி நல்லபடியாகச் சென்னைக்கு வந்து சேர ஏற்பாடு செய்தார்.

'ஐயோ அவர் இல்லாமல் நான் எப்படி வருவேன்? அதெல்லாம் முடியாது' என்று அவள் அடம் பிடித்தாள்.

'சொன்னால் கேள். எட்வினைக் கண்டுபிடித்து அழைத்து வரவேண்டியது என் பொறுப்பு. நீ தனியே அங்கே இருப்பது தவறு' என்று கட்டாயப்படுத்தி அவளை அடுத்த அரை மணி நேரத்தில் சென்னைக்குப் புறப்பட வைத்தார். அதன்பின் கொச்சியில் தனக்குத் தெரிந்த விநியோகஸ்தர் ஒருவர் மூலம் எட்வினைத் தேடச் சொல்லி ஏற்பாடு செய்தார்.

மறுநாள் இரவு எட்வின் தனது பழைய மேன்ஷன் அறைக்கு வந்து சேர்ந்து ஜானவியை அங்கு வரும்படிச் சொன்னான்.

'அடப்பாவி! உன் மனைவி எங்கே?'

'தெரியவில்லை ஜானவி. இதோ பார். எனக்கு இரண்டு வாரம் வேண்டும். சரியாக இரண்டு வாரம். நான் இங்கே இருப்பது யாருக்கும் தெரியக் கூடாது. இரண்டு வாரத்துக்கு உணவு, சாராயம், கஞ்சா. இவை மட்டும் இருந்தால் போதும். இதற்கு ஏற்பாடு செய்துவிட்டு நீ வெளியே கதவைப் பூட்டிக்கொண்டு போய்விடு. தயவுசெய்து இந்த உதவியை எனக்குச் செய்.'

'செய்கிறேன். ஆனால் இரண்டு வாரத்தில் நீ என்ன செய்யப் போகிறாய்?'

'அதை என்னால் இப்போது சொல்ல முடியாது. ஆனால் என் இருக்கை இருக்கும் இடம் தெரிந்துவிட்டது. நான் உடனே கிளம்பியாக வேண்டும்.'

'எங்கே?'

'பெர்லினுக்கு.'

ஜானவி அவனை உற்றுப் பார்த்தாள். புன்னகை செய்தாள். 'வாழ்த்துகள். நீ ஏதோ பெரிய காரியம் செய்ய ஆயத்தமாகிக் கொண்டிருக்கிறாய் என்று நினைக்கிறேன்.'

'ஆம். ஏதோ ஒரு சக்தி என்னை இதற்குள் செலுத்திக் கொண்டிருக்கிறது. இப்போது விட்டால் எப்போதும் இல்லை.'

'ஏன் விடவேண்டும்? நினைத்ததைச் செய். தேவைப்படும்போது என்னையும் கூப்பிடு. நீ இளைப்பாற என்றும் நான் இருப்பேன்.'

அவனுக்குச் சங்கடமாக இருந்தது. இருப்பினும் நன்றி என்று மட்டும் சொன்னான்.

ஜானவி கடைக்குக் கிளம்பிப் போனாள். அவன் கேட்ட பொருள்களைச் சேகரித்துக்கொண்டு திரும்பி வந்து அனைத்தையும் எடுத்து வைத்தாள். திடீரென்று அவளுக்கு ஒரு சந்தேகம் வந்தது. 'நீ வாசித்து நோட்ஸ் எழுதினால் சத்தம் வெளியே கேட்குமே?'

'ஆம். நான் வாசிப்பதாக இல்லை. எழுதி முடித்த பின்புதான் எல்லாம்.'

'பியானோவைத் தொடாமலே முழுவதும் எழுதிவிடுவாயா?'

'பேனாவைத் தொடாமல்கூட எழுதிவிட முடியும் என்றுதான் தோன்றுகிறது.'

'ஆனால் சந்தான லட்சுமி பாவம் இல்லையா? அவளை அனாதையாக அப்படி விட்டு வந்திருக்கக்கூடாது.'

'தவறுதான். ஆனால் என் மாமனார் பார்த்துக்கொள்வார்.'

'உன் மாமனாரை எப்படிப் பிறகு சமாளிப்பாய்?'

'இப்போது அதை யோசித்தால் வேலை கெட்டுவிடுமே.'

அவள் சிரித்தாள். நெருங்கி இழுத்து அணைத்து அவன் நெற்றியில் முத்தம் கொடுத்தாள். 'நீ என்ன வேண்டுமானாலும் செய். உன்னை ரசிக்க நான் இருக்கிறேன்' என்று சொன்னாள். அவன் சொன்னது போலவே, கிளம்பும்போது வெளிக்கதவை இழுத்துப் பூட்டி சாவியை எடுத்துக்கொண்டு போய்விட்டாள்.

எட்வின் வெறி கொண்டவன் போல எழுத ஆரம்பித்தான். அவன் மனத்தில் ஒரு சிம்பொனியின் வடிவம் இருந்தது. அது சிம்பொனியைக் காட்டிலும் சிறந்ததாகவும் இருந்தது. சிந்தாமல் அதைத் தாளில் இறக்கி வைக்க ஆரம்பித்தான்.

6.5

சந்தான லட்சுமியின் தந்தை, தனது மாப்பிள்ளையைக் காணவில்லை என்று போலிஸ் புகார் கொடுத்தார். அது 'புதிய இசையமைப்பாளர் மாயம்' என்று செய்தித் தாள்களில் பிரசுரமானது. சந்தான லட்சுமி, யார் சமாதானப்படுத்தியும் கட்டுப்படாமல் அழுதுகொண்டே இருந்தாள். மறுபுறம் எட்வினின் நண்பர்கள், அவனுக்குத் தெரிந்தவர்கள், அவனைத் தெரிந்தவர்கள், அவனது பெற்றோர் அனைவரையும் போலிசார் விசாரித்துக்கொண்டிருந்தார்கள்.

கேரளத்திலும் தமிழகத்திலும் குறிப்பிட்ட தினம் தொடங்கி நடந்த சாலை விபத்துகள், தற்கொலைகள், கொலைகள் அனைத்தையும் அலசிப் பார்த்தார்கள். கடிதம் அல்லது வேறு ஏதாவது தடயம் கிடைக்குமா என்பதன் பொருட்டு எட்வினின் பழைய மேன்ஷன் அறையின் பூட்டை உடைத்தும் பரிசோதனை செய்தார்கள். அவன் அங்கிருந்து போய்விட்டிருந்தான். அவனது பியானோவும் ஒரு புல்லாங்குழலும் நான்கு லுங்கிகளும் அடிப்புறம் கிழிந்த சில ஜட்டிகளும் குடித்துவிட்டுச் சிறிது மிச்சம் வைத்த பிராந்தி பாட்டில்களும் மட்டுமே அந்த அறையில் இருந்தன. தேன் நிலவுக்குச் சென்றவன் கடலில் விழுந்து இறந்திருப்பான் என்று போலிசார் முடிவு செய்தார்கள். அந்தச் செய்தி வெளியான தினத்தன்று அவனது மாமனார் தனது படத்தின் இசை வெளியீட்டு விழாவை மாலை போட்ட அவனது புகைப்படத்தைத் திறந்து வைத்து சிறப்பாக நடத்தினார். விழா நடந்த அரங்கில் படத்தின் பாடல்கள்

ஒலிபரப்பப்பட்டு, அன்றே மரியா அனைவராலும் தனியாக கவனிக்கப்பட்டாள்.

அது நிகழும் என்பதில் எட்வினுக்குச் சந்தேகம் இருக்கவில்லை. அவலத்தின், ஓலத்தின் ருசியை அவனது இசையைக் காட்டிலும் வேறு எதில் சரியாகப் பொருத்திக் காட்ட முடியும்? அவன் நம்பிய மரியாவின் குரல் அவன் எண்ணியிருந்த உயரத்தில் அவளைக் கொண்டு சேர்த்தது. அடுத்த சில வாரங்களில் மரியா ஏழெட்டுப் படங்களில் பாடுவதற்கு அழைக்கப்பட்டாள். அவள் பாடிய அந்தப் பாடல் மாநிலம் முழுவதும் ஒலித்துக்கொண்டே இருந்தது. ஒரு நாளின் எந்த மணித்துளியில் வானொலியை இயக்கினாலும் அவள் பாடிக்கொண்டிருந்தாள். அந்தப் படம் எப்போது வெளியாகும் என்று ஒவ்வொருவரும் கேட்டுக்கொண்டிருந்தார்கள். எட்வினின் மாமனாருக்கு அது ஒரு சிறந்த பொருளாதார விடுதலையை அளித்தது. அந்த ஒரு பாடலைக் கொண்டே அவரால் படத்தைப் பல பிராந்தியங்களுக்கு எளிதில் விற்றுவிட முடிந்தது. அந்தப் பணத்தில் அவர் மிச்சம் இருந்த பகுதிகளை விரைவில் முடிக்க ஏற்பாடு செய்தார்.

எட்வினின் நண்பர்கள், குழுவை இனி எப்படி நடத்துவது என்று ஆலோசித்தார்கள். அந்தப் படத்தின் பின்னணி இசைச் சேர்ப்பு நிகழும்வரை கலைப்பது குறித்த யோசனையைத் தள்ளிப் போட நினைத்தார்கள்.

ஜானவிக்கு சில குழப்பங்கள் இருந்தன. எட்வின் மேன்ஷன் அறையைவிட்டு வெளியேறியபோது இரண்டு வாரங்களில் திரும்பி வந்துவிடுவேன் என்று சொல்லிவிட்டுத்தான் கிளம்பிச் சென்றான். ஆனால் அதன்பின் அவனுடன் தொடர்பில்லாமல் ஆகிவிட்டது. தனது புகைப்படத்துக்கு மாலை போடும் வரை சம்பவங்கள் நிகழ்ந்தாலும் நீ வாயைத் திறக்காதே என்று அவளிடம் சொல்லிவிட்டுப் போனான். அதுதான் நிகழ்ந்தது என்றாலும் உண்மையிலேயே அவன் என்ன ஆகியிருப்பான் என்று அவள் அறிய விரும்பினாள்.

எட்வினுக்கு டெவில் குழுவினருக்கு அப்பால் நண்பர்கள் இருந்ததில்லை. இந்தக் குழு நண்பர்கள் இல்லாவிட்டால் அவசர செலவுக்கு ஐம்பது ரூபாய் கேட்கக்கூட எனக்கு யாருமில்லை என்று ஒருமுறை அவன் ஜானவியிடம் சொல்லி அழுதிருக்கிறான். அவளை அது மிகவும் பாதித்தது. ஒரு நாள் எட்வினைத் தன்னுடன் வங்கிக்கு அழைத்துச் சென்று தனது பெயரில் இருந்த கணக்கில் அவன் பெயரையும் இணைத்தாள். 'இதோ பார், என் தந்தை மாதாமாதம் என்

கணக்கில் மூவாயிரம் ரூபாய் போடுவார். அது போக, என் சம்பாத்தியம் என்ன வருகிறதோ அதுவும் இந்தக் கணக்கில்தான் சேரும். உனக்கு எப்போது பணம் தேவை என்றாலும் யாரையும் கேட்காமல் நீயே இனி எடுத்துக்கொள்ளலாம்' என்று சொன்னாள்.

'உனக்கு மிகவும் உயர்ந்த மனம்' என்று எட்வின் சொன்னான்.

'அதெல்லாம் இல்லை. உனக்கு மட்டும்தான் இதெல்லாம் செய்யத் தோன்றுகிறது. மற்றபடி நான் யாருக்கும் இதுவரை பத்து காசுகூடக் கடனாகக் கொடுத்ததில்லை.'

ஜானவிக்கு இது நினைவுக்கு வந்தபோது வங்கிக்குச் சென்று எட்வின் பணம் எடுத்திருக்கிறானா என்று பார்த்தாள். இல்லை. தனது புல்லாங்குழலைக்கூட எடுத்துக்கொள்ளாமல் போனவன், வங்கிக்குச் சென்று பணம் எப்படி எடுத்திருப்பான் என்று பிறகு நினைத்துக் கொண்டாள்.

அந்த ஆண்டு சென்னையில் மழை பொய்த்தது. அத்தியாவசியப் பொருள்களின் விலை தாறுமாறாக ஏறியது. திருமணங்கள் குறைந்தன. திருமணங்களில் இசை நிகழ்ச்சி நடத்த அழைப்பவர்கள் குறைந்துபோனார்கள். எட்வினின் மாமனார் எடுத்த படத்தின் பின்னணி இசைச் சேர்ப்புப் பணி தங்களுக்கு வரும் என்று டெவில் குழுவினர் எதிர்பார்த்திருந்தார்கள். கருணாகர மூர்த்தியும் பெஸ்கியும் அடிக்கடி அவரை வீட்டில் போய்ச் சந்தித்துக்கொண்டிருந்தார்கள். அப்போதெல்லாம் சந்தான லட்சுமி அவர்களை அன்பாக வரவேற்று, காப்பி கொடுத்து உபசரித்தாள்.

ஆனால் எட்வினின் மாமனார் பின்னணி இசைக்கு வேறொரு இசையமைப்பாளரை நியமித்தார். அந்த ஆண்டு வெளியான திரைப்படங்களில் பெரும்பாலானவை தோற்றன. படங்கள் வெளியாவதில் பல புதிய சிக்கல்கள் தோன்றின. பின்னணி இசை சேர்ப்புப் பணிகள் நிறைவடைந்து மற்ற பின் தயாரிப்புப் பணிகள் யாவும் முடிந்த பிறகும் எட்வினின் மாமனார் படம் வெளியிடுவதைத் தள்ளிப் போட்டுக்கொண்டே இருந்தார். இதற்குள் மரியாவின் அடுத்தப் படத்தின் பாடல் வெளியீடு நடந்தது. அந்தப் படத்தின் அனைத்துப் பாடல்களிலும் அவள் இருந்தாள். அடுத்தடுத்தப் பட வாய்ப்புகள் வர, அவள் பிரபல பாடகி ஆகிப் போனாள். தனது பேட்டிகளில் தவறாமல் எட்வினை நினைவுகூர்ந்து நன்றி சொன்னாள். சந்தான லட்சுமியும் எட்வின் நினைவாக நிறைய தான தருமங்கள் செய்தாள். மன ஆறுதலுக்காக அவளது பெற்றோர் அவளை நிறைய கோயில்களுக்கு அழைத்துச் சென்றார்கள்.

தெய்வம் அன்பு மயமானதல்லவா? இரக்க குணம் கொண்ட தல்லவா? கஷ்ட காலமெல்லாம் முடிந்து எட்வினின் மாமனார் தயாரித்த படம் வெளியானது. அந்தப் படத்தில் மரியா முதல் முதலில் பாடிய அந்தப் பாடல் அவ்வளவு காலம் கடந்தும் மக்கள் மனத்தில் நீங்காதிருந்தது. அதுவே அந்தப் படத்தை வெற்றி பெற வைத்தது. அந்தப் படத்தின் இயக்குநர், பெருந்தன்மையுடன் சந்தான லட்சுமியைத் திருமணம் செய்துகொண்டார். காது கேளாத ஒரு விதவையை மணந்துகொண்டதன் மூலம் அவர் ஒரு சிறந்த சமூக சீர்திருத்தவாதியாகவும் பிம்பம் அடைந்தார். சந்தான லட்சுமியின் தந்தை தனது அடுத்தப் படத்தை அவருக்கே அளித்தார்.

எட்வினை அனைவரும் மறந்திருந்தார்கள்.

SEVEN

7.1

நான் இருந்த இடத்தின் பெயர் எனக்குத் தெரியாது. அம்மனிதர்கள் பலமுறை அந்த கிராமத்தின் பெயரை எனக்குத் திரும்பத் திரும்பச் சொன்னார்கள். அப்படியும் எனக்கு அது நினைவில் இல்லை. எந்த ஒரு இலக்கும் இல்லாமல் கண்ணில் பட்ட பேருந்துகளில் ஏறி, அது இறுதியில் சென்று நிற்கும் இடத்தில் இறங்கி, மீண்டும் அங்கிருந்து கிளம்பும் வேறு ஏதோ ஒரு பேருந்தில் ஏறி, இன்னொரு இடத்தில் இறங்கி, மறுபடியும் வண்டி மாறி, வண்டி மாறிப் போய்க்கொண்டே இருந்தேன். ஒன்பது நாள்களுக்குப் பிறகுதான் எனக்கு அந்த வெறி தணிந்தது. நான் நின்றிருந்த மாநிலம் எதுவென்றே அப்போதுதான் உணர்ந்தேன். லட்சக்கணக்கான மனிதர்களால் ஆனதுதான் அந்த மாநிலமும். ஆனால் என்னை அறிந்தவர்களோ, நான் அறிந்தவர்களோ யாரும் இல்லை என்பது மிகவும் ஆசுவாசமாக இருந்தது. மிகுந்த மகிழ்ச்சியுடன் நான் என்னைக் காணாமல் ஆக்கிக்கொண்டேன். அந்தப் பேருந்து நிலையத்திலேயே அரை நாள் படுத்து உறங்கிவிட்டுப் பிறகு எழுந்து நடக்க ஆரம்பித்தேன். ஒரு முழு இரவும் மறுநாள் முழுப் பகலும் நடந்து அன்றிரவு ஒரு நதிக்கரை ஓர கிராமத்தை அடைந்தேன்.

கையில் இருந்த பணம் அப்போது தீர்ந்துவிட்டது. இனி விதிக்கு ஒப்புக்கொடுத்துவிடலாம் என்று எண்ணிக் கொண்டேன். அன்றிரவு நீர் மட்டும் அருந்திவிட்டுப் படுத்தேன்.

அதுவரை நான் அனுபவித்திராத களைப்பும் கால் வலியும் என்னை வாட்டிக்கொண்டிருந்தது. ஆழ்ந்த உறக்கம் என் வலியைப் போக்கிவிடும் என்று நினைத்தேன். நான் படுத்த இடம் ஓர் அரசாங்கப் பள்ளிக்கூடக் கட்டடமாகவோ, முனிசிபல் அலுவலகமாகவோ இருக்கலாம். இருளில் நான் பெயர்ப் பலகையைப் பார்க்கவில்லை. பகலாகவே இருந்திருந்தாலும் என் கவனம் பெயர்ப்பலகையின்மீது சென்றிருக்காது. அவ்வளவு களைப்பு. யாரும் எழுப்பிக் கேள்வி கேட்காத ஓர் ஒதுக்குப்புறம் இருந்தால் போதும் என்று நெடு நேரமாகத் தேடி அந்த இடத்தைக் கண்டுபிடித்தேன். நீளமான ஒரு ட வடிவக் கட்டடம் அது. பழைய, பராமரிப்பில்லாத கட்டடமாக இருக்கக்கூடும். சுவாசத்தில் ஏதோ நெடி அடித்தது. சுற்றிலும் நிறைய வெட்டவெளி இருந்தாலும் மரங்கள் இல்லை. ஒரு நாய் படுத்துத் தூங்கிக்கொண்டிருந்ததைக் கண்டேன். அதை எழுப்பிவிடக்கூடாது என்ற ஜாக்கிரதை உணர்வுடன், அது இருக்கும் இடத்திலிருந்து பதினைந்தடி தூரம் நகர்ந்து சென்று சுவரோரமாகப் படுத்துக் கொண்டேன். என் நினைவு முழுதும் என் கால்களின்மீதே இருந்தது.

அதுவரை நான் அப்படி ஒரு வலியை அனுபவித்ததில்லை. சரியாகச் சொல்வதென்றால் வலி என்ற ஒன்றையே அப்போதுதான் முதல் முதலில் அறிந்தேன். இடுப்புக்கு மேலே நான் வேறு ஒருவனாகவும் தொடைகளுக்குக் கீழே வேறொருவனாகவும் இருந்தேன். நரம்புகள் ஒன்றோடொன்று நெருக்கி நெருக்கி, ஆயிரம் நத்தைகள் நகர்வது போல உள்ளுக்குள் ஊர்ந்துகொண்டிருப்பதாகத் தோன்றியது. மிகவும் வேறு மாதிரியாக இருந்தது.

சட்டென்று இதே வலி, இதே உணர்வு எனக்கு ஏற்கெனவே எப்போதோ இருந்திருப்பது போலத் தோன்றியது. அப்போது நான் படுத்து உறங்கிய இடமும் இதே போன்றதொரு பாழடைந்த கட்டட மாகவும் அப்போது நான் உணர்ந்த நெடிகூட இப்போது இருப்பதைப் போலவுமே மங்கலாக நினைவுக்கு வந்தது. திரும்பத் திரும்ப எனக்கு இப்படி ஆகிறது. ஒவ்வொரு சம்பவமும் கனவுகளில் முன்னறிவிக்கப் பட்ட கதியில்தான் எனக்கு நிகழ்கின்றன. இதனால் எனக்கு எந்தப் பயனும் இல்லை. இருப்பினும் அது அப்படித்தான் நிகழ்கிறது.

நன்றாக உறங்கினேன். மறுநாள் விடியும் வரை யாரும் என்னை எழுப்பவில்லை. நானே எழுந்து ஆற்றங்கரை வரை நடந்து சென்று, மண்ணை எடுத்துப் பல் துலக்கி, நீரில் அமிழ்ந்து குளித்தேன். கரை ஏறி வரும்போதே இரண்டு பேர் 'ஊருக்குப் புதியவனா' என்று கேட்டுவிட்டார்கள். நான் அவர்களிடம் 'எனக்குப் பசிக்கிறது. ஆனால் என்னிடம் பணம் இல்லை' என்று சொன்னேன். அவர்கள்

எனக்கு டீயும் பன்னும் வாங்கிக் கொடுத்தார்கள். நன்றி சொல்லி விட்டு அதை உண்டு முடித்தேன்.

‘என்ன வேலையாக இந்த ஊருக்கு வந்திருக்கிறீர்கள்?’

‘வேலை எதுவும் இல்லை.’

‘உறவினர்கள் யாராவது இங்கே இருக்கிறார்களா?’

‘இல்லை.’

‘பிறகு?’

‘சும்மா வந்தேன். வரக்கூடாதா?’

இதற்கு என்ன பதில் சொல்வதென்று அவர்களுக்குத் தெரியவில்லை. எனவே ‘எங்கே தங்கியிருக்கிறீர்கள்?’ என்று கேட்டார்கள்.

‘இரவு அந்தப் பள்ளிக்கூடக் கட்டட வராண்டாவில் படுத்துத் தூங்கினேன். அந்த இடம் நன்றாக இருக்கிறது. யாரும் ஒன்றும் சொல்லாவிட்டால் இன்று இரவும் அங்கேயே படுத்துக்கொள்வேன்’ என்று சொன்னேன்.

நான் பேசிய விதமும் என் தோற்றமும் அவர்களுக்குப் பரிதாப உணர்வை ஏற்படுத்தியிருக்க வேண்டும். எளிய கிராமத்து மனிதர்கள் சுலபமாகக் கடவுளாகிவிடுகிறார்கள். அவர்களில் ஒருவர் என்னைத் தனது வீட்டுக்கு வரும்படி அழைத்துப் போனார்.

அது ஒரு சிறிய மண் வீடு. ஒரு வீட்டையே இரண்டாகப் பிரித்து இரண்டு அறைகளாக்கியிருந்தார்கள். ஓர் அறையில் இருந்து அடுத்த அறைக்குச் செல்ல ஒரு வழியும் இரு அறைகளில் இருந்தும் நேரடியாக வீதிக்கு இறங்க இரு வாசல்களும் அந்த வீட்டுக்கு இருந்தன. இரண்டு அறைகளிலும் சமையல் பாத்திரங்களும் துணி மணிகளும் இருந்தன. சுவரில் ஆணி அடித்து சிறிதாக ஒரு கண்ணாடி மாட்டியிருந்தது. கண்ணாடியின்மீதே ஒரு சீப்பு வைக்கப் பட்டிருந்தது. அந்தச் சீப்பில் சில நீண்ட முடிகள் சுருட்டிக் கொண்டிருந்தன. அது என் கண்ணில் பட்டதும் நான் அச்சீப்பை எடுத்து முடியைப் பிய்த்து சுருட்டி வெளியே எறிந்தேன். நான் செய்தது அவர்களுக்கு வினோதமாக இருந்தது. அந்த மனிதருக்கு மனைவியும் ஒரு மகளும் இருந்தார்கள். அந்தச் சிறுமி ஏழாம் வகுப்பு படித்துக்கொண்டிருப்பதாகச் சொன்னாள்.

‘ஐயா என்னை உங்களால் இங்கே வைத்துப் பராமரிக்க இயலாது. நான் இலக்கில்லாமல் வந்தவன். எவ்வளவு நாள் இருப்பேன் என்று தெரியாது. ஒருவேளை உணவுடன் நான் கிளம்பிவிடுகிறேன்’ என்று சொன்னேன்.

‘நீங்கள் என்ன செய்கிறீர்கள்?’ என்று அவர் கேட்டார்.

‘நான் ஒரு இசைக் கலைஞன்’ என்று சொன்னேன். உடனே எனக்கே அது வியப்பாகிப் போய்விட்டது. எனக்குள் சொல்லிக்கொள்வது தவிர, வாழ்நாளில் நான் ஒரு இசைக்கலைஞன் என்று யாரிடமும் சொன்னதில்லை. இசையுடன்தான் எப்போதும் இருக்கிறேன். ஆனாலும் அதனைச் சொன்னதில்லை. சொல்லும் தருணம் ஏற்பட்ட தில்லை.

‘அப்படியா? நீங்கள் பாடுவீர்களா?’ என்று அந்தச் சிறுமி கேட்டாள்.

‘இல்லை. நான் சில இசைக்கருவிகள் வாசிப்பேன்’ என்று சொன்னேன். உடனே அவள் ஓடிச் சென்று தன் தகரப் பெட்டியில் இருந்து ஒரு புல்லாங்குழலை எடுத்து வந்து கொடுத்தாள். ‘இதை வாசிப்பீர்களா?’ என்று கேட்டாள்.

மீண்டும் அதே தருணம். என் சிறு வயதில் என் வீட்டில் நான் முதல் முதலில் வாசித்ததைப் போன்ற ஆறு துவாரங்கள் கொண்ட புல்லாங்குழல். எனக்குச் சிரிப்பு வந்துவிட்டது.

‘ஏன் சிரிக்கிறீர்கள்?’ என்று அச்சிறுமியின் தாய் கேட்டாள்.

‘ஒன்றுமில்லை அம்மா. இந்தக் குழலைத்தான் பல வருடங்களாகத் தேடிக்கொண்டிருக்கிறேன். இது ஒரு திருட்டுப் புல்லாங்குழல்.’

‘என்ன?’

‘ஒன்றுமில்லை. இந்தக் குழலுக்குக் கால்கள் உண்டு. என்னிடம் இருந்த விலை மதிக்க முடியாத ஒரு பொருளை இது திருடிக்கொண்டு ஓடிவிட்டது. ரொம்ப சாதுவாக இப்போது அந்தத் தகரப் பெட்டிக்குள் உறங்கிக்கொண்டிருப்பது போல நடிக்கிறது!’

நான் சொன்னது நிச்சயமாக அவர்களுக்குப் புரிந்திருக்க வாய்ப்பில்லை என்பது எனக்குத் தெரியும். எல்லாம் எல்லாருக்கும் புரிந்து என்ன ஆகிவிடப் போகிறது? புரிதலின் விடுதலையைக் காட்டிலும் பூடகங்களின் ரீங்காரம் நிரந்தரமானது. நான் நிரந்தரத்தை எப்போதும் விரும்புகிறேன். என்னை விரும்புவது போல.

‘எனக்காக ஒரு பாட்டு வாசிப்பீர்களா?’ என்று அந்தச் சிறுமி கேட்டாள். உணவளித்தவர்களுக்கு அதுகூடச் செய்ய மாட்டேனா? நான் வாசிக்கத் தொடங்கினேன். அந்தச் சிறுமி ஆர்வமும் வியப்பும் கண்களில் தெரிய என்னையே பார்த்துக்கொண்டிருந்தாள். சில வினாடிகள்தான் ஆகியிருக்கும். அந்த வீதியில் வசித்து வந்த பலபேர் அந்த வீட்டின்முன் கூடிவிட்டார்கள். எல்லோருக்கும் அது

ஆச்சரியம்தான். அப்படி ஒரு இசையை அவர்கள் அதற்குமுன் கேட்டிருக்க முடியாது என்பது எனக்குத் தெரியும். நான் செய்தது மிக எளிமையான ஒரு செயல். எனக்கு இயல்பாக வரக்கூடிய க்லெஸ்மர்[5] வடிவில் மிக வேகமாக வாசித்தேன். நியாயமாக நான் வாசித்த அந்த வேகத்துக்குக் குழலின் ஒலி ஓங்கி ஒலிக்க வேண்டும். ஆனால் நான் வாசித்த வேகத்துக்கு நேர் எதிரான அழுத்தத்தில், மிகவும் குறைந்த அளவு காற்றை விடுவித்து, ஒரு புல்லாங்குழல் ரகசியமாகத் தனக்குத்தானே பேசிக்கொள்வது போல வாசித்தேன்.

ஐந்து நிமிடங்கள் வாசித்திருப்பேன். நிறுத்தியதும் வீட்டுக்கு வெளியில் இருந்து பலத்த கைதட்டல் சத்தம் கேட்டது. நான் எழுந்து வெளியே வந்து அவர்களுக்கு வணக்கம் சொன்னேன். அன்று முழுவதும் நான் அம்மக்களுடன்தான் இருந்தேன். அவர்கள் என்னை விசாரித்துக்கொண்டே இருந்தார்கள். அவர்களுக்கு ஹிந்தி மிகச் சிறிதளவே தெரிந்திருந்தது. இருப்பினும் கேள்விகளுக்கு அது போதுமானதாக இருந்தது. நான் எந்த ஊரைச் சேர்ந்தவன், எங்கே இருக்கிறேன், என்ன செய்கிறேன்.

இப்போது நான் யோசிக்கவேயில்லை. நான் இஸ்ரேலைச் சேர்ந்தவன் என்று சொன்னேன். என் பெயர் ஆபிரஹாம் ஹராரி என்று சொன்னேன்.

‘வெள்ளைக்காரன் மாதிரி தெரியவில்லையே?’ என்று அவர்கள் ஆச்சரியப்பட்டார்கள்.

அதற்கு நான் பதில் சொல்லவில்லை. என் புன்னகை அவர்களுக்குப் போதுமானதாக இருந்தது. நான் அந்தக் கிராமத்தில் சிறிது காலம் தங்கியிருக்க விரும்புவதாக அவர்களிடம் சொன்னேன். ஊர்த் தலைவரிடம் பேசி அதற்கு ஏற்பாடு செய்வதாக என்னைத் தன் வீட்டுக்கு அழைத்துச் சென்ற நபர் சொன்னார்.

அன்று மாலை நான் ஆற்றங்கரையில் தனியே அமர்ந்திருந்தேன். ஏனோ எனக்கு அந்த ஊர், அம்மக்கள் எல்லாமே பிடித்திருந்தது. அப்போது இருந்த மனநிலையில் என்னை அறியாத எந்த ஊருக்குச் சென்றாலும் அப்படித்தான் தோன்றும் என்றும் நினைத்துக் கொண்டேன். ஆனால் எதையும் நினைக்காமல் எழுத நினைத்ததை முடித்துவிட வேண்டும் என்பதுதான் என் விருப்பம். கொண்டாட்டங் களில், கேளிக்கைகளில் என்னைக் கொடுத்துவிடக்கூடாது என்று மீண்டும் மீண்டும் சொல்லிக்கொண்டேன்.

---

5 *Klezmer* - கிழக்கு ஐரோப்பிய யூதர்களின் புராதன இசை வடிவம்.

இருட்டும் நேரம் நான் ஆற்றங்கரையில் இருந்து புறப்பட்டபோது ஒரு மனிதன் எனக்குச் சிறிது தூரம் பின்னால் அமர்ந்திருப்பதைக் கண்டேன். அவன் என்னையேதான் பார்த்துக்கொண்டிருந்தான். நான் எழுந்தபோது அவனும் எழுந்தான். என்னை நோக்கி வந்தான். அவன் வெள்ளைக்காரன். பார்த்ததுமே தெரிந்துவிடும்படியான வெள்ளைக் காரன். அவன் என்னைப் பார்த்து சிரித்தான். ஹலோ என்று சொன்னான்.

பதிலுக்கு நானும் ஹலோ என்றேன்.

'நீங்கள் இன்று வாசித்ததை நான் கேட்டேன்.'

'அப்படியா? உங்களை நான் பார்க்கவில்லை.'

'நீங்கள் வாசித்து முடித்து வெளியே வந்ததும் கூட்டம் உங்களைச் சூழ்ந்துகொண்டுவிட்டது. பிறகு பார்த்துக்கொள்ளலாம் என்று போய்விட்டேன்.'

'அப்படியா? சரி.'

'என் பெயர் டொமினிக் ஊலன்வெபர். நான் ஒரு ஒபோ ப்ளேயர்.'

'ஓ.'

'உங்கள் வாசிப்பு என்னை அறிமுகப்படுத்திக்கொள்ளச் சொல்கிறது.'

'எங்கிருந்து வருகிறீர்கள்?'

'ஜெர்மனியில் இருந்து.'

'இங்கே என்ன வேலையாக வந்தீர்கள்?'

'ஒன்றுமில்லை. விடுமுறையில் இந்தியாவைச் சுற்றிப் பார்க்க வந்தேன்.'

'தனியாகவா?'

'இல்லை. ஒரு சுற்றுலாக் குழுவில் வந்திருக்கிறேன். பூரி ஜகன்னாதர் கோயிலுக்குப் போய்விட்டு அரை நாள் நேரம் இருந்தது. விருப்பப்படி சுற்றிப் பார்த்துவிட்டு வரச் சொல்லி டூர் மேனேஜர் அனுமதி கொடுத்தார்.'

'ஜகன்னாதர் கோயிலில் இருந்து நீங்கள் நெடுந்தூரம் வந்து விட்டீர்கள். திரும்பிச் செல்ல வழி தெரியுமா?'

அவன் சிரித்தான். 'வழி, வாசிப்பு இரண்டும் நமக்கு வாயில்தானே?' என்று சொன்னான். சிறிது நேரம் ஏதேதோ பேசிக்கொண்டிருந்தான்.

சட்டென்று ஏதோ தோன்றியவனாக, 'நீங்கள் எவ்வளவு பெரிய மேதை என்று உங்களுக்குத் தெரியுமா?' என்று கேட்டான்.

நான் புன்னகை செய்தேன்.

'நான் மிகையாகச் சொல்லவில்லை. ஒரு கலைஞனின் தரத்தைச் சொல்ல எனக்கு ஒரு வரி வாசிப்பு போதும்.'

'அது உண்மை.'

'நீங்கள் வாசித்தது சுத்தமான கிழக்கு ஐரோப்பியப் பாணி இசை.'

'க்லெஸ்மர்'

'ஆம். க்லெஸ்மர். இந்தியாவில் அதெல்லாம் உண்டு என்று எனக்குத் தெரியவே தெரியாது.'

'இந்தியாவில் இதெல்லாம் இல்லை. ஆனால் எனக்குத் தெரியும்.'

'எப்படி? நீங்கள் ஐரோப்பாவுக்குப் போய் பயின்றீர்களா?'

'இல்லை.'

'அங்கேயேதான் வளர்ந்தீர்களா?'

'இல்லை.'

'பிறகு?'

'நான் ஒரு யூதன். நான் ஒரு இசைக் கலைஞன். க்லெஸ்மர் இசை நான் பிறக்கும்போதே என் உதிரத்தில் ஒரு செல்லாகச் சேமிக்கப்பட்டது.'

அவன் வாவ் வாவ் என்று ஆரவாரமாக சந்தோஷப்பட்டு என்னை இறுக்கி அணைத்துக்கொண்டான். 'இந்த கிராமத்தில் என்ன செய்கிறீர்கள்?' என்று கேட்டான்.

'இன்றுதான் வந்தேன். இனிதான் செய்ய வேண்டும்.'

'என்ன செய்ய உத்தேசித்திருக்கிறீர்கள்?'

'நான் எழுத வேண்டும் டொமினிக். என் மனத்தில் இருக்கும் ஒரு பிரம்மாண்டமான இசை வடிவத்தைத் தாளில் எழுதி வைக்க வேண்டும். அதற்கான தனிமை, அதற்கான அமைதியைத் தேடித்தான் அலைந்துகொண்டிருக்கிறேன். இன்று இந்தக் கிராமம். நாளை எங்கே போவேன் என்று தெரியாது.'

அவன் சில வினாடிகள் என்னை உற்றுப் பார்த்தான். அவன் பார்வையில் கொப்பளிக்கும் ஆர்வக் குறுகுறுப்பு ஒன்று துள்ளிக் குதித்துக்கொண்டிருந்தது.

'தவறாக நினைக்காதீர்கள். சிம்பொனி எழுதப் போகிறீர்களா?' என்று கேட்டான்.

'உங்களுக்கு ஏன் அப்படித் தோன்றுகிறது?'

'தெரியவில்லை. கேட்க வேண்டும் போல இருந்தது. கேட்டு விட்டேன். பொதுவாக இந்திய திரை இசை அமைப்பாளர்கள் படங்களுக்குப் பாடல்களை கம்போஸ் செய்ய மலை வாசஸ்தலங் களுக்குப் போவார்கள் என்று கேள்விப்பட்டிருக்கிறேன்.'

'அப்படியா? நீங்கள் பப்பி லஹரி கேள்விப்பட்டிருக்கிறீர்களா? பிரபல இந்தி திரைப்பட இசையமைப்பாளர்.'

'தெரியாது. சொல்லுங்கள்.'

'நள்ளிரவில், பம்பாயின் முக்கியமானதொரு இடத்தில் நடுச் சாலையில் அமர்ந்து அவர் இசை எழுதுகிறார்.'

'அப்படியா?'

'நானே பார்த்திருக்கிறேன்.'

அவனுக்கு ஏனோ என்னைப் பிடித்தது. என்னுடன் தொடர்ந்து பேச ஆசைப்பட்டான் என்பது புரிந்தது. தன்னுடன் பூரி வரை உடன் வர முடியுமா என்று கேட்டான்.

'ஆனால் நான் மீண்டும் இங்கே திரும்பி வர வேண்டுமே. வந்து விடக்கூடிய தொலைவுதான். ஆனால் என்னிடம் பணம் இல்லை.'

சட்டென்று அவன் தன் சட்டைப் பையில் இருந்து பணத்தை எடுத்து என் சட்டைப் பையில் வைத்தான். 'இப்போது போகலாம் அல்லவா?' என்று கேட்டான்.

அவன் எடுத்து வந்திருந்த வாடகை காரில் நான் அவனோடு பூரிக்குக் கிளம்பினேன். அப்போதுதான் அவன் சொன்னான். பெர்லின் பில்ஹார்மோனிக் குழுவில் அவன் ஒபோ வாசிக்கிறான்.

7.2

டொமினிக் ஹலன்வெபர் அன்றிரவு என்னைப் பூரியில் இருந்து திரும்ப விடவேயில்லை. இன்னும் சிறிது நேரம், இன்னும் சிறிது நேரம் என்று சொல்லிச் சொல்லியே இரவு பத்து மணிவரை அவனது விடுதி அறைக்குள் இருக்கும்படிச் செய்துவிட்டான். அதன் பிறகு, 'சாரி, நீங்கள் அவசியம் போய்த்தான் ஆகவேண்டுமா?' என்று கேட்டான். அவனது குழுவில் அவனைப் போன்ற இசைக் கலைஞர்கள் இன்னும் மூன்று பேர் இருந்தார்கள். வயலின் வாசிக்கிற ஒரு பெண். பெர்கூஷன் வாசிக்கும் ஒருவன், வயோலாக் கலைஞன் ஒருவன்.

'ப்ராம்[6]! புல்லாங்குழல்தான் உன் கருவியா?' என்று டொமினிக் கேட்டான்.

'என் கருவி நானேதான். அதனால் கருவி என்று நீங்கள் சொல்வதெல்லாம் என்னைப் பொறுத்தவரை அலங்காரப் பொருட்கள்.'

'என்ன சொல்கிறாய?'

'முயற்சி செய்தால் நான் எந்தக் கருவியையும் வாசித்துவிடுவேன்.'

'அப்படியா? எத்தனை மாத முயற்சி?'

---

6 ஆபிரஹாம் என்பதன் ஜெர்மானிய அழைப்பு முறை

சிறிது யோசித்துவிட்டு, 'பத்து நிமிடங்கள்' என்று சொன்னேன். உடனே அந்தப் பெண் டொமினிக்கின் ஒபோவை எடுத்து வந்து என்னிடம் நீட்டினாள். வாங்கும்போது நான் அவளைப் பார்த்தேன்.

'என்ன?'

'நீ அழகாக இருக்கிறாய்.'

'நன்றி. நீ எனக்கு இதை வாசித்துக் காட்டு.'

ஓரிரு நிமிடங்கள் நான் அக்கருவியைக் கண்ணுக்கு நெருக்கமாகக் கொண்டு வைத்து ஆராய்ந்தேன். அதன் நீள அகலங்களை மனத்தில் பதித்துக்கொண்டேன். பிறகு, உதட்டில் பொருத்தி அதன் ஒலியை விடுவித்து மனத்தில் தேக்கினேன்.

'என்ன?'

'டபுள் ரீட். கிளாரினெட் அளவு லாகவமானதில்லை. இருந்தாலும் வாசித்துவிட முடியும்.'

'வாசி.'

சிறிது நேரம் லேசாகத் தடுமாறினேன். ஆனால் விரைவில் எனக்கு அக்கருவியின் சூட்சுமம் பிடிபட்டுவிட்டது. நான் வாசித்த விதத்தைக் கண்டு அவர்கள் வியப்படைந்தார்கள். 'உண்மையிலேயே இதற்கு முன் நீங்கள் ஒபோவைத் தொட்டதில்லையா?' என்று கேட்டார்கள்.

'பார்த்ததும் இல்லை.'

'நம்ப முடியவில்லை.'

'ஆனால் அன்பே அது என் பிரச்னை அல்லவே?'

அன்று அவர்களோடு இருந்ததில் நான் தெரிந்துகொண்டது, பெர்லின் ஃபில்ஹார்மோனிக் நிறுவனத்தைக் குறித்து. அதன் அமைப்பும் செயல் பாடுகளும். நிபந்தனைகளும் சட்ட திட்டங்களும். கலைஞர்கள் வளமாக வாழ்வதற்கு மாதச் சம்பளம் கொடுக்கும் நிறுவனம். அது போக ஒவ்வொரு நிகழ்ச்சிக்கும் தனித்தனியே சன்மானம் உண்டு.

'ப்ராம், நீங்கள் பெர்லின் வந்துவிடுகிறீர்களா? எங்கள் சீஃப் உங்களைப் பார்த்தால் விடவே மாட்டார்.'

'நான் பெர்லின் வருகிறேன். ஆனால் உங்கள் குழுவில் பணியாற்றுவதற்கு அல்ல. என் சிம்பொனிக்கு இசை வடிவம் தர.'

அன்று அவர்களிடம் இருந்தே ஒரு வயலினைக் கேட்டு வாங்கி என் மனத்துக்குள் நான் எழுதி வைத்திருந்த ஒரு சில அங்கங்களை வாசித்துக் காட்டினேன். அவர்களுக்கு அது மிகவும் பிடித்திருந்தது.

‘மேற்கத்திய இசையின் ஆதாரத் துல்லியம் உனக்குப் பிடிபட்டு விட்டது. உன்னால் மிக எளிதில் ஒரு சிம்பொனியை வடித்துவிட முடியும்’ என்று டொமினிக் சொன்னான்.

‘மன்னியுங்கள். நானும் ஒரு சிம்பொனி எழுதினேன் என்று சொல்வதற்கு நான் இதனைச் செய்ய விரும்பவில்லை.’

‘பிறகு?’

‘என்னுடையது வெளிவந்த பிறகு மற்றவை இல்லாமல் போய் விடும். இது இறைவன் எனக்கு வாக்களித்தது.’

அவர்கள் மிகுந்த அதிர்ச்சி அடைந்தார்கள். ‘மொசார்ட், பீத்தோவன், ஷுபர்ட், ஃப்ரன்ஸ் பெண்டா, ஃப்ரன்ஸ் சேவியர் ரீச்சர், கார்ல் ஃபிலிப் இம்மானுவல் பாக்....’

நான் சட்டென்று குறுக்கிட்டேன். ‘மேதைகள். வணங்குகிறேன். ஆனால் நான் அவர்களை வென்றுவிடுவேன்.’

‘இம்பாசிபிள்’ என்று அழுத்திச் சொன்னாள் அந்த வயோலா பெண்.

அப்படியா? சரி என்று ஒரு இருபது நிமிட நேரத்துக்கு வருகிற மாதிரி ஓர் இசைக் கோவையை மனத்துக்குள் நிறுவிக்கொண்டேன். வயலினில் அதை வாசித்து ஓர் உச்சத்தில் கொண்டு நிறுத்தியபோது அவர்கள் நம்ப ஆரம்பித்தார்கள்.

‘நீங்கள் ஒரு மேதைதான். இந்தியாவில் நீங்கள் எங்கே வசிக்கிறீர்கள்? உங்களுக்கு லட்சக்கணக்கில் இங்கே ரசிகர்கள் இருப்பார்களே.’

நான் பதில் சொல்லவில்லை.

‘இந்த சிம்பொனியை நீங்கள் முழுவதுமாக எழுதி முடித்துவிட்டீர்களா?’

‘இல்லை. இன்னும் தொடக்கூட இல்லை.’

‘எத்தனை நாளில் முடிக்க உத்தேசம்?’

‘தெரியவில்லை. இரண்டு வாரங்கள் போதும் என்று முதலில் நினைத்தேன். ஆனால் உள்ளே அமிழும்போது இசை பல பரிமாணங்களைப் பெற்று விடுகிறது. ஒவ்வொன்றின் பின்னாலும் ஓடிக்கொண்டே இருக்கிறேன்.’

‘நீங்கள் சொல்வது சரி பிராம்! அவசரப்படாதீர்கள். போதிய அவகாசம் எடுத்துக்கொண்டு சிறப்பாக எழுதி முடியுங்கள். அதற்குள் நாங்கள் உங்களைப் பற்றி எங்கள் குழுவின் நிர்வாகியிடம் பேசுகிறோம்.’

‘நன்றி. நான் ஒன்று கேட்கலாமா?’

‘கேளுங்கள்.’

‘ஒரு சிம்பொனியை உங்கள் குழுவுடன் இணைந்து நடத்த நான் எவ்வளவு செலவு செய்ய வேண்டி இருக்கும்?’

‘அது பார்த்துக்கொள்ளலாம். நீங்கள் முதலில் ஒரு மில்லியன் அமெரிக்க டாலருக்கு ஏற்பாடு செய்துகொண்டு வாருங்கள். மற்ற எல்லாம் எளிது.’

சந்தேகமென்ன. மற்ற எல்லாம் நிச்சயமாக எளிதுதான். கிளம்பும் போது டொமினிக் தனது தொலைபேசி எண், அஞ்சல் முகவரி இரண்டையும் கொடுத்தான். ‘ஆனால் என்னிடம் போனும் இல்லை, எனக்கொரு முகவரியும் இன்னும் அமையவில்லை’ என்று அவனிடம் சொன்னேன். டொமினிக் என்னைக் கட்டியணைத்து ஆறுதலாகப் பேசினான், ‘பெருங்கலைஞர்கள் இப்படித்தான் திறமையில் வாடுவார்கள். ஆனால் காலம் அவர்களை அப்படியே கைவிட்டுவிடாது. உன் நாள் வரும். விரைவில் வரும்.’

‘நான் முதலில் எழுதி முடிக்கிறேன். முடித்தபின்பு உனக்குத் தகவல் சொல்வேன்’

‘நல்லது.’

அன்றிரவு ஜகன்னாதர் கோயிலுக்கு வெளியே நிறைந்திருந்த கடைகளில் ஒன்றின் பின்புறம் தடுப்புச் சுவருக்கும் கடைச் சுவருக்கும் இடையே இருந்த ஒன்றரை அடி இடைவெளியில் உடலைக் குறுக்கிக் கொண்டு படுத்துக்கொண்டேன். லேசாகக் குளிரியது. அந்தக் குளிர்ச்சி உறங்கவிடாது என்று தோன்றியது. எழுந்து நடக்கத் தொடங்கி விடலாமா என்று யோசித்தேன். தெரியாத இடம். புரியாத மொழி. இது வேறு மக்கள். வேறு விதமான வாழ்க்கை முறை கொண்டவர்கள். ஓர் இரவுப் பொழுதில் என்னால் சிலருக்கு உறக்கம் கலைய வேண்டாம் என்று முடிவு செய்து, படுத்த இடத்திலேயே கண்ணை மூடினேன்.

சில வினாடிகளில் எனக்கு மிகவும் பரிச்சயமான வெள்ளைப் பேரொளி என் கண்ணுக்குள் எழுந்து நின்றது. ‘எழுந்து வா ஹராரி’ என்று அழைத்தது. நான் எழுந்துகொண்டேன். அந்த வீதி முழுவதும் அந்த ஒளி நகர்ந்து போன வழியே பின்னால் நடந்து சென்றேன். ஒரு திருப்பத்தில் என்னை அழைத்துச் செல்ல வந்திருந்த பொன்னிறத் தேர் நின்றிருந்ததைக் கண்டேன். அது இன்னொருவருக்காக வந்திருக்கக் கூடும் என்ற சந்தேகமே எழவில்லை. கண்டதும் சென்று ஏறி அமர்ந்தேன். ஏழு குதிரைகள் அந்தத் தேரை இழுத்துக்கொண்டு ஓடத் தொடங்கின. நான் வேகத்துக்கும் குலுக்கலுக்கும் அசங்காமல் உட்கார்ந்தவாறே நிம்மதியாகத் தூங்கத் தொடங்கினேன்.

7.3

அவர்கள் எனக்கு இருப்பிடம் அளித்தார்கள். நான் கடன் பட்டேன். உணவளித்தார்கள். நன்றி சொன்னேன். கிராமத்தில் மூன்று சிறுமிகளும் ஒரு சிறுவனும் என்னிடம் சங்கீதம் கற்க வந்தார்கள். அந்த மண்ணின் இசையை, அவர்களுக்குப் பரிச்சயமான சங்கீதத்தையே நான் அவர்களுக்கு போதித்தேன். அப்போதுதான் எனக்கு ஒன்று புரிந்தது. முறைப்படி ஒரு கலையைப் பயிலாதவன் மிக எளிதில் அதை மற்றவர்களுக்குக் கடத்திவிட முடியும். இலக்கணங்களின் கோரப் பிடியில் சிக்காமல் வாழ்வதுதான் எவ்வளவு பரவசம் தருகிறது.

எனக்கு நிறைய நேரம் இருந்தது. என் கொந்தளிப்புகளை நதியில் கரைத்துவிட்டு எந்நேரமும் நான் என் இசையோடு இருந்தேன். எழுதுவதும் யோசிப்பதும் தவிர வேறெதுவு மற்ற வாழ்க்கை வண்ணமயமாகிப் போனது.

இரவுகளில் நான் நதிக்கரையில் நீண்டதூரம் நடப்பேன். கால் துவளும்போது கரையோரம் படுத்து ஓய்வெடுப்பேன். காலை கிராமத்து ஆட்கள் யாராவது சைக்கிளில் போகும் போது என்னை ஏற்றிச் சென்று என் இருப்பிடத்தில் சேர்ப்பார்கள். பஞ்சாயத்துக் கூடத்தை ஒட்டிய சிறியதொரு மண் கட்டடத்தை கிராமத்தலைவர் எனக்குத் தங்குவதற்கு அளித்தார். முன்னாளில் அது உர குடோனாக இருந்தது என்று சொன்னார். அப்போதும் நான்கைந்து உர மூட்டைகள் அங்கே இருந்தன. அதன் நெடி எனக்குப் பழகிவிட்டது. ஒரே அறைதான். வெளிச்சம் இருக்காது. மின்சாரம் கிடையாது.

அந்தச் சில உர மூட்டைகள் தவிர வேறு பொருள்களும் அங்கே இல்லை. நான் உள்ளே இருக்கலாம். அவ்வளவுதான்.

என்னிடம் சங்கீதம் கற்க வந்த சிறுவர்கள் மூலம் எனக்குத் தேவையான நோட்டுப் புத்தகங்களைச் சேகரித்தேன். இரவெல்லாம் யோசிப்பதைப் பகலில் எழுதி வைத்துவிட்டு மீண்டும் உறங்கிப் போவேன். மதியம் எந்த வீட்டில் இருந்தாவது எனக்கு உணவு வந்துவிடும்.

இதுதான் எனக்கு விளங்காத வியப்பாக இருந்தது. நான் ஒரு கொலை செய்துவிட்டுத் தப்பி வந்தவன் என்றோ, கொள்ளை அடித்துவிட்டு மறைந்து வாழ வந்தவன் என்றோ அந்தக் கிராமத்தில் யாருமே நினைக்கவில்லை. ஒரு கலைஞன் தன்னைக் கலைஞன் என்று அறிமுகப்படுத்திக்கொண்ட கணத்தில் அவர்கள் அளித்த மரியாதை அந்நிலத்தின்மீது கவிந்திருந்த காற்றில் நிரந்தரப்படுத்தப்பட்டு விட்டதைப் போல உணர்ந்தேன். ஒரு நகரத்தில் இது நிச்சயமாக சாத்தியமில்லை.

சைதாப்பேட்டையில் நான் தங்கியிருந்த மேன்ஷன் அறையில் ஒருநாள் தனியே குடித்துக்கொண்டிருந்தேன். உதவிக்கு நண்பர்கள் யாரும் உடன் இல்லை. தவிர இரு தினங்களாக நான் சாப்பிடாமல் இருந்தேன். கடுமையான பசிக் கிறக்கத்துடன் போதை இணைந்த போது எனக்கு செய்வதறியாமல் போனது. எப்போது அறையை விட்டு எழுந்து வெளியே சென்றேன் என்று எனக்கு நினைவில்லை. மாடிப்படி இறங்கி, வீதிக்கு வந்திருக்கிறேன். சாலை ஓரம் சிறுநீர் கழித்துவிட்டு மீண்டும் மாடிப்படி ஏறி என் அறைக்குச் சென்று விட்டேன்.

மறுநாள் காலை தேநீர் அருந்தக் கீழே சென்றபோது, எப்போதும் என்னைப் பார்த்துச் சிரிக்கும் எதிர்வீட்டுக்காரர் சிறிது அச்சமடைந்து விலகி நிற்பவர் போலத் தோன்றினார். மேன்ஷனுக்கு நான் குடிவந்து வாசிக்கத் தொடங்கியபோது என்னைத் தேடி வந்து கட்டிப்பிடித்துப் பாராட்டிவிட்டுச் சென்றவர் அவர். ஒருமுறைதான். அதன்பின் எங்களுக்குள் உரையாடலாக எதுவும் நிகழ்ந்ததில்லை. ஆனால் ஒவ்வொரு முறையும் பார்க்கும்போதெல்லாம் அவர் புன்னகை செய்வார். வெறும் புன்னகையால் எனக்கு மிகவும் வேண்டியவர் என்று என்னை உணரச் செய்ய அவரால் முடிந்தது.

அப்படிப்பட்டவர் அன்று முகம் சுளித்து விலகிச் சென்றது எனக்கு ஒரு மாதிரி இருந்தது. இரவு நான் ஏதோ சேட்டை செய்திருப்பேன் என்பது வரை என்னால் உணர முடிந்தது. ஆனால் அது என்னவென்று தெரியவில்லை.

இரண்டு நாள் கழித்து ஒரு நிகழ்ச்சி இருந்தது. அதற்காக நான் மேன்ஷனில் இருந்து கீழே இறங்கிச் சென்றபோது எனக்காக வெளியே காரில் காத்திருந்த பெஸ்கி, அன்று நான் மிகவும் கம்பீர மானவனாகவும் சிறிது கவர்ச்சியாகவும்கூட இருப்பதாகச் சொன்னான். அது எனக்கு மகிழ்ச்சியாக இருந்தது. ஆனால் அம்மகிழ்ச்சி கார் கிளம்பும் வரை மட்டுமே நீடித்தது. எதிர் வீட்டுக்குள் இருந்து ஏதோ வேலையாக வெளியே வந்த அம்மனிதரின் மகள் என்னைப் பார்த்ததும் ஒரு பேயைக் கண்டதுபோல அலறிக்கொண்டு உள்ளே ஓடினாள்.

‘அப்பா, நீங்க சொன்னேளே அந்தப் பொறுக்கி வாசல்ல நிக்கறான். அவன் போனதும் நான் கோயிலுக்குப் போய்க்கறேன்.’

இது என்னை மிகவும் பாதித்தது. நான் காரில் இருந்து இறங்கி விட்டேன். பெஸ்கி, என்ன என்ன என்று கவலைப்பட்டான்.

‘ஒரு நிமிடம் இரு’ என்று சொல்லிவிட்டு எதிர்வீட்டுக்குப் போனேன். நான் வீடு வரை வருவேன் என்று அவர் எதிர்பார்த்திருக்க மாட்டார். உள்ளே அழைப்பதா, அங்கேயே நிறுத்திப் பேசுவதா என்ற குழப்பமே அவருக்கு இல்லை. பார்த்ததுமே, ‘வெளிய போடா ராஸ்கல்’ என்று சத்தம் போட்டார்.

‘சார், நான் ஏதோ தவறு செய்திருக்கிறேன் என்று புரிகிறது. என்னவென்று சொன்னால் தெரிந்துகொள்வேன்.’

‘ஒன்னோடல்லாம் பேசறதுக்கில்ல. போன்னா போயிடு’ என்று அவர் சொன்னார். எனக்கு மிகவும் சங்கடமாகிப் போய்விட்டது. ‘போதையில் உங்கள் மகளைச் சீண்டிவிட்டேனா?’ என்று கேட்டேன்.

‘தொட்டுடுவியோ? அவ்ளோ திமிராடா ஒனக்கு? போலிஸ்ல சொல்லி உள்ள தள்ளிடுவேன் பாத்துக்கோ’ என்று சொன்னார். அவர் பேசும்போது அடிக்கடி மூக்கு துடித்ததைக் கண்டேன். அவர் அணிந்திருந்த தடித்த மூக்குக் கண்ணாடி, எந்நேரமும் விழுந்து விடுவது போல மூக்கின் நுனிக்கு வந்து நின்றது. அதை அவர் நகர்த்தி நகர்த்தி விட்டுக்கொண்டே பேசினார்.

‘வாசிக்கறானே, படிச்சவனா இருப்பான், சரஸ்வதி கடாட்சம் உள்ளவனா இருப்பான்னு நினைச்சேன். வெறும் குடிகாரன். ரோட்ல நின்னுண்டு மூத்திரம் பேயறான். இவன்கிட்டேல்லாம் சரஸ்வதி எங்கேருந்து வருவா? மூதேவிதான் வருவா.’

நான் சில வினாடி அமைதியாக இருந்தேன். பிறகு, ‘உங்கள்மீது கழிக்கவில்லை அல்லவா?’ என்று கேட்டேன். அவருக்கு மிகுந்த

கோபம் வந்துவிட்டது. என்னைத் தரதரவெனத் தள்ளிக்கொண்டு வந்து வீதியில் விட்டுவிட்டு வீட்டுக்குள் சென்று கதவை அடைத்துக் கொண்டார்.

குடி போதையில் செய்தாலும் சாலையில் சிறுநீர் கழிப்பது தவறுதான். அவர் என்னை இன்னும் ஒரு நிமிடம் அனுமதித்திருந்தால் நான் மன்னிப்புக் கேட்டிருப்பேன். அதற்கு வாய்ப்பில்லாமல் போய் விட்டது. ஆனால் சொல்லி வைத்த மாதிரி அடுத்த சில நாள்களில் அந்த வீதியில் வசித்துவந்த ஒவ்வொரு பிராமணக் குடும்பத்தினரும் தப்பித்தவறி என்னைப் பார்க்க நேர்ந்தால் உடனே ஓடிப் போய் ஒளிந்துகொள்ள ஆரம்பித்தார்கள். சிறுவர்கள், இளைஞர்கள், பெண்கள், முதியவர்கள் என்ற பேதமே இல்லை. அனைவரும். அவர்கள் அத்தனை பேரும் என்னைப் பொறுக்கி என்று குறிப்பிட்டு மட்டுமே பேசுவதை எங்கள் மேன்ஷன் முதலாளி என்னிடம் சொல்லி வருத்தப்பட்டார்.

'ஏம்ப்பா, உன் ரூமுக்குள்ளவேதான் பாத்ரூம் கட்டி வச்சிருக்கறனே. நீ எதுக்கு வெளிய போய் ஒண்ணுக்கிருந்த?'

'ஏக்தம்ல அஞ்சு பீர் முதலியார். கொஞ்சம் பெரிய சைஸ் பாத்ரூமா இருந்தா நல்லாருக்கும்னு தோணிச்சி.'

'பாத்துக்க. இந்த ரோட்ல மெஜாரிடி ஐயமாருங்க. சும்மா இல்லாம இண்டு பேப்பருக்கு லெட்டர் எழுதிடுவாங்க.'

இந்து பேப்பருக்குத்தான் எவ்வளவு பெருந்தன்மை. இசைக் கலைஞர்கள் சிறுநீர் கழிப்பதைக் கூடச் செய்தியாக்க விரும்புவார்கள் என்றால் சந்தேகமின்றி அவர்கள்தான் கலையையும் கலைஞனையும் போஷிப்பவர்களாக இருக்க வேண்டும்.

இந்தச் சம்பவத்தை நினைத்துப் பார்த்தபோது எனக்குச் சிரிப்பு வந்தது. நான் அந்த கிராமத்துக்குச் சென்று சேர்ந்த நான்காம் நாளே கிராமத் தலைவரிடம் கஞ்சா எங்கே கிடைக்கும், சாராயம் எங்கே கிடைக்கும் என்று கேட்டுத் தெரிந்துகொண்டேன். கூடவே அந்தப் பிராந்தியத்தின் விலை விகிதங்களையும் கேட்டுக்கொண்டேன்.

'உங்களுக்கு எதற்கு சிரமம்? என் ஆள் உங்களுக்கு அனைத்தையும் வாங்கி வந்து தருவான். நான் சொல்லி வைக்கிறேன். இதற்கெல்லாம் நீங்கள் போகவேண்டாம்' என்று அவர் சொன்னார்.

அந்த மகிழ்ச்சியில் அன்றிரவு சாராயம் குடித்துவிட்டு நான் பஞ்சாயத்து மேடையைச் சுற்றி நெடுநேரம் குத்தாட்டம் போட்டுக்கொண்டிருந்தேன். புல்லாங்குழல் வாசித்துக்கொண்டே நான் ஆடியதை ஊர் திரண்டு வேடிக்கை பார்த்தது. கைதட்டி

ஆரவாரம் செய்தார்கள். நான் சோர்ந்த சமயம் என்னை அப்படியே நான்கு பேர் என் பாதம் கீழே படாமல் தூக்கிக்கொண்டு போய்ப் படுக்க வைத்துவிட்டுப் போனார்கள். மறக்காமல் மறுநாள் ஒவ்வொருவரும் என்னிடம் வந்து நேற்று நான் வாசித்ததும் ஆடியதும் அற்புதமாக இருந்ததாகச் சொல்லிவிட்டுப் போனார்கள்.

ஆனால் எங்கும் மனிதர்கள் கிடைத்துவிடுகிறார்கள் என்பது மகிழ்ச்சிகொள்ளப் போதுமானதாக இருப்பதில்லை. நான் அபூர்வங் களுக்காக ஏங்கிக்கொண்டிருப்பவன். வயிற்றில் இருக்கும் ஒரு கருவின் சுவாசத்தை இசையாக்க வேண்டும் என்பது என் நீண்ட நாள் ஆசை. என்றாவது ஒருநாள் ஒரு கர்ப்பிணிப் பெண் என்னை நம்பித் தன் வயிற்றை என்னிடம் ஒப்படைப்பாள் என்று காத்திருக்கிறேன். ஜானவியிடம் என்னுடைய இந்த ஆசையை நான் சொல்லி இருக்கிறேன்.

'மன்னித்துவிடு எட்வின். நான் திருமணம் செய்துகொள்ளும் உத்தேசத்தில் இல்லை' என்று அவள் சொன்னாள்.

'அது பரவாயில்லை. ஒருமுறை கர்ப்பமானால் போதும். நீ சம்மதித்தால் நானேகூட அதற்கு ஏற்பாடு செய்வேன்.'

'ஆனால் வயிற்றின்மீது காது வைத்துக் குழந்தையின் சுவாசத்தை எல்லாம் கேட்க முடியாது.'

'வேறு எதன்மீது காதை வைக்க வேண்டும் சொல்'

'தெரியாது' என்று சொல்லிவிட்டுப் போய்விட்டாள்.

நான் எழுதிக்கொண்டிருந்த சிம்பொனியின் சாரமே அதுதான். கருவின் சுவாசம். தினமும் நான் அந்தக் கிராமத்தின் ஒவ்வொரு வீட்டின் வழியாகவும் சுற்றி வருவேன். கூடை போட்டு அவர்கள் கவிழ்த்து வைத்திருக்கும் கோழிக் குஞ்சுகளின் ஓசையை நின்று கேட்பேன். மேய்ச்சலுக்கு மாடுகளை அவிழ்த்துவிடும்போது ஒரு ஓட்டம் ஓடும் பாருங்கள். அப்படியொரு ஆனந்தப் பரவசத்தை வேறு எங்குமே காண முடியாது. ஒவ்வொரு மாடும் அம்மா அம்மா என்று கத்திக்கொண்டு கண்மூடித்தனமாக ஓடும். மேய்ச்சல்காரன் நிதானமாகப் புகையிலைக் கட்டையை நசுக்கிக் கீழ் அண்ணத்தில் பொருத்திக்கொண்டு பின்னால் போவான். அவை எங்கே ஓடி நிற்கும் என்று அவனுக்குத் தெரியும். அவன் எதுவரை பின்னால் வருவான் என்பது அந்த மாடுகளுக்கும் தெரியும்.

அந்தக் கிராமத்தில் ஆற்றை ஒட்டிய பகுதிகளில் வசிக்கும் சிலர் வாத்துகளும் வளர்த்துக்கொண்டிருந்தார்கள். வீட்டு வாசலிலேயே சிறியதொரு நீச்சல் குளம் போலக் கட்டிவிட்டிருக்கும். வாத்துகள்

அதில் கடிகார முட்களைப் போலச் சுற்றி வந்துகொண்டே இருக்கும். பார்க்க மிகவும் அழகாக இருக்கும். நான் நின்று பார்க்கிறேன் என்று தெரிந்தால் வாத்துகளின் உரிமையாளர்கள் மரியாதையாகக் கூப்பிட்டு உட்காரச் சொல்வார்கள். காப்பித் தண்ணி வேண்டுமா என்று கேட்பார்கள். எப்படியோ, எந்த வீட்டிலும் என்ன வேண்டுமானாலும் கேட்டு வாங்கி உண்ணலாம் என்னும் அளவுக்கு எல்லோரும் பழகிப் போய்விட்டார்கள். ஆபிரஹாம் ஹராரி. அதுதான் என் பெயர். அந்தக் கிராமம் எட்வின் ஜோசப்பை அறியாது. இம்மகிழ்ச்சியே எனக்கு உலகை வென்ற உற்சாகத்தை அளித்தது. அதைத்தான் சிந்தாமல் சேமித்து எழுத்தில் இறக்கி வைத்துக்கொண்டிருந்தேன்.

ஒருவர் கேட்டார்: ‘இப்படி மணிக்கணக்காக உட்கார்ந்து எழுதுகிறீர்களே, இந்தக் கதையெல்லாம் எந்தப் பத்திரிகையில் பிரசுரமாகும்?’

‘ஐயா நான் கதை எழுதவில்லை.’

‘பிறகு?’

‘நான் இசைக் கலைஞன் அல்லவா? இசையைத்தான் நான் எழுதுவேன்.’

‘அதில் எழுத என்ன இருக்கிறது? வாசிப்பதுதானே வேலை?’

வாருங்கள் என்று அவரை அழைத்துச் சென்று நான் எழுதிய நோட்டுப் புத்தகங்கள் சிலவற்றைப் பிரித்துக் காட்டினேன். அவருக்கு ஒன்றும் புரியாது என்று எனக்குத் தெரியும். இருப்பினும் அவரது சந்தோஷத்துக்காக அழைத்துச் சென்று காட்டினேன்.

‘அடேங்கப்பா. நிறைய எழுதிவிட்டீர்கள். ஆனால் இதெல்லாம் என்ன மொழி? ஒன்றுமே புரியவில்லை.’

‘இது ஹீப்ரு. சிலவற்றை நான் இட்டிஷ் மொழியிலும் எழுதுகிறேன். இதோ பாருங்கள்.’

நான் காட்டிய ஒவ்வொன்றையும் அவர் பயபக்தியுடன் வாங்கிப் புரட்டினார். பிறகு அனைத்தையும் கண்டுபிடித்துவிட்டவராக, ‘இது எல்லாம்தான் பாட்டாகிறதா?’ என்று கேட்டார்.

நான் சிரித்துக்கொண்டே தலையசைத்தேன்.

‘எழுதி முடித்த பிறகு என்ன செய்வதாக நினைத்திருக்கிறீர்கள்?’

நான் நீண்டதொரு பெருமூச்சு விட்டேன். என்னிடம் ஒரு முகவரி இருக்கிறது. ஒரு போன் நம்பர் இருக்கிறது. நான் எழுதி முடிக்கும்

நேரம் அந்த ஜெர்மானியன் என்னை மறந்துவிடாதிருக்க வேண்டும். ஒரு மில்லியன் டாலர்கள். ஆம். இதை முடித்த பிறகு அதைத்தான் சிந்திக்க வேண்டும். எளிய வழி, கொள்ளை அடிப்பது. ஆனால் அவ்வளவு சாமர்த்தியம் எனக்கு இருக்கும் என்று தோன்றவில்லை.

'கேட்டேனே தம்பி. எழுதி முடித்த பிறகு என்ன செய்யப் போகிறீர்கள்?'

மிகவும் யோசித்து, என்னை வெகுவாகக் கட்டுப்படுத்திக்கொண்டு அவருக்கு அந்த பதிலைச் சொன்னேன், 'தெரியவில்லை ஐயா.'

7.4

அன்று பகல் முழுவதும் நான் கஞ்சா மயக்கத்தில் இருந்தேன். ஆற்றங்கரை ஓரமாக இருந்த ஒரு சிறிய தென்னந்தோப்புக்குள்தான் படுத்திருந்தேன். போதையில் இருந்தாலும் யோசிக்காமல் இல்லை. ஒரு ஊருக்குத் தீ வைத்துவிட்டால் மக்கள் எப்படிப் பதறி ஓடுவார்களோ அந்த வேகத்தில் எனக்குள் சுரங்கள் நாலாபுறங்களில் இருந்தும் வந்து மோதிக்கொண்டிருந்தன. உறங்கிவிடக் கூடாது என்ற உணர்வுடன் துள்ளி எழுந்து அமர்ந்து வேக வேகமாக எழுத ஆரம்பித்தேன். தோட்டத் தொழிலாளிகள் எனக்கு சீவிய இளநீர் இரண்டைக் கொண்டு வந்து அருகே வைத்துவிட்டுப் போனார்கள். ஒரு பெண்மணி தனது இடுப்பு மடிப்பில் இருந்து ஒரு புகையிலைக் கட்டையை உருவி எடுத்துக் கொடுத்தாள். அதை மென்றுகொண்டே எழுதினால் எழுத்து நன்றாக வரும் என்று ஜாடை காட்டி சொல்லிவிட்டு வேறு போனாள்.

அன்றைக்கு மட்டும் ஆறு மணி நேரம் இடைவிடாமல் எழுதினேன். வாழ்நாளில் முன்னெப்போதுமே நான் அவ்வளவு நேரம் தொடர்ச்சியாக இசை எழுதியதில்லை. ஒரு சந்தேகத்துக்கு வாசித்துப் பார்த்துக்கொள்ளக் கையில் எந்தக் கருவியும் வைத்துக்கொள்ளாமல் என் மனத்தில் தோன்றிய அனைத்தையும் நிறுத்தாமல் எழுதிக்கொண்டே இருந்தேன். அவை சரியாகத்தான் இருக்கும் என்று எனக்குத் தெரியும். கருவிகள் எனக்கு ஒலிபெருக்கி மட்டுமே என்று

சொல்லிக்கொண்டேன். வேட்டைக்குச் சென்றவன் ஒரு சிறுத்தையை வென்று வீழ்த்தி வந்த ஆரவாரம் எனக்குள் இருந்தது.

மகிழ்ச்சியுடன் ஆற்றுக்குச் சென்று நன்றாக நீந்திக் குளித்தேன். அறைக்கு வந்து உடை மாற்றிக்கொண்ட பின்பு பஞ்சாயத்துத் தலைவர் வீட்டில் இருந்து ரொட்டியும் பருப்புக் குழம்பும் கொடுத்து அனுப்பினார்கள். சாப்பிட்டு முடித்ததும் நிம்மதியாகப் படுத்துச் சிறிது நேரம் தூங்கினேன். எழுந்தபோது மணி பிற்பகல் நான்காகி இருந்தது.

முதல் நாள் ஊர்க்காரர்கள் சிலரது உதவியுடன் பூரி நகரம் வரை சென்று அங்கே இருந்த ஒரே ஒரு இசைக் கருவிகள் கடையில் இருந்து ஒரு வயலின் மட்டும் வாங்கி வந்திருந்தேன். அதை எடுத்து வைத்து சுருதி சேர்த்து வாசித்துப் பார்த்தேன். நான் எதிர்பார்த்த ஒலித்தரம் இல்லை என்றாலும் பயிற்சிக்குப் போதும் என்று தோன்றியது. அன்று இரவுக்குள், அதுவரை நான் எழுதிய அனைத்தையும் வாசித்துப் பார்த்துவிட வேண்டும் என்று முடிவு செய்துகொண்டேன். ஒரு புறம் நோட்டுப் புத்தகங்களைப் பிரித்து வைத்துக்கொண்டு வயலினை எடுத்து சுருதி இணைத்தேன். வில்லை நான் அதன்மீது வைத்த மறுகணமே வயலினுக்குள் இருந்து என் குரல் கேட்டது.

அன்பே, உனக்காக மூன்று கடிதங்கள் நான் எழுதி வைத்திருக்கிறேன். மூன்றிலும் வேறு வேறு செய்திகள் உள்ளன. ஆனால் மூன்றுமே உன்னோடு தொடர்புடையவை. உனக்கானவை. உன் கவனம் கோருபவை. இக்கடிதங்கள் உன்னிடம் சென்று சேருமா என்று எனக்குத் தெரியாது. எழுத நினைத்ததை எழுதிவிட்டேன். கடிதத்துடனான என் உறவு அத்துடன் முடிகிறது. ஆனால் உன்னை அப்படி உதறிவிட முடியுமா!

நீ என்றால் எனக்கு முதலில் உன் கண்கள்தான். பிறகு உன் குரல். இந்த உலகில் எவ்வளவோ சிறந்த குரல்கள் இருக்கின்றன. உடனே லதா மங்கேஷ்கரா, ஆஷா போன்ஸ்லேவா என்று கேட்டுவிடாதே. என் பொருட்படுத்தல் எல்லைக்குள் நீயறிந்த யாரும் இல்லை. உன்னைத் தவிர. மரியா, மொழி ஒரு கருவி என்றால் குரல் ஒரு கருவி. மொழி மக்கள் மனத்தை நேரே சென்று தொடவல்லது. அழுத்தம் சிறிது அதிகம் அளித்தால் தாக்கவும் செய்யும். ஆனால் குரல் ஒன்றுதான் மிக நேரடியாக இறைவனைச் சென்று தொடும் கருவி. ஒவ்வொரு முறை மழை பெய்யும் போதும் இதனை நீ நினைத்துக்கொள்ள வேண்டும். எங்கோ யாரோ மனமுருகிப் பாடுகிறார்கள். அது மனத்துக்குள் பாடும் பாடலாகவும் இருக்கலாம். ஆனால் உயிரை ஆகுதியாக்கி ஒரு குரல் வெளியிடும்போது அது இறைவனுக்குப் பிடித்துப் போய்விடுகிறது. தெரியுமா? உன்னை உன் குரலின் மூலம் எனக்குச் சுட்டிக்காட்டியது

இறைவன்தான். நான் அவனுக்கு நன்றி சொன்னேன். உனக்காக அவன் உருவாக்கி வைத்த உயரத்தில் உன்னை ஏற்றி விடுவதாக வாக்களித்தேன். சொன்னதைச் செய்துவிட்டுத்தான் நான் கிளம்பி வந்தேன். எங்கே என்று கேட்காதே. உயிரோடுதான் இருக்கிறேனா என்று மீண்டும் மீண்டும் நச்சரிக்காதே. அனைத்திலும் முக்கியம், உடனே உன்னைப் பார்க்க வேண்டும் என்று அடம் பிடிக்காதே. எதுவும் வேண்டாம். பதினான்கு வயதில் குரு தட்சிணை அளித்து விட்டு முப்பத்து ஐந்து வயதில் நீ என்னிடம் பயில வந்து பாடம் கேட்டாய். இது விதியின் விளையாட்டு. அன்று உனக்காக நான் பம்பாயில் தெருத்தெருவாகத் திரிந்த போதெல்லாம் நீ எனக்குத் தென்படவில்லை. எவ்வளவு நாள் நான் அழுதிருப்பேன்! எவ்வளவு நாள் நான் அப்போது அறியாத உன் பெயரை மட்டுமே ஒரு தியானப் பொருளாக எண்ணிக்கொண்டிருந்திருப்பேன்! என் சாசுவதத்தின் ஒரு துளியைக் கிள்ளி நான் உன்மீது எறிந்திருக்கிறேன். அது என் நிபந்தனையற்ற அன்பின் பரிசு. என்றென்றும் அது உன்னைப் புகழோடு காக்கும். பிரியமுடன், ஆபிரஹாம் ஹராரி.

அது என் குரல்தான். எனக்கு அதில் சந்தேகமில்லை. பூரியில் வாங்கி வந்த வயலினுக்குள் இருந்து என் குரல் எப்படி ஒலிக்கும்? எனக்குப் புரியவில்லை. யாரோ விளையாடுகிறார்கள் என்று நினைத்தேன். சட்டென்று வேறொரு யோசனை தோன்றியது. எழுந்து வெளியே வந்தேன். வீதியில் விளையாடிக்கொண்டிருந்த ஒரு சிறுமியை அழைத்தேன். 'சச்சார் வீட்டுக்குச் சென்று அவர் மகளின் புல்லாங் குழலை வாங்கி வா' என்று சொன்னேன். அந்தப் பெண் இரண்டு நிமிடங்களில் ஓடிச் சென்று திரும்பி வந்து புல்லாங்குழலை என்னிடம் தந்தது.

இம்முறை எந்தப் பிழையும் நேராது என்று நான் குறிப்புச் சுவடியை சரியாகப் பிரித்து வைத்துக்கொண்டு புல்லாங்குழலில் வாசிக்கத் தொடங்கினேன். இப்போது எட்வின் குரல் ஒலிக்கத் தொடங்கியது.

மரியா, இசை என்கிறேன். தியானம் என்கிறேன். இரண்டறக் கலத்தல் என்கிறேன். ஒரு அனுக்கிரகமாக எனக்கு வாய்த்த இந்த வரத்தின் பூரணத்தை நான் அறிவேன். மனிதர்களின் உடலுக்குள் உதிரத்தையும் எனது உடலுக்குள் இசையையும் ஓடவிட்டு ஒருவன் வேடிக்கை பார்த்துக்கொண்டிருக்கிறான் என்பது உனக்குத் தெரியுமா?

அவன் பார்க்கும்போது நான் நினைக்கும் ஒன்று நிகழவேண்டும். உன் உடலின் உதிரமும் என் உடலின் இசையும் ஒன்று சேர வேண்டும். நான் கேட்பது தோல் அல்ல. எலும்புகளல்ல. உணர்ச்சியும் அல்ல. உதிரமும் இசையும். அது ஒருமிக்கும்போது இவ்வுலகம் இதற்கு முன்

காணாத அதிசயங்களைக் காணத் தொடங்கும். என் பிரிய மரியா! நான் என் இறைவனை மட்டும் நம்புகிறேன். நீ என்னை நம்பினால் இதற்கு ஒப்புக்கொள்.

உன்னை அணு அணுவாக வெட்டி உள்ளிருக்கும் உதிரத்தை வெளியே எடுத்து உன்னை நான் சித்ரவதை செய்ய மாட்டேன். என்னிடம் உள்ள சுவரங்களில் ஒன்றே ஒன்றை என் ஆயுதமாக உனக்குள் நான் செலுத்துவேன். சரியாகச் சொல்வதென்றால் உன் சிந்தனைக்குள் என் சுவரம் பாய்ந்து வந்து கரைந்து நிற்கும். அந்தக் கணம் முதல் அது உன் உடலுக்குள் ஓடும் உதிரத்தை உறிஞ்சத் தொடங்கும். உனக்கு வலி இருக்காது. வேதனை இருக்காது. நீ எப்போதும் போல சாதாரணமாகவே இருப்பாய். ஆனால் உன் உதிரத்தை என் சுவரம் புணர்ந்து ஒரு கருவை உண்டாக்கும். அதை உன் கர்ப்பக்கிரகத்தில் கொண்டு வைத்துவிட்டுத் திரும்பி வந்துவிடும்.

இது ஓர் அறிவியல். சந்தேகமில்லாமல் அறிவியல். விந்தும் அண்டமும் இணைந்து பிறக்கும் குழந்தைகள் சராசரிகளாக இருக்கிறார்கள். ஒரு மாறுதலுக்கு நான் உன் உதிரத்தில் இருந்து ஒரு சொட்டை எடுக்கிறேன். அதற்கொரு உருவம் தருகிறேன். அதன் உணர்வு முழுவதும் இசை மயமாயிருக்கும். அது நிரந்தரமானது. அழிவற்றது. ஒற்றை சுருதியின்மீது ஏறி நின்று உலகை ஆள வல்லது. ஓசைகளை அறவே ஒழித்து சகலத்தையும் இசை மயமாக்கும். எங்கும் இசை. எனது இசை.

எனக்கு இது நடக்க வேண்டும் மரியா. இன்னொரு பெண்ணிடம் சென்று என்னால் இதனைக் கேட்க இயலாது. இதைத் தரக்கூடியவள் நீதான். நீ மட்டும்தான். தருவாயா? காதலுடன், எட்வின்.

எனக்குப் புரிந்துவிட்டது. என் கையறு நிலையைச் சொல்லிக் கதறக்கூட ஒரு தோளில்லாத நிலையில் அந்த உர மூட்டைகளின்மீது முட்டிக்கொண்டு அழுதேன்.

'அழாதே ஹராரி!' என்று ஒளிமயமான என் இறைவன் என்னை ஆறுதல்படுத்தப் பார்த்தார். ஆனால் என்னால் அது முடியவில்லை. வாழ்வில் முதல் முறையாக நான் தோற்றுக்கொண்டிருக்கிறேனோ என்ற அச்சம் என் மனத்துக்குள் மெல்ல நுழைந்து அடர்ந்து பரவி நின்றது.

'எதை நீ தோல்வி என்று நினைக்கிறாய்? முட்டாள். நீ எழுதிய மூன்றாவது கடிதத்தை எடுத்துப் படித்துப் பார். இத்தனை வெளிப் படைத்தன்மை உள்ள ஒருவன் கஷ்டப்படுவானே தவிர தோற்க மாட்டான்.'

‘அப்படியா சொல்கிறீர்கள்?’

‘படி.’

நான் படிக்கத் தொடங்கினேன்.

பிரிய மரியா! இது நான் பாவனைகளை உதறும் நேரம். உன்னிடம் என்னால் வெகுநாள் நடித்துக்கொண்டிருக்க முடியாது. என் இசையின் சாரமாக உன் குரலை நான் உலகுக்கு அறிமுகப் படுத்துவேன். பதிலுக்கு எனக்கு உன் உடலும் உயிரும் ஒன்றாக வேண்டும். ஒரு கோடி முத்தங்களால் உனக்கு நான் ‘மிட்ஸ்வாஹ்’[7] செய்ய விரும்புகிறேன். என் மானசீகத்தில் உன்னை நான் பல்லாண்டு களாகக் கட்டியணைத்துக் கொஞ்சியிருக்கிறேன். உன்னுடன் எனக்கு உடல் உறவு நிகழ்ந்திருக்கிறது. நாம் இருவரும் கைகோத்துக் கொண்டு முடிவற்ற பெருவெளியில் பல ஒளியாண்டுகள் திரிந்திருக்கிறோம்.

ஆனால் போதும். பார்க்கவே முடியாதோ என்று எண்ணியிருந்த உன்னை நான் பார்த்துவிட்டேன். நான் பார்த்த தருணத்தில் நீ என் மனத்தில் இருந்த மரியாவின் வடிவத்தில் இல்லைதான். ஆனால் உருவம் மாறிய காரணத்தால் மட்டும் என் உள்ளம் மாறி விடாது. எனக்கு நீ வேண்டும் மரியா. முழுதாக. பரிபூரணமாக. ஒரு சரியான ஆலிங்கனத்தில் நான் என் பாவங்களைப் பொசுக்கிவிடுவேன். அதன்பின் எனக்கும் என் கடவுளுக்குமான இடைவெளி வெகுவாகக் குறைந்து போய்விடும். நான் அவனுக்குள்ளும் அவன் எனக்குள்ளும் கரைந்துவிடும்போது நீ எங்கள் இருவருக்கும் பொதுவான கருவியாகி விடுவாய். அந்தக் கருவி ஒரு சரித்திரத்தின் சாட்சியமாக இருக்கும்.

வா. வந்தென்னை ஆலிங்கனம் செய்துகொள்.

வாசித்து முடித்துவிட்டு வெகுநேரம் அழுதுகொண்டிருந்தேன். இசை நோட்டுப் புத்தகத்தின் திறந்திருந்த பக்கத்தில், என் கண்களில் இருந்து விழுந்த சில துளிகள் திருத்தங்களைச் செய்தன. நான் அதுவரை எழுதிய அனைத்தையும் அன்றே எடுத்துச் சென்று குவித்துப் பற்ற வைத்து முற்றிலும் எரித்துச் சாம்பலாக்கினேன்.

மறுநாள் வேறு புதிய நோட்டுப் புத்தகத்தை எடுத்து வைத்துக் கொண்டு மீண்டும் ஆரம்பித்தேன்.

---

7 யூதர்களின் புனித நீராட்டுச் சடங்கு

7.5

முடிவற்ற உயரங்களில் இருந்து ஒளிர் விளக்குகள் வெளிச்சத்தைப் பொழிந்துகொண்டிருந்தன. அறுகோண வடிவில் அமைந்த மாபெரும் அரங்கத்தில் என்னைச் சுற்றி முன்னூறு கலைஞர்கள் கறுப்பு சூட் அணிந்து அவரவர் கருவிகளுடன் என் கையசைப்புக்காகக் காத்திருந்தார்கள். தொழில்நுட்ப வல்லுனர்கள் ஒலி பெருக்கிகளின்மீது இறுதிப் பரிசோதனை செய்துகொண்டிருந்தார்கள். கட்டுப் பாட்டு அறையில் ஒலிப்பதிவுக்கு ஆயத்தமான வெள்ளைக் காரர்கள் அங்கிருந்து கட்டை விரலை உயர்த்திக் காட்டினார்கள். மேடைக்கு வந்த கண்டக்டர் அன்செல் ஆடம்ஸ் என் கையைப் பிடித்துக் குலுக்கினார். வாழ்த்துச் சொன்னார்.

என் பிரதி முழுவதையும் வாசித்து, கலைஞர்களுக்குப் பாடம் சொல்லிப் பயிற்சி அளித்து அரங்கேற்றத் தயாரான பின்பு, நிகழ்ச்சிக்கு முதல் நாள் இரவு அவர் என்னை போனில் அழைத்திருந்தார்.

'ப்ராம்! உங்களிடம் சிறிது பேச வேண்டும்.'

'சொல்லுங்கள்.'

'இல்லை. நான் நேரில் வர விரும்புகிறேன்.'

எனக்குச் சிறிது தயக்கமாக இருந்தது. அப்போது நள்ளிரவு தாண்டியிருந்தது. தவிர, நான் குடித்திருந்தேன். இசையைக் குறித்துப் பேசுவதற்குக் குடித்திருக்கக் கூடாது என்பதல்ல. எனக்கு முன்னறிமுகம் இல்லாத ஒருவருடன் போதையில்

இருக்கும்போது என்னால் சரியாகப் பேச முடியாது என்று தோன்றியது. நண்பர்களிடம் எனக்கு அப்படிப்பட்ட பிரச்னை இருந்ததில்லை. அவரிடம் நான் இதை மறைக்காமல் சொன்னேன்.

'பரவாயில்லை. நீங்கள் தவறாக ஏதாவது பேசினாலுமே நான் பொருட்படுத்த மாட்டேன்.'

'அன்புள்ள அன்ஸெல்! மொழி என் ஆயுதமோ கேடயமோ அல்ல. என் கருவியல்லாத ஒன்றை நான் எப்போது தொட்டாலும் அது பிழைபட்டுத்தான் போகும். அதைப் பற்றி எனக்குப் பிரச்னை இல்லை. நான் சொல்ல வந்தது வேறு. இந்தக் கடுங்குளிரில், நள்ளிரவுப் பொழுதில் என்னைத் தேடி வரும் உங்களை என்னால் சரியாகக் கவனிக்க முடியாமல் போய்விட்டால் எனக்குச் சங்கடமாகும்.'

'பரவாயில்லை. எனக்கு ஐந்து நிமிடங்கள் போதும்' என்று அன்ஸெல் சொன்னார். அதற்குமேல் நான் என்ன செய்ய முடியும்? 'வாருங்கள்' என்று சொல்லிவிட்டு போனை வைத்தேன்.

பெர்லினில் நான் அத்லன் கெம்பின்ஸ்கி என்னும் நட்சத்திர விடுதியில் தங்கியிருந்தேன். வாழ்நாளில் அவ்வளவு பெரிய ஓட்டலுக்கு நான் அதற்கு முன் சென்றதில்லை. அப்படிப்பட்ட ஓட்டல்களில் என்னென்ன வசதிகள் இருக்கும் என்று கற்பனை செய்ததுகூட இல்லை. டொமினிக் நான் அங்கே தங்குவதற்கு ஏற்பாடு செய்திருந்தான்.

'எவ்வளவு செலவு ஆகியிருக்கும்!' என்று அவனிடம் நான் சிறிது கவலையுடன் சொன்னேன்.

'உன்னைப் போன்ற கலைஞனை இதற்கு ஒரு படி கீழே உள்ள விடுதியில் தங்க வைத்தாலும் அது எங்களுக்கு அவமானம்' என்று அவன் சொன்னான்.

என் படைப்பை அரங்கேற்றம் செய்வதற்கு டொமினிக் மேற்கொண்ட முயற்சிகள் மிகப் பெரிது. பெர்லின் சிம்பொனிக் குழுவின் நிர்வாகிகளுடன் எனக்காகப் பேச்சு வார்த்தை நடத்தி அவர்களைச் சம்மதிக்க வைத்ததில் இருந்து மொத்த நிகழ்ச்சிக்கான செலவுக்கு ஸ்பான்சர் ஏற்பாடு செய்து என்னை பெர்லினுக்கு அழைத்துச் சென்றது வரை ஒவ்வொரு கட்டத்திலும் அவனது உழைப்பும் நேரமும் இருந்தது. சொல்வதற்குச் சிறிது வெட்கமாகத்தான் இருக்கிறது. என்னிடம் பாஸ்போர்ட் கிடையாது. 'விசாவுக்கு ஏற்பாடு செய்துவிட்டேன்' என்று அவன் சொன்னபோது 'பாஸ்போர்ட்டுக்கு நான் என்ன செய்யவேண்டும்?' என்று திருப்பிக் கேட்டேன்.

‘என்ன கேட்கிறாய் என்று எனக்குப் புரியவில்லை.’

‘டொமினிக், நான் ஒரு தனி மனிதன். நட்புகளும் உறவுகளும் அற்றவன். இன்றல்ல. என்றுமே. என் பிறப்புக்கு இரண்டு பேர் காரணமாக இருந்தார்கள். அதன்பின் வேறு வழியின்றி வாழ்வில் நான் சில மனிதர்களை அவ்வப்போது சந்தித்திருக்கிறேன். உனக்குப் புரியும்படிச் சொல்வதென்றால், உன்னைச் சந்தித்தது போல.’

‘சரி.’

‘எனக்கு ஒரு பாஸ்போர்ட் வாங்க என்ன செய்ய வேண்டும் என்று தெரியாது. நான் இருக்கும் இந்தக் குக்கிராமத்தில் எனக்கு அதற்கு உதவி செய்ய யாரும் இருக்கப் போவதில்லை.’

இந்தியாவில் உள்ள ஜெர்மானிய தூதரகத்தில் பணியாற்றும் தனது நண்பரான இந்திய அதிகாரி ஒருவரைப் பிடித்து முதல் முதலில் எனக்கு ஒரு அடையாள அட்டை கிடைக்க ஏற்பாடு செய்தவன் அவன்தான். அந்தச் சிறிய பாஸ்போர்ட் புத்தகம் என் கைக்கு வந்து சேர்ந்தபோது நான் அடக்க முடியாமல் குமுறிக் குமுறி அழுதேன். என் உள்ளம் ஏங்கிக்கொண்டிருந்த ஒரு தேசிய அடையாளம் இறுதிவரை எனக்குக் கிடைக்காமல் போய்விடப் போகிறது என்று முதல் முதலில் பயந்தேன். என்னால் அந்தத் தோல்வியை ஏற்கவே முடியவில்லை. ஆனால் வேறென்ன செய்ய முடியும்? நான் தனி மனிதன். தெய்வத்தால் கைவிடப்பட்டவன். பற்றிக்கொள்வதற்கு என் இசை ஒன்றுதான் என்னிடம் மிச்சம் இருந்தது.

பெர்லின் விமான நிலையத்துக்குச் சென்று இறங்கியதும் என்னை டொமினிக் வரவேற்க வந்திருந்தான். ‘ஒரு உதவியாளர்கூட இல்லாமல் பெர்லின் ஃபிலார்மோனிக் குழுவினரைச் சந்திக்க வந்திருக்கும் முதல் இசை மேதை நீதான்’ என்று சொன்னான்.

‘டொமினிக், நான் அனுப்பிய ஃபுல் ஸ்கோரை நீ வாசித்துவிட்டாயா? உங்கள் குழுவின் கண்டக்டர் என்ன சொன்னார்?’

‘நீயே அவரிடம் பேசு’ என்று அவன் சொன்னான். விமான நிலையத்தில் இருந்து அத்லன் கெம்பின்ஸ்கி ஓட்டலுக்குச் சென்று குளித்து, டிபன் சாப்பிட்டுவிட்டு அவனுடன் காரில் அன்ஸெல்லைப் பார்க்கப் புறப்பட்டேன்.

அறிமுகம் முடிந்த மறுகணம் அவர் சொன்னார், ‘ப்ராம்! நீங்கள் மேதை அல்ல. ஆனால் கடவுளும் அல்ல. இரண்டுக்கும் இடையில் எங்கோ நின்றுகொண்டிருக்கிறீர்கள்.’

நான் புன்னகை செய்தேன்.

‘எழுதி வைத்துக்கொள்ளுங்கள். இந்தப் படைப்பு காலம் வென்று நிற்கும். உலகின் மாபெரும் இசை மேதைகளின் வரிசையில் உங்கள் பெயர் சேரும்.’

இசைத்துப் பார்த்தல்ல. படித்துப் பார்த்ததற்கு அவர் சொன்னது அது. அந்த மனிதர்தான் அன்று என்னை அழைத்தார். நல்ல பனி பெய்துகொண்டிருந்த நள்ளிரவு நேரம்.

போதை தெளிவதன் பொருட்டு நான் ஒரு ஈரத் துணியால் முகத்தை அழுத்தித் துடைத்தேன். ரூம் சர்வீஸை அழைத்து ஒரு காப்பி கேட்டேன். அறையின் சூடுகலனை இன்னும் சிறிது சூடேற்றி வைத்துவிட்டு அவருக்காகக் காத்திருந்தேன். அன்ஸெல் ஆடம்ஸ் பன்னிரண்டரைக்கு ஓட்டலுக்கு வந்து சேர்ந்து ரிசப்ஷனில் இருந்து அழைத்தார். ‘மேலே வாருங்கள்’ என்று சொன்னேன்.

அறைக்கு வந்தவர் ஒன்றும் பேசவேயில்லை. ஒரு நிமிடம் என்னை வெறுமனே பார்த்துக்கொண்டு நின்றிருந்தார்.

‘அன்ஸெல், நீங்கள் இன்னும் உட்காரக்கூட இல்லை.’

அவர் பதில் சொல்லவில்லை.

‘அன்ஸெல், காப்பி வந்திருக்கிறது. இந்நேரத்தில் நீங்கள் காப்பி சாப்பிடுவீர்களா?’

பதில் இல்லை.

‘நாளை நிகழ்ச்சி நடப்பதில் ஏதாவது சிக்கலா?’ என்று கேட்டேன். இப்போதுதான் அவர் சுய நினைவுக்கு வந்தார். ‘என்ன கேட்டீர்கள்?’

‘இல்லை. இந்நேரத்தில் நீங்கள் இங்கு வந்திருப்பதால் எனக்குச் சில குழப்பங்கள். ஒருவேளை நாளை நிகழ்ச்சி நடக்காதோ என்று..’

‘இல்லை. அப்படியெல்லாம் இல்லை.’

‘ஓ. நல்லது. உட்காருங்கள்.’

அவர் எனக்காக வாங்கி வந்திருந்த ‘ஸெக்ட்’ என்னும் ஒயின் போத்தலை என்னிடம் அளித்தார். நான் நன்றி சொல்லி அதை வாங்கி வைத்தேன். அவரைக் கட்டாயப்படுத்தி ஒரு கோப்பை காப்பியை அளித்துப் பருகச் சொன்னேன்.

‘ப்ராம்! நான் நூற்றுக்கணக்கான இசை நிகழ்ச்சிகளை கண்டக்ட் செய்திருக்கிறேன். ஆனால் நாளை நான் கண்டக்ட் செய்யப் போவது ஓர் இசை நிகழ்ச்சிதானா என்று எனக்குத் தெரியவில்லை.’

‘ஏன் அப்படிச் சொல்கிறீர்கள்?’

‘இல்லை. நீங்கள் இசைதான் எழுதியிருக்கிறீர்கள். எங்கள் கலைஞர்கள் அதைத்தான் வாசிக்கப் போகிறார்கள். ஆனால் ஒலிக்கப் போவது அண்ட வெளியின் ஆதி சுருதியாக இருக்கும் என்று எனக்குத் திரும்பத் திரும்பத் தோன்றிக்கொண்டே இருக்கிறது.’

அவர் இதைச் சொன்னபோது எனக்குக் கண் கலங்கியது.

‘அன்ஸெல், எனது இசைக்கோவையின் கரு என்னவென்று உங்களிடம் நான் சொன்னதில்லை. இப்போது சொல்கிறேன். இது கர்ப்பத்தில் இருக்கும் ஒரு சிசுவின் சுவாசம். அதைத்தான் நான் இசை ஆக்க முயற்சி செய்தேன். நீங்கள் இது பிரபஞ்சத்தின் ஆதி சுருதி என்கிறீர்கள்!’

‘ஆ! உண்மையாகவா!’ என்று அவர் அதிசயப்பட்டார்.

‘ஆம். உலகம் காணாத ஒரு கருவின் சுவாசம்தான் இறைவன் படைத்த ஒலியின் சுருதியாக இருக்க முடியும்.’

‘எப்படி இதை உங்களால் மனத்தில் கருத்தரிக்க முடிந்தது?’

நான் என்ன பதில் சொல்வேன்! அவரைக் கட்டித் தழுவிக் கண்ணீர் உகுத்தேன். நான் இறைவனுக்கு நெருக்கமானவன். அவரோடு எப்போதும் பேசுபவன். அவரால் தேர்ந்தெடுக்கப்பட்ட இனத்தில் ஒருவன். என் இனத்தை வேரறுக்க நினைத்த மண்ணின்மீது கவிந்த சாபத்தைத் துலக்கி, என் இசையால் புனிதப்படுத்திவிட்டுப் போக வந்தேன் என்று சொல்ல முடியுமா.

அன்ஸெல் மிகவும் உணர்ச்சிவசப்பட்டுச் சொன்னார். ‘இந்த இசையின் வித்தகம், நீங்கள் எந்தக் கருவிக்கு என்ன எழுதி இருக்கிறீர்கள் என்பதில் ஒளிந்திருக்கிறது ப்ராம்! சுவாசம்தான் உங்கள் கருப்பொருள் என்று இப்போது சொல்கிறீர்கள். ஆனால் காற்றுக் கருவிகளுக்கு நீங்கள் மிகச் சிறிதளவே இடமளித்திருக்கிறீர்கள்.’

‘ஆம். கருவில் இருக்கும் குழந்தைக்கு ரேஷனில்தான் காற்று கிடைக்கிறது. அளந்து வழங்கப்படும் காற்றைக் கருவிகள் மூலம் நான் வீணாக்கிவிட விரும்பவில்லை.’

அவர் மேலும் சிறிது நேரம் பேசிக்கொண்டிருந்தார். விடிந்ததும் நிகழ்ச்சி இருக்கிறது என்பதால் இரவு உறங்கப் போகுமுன் ஒருமுறை ஃபுல் ஸ்கோரையும் படித்துப் பார்த்துவிட நினைத்து எடுத்திருக்கிறார். அருகே யாருமற்ற தனிமையில் இரவுப் பொழுதில் அதைப் படிக்கும்போது காதுகளுக்குள் கேட்ட மெல்லிய சுவாசம், அவரை உடனே என்னிடம் இழுத்து வந்துவிட்டது.

‘நாளை நல்லபடியாக நடத்திக் கொடுங்கள்’ என்று நான் அவரிடம் கேட்டுக்கொண்டேன்.

‘இறைவன் நிகழ்த்துவான்’ என்று சொல்லி விடைபெற்றுக் கிளம்பிச் சென்றார்.

எனக்கு மிகுந்த நிம்மதியும் மகிழ்ச்சியும் ஏற்பட்டது. ஒரு பெரும் போராட்டம் முடிவுக்கு வந்துவிடும் என்று தோன்றியது. வாழ்வில், நான் யார் என்ற வினா எழுந்தபோதெல்லாம் என்னை ஒரு யூதனாக அறிமுகப்படுத்திக்கொள்ள ஆசைப்பட்டு, அதை அடக்கிக்கொண்டு இசைக்கலைஞன் என்று சொல்லியிருக்கிறேன். என் பெற்றோரைப் பற்றி, என் பின்னணியைப் பற்றி யார் கேட்டாலும் வேறு வழியின்றி என் குடும்பத்தின் கிறித்தவப் பின்னணியைப் பற்றிப் பேசவேண்டி வந்திருக்கிறது. டொமினிக் இந்த இசை நிகழ்ச்சிக்கு ஏற்பாடு செய்துகொண்டிருந்த நாள்களில் ஏழெட்டுப் பத்திரிகைப் பேட்டிகளுக்கும் சேர்த்து ஏற்பாடு செய்திருந்தான். அதில் பெரும்பாலானவை ஜெர்மானியப் பத்திரிகைகள். ஒன்றிரண்டு இந்தியப் பத்திரிகைகள். எல்லோரிடமும் நான் ஒரே விஷயத்தைத்தான் திரும்பத் திரும்பப் பேசினேன். நான் பயிலாத கலைஞன். அறியப்படாத யூதன்.

ஒரு பத்திரிகையாளர்தான் எனக்குத் தகவல் சொன்னார். ‘தமிழில் நீங்கள் ஒரு திரைப்படத்துக்கு இசையமைத்திருக்கிறீர்களாமே? அந்தப் படத்தின் பாடல்கள் எல்லாம் பெரிய ஹிட் என்று கேள்விப்பட்டேன். அதென்ன திரைப்படத்துக்கு மட்டும் சந்தானப்ரியன் என்று ஒரு பெயர்?’

‘அப்படியா? அது என் மாமனார் எனக்கு வைத்த பெயராக இருக்கும். ஆனாலும் பொருத்தமான பெயர்தான்.’

‘உங்கள் மனைவி அந்தப் படத்தின் இயக்குநரை மணந்துகொண்டுவிட்டார் என்று கேள்விப்பட்டோம். உண்மையா?’

அது உண்மையா? எனக்கு உண்மையாகவே தெரியாது. ஒருவேளை அப்படி நடந்திருந்தாலும் அதில் பிழை இல்லை என்று சொன்னேன்.

‘புரியவில்லை.’

‘இது என் இன்னொரு பிறப்பு என்று சொன்னால் புரியுமா? அவள் என் பூர்வ ஜென்ம மனைவி என்றால் சரியாக இருக்குமா?’

என் பேட்டிகள் குழப்பமானவையாகவே அமைந்தன. அதுவே பலபேர் என்னைக் குறித்துப் பேசுவதற்குக் காரணமானது. நான்

இறக்கவில்லை என்பதை அறிந்து என் தயாரிப்பாள மாமனார் என்னைத் தேடிக்கொண்டு பம்பாய்க்கு வந்திருப்பதாக ஒரு செய்திக் குறிப்பினை வாசித்தேன். நல்ல வேளை, நான் பம்பாய்க்குப் போகவில்லை. அந்தப் பேட்டி களேபரங்கள் நடந்து முடிந்த மறுவாரமே எனக்கு விசா வந்துவிட்டது. புவனேஸ்வரில் இருந்து ரயில் மூலம் புது டெல்லிக்குச் சென்று அங்கிருந்து பெர்லினுக்கு நேரடியாக விமானம் ஏறிப் போய்ச் சேர்ந்தேன்.

அன்று இரவெல்லாம் நான் உறங்கவில்லை. அதிகாலை மூன்று மணிக்கு மேல் மீண்டும் ஒருமுறை குடித்தேன். இரண்டு முழு சிகரெட்டுகளில் அடைத்த கஞ்சாவைப் புகைத்து முடித்தேன். பசித்தது. ஓட்டல் அறையில் 'காம்ப்ளிமெண்டரி' என்று எழுதப்பட்ட பழக்கூடை ஒன்று தொடாமல் அப்படியே இருந்தது. அதை உரித்துப் பழங்களை எடுத்து உண்டேன். போதவில்லை. ஒரு பிஸ்கட் பாக்கெட் வைத்திருந்தார்கள். அதையும் தின்று தீர்த்தேன். விடியும்வரை பொழுதைக் கழிக்க சிரமமாக இருந்தது. ஆனால் வாழ்வில் அதுவரை என்றுமே அனுபவித்தறியாத ஒரு பரபரப்பு கூடியிருந்தது. அது ரசிக்கத்தக்க பரபரப்பாகவும் இருந்தது. என் உயிரை உருக்கி நான் எழுதியிருந்த அந்த இசைக்கோவை அன்று இசைக்கப்பட இருந்தது. அது நிகழ்ந்து முடிந்ததும் உலகம் என்னை அறிந்துகொள்ளும்.

'மேதை! மேதை!' என்று அத்தனை பேரும் தலைமேல். தூக்கி வைத்துக் கொண்டாடுவார்கள். அப்போது நான் சொல்வேன், 'நான் ஒரு யூதன். இறைவனுடன் நேரடியாகப் பேசுபவன். எட்வின் ஜோசப் அல்ல. சந்தானப்ரியன் அல்ல. நான் ஆபிரஹாம் ஹராரி. மக்களுக்கான எனது முதல் நேரடி இசை நிகழ்ச்சி ஜெருசலேம் நகரில் நடக்கும். சீக்கிரமே நடக்கும்.'

ஒன்பது மணிக்குக் குளித்தேன். எனக்காக டொமினிக் வாங்கி வைத்திருந்த உயர்தரமான சூட்களை அணிந்துகொண்டேன். என் முகத்தைக் காட்டிலும் பொலிவுள்ளதாக இருந்த ஷூக்களைக் கால்களுக்குள் நுழைக்கவே எனக்குச் சங்கடமாக இருந்தது. அவ்வளவு விலை உயர்ந்த ஷூக்கள். தலை வாரி, முகத்துக்கு லேசாக மேக்கப் போட்டுக்கொண்டேன். என்னை அழைத்துப் போக வந்த டொமினிக்கும் அவனது நண்பர்களும் என்னை உச்சி முதல் பாதம் வரை வியந்து பார்த்துவிட்டு என் கோட் பாக்கெட்டில் வெளியே தெரியும் விதமாக ஒரு வெள்ளை கர்ச்சிப்பைச் சொருகினார்கள். டொமினிக் என் தோள்களைப் பற்றி, 'பர்ஃபெக்ட்' என்று சொன்னான்.

நாங்கள் கிளம்பினோம். நிகழ்ச்சி நடைபெறவிருந்த அரங்கினுள் நான் நுழையும்போது சிவப்புக் கம்பளம் விரிக்கப்பட்டிருந்ததைக் கண்டேன்.

‘உனக்காகத்தான்’ என்று டொமினிக் சொன்னான். மகிழ்ச்சியாக இருந்தது. அந்தக் கணத்தில் நான் மரியாவை நினைத்துக் கொண்டேன். இந்த அரங்கில் அவள் என்னைப் பார்க்க முடியாமல் போய்விட்டதே என்று சிறிது வருந்தினேன். அதனால் என்ன? இன்று பதிவாகும் இந்த இசை நாளை உலகம் முழுதும் வலம் வரும். எனக்குத் தெரியும். எத்தனையோ தமிழ் திரைப்படங்களுக்கு எனது இந்தப் படைப்பில் இருந்து பகுதிகள் இரவல் போகும். என்னை அறியாதவர்களும் என் இசையை அறிவார்கள். என் நிரந்தரக் கடவுள் என்னைக் கைவிட்டுவிட்டபடியால், என் இசையில் என்னை நிரந்தரப்படுத்தி வைத்துவிடுவதுதான் வழி.

அன்ஸெல் சொன்னதில் ஒரு சிறு திருத்தம் மட்டும் செய்ய நினைத்தேன். மேதைக்கு மேலே, கடவுளுக்குக் கீழே அல்ல. மேதைக்கு மேலே. கடவுளுக்கு அருகே.

எல்லாம் தயார் என்று கட்டுப்பாட்டுக் கண்ணாடி அறைக்குள் இருந்து ஒரு பெண் சைகை செய்தாள். ஒன்று இரண்டு மூன்று நான்கு என்று விரல்களை உயர்த்திக் காட்டினாள். நான் காத்திருந்த கலைஞர்களை நோக்கி ஆரம்பிக்கச் சொல்லி சைகை செய்தேன்.

கருவின் சுவாசம் அந்த அரங்கமெங்கும் நிறைந்து, ததும்ப ஆரம்பித்தது.

EIGHT

8.1

ஒரு மேதையின் பெரும் சிக்கலே அவன் ஒரு மேதையாக இருப்பதும் அதை அவன் அறிந்திருப்பதும்தான். இது விவரிக்க முடியாத பாடு. சராசரிகளுக்குப் புரியாது. ஆனால் துரதிருஷ்டவசமாக அவர்களும் சராசரிகளின் உலகில்தான் வாழ்ந்தாக வேண்டியிருக்கிறது. தன் குழந்தையின் சந்தோஷத்துக்காக மண்டி போட்டு யானை போல நடந்துகாட்டும் தந்தைகளைப் போலத்தான் அவர்கள் வாழ்கிறார்கள். தந்தைகள் சில நிமிடங்களில் விளையாட்டை முடித்துக்கொண்டு எழுந்துவிடுகிறார்கள். மேதைகள் இறக்கும்வரை மண்டிபோட்டே நடக்க வேண்டியதாகிவிடுகிறது.

எட்வின் சராசரிகளின் உலகில் இருந்து தன்னைத் துண்டித்துக்கொள்ளத் துடித்ததன் காரணமே அவனால் யானை வேஷம் போட முடியாதிருந்ததுதான். 'மனிதன் தனது ஒவ்வொரு செயல்பாட்டுக்கும் விளக்கம் சொல்ல வேண்டியிருக்கிறது. ஒவ்வொரு விளக்கத்தின்போதும் அவன் உயிர் துறக்கவும் வேண்டியிருக்கிறது' என்று அவன் ஒருமுறை சொன்னான்.

ஒரிசாவில் அவன் தங்கியிருந்த நாள்களில் பெரும்பாலும் தனியாகத்தான் இருந்தான். எப்போதாவது அவன் புல்லாங் குழலோ, வயலினோ வாசிக்கும்போது அந்தப் பக்கம் போகிறவர்கள் மந்திரித்துவிட்டாற்போல அவன் இருக்கும் இடத்துக்கு வெளியே வந்து நிற்பார்கள். அவன் வாசித்து

முடித்ததும் சில சமயம் வெளியே வருவான். அவர்கள் தம் பிரமிப்பையும் பாராட்டையும் தெரியப்படுத்தச் சொற்களற்றுப் புன்னகை செய்வார்கள். அவனும் பதிலுக்குப் புன்னகை செய்து விட்டு உள்ளே போய்விடுவான். மாலை வேளைகளில் ஆற்றங் கரையில் அவன் நடக்கும்போதெல்லாம் மட்டும் தவறாமல் ஊர்ப் பெரியவர்கள் யாராவது பேச்சுக் கொடுக்க வந்துவிடுவார்கள்.

'இவ்வளவு திறமையை வைத்துக்கொண்டு ஏன் இந்த கிராமத்தில் வந்து முடங்கியிருக்கிறாய்?'

அவனால் என்ன பதில் சொல்ல முடியும்? சிறிது சிரித்துவிட்டு அமைதியாக நடப்பான்.

'நாளெல்லாம் அந்த உரக்கிடங்குக்குள் முடங்கி இருந்து அப்படி என்னதான் செய்கிறாய்?'

'எழுதுகிறேன்' என்று சொல்வான்.

அவர்கள் திரும்பத் திரும்ப பல மாதங்கள் ஒரே வினாவைக் கேட்டுக்கொண்டிருந்தார்கள். கதையை எழுதலாம். இசையை எப்படி எழுதுவது?

ஒரு சமயம் அந்தக் கிராமத்துப் பெரியவர் ஒருவர் சாகக் கிடந்தார். ஊரே அவர் வீட்டு வாசலில் திரண்டு நின்று அவரை வழியனுப்பக் காத்திருந்தது. கிழவர் சிறிது வசதியானவர். வாரிசற்றவர். அவர் மனைவி இறந்து பதினைந்து வருடங்களாகத் தனியே வசித்து வந்தார். அவருக்குச் சொந்தமாக அவர் இருந்த வீடும் சிறிது நிலமும் இருந்தன. அவர் உயில் ஏதாவது எழுதி வைத்திருக்கிறாரா என்று அவர் வீட்டைப் பரிசோதித்துப் பார்த்தார்கள். அப்படி ஒன்றும் அவர் எழுதியிருக்கவில்லை. உறவினர்களோ, வாரிசுகளோ இல்லாத அவரது சொத்தை கிராமப் பஞ்சாயத்து ஏலத்தில் விற்று வருகிற பணத்தில் ஊருக்குச் சாலை போடலாம் என்று நினைத்திருந்தார்கள். மாவட்ட கலெக்டர் வரை இது குறித்துப் பேசி சம்மதம் வாங்கியிருந்தார்கள்.

ஆனால் கிழவர் மூன்று நாள்களாக இழுத்துக்கொண்டிருந்தாரே தவிர இறக்கவில்லை. நடுநடுவே ஓரிரு வார்த்தைகள் பேசிக்கொண்டும் இருந்தார். ஒருவேளை அவர் எழுந்து அமர்ந்துவிடவும் வாய்ப்பிருக் கிறதா என்று சந்தேகப்பட்டு பூரியில் இருந்து ஒரு டாக்டரை வரவழைத்துப் பரிசோதித்துப் பார்த்தார்கள். அவர் பிழைக்க வாய்ப்பில்லை என்று அந்த டாக்டர் சொன்னார். இறுதி ஆசை ஏதாவது இருந்தால் கேட்டு நிறைவேற்றி வைக்கும்படி சொல்லிவிட்டுப் போனார்.

கிழவர் அடுத்த முறை நினைவு திரும்பிப் பேச முனைந்தபோது அவருக்கு அப்படி ஏதேனும் ஆசை இருக்கிறதா என்று பஞ்சாயத்துத் தலைவர் அவர் காதருகே வந்து உரக்கக் கேட்டார். உண்மையில் அவர் குரலெழுப்பிக் கேட்ட விதத்திலேயே கிழவர் இறந்திருக்க வேண்டும். ஆனால், 'அந்தப் பயலை வந்து சிறிது வாசித்துவிட்டுப் போகச் சொல்' என்று சொன்னார்.

கிராமவாசிகள், எட்வின் தங்கியிருந்த உர குடோனுக்கு வந்து இந்தத் தகவலைச் சொல்லி அவனை உடனே வரச் சொல்லிக் கேட்டார்கள்.

'இப்போது எனக்கு எதையும் வாசிக்கத் தோன்றவில்லையே' என்று அவன் சொன்னான்.

'அப்படிச் சொல்லாதீர்கள். பெரியவர் மிகவும் சிரமப்படுகிறார். கடைசியாக அவர் ஆசைப்பட்டுக் கேட்பது இதைத்தான்.'

'சரி, வருகிறேன்' என்று சொல்லிவிட்டு அவன் ஒரு நோட்டுப் புத்தகத்தை மட்டும் எடுத்துக்கொண்டு கிழவரின் வீட்டுக்குப் போனான்.

அனைவருக்கும் வசதியாக அவர் வீட்டுக்கு வெளியிலேயே ஒரு கயிற்றுக் கட்டிலைப் போட்டு அவரைப் படுக்க வைத்திருந்தார்கள். சுற்றிலும் ஆண்களும் பெண்களுமாகக் கொத்துக்கொத்தாகத் தரையில் குத்துக்காலிட்டு அமர்ந்து வெற்றிலை போட்டுக் கொண்டிருந்தார்கள். சிறுவர்கள் சிலர் ஓடிப் பிடித்து விளையாடிக் கொண்டிருந்தார்கள். ஒரு இருபது வயதுப் பெண் கிழவரின் அருகே அமர்ந்து பனை ஓலை விசிறியால் அவருக்கு விசிறிவிட்டுக் கொண்டிருந்தாள்.

எட்வின் அங்கு வந்த உடனே அனைவரும் அவனை ஏதாவது வாசிக்கச் சொல்லிச் சொன்னார்கள். அவன் வாசித்து முடிக்கும்போது நிச்சயமாகக் கிழவர் இறந்துவிடுவார் என்று அவர்கள் திடமாக நம்புவது அவனுக்குப் புரிந்தது. அவன் கிழவரின் அருகே வந்து நின்றான். விசிறிக்கொண்டிருந்த இளம்பெண், விசிறுவதை நிறுத்திவிட்டு நகர்ந்து போனாள்.

'தம்பி, நீ உன் வாத்தியத்தை எடுத்து வரவில்லையா?' என்று பஞ்சாயத்துத் தலைவர் கேட்டார். அவன் ஒன்றும் சொல்லவில்லை. கிழவரை நெருங்கி அவர் தலையைத் தொட்டான். மெலிதாக வருடினான். கிழவர் கண்ணைத் திறந்து பார்த்தார். சிரிக்கவில்லை. பேசவில்லை. வெறுமனே பார்த்தார். அவரால் அதற்குமேல் ஒன்றும் முடியவில்லை.

'வாசிக்காவிட்டால் பரவாயில்லை. ஒரு பாட்டாவது பாடப்பா' என்று யாரோ ஒரு பெண்மணி சொன்னாள்.

அவனுக்கு அந்தச் சூழ்நிலை மிகுந்த மன நெருக்கடியை அளித்தது. அந்தக் கிழவரை அவன் பல சமயம் பார்த்திருக்கிறான். ஆனால் எப்போதும் பேசியதில்லை. அவன் வாசிப்பதை அவர் எப்போது கேட்டார் என்பதுகூட அவனுக்குத் தெரியாது. தன் மரணத் தருணத்தில் அவர் அப்படியொரு வேண்டுகோளை வைத்திருக்க வேண்டாம் என்றுதான் அவனுக்குத் தோன்றியது. சில நிமிடங்கள் அசையாமல் அப்படியே நின்று கிழவரை உற்றுப் பார்த்துக் கொண்டே இருந்தான். பிறகு, சட்டென்று தனது நோட்டுப் புத்தகத்தைப் பிரித்து அதன் பக்கங்களால் அவர் முகத்தை மூடுவது போல வைத்தான். அப்படியே அதை அவர் நெஞ்சு வரை இறக்கிக்கொண்டு வந்து, எடுத்துக்கொண்டான்.

கிழவர் இப்போது அவனைக் கண் திறந்து பார்த்தார்.

'நன்றாக இருந்ததா?' என்று எட்வின் கேட்டான். அவர் பதில் சொல்லவில்லை. போய்விட்டான்.

அன்று மாலை கிழவரின் உயிர் பிரிந்தது. ஊரார் ஒன்றுகூடி அவரை எடுத்துச் சென்று அடக்கம் செய்துவிட்டு வந்தார்கள்.

மறுநாள் காலை அவனைத் தேடி இருபது பேர் வந்துவிட்டார்கள். 'நீ என்ன செய்தாய்? அந்த நோட்டுப் புத்தகத்தில் அப்படி என்ன வைத்திருந்தாய்? உனக்கு மந்திர தந்திரம் தெரியுமா? போகாமல் இழுத்துக்கொண்டிருந்த மனிதர் நல்லபடியாகப் போய்ச் சேர்ந்தது பெரிதல்ல. அதை நடத்திக் கொடுக்கத் தெரிந்த நீ ஒரு மந்திரவாதி யாகத்தான் இருக்க வேண்டும். அல்லது மாறு வேடத்தில் வந்திருக்கும் யாரோ முனிவர் அல்லது சித்தர். உண்மையைச் சொல். நீ யார்?'

எட்வின் சிறிது நேரம் பதிலே சொல்ல முடியாமல் திகைத்துப் போய் நின்றிருந்தான்.

'பதில் சொல்! பதில் சொல்!' என்று அவர்கள் விடாமல் கேட்டார்கள்.

'நேற்றுவரை கலைஞனாக இருந்தவன் ஒரே நாளில் மந்திரவாதி ஆகிவிட முடியுமா?'

'அப்படியானால் அந்த நோட்டுப் புத்தகத்தில் என்ன மை தடவிக் கொண்டு வந்தாய்? அதைச் சொல்.'

அவனுக்கு அழுகை வந்தது. தனக்கு ஏன் கோபம் வரவில்லை என்று வியப்படைந்தான். படிப்பறிவில்லாத எளிய மனிதர்கள். மிக

எளிமையான பதில்களால் அவர்களைச் சமாதானப்படுத்திவிட முடியும். ஆனால் என் இறைவனே! ஒரு புனிதமான மரணத்தை ஒரு பொய்யான பதிலால் எப்படி என்னால் அகௌரவப்படுத்த முடியும்?

அவன் தன்னை மிகவும் கட்டுப்படுத்திக்கொண்டு உள்ளே சென்று அந்த நோட்டுப் புத்தகத்தை எடுத்து வந்து அவர்களிடம் நீட்டினான். அவர்கள் பக்கம் பக்கமாக அதைப் புரட்டிப் பார்த்தார்கள். அதில் ஒரு வரிகூட எழுதியிருக்கவில்லை. மை பூசப்பட்டிருக்கவில்லை. வெறும் நோட்டு. புத்தம் புதியது.

'என்ன இது?' என்று அவர்கள் கோபமுடன் கேட்டார்கள்.

'உங்களுக்கு நான் எப்படிப் புரியவைப்பேன்? கர்ப்பத்தில் இருக்கும் ஒரு கருவின் சுவாசத்துக்கு நிகரானது, ஓர் இறுதி மூச்சின் இசையும். அதைத்தான் நான் என் நோட்டுப் புத்தகத்தில் பிரதி எடுத்துக்கொண்டு வந்தேன். வேறொன்றும் செய்யவில்லை. என்னை நம்புங்கள்!' என்று சொன்னான்.

8.2

எட்வின் தனது சிம்பொனி திட்டத்தை மெல்ல மெல்ல மறக்கத் தொடங்கியிருந்தான். இரண்டு வாரங்களில் மொத்தத்தையும் முடித்துவிடுவேன் என்று சொல்லிவிட்டு ஆரம்பித்தவன், எட்டு மாதங்களுக்குப் பிறகும் எதுவும் எழுதாமலேயே இருந்தான். ஒருநாளின் பெரும் பொழுதுகளை போதையிலும் மற்றப் பொழுதுகளை உறக்கத்திலும் கழித்துக்கொண்டிருந்தான். எப்போதாவது அவனது மாணவர்கள் சங்கீதம் கற்க வந்தால் அரை மணி நேரம் அமர வைத்து எதையாவது சொல்லிக் கொடுத்து அனுப்புவான். ஒருமுறை அவனிடம் பயில வந்த சிறுவன் ஒருவன், 'நீங்கள் ஏன் தூங்கிக்கொண்டே இருக்கிறீர்கள்?' என்று கேட்டதற்கு, 'விழித்திருக்க பயமாக இருக்கிறதே' என்று பதில் சொன்னான். அந்தப் பையன் இதை ஊருக்குள் போய்ச் சொல்லப் போக, மந்திரித்த திருநீறு, கறுப்புக் கயிறு, குங்குமம் தடவிய எலுமிச்சம் பழம், ஜகன்னாத் கோயில் பிரசாதம் என்று என்னென்னவோ எடுத்துக்கொண்டு வந்துவிட்டார்கள்.

'எனக்கு ஒன்றுமில்லை. இதெல்லாம் வேண்டாம்' என்று அவன் கெஞ்சாத குறையாகக் கேட்டும் அம்மக்கள் அவனை விடவில்லை. அந்த உர குடோன் வாசலில் ஒரு எலுமிச்சம்பழத்தைக் கட்டித் தொங்கவிட்டார்கள். அந்த இடம் முழுவதும் கோயில் தீர்த்தத்தைத் தெளித்தார்கள். அவன் நெற்றியில் பட்டையாக விபூதி பூசி, கையை மேலே

உயர்த்தச் சொல்லி தோள்பட்டைக்குச் சிறிது கீழே கங்கணம் போன்றதொன்றைக் கட்டிவிட்டார்கள்.

அனைத்திலும் உச்சம், ஒரு கிழவர் தனது இடுப்பில் முடிந்து எடுத்து வந்திருந்த ஒரு பொட்டலத்தை வெளியே எடுத்தார். 'எங்கே உன் தலையணை?' என்று எட்வினிடம் கேட்டார்.

'தலையணையா? என்னிடம் அது கிடையாதே.' என்று எட்வின் சொன்னான்.

'தலையணை இல்லாமலா படுக்கிறாய்?'

'ஆம். ஆனால் எனக்கு அது சிரமமாக இல்லை.'

'ஓ. தரைக்கு என்ன போட்டுக்கொள்கிறாய்?'

'அதோ அந்த சாக்குப் பை.'

அந்தக் கிழவர் எட்வின் சுட்டிக்காட்டிய சாக்குப் பையைப் பிரித்து உதறினார். தான் கொண்டு வந்திருந்த பொட்டலத்தை அதற்குள் போட்டு மடித்து வைத்தார்.

'என்ன அது?'

'சுடுகாட்டில் மந்திரித்த நீறு. உறக்கம் வராமல் இருப்பது, உறங்கிக் கொண்டே இருப்பது. இரு பிரச்னைகளுக்கும் அதுதான் சரியான மருந்து.'

'ஐயா, உறக்கம் என் பிரச்னை என்று நான் சொல்லவேயில்லையே. விழித்திருப்பதுதான் பிரச்னையாக உள்ளது.'

'அதுவும் சரியாகிவிடும் போ.' என்று சொல்லிவிட்டுக் கிளம்பிப் போனார்.

உண்மையில் எட்வின் மிகுந்த மன நெருக்கடியில் தத்தளித்துக் கொண்டிருந்த நாள்கள் அவை. அவனால் மரியாவை மறக்க முடியவில்லை. 'ஒன்று நான் அவளை மறக்க வேண்டும். அல்லது இசையைத் தள்ளி வைக்க வேண்டும். என் இசையின் கருவி என்று அவளை நான் நினைத்தது பெரும் பிழை. அவள் ஒரு முழு முட்டாள். 'எஸ். ஜானகியைப் போலப் பாடிப் பேரெடுக்க வேண்டும்' என்று பேட்டி கொடுத்திருக்கிறாள்.' என்று சொல்லித் தலையில் அடித்துக் கொண்டு அழுதான்.

'அழாதே. உன் சௌகரியத்துக்கு அவளைக் கொண்டு வந்து வைத்துக்கொள்வது பெரிய விஷயமல்ல. ஆனால் அது நடந்தபின் என்ன செய்வதாக உத்தேசம்?'

அவன் அதிர்ச்சியுடன் பார்த்துக்கொண்டிருந்தான். காதல் அல்லது திருமணம் என்ற இரு வேறு உலகங்களில் தன்னால் வாழ இயலாது என்று அவன் சொன்னான்.

'ஆனால் அவளை நெருங்கித் தொட வேண்டும் என்று நினைக்கிறாய் அல்லவா?'

'ஆம். முலைகளை.'

'பிறகு?'

'எனக்கு அவள் கண்களை விரித்து வைத்து அவை இரண்டையும் என் நாக்கால் நக்கித் துழாவ வேண்டும்.'

'அப்புறம்?'

'அவளைக் கட்டியணைத்துக்கொண்டு நூறு மைல்கள் உருண்டபடியே செல்ல வேண்டும். நதிக்கரை ஓரம் முடிந்தால் நன்றாக இருக்கும்.'

'சரி. மேலும்?'

'பார்க்கவி நதி கடலில் கலக்கும் இடத்துக்குச் சிறிது தொலைவில் ஒரு பெரிய நாணல் புதர் இருக்கிறது. அந்த புதருக்குள் அவளைத் தூக்கிச் சென்று படுக்க வைத்து நான் மேலே படுத்துக்கொண்டுவிட வேண்டும்.'

'நல்ல யோசனை. அதன்பின்?'

'அவ்வளவுதான். அவள் உடலை என் உடலால் மறைக்கும்படியாக அவள் மீது நான் கிடந்தால் போதும்.'

'உடலுறவு?'

அவன் சிறிதும் யோசிக்கவில்லை. 'மாட்டேன்' என்று சொன்னான்.

'ஏன்?'

'இந்த உலகின் ஆதார சக்தி ஒன்றுதான். அதைத்தான் நீங்கள் கோயில்களில் மகா சக்தியென்று ஆவாஹனம் செய்து வைத்திருக்கிறீர்கள். எனது சக்தி வளி மண்டலமெங்கும் சுற்றிச் சுழன்றுகொண்டிருப்பது. வேண்டிய பொழுது நான் அதை எனக்குள் தேவைக்கேற்ப இறக்கிக்கொள்வேன்.'

'சரி.'

'எனக்குள் இறங்கும் சக்தியை ஒன்று நான் இசையாக உருமாற்றலாம். அல்லது விந்துவாக உருமாற்றி வெளியே அனுப்பலாம். இரண்டில்

ஒன்றுதான் சாத்தியம் என்னும்போது நான் இரண்டாவதை எப்படித் தேர்ந்தெடுப்பேன்?'

'என்ன உளறுகிறாய்? கலைஞன் செக்ஸே வைத்துக்கொள்ளக் கூடாது என்கிறாயா?'

'என்னால் முடியாது என்று சொல்கிறேன்.'

'முட்டாள். நீ என்ன இம்பொடண்ட்டா?'

இந்தக் கேள்வி வந்த மறுகணம் அவன் கோபம் கொண்டான். 'நானா இம்பொடண்ட்? இதோ, இதோ பார்.. இப்போது நடப்பதைப் பார்...!' என்று வெறி கொண்டு கத்தினான். அணிந்திருந்த அழுக்குப் பைஜாமாவை அவிழ்த்துவிட்டு அப்படியே தரையில் அமர்ந்து தனது குறியை உருவிவிட்டுப் பெரிதாக்கி, கைமைதுனம் செய்ய ஆரம்பித்தான்.

'ஏய், நீ என்ன செய்கிறாய்? எதற்கு இதெல்லாம்? ஐயோ போதும்!'

அவன் நிறுத்தவேயில்லை. ஐந்து நிமிடங்கள் ஆவேசம் வந்தவன் போலக் குறியைப் பிடித்து உலுக்கி, ஒரு உச்சத்துக்குப் போய் நிறுத்தினான். ஒரு அமிலக் குழாய் வெடித்தது போல விந்து பீய்ச்சி அடித்து சிதறிப் பரவி நிறைந்தது.

'போதுமா? பார்த்தாயா? திருப்தியா? வழித்து எடுத்துச் சென்று எந்த மருத்துவமனையில் வேண்டுமானாலும் பரிசோதனை செய்யச் சொல்லலாம். என்னால் எந்தப் பெண்ணுக்கும் ஒரு குழந்தை தர முடியும்.'

'அன்புள்ள எட்வின்! உனக்கு மரியா வேண்டும். ஆனால் அவளோடு உறவு கொள்வது அத்தனை முக்கியமில்லை. அதானே?'

'அப்படி அல்ல. உறவு என்று என் மனம் வகுத்து வைத்திருக்கும் வரையறைக்குள் அவளைக் கொண்டு வருவது சிரமம்.'

'ஏன் அப்படி நினைக்கிறாய்? அவள் உனக்குக் கடமைப் பட்டிருக்கிறாள். அதை அடிக்கடி நினைவுகூரவும் செய்கிறாள். நீ பேசிப் பார்க்கலாம்.'

'என்ன பயன்? அவள் எஸ். ஜானகியின் ரசிகை என்று சொல்லி விட்டாள்.'

'இதென்ன அபத்தம்? அவள் யார் ரசிகையாக இருந்தால் உனக்கென்ன? நீ அவளது ரசிகனாக இல்லையா? அதைப் போலத்தான்.'

‘ஆம். நான் அவளது ரசிகன்தான். ஆனால் நான் ரசிக்கும் அளவுக்கு உயர்ந்த ஞானம் கொண்டவள் ஒரு சராசரியை ஆராதிப்பது ரசிகனான எனக்குச் செய்யும் துரோகம்.’

‘நீ உருப்பட மாட்டாய்.’

‘உருப்படுவேன். ஆனால் சிறிது சிரமமான, நீளமான பணி.’

‘என்ன?’

‘மரியாவிடம் நான் கண்ட உயரங்களில் ஜானகியைத் தூக்கிக்கொண்டு போய் நானேதான் உட்கார வைக்க வேண்டும். அதற்கு நான் மீண்டும் சினிமாவுக்கு வரவேண்டும்.’

‘வந்துவிடேன்? என்ன பிரச்னை?’

‘ஒரே பிரச்னைதான். சினிமாவுக்கு ஒரு இசையமைப்பாளர் போதும். ஆபிரஹாம் ஹராரி அதன் தகுதிக்கு மீறியவன்.’

இப்படித்தான் அவன் பேசிக்கொண்டிருந்தான். திரும்பத் திரும்ப எழுத உத்தேசித்திருந்த இசையைக் குறித்து நினைப்பதும், மனத்தளவில் அதற்கு ஆயத்தமாவதும், ஆனால் எழுதத் தொடங்கும் போது உடனே மரியாவை நினைத்துக்கொண்டு பணியை மறந்து விடுவதுமாகவே அவனது நாள்கள் போய்க்கொண்டிருந்தன.

அந்த ஜெர்மானிய இசைக்கலைஞன் டொமினிக் ஒரு கடிதம் எழுதியிருந்தான். நீங்கள் உங்களுடைய இசையை எழுதி முடித்து ஒரு பிரதி எடுத்து உடனே அனுப்புங்கள். இங்கே பேசவேண்டியவர் களிடம் நான் பேசிவிட்டேன். முழு வடிவத்தையும் படித்துப் பார்த்த பின்பு ஸ்பான்சருக்கு ஏற்பாடு செய்யலாம் என்று சொல்லி இருக்கிறார்கள்.

பெரிய வாய்ப்பு. யாருக்கும் எளிதில் கிடைக்காத வாய்ப்பும் கூட.

‘எட்வின் நீ என்ன செய்யப் போகிறாய்?’

‘இதோ ஆரம்பித்துவிட்டேன்’ என்று உற்சாகமாகச் சொன்னான். அந்தக் கணமே உட்கார்ந்து எழுதவும் தொடங்கினான். ஆனால் அன்றிரவு அவன் உரக் கிடங்கில் இருந்து காணாமல் போனான். கிராமத்து மக்கள் இரண்டு நாள் தேடிவிட்டு, பிறகு ‘கிறுக்கன் எங்க போய்த் தொலைஞ்சானோ’ என்று சொல்லிவிட்டுப் போய் விட்டார்கள்.

எட்வின் பாட்னா வரை பஸ்ஸில் சென்று அங்கிருந்து சென்னைக்கு ரயில் பிடித்தான். பயணச் செலவுக்கு பாட்னா ரயில் நிலையத்தில் ஒரு

கனவானிடம் இருந்து பிக் பாக்கெட் அடித்ததைக் குறித்து மிகவும் வருத்தப்பட்டான். தன் மானசீகத்தில் பலமுறை அவர் காலில் விழுந்து மன்னிப்புக் கேட்டுக்கொண்டான்.

அவன் மனத்தில் அப்போது மரியாவைத் தவிர யாருமே இல்லை. 'தெரியுமா? இத்தனை வருடங்களாகியும் அவளுக்கு இன்னும் திருமணமே ஆகவில்லை' என்று பெருமிதமாகச் சொன்னான்.

'ஆனால் மன்னித்துக்கொள் எட்வின். திருமணத்துக்குப் பிறகும் நீ ஒரு விடலையாகவேதான் உள்ளாய். விடலையாக வாழ்வது பெரிதல்ல. விடலையாக இறக்க நேர்ந்தால் உன்னால் அதைத் தாங்க முடியாது. யோசித்துக்கொள்.'

அவன் பதில் சொல்லவில்லை. ரயிலில் அழுதுகொண்டேதான் இருந்தான்.

8.3

எட்வின் மொட்டை அடித்துக்கொண்டான். தாடி மீசை அனைத்தையும் மழித்தான். பிறகு அதை மீண்டும் வளர விட்டான். நான்கு நாளில் அவன் முகமும் தலையும் முள்மயமாகின. 'நான் ராஜிவ் காந்தி கொலை வழக்கில் கைதான முருகன் போல இருக்கிறேன்' என்று அவனே சொல்லிவிட்டுச் சிரித்தான்.

செண்ட்ரல் ரயில் நிலையத்துக்குப் பின்புறம் சாக்கடை நீர் பெருகி ஓடும் ஒரு சிறு சந்தில் உள்ள லாட்ஜில் முப்பது ரூபாய் வாடகைக்கு அறை எடுத்துத் தங்கினான். ஜானவியை அழைக்கலாம் என்று நினைத்து, உடனே அந்த எண்ணத்தை மாற்றிக்கொண்டான். 'நான் வந்தது அவளைப் பார்க்க அல்ல. வேறு யாரையும் பார்க்க அல்ல' என்று சொல்லிக் கொண்டான்.

நாள் முழுவதும் ஏவிஎம் ஸ்டுடியோவுக்கு எதிர்ப்புறம் உள்ள பீடாக்கடை அருகே நின்றான். மரியாவைத் தவிர அப்போது அவன் மனத்தில் வேறு நினைவு இல்லை. அவளைச் சந்திக்கக்கூட அவசியமில்லை என்று தோன்றியது. பார்த்தால் போதும். தனது இருப்பை அவளுக்குள் கடத்தி விட முடியும் என்று நினைத்தான்.

ஸ்டுடியோவுக்கு அன்றெல்லாம் நூறு கார்கள் வந்து போயின. எதில் மரியா இருப்பாள் என்று அவனுக்குத் தெரிய வில்லை. நாள் முழுதும் நின்ற பின்பு ஒருவேளை அன்று அவள் அங்கே வராமலே இருந்திருப்பாளோ என்று நினைத்தான்.

மறுநாள் அதே போலப் பிரசாத் ஸ்டுடியோவுக்கு எதிரே உள்ள டீக்கடை வாசலில் நின்றான். அடுத்தடுத்த நாள்களில் வளசரவாக்கம், விருகம்பாக்கம் பகுதிகளில் உள்ள ஒவ்வொரு ஒலிப்பதிவு ஸ்டுடியோவின் வாசலிலும் முறை வைத்தாற்போல நின்றான். மீண்டும் ஏவிஎம் ஸ்டுடியோ வாசலுக்கு வந்தான். யாரிடமும் விசாரிக்க அவனுக்கு விருப்பம் இல்லை. எந்த ஸ்டுடியோவுக் குள்ளும் சென்று பார்க்கவும் தோன்றவில்லை. ஒரு கட்டத்தில் அவனுக்கு மரியாவைப் பார்க்க வேண்டும் என்ற எண்ணமே மெல்ல வடியத் தொடங்கியது. ஒரு தியானப் பொருளாக சில நாள்கள் அவளை நினைத்துக்கொண்டு அவள் போய்வரக்கூடிய சாலைகளில் நின்றதே போதுமானதாக இருந்தது. இது என்ன விசித்திரம் என்று ஆச்சரியப்பட்டான். நினைவறிந்து என்றுமே அவன் மரியாவை நினைக்காமல் இருந்ததில்லை. ஆனாலும் இந்தப் பயணமும் இந்தச் சில நாள்களில் நினைத்ததும் ஏதோ ஒரு விதத்தில் முக்கியமானதாக அவனுக்குத் தோன்றியது.

இப்போதுதான் அவனுக்கு வேறொரு விஷயம் கவனத்துக்கு வந்தது. காதலில், ஆணோ பெண்ணோ, உடல்களோகூட முக்கியமில்லை. அந்நினைவின் ஒரு சுடர்த்துளியில் வாழ்ந்துவிட முடியும் என்று அவன் சொன்னான்.

அந்த நாள்களில் அவன் காதில் விழுந்த இரண்டு பாடல்கள் மரியா பாடியவையாக இருந்தன. கூர்ந்து கவனித்துக் கேட்டான். ஒரு நட்சத்திரப் பாடகியாக அவள் தனது இருப்பை உறுதி செய்து கொண்டுவிட்டாள் என்று அவனுக்குத் தோன்றியது. உயரங்களில் உலவும்போது தன்னை நினைத்துக்கொள்வாள் என்று எண்ணிக் கொள்ள மகிழ்ச்சியாக இருந்தது. போதும், கிளம்பிவிடலாம் என்று முடிவு செய்தான்.

அன்றைய மாலை செய்தித்தாளில் மரியாவின் திருமண அறிவிப்பை அவன் கண்டான். சக பாடகன் ஒருவனை அவள் காதல் திருமணம் செய்துகொள்ளவிருப்பதாக எழுதியிருந்தார்கள். இரு வீட்டார் சம்மதத்துடன் திருமணம் நடக்கும் என்று அவள் தனது பேட்டியில் சொல்லியிருந்தாள்.

நாளிதழில் வெளியாகியிருந்த புகைப்படத்தில் மரியா மிகவும் அழகாகிவிட்டிருந்ததாக அவனுக்குத் தோன்றியது. அவளது கண்கள் முன்னைக் காட்டிலும் ஒளி சிந்தின. புகைப்படத்திலேயே அவை அலைபாய்வது போல அவனுக்குத் தெரிந்தது. தனது காதலனுடன் மிகவும் நெருக்கமாக நின்று கைகளைப் பிணைத்துக்கொண்டு மகிழ்ச்சியுடன் அவள் அந்தப் புகைப்படத்தில் சிரித்துக்

கொண்டிருந்தாள். எட்வின் நெடுநேரம் அந்தப் படத்தையே பார்த்துக் கொண்டிருந்தான்.

சென்னை வந்ததில் இருந்து அவன் குடிக்கவில்லை. அவனிடம் இருந்த பணம் குடிப்பதற்குச் செலவிடும் அளவுக்குப் போதுமானதாக இல்லை. செண்ட்ரல் ரயில் நிலையத்துக்கு வெளியே இருந்த ஆட்டோ ரிக்?ஷாக்காரர்களிடமும் சிறு வியாபாரிகளிடமும் விசாரித்துப் பார்த்தும் அவனுக்கு அந்தப் பகுதியில் கஞ்சா யாரிடம் கிடைக்கும் என்று தெரியவில்லை. இன்றைக்கு எப்படியாவது குடித்துவிட வேண்டும் என்று மிகவும் விரும்பினான். மீண்டும் ஜானவியின் நினைவு வந்தது. இது ஒரு அயோக்கியத்தனம் என்று சொல்லிக்கொண்டான். லாட்ஜுக்குத் திரும்பிச் சென்றால் பணம் கொடுக்க வேண்டியிருக்கும் என்று அங்கே போகாமல் நேரே ரயில் நிலையத்துக்குப் போனான்.

இரவாகிவிட்டிருந்தபடியால் கூட்டம் அதிகமாக இருந்தது. பெரிய பெரிய பெட்டிகளையும் மூட்டைகளையும் தள்ளு வண்டியில் வைத்து உருட்டிச் சென்றுகொண்டிருந்தார்கள். குடும்பம் குடும்பமாக யார் யாரோ எங்கெங்கோ போவதற்கு ரயில் ஏறிக்கொண்டிருந்தார்கள். நள்ளிரவு ரயிலுக்காகக் காத்திருப்பவர்கள், இருந்த இடத்திலேயே துணியை விரித்துப் படுத்துக் கிடந்தார்கள். உலகம் ஒரு சிறு வடிவெடுத்து செண்ட்ரல் ஸ்டேஷனாகிவிட்டதாக அவனுக்குத் தோன்றியது. யாருக்கும் யாரையும் தெரியாது. ஆனால் எல்லோரும் ஒன்றாக இருக்கிறார்கள். ஒரு குண்டு வெடித்தால் அத்தனைப் பேரும் மொத்தமாக எழுந்து ஓடுவார்கள். அவரவர் உயிரைக் காப்பாற்றிக் கொள்ள யாரையும் மிதித்துவிட்டு ஓடுவது அப்போது தருமமாகவே கருதப்படும். வாழ்வின் கதியில் மிதித்துக்கொண்டு போவது இயல்பானது. ஒருவேளை சரியானதாகவும் இருக்கலாம்.

சிற்றுண்டி விடுதிக்கு எதிரே கால் நீட்டிப் படுத்திருந்த பத்திருபது பேருக்கு நடுவே எட்வின் தானும் படுத்துக்கொண்டான். ஒரு வாரம் நின்ற களைப்பைத் தீர்த்துக்கொள்ள அன்றிரவு அங்கேயே உறங்கிவிட முடிவு செய்தான். ஆனால் அவனால் தூங்க முடிய வில்லை. மீண்டும் ஒரிசாவுக்குத்தான் போக வேண்டுமா என்ற குழப்பம் இருந்தது. தெரிந்தவர்களின் நகரத்தில் இருந்து தப்பித்து முதல் முதலில் அங்கே போனபோது சிறிது ஆறுதலாகத்தான் இருந்தது. ஆனால் இப்போது அதுவும் தெரிந்தவர்களின் நகரம்தான். முகங்கள் வேண்டாம் என்றால் எந்த முகமும்தான் வேண்டாம்.

நேரம் இரவு பதினொன்று ஐம்பது என்று தெரிந்தது. ஐந்து நிமிடங்களில் பம்பாய் மெயில் புறப்படும் என்று

அறிவித்துக்கொண்டிருந்தார்கள். தீர்மானமாக எந்த முடிவுக்கும் வராமலே அவன் எழுந்து சென்று அந்த வண்டிக்குப் பதிவு செய்யாத ஒரு டிக்கெட் எடுத்தான். போய் ஏறிக்கொண்டான். அனைத்து இருக்கைகளிலும் ஆள்கள் இருந்தார்கள். மூன்று பேர் அமர வேண்டிய இருக்கைகளில் நெருக்கிக்கொண்டு ஐந்து பேர், ஆறு பேர் அமர்ந்திருந்தார்கள். அதுபோக நடைபாதை வழியெங்கும் துண்டு விரித்தும் அமர்ந்திருந்தார்கள். பெர்த்களிலும் கூட்டம் இருந்தது. இத்தனைப் பேருக்கு முன்பதிவு செய்யக்கூட நேரமின்றி பம்பாய் போய் செய்வதற்கு ஏதோ வேலை இருக்கிறது. சந்திப்பதற்கு மனிதர்கள் இருக்கிறார்கள். 'எனக்கு அங்கே யாருமில்லை' என்று எட்வின் சொல்லிக்கொண்டான். பெட்டியின் எல்லையாக இருந்த டாய்லெட்டுகளுக்கு இடைப்பட்ட சிற்றிடத்தில் அவன் சௌகரியமாக அமர்ந்துகொண்டான். யாராவது அங்கே வந்தால் எழுந்து நிற்க வேண்டும். அவர்கள் உள்ளே போய்வர வழி விட வேண்டும். பம்பாய் போய்ச்சேருவதற்குள் குறைந்தது இருநூறு முறையாவது அப்படி ஆகும். அதற்குச் சலித்துக்கொள்ளக்கூடாது என்று நினைத்துக்கொண்டான்.

ரயில் கிளம்பி பேசின் பிரிட்ஜ் தாண்டுவதற்குள் அவன் உட்கார்ந்த வாறே உறங்கிப் போனான். உறங்குவதற்கு முன்னால், 'உறங்கா விட்டால் இறந்துவிடுவேன்' என்று சொன்னான்.

8.4

கொலாபா விபி காந்தி மார்க்கில் உள்ள நெஸ்ஸத் இல்யாஹூவின் எதிர்ப்புற பிளாட்பாரத்தில் எட்வின் நின்றுகொண்டிருந்தான். அன்று காலை பம்பாய் செண்ட்ரலில் இறங்கி நேரே அவன் அங்கேதான் வந்தான். ஒரு டீ குடிக்கக்கூடத் தோன்றாமல் அந்தக் கட்டடத்தையே பார்த்துக்கொண்டிருந்தான். மாலை வரை அவன் இருந்த இடத்தைவிட்டு அசையவில்லை. நாள் முழுதும் நின்றும் அந்தக் கட்டடத்துக்கு உள்ளே யாரும் போகவும் வரவும் இல்லை என்பது அவனுக்கு அயர்ச்சியளித்தது. இதோ ஒரு வாக்களிக்கப்பட்ட மகன் வந்திருக்கிறேன். என்னை வா என்று அழைக்க யாருமில்லையே என்று அவன் வாய்விட்டுப் புலம்பினான். நெடுநேரம் யோசித்துவிட்டு, 'சென்னை ஸ்டுடியோ வாசல்களில் இப்படித்தான் மரியாவுக்காகக் காத்திருந்தேன். தனது திருமண அறிவிப்பின் மூலமாக அவள் எனக்குச் செய்தி அனுப்பினாள். என் இறைவா நீ அப்படி என்ன திட்டம் வைத்திருக்கிறாய்?' என்று அந்தக் கட்டடத்தைப் பார்த்துக் கேட்டான். சங்கேதமாக ஏதேனும் பதில் வரலாம் என்று காத்திருந்து பார்த்தான். அப்படி எதுவும் வரவில்லை. எனவே சிறிது ஆத்திரத்துடன் அவன் சாலையைக் கடந்து சினகாகுக்குள் சென்றான்.

நல்ல விஸ்தாரமான பெரிய கட்டடம். உள்புறம் அலங்கார வளைவுகள் நிறைந்த வேலைப்பாடுகள் நிறைய செய்திருந்தார்கள். மட்டஞ்சேரி சினகாகில் இருந்ததைப் போலவே இங்கும் விட்டத்தில் இருந்து நீள நீளமான

அலங்கார விளக்குகள் தொங்கிக்கொண்டிருந்தன. தேவைப்படும் போது பம்பாய் நகரத்து யூதர்கள் வருவார்கள். கூடிப் பேசுவார்கள். பிரார்த்தனை செய்வார்கள். தேநீர் அருந்தி விடைபெற்றுப் போவார்கள். மகளுக்குத் திருமணம், மகன் வெளிநாடு போகிறான் என்றால் அதைக் கொண்டாடுவதற்கும் கொண்டாட்டத்தின்போதே இறைவனின் ஆசியை வாங்கி அவன் கோட் பையில் வைத்து அனுப்புவதற்கும் வசதியான இடம்.

அவன் சிறிது நேரம் அங்கே அமர்ந்தான். யாரும் எதுவும் கேட்கவில்லை. சினகாகின் ஊழியர்கள் ஒன்றிரண்டு பேர் அவனைக் கடந்து போனார்கள். அவர்களும் நின்று அவனைக் கவனிக்க வில்லை. வயது முதிர்ந்த யூதர் ஒருவரை இரண்டு பேர் கையைப் பிடித்து அழைத்துக்கொண்டு வந்தார்கள். அவர் சில நிமிடங்கள் பிரார்த்தனை செய்தார். எட்வின் சட்டென்று எழுந்து அவரிடம் சென்று, 'வணக்கம். நான் ஆபிரஹாம் ஹராரி' என்று சொன்னான். அவர் எட்வினுக்காகச் சில வினாடிகள் கண்மூடிப் பிரார்த்தனை செய்து அவன் தலையைத் தொட்டார். ஒருமுறை கட்டித் தழுவி விடுவித்தார்.

எட்வின் அன்று சில கிறுக்குத்தனங்கள் செய்ய நினைத்திருந்தான். அந்த முதியவரிடம், 'நான் ஒரு யூதன். நீங்கள் யூதரா?' என்று கேட்டான்.

'ஆம் மகனே. நாம் அனைவரும் நமது இறைவனின் பிள்ளைகள். நான் சிறிது வயதான பிள்ளை' என்று சொல்லிவிட்டு அவர் சிரித்தார்.

'ஆனால் இந்த நெஸ்ஸத் இல்யாஹூவுக்கு நான் என் சிறு வயதில் வந்தபோது இங்கிருந்த ராபி என்னை யூதன் இல்லை என்று சொன்னார்.'

'அப்படியா?'

'நான் ஒரு யூதன். முன் ஜென்மத்தில் மோசேவின் விளையாட்டுத் தோழன். பிறகு பல பிறவிகளில் இசை மேதைகளாகப் பிறந்தேன். இந்தப் பிறவியில் நான் ஒரு பிச்சைக்காரன். நீங்கள் என்னைப் பைத்தியக்காரன் என்று சொன்னாலும் சந்தோஷப்படுவேன்.'

அவர் என்ன நினைத்தாரோ. சில வினாடிகள் எட்வினை உற்றுப் பார்த்தார். பிறகு 'வா' என்று அழைத்து இதயபூர்வமாக அவனை இன்னொரு முறை அணைத்து விடுவித்தார். தன் ஜிப்பாவின் பையில் இருந்து ஒரு தொப்பியை எடுத்துக் கொடுத்து, 'பிரார்த்தனை செய்' என்று சொன்னார்.

‘மன்னியுங்கள். எனக்குப் பிரார்த்தனைகளில் நம்பிக்கை போய் விட்டது.’

‘அப்படியா? நீ இறைவனை நம்புகிறாயா?’

‘நம்பித்தான் தீரவேண்டும். ஏனென்றால் என்மீது எனக்கு நம்பிக்கை போகும்போது நான் இறந்துவிடுவேன்.’

‘நீ யார்?’ என்று இப்போது அவர் கேட்டார். எட்வின் அவரிடம் பெரிதாகத் தனது கதையைச் சொல்லவில்லை. ஒதுங்க ஓர் இடமற்ற யூதன்; யூதன் என்பதை அங்கீகரிக்காத மாபெரும் மனிதக் கூட்டத்துக்கு நடுவே மாட்டிக்கொண்டிருக்கிற ஒரு சொறி நாய்’ என்று சொன்னான். அதன்பிறகும் அவர் எட்வினுடன் பேச்சுக் கொடுத்து அவன் ஒரு கலைஞன் என்பதை அறிந்துகொண்டார்.

‘மகனே, உனக்கு நமது இறைவன் நேரில் வந்துதான் உதவ வேண்டுமா? அல்லது நான் முடிந்ததைச் செய்தால் ஏற்றுக் கொள்வாயா?’ என்று அவர் கேட்டார்.

‘நான் பிச்சை வாங்குவதில்லை.’

‘மன்னித்துக்கொள். நான் அந்தப் பொருளில் சொல்லவில்லை. நீ என்ன எதிர்பார்த்து இங்கே வந்தாய் என்று சொல். என்னால் முடிந்தால் அதை நடத்தித் தரப் பார்ப்பேன். கிழவனல்லவா? நான் சொன்னால் நான்கு பேர் கேட்பார்கள்’ என்று சொல்லிவிட்டுச் சிரித்தார்.

எட்வின் அவரிடம் தனக்கு ஒரு புல்லாங்குழலும் சில நோட்டுப் புத்தகங்களும் வேண்டும் என்று சொன்னான். அந்த மனிதர் அவனை ஒருமுறை பார்த்தார். பிறகு அவன் தோளில் கைவைத்துத் தன்னோடு அழைத்துச் சென்றார்.

அவர் தன்னை சாந்தாக்ரூஸ் சர்தார் ஃப்ளூட் கடைக்கே அழைத்துச் செல்வார் என்று அவன் எதிர்பார்க்கவில்லை. அவனுக்குச் சிரிப்பு வந்துவிட்டது.

‘ஏன் சிரிக்கிறாய்?’ என்று கிழவர் கேட்டார். அவன் பதில் சொல்லவில்லை. அவர் கடைக்கு வெளியிலேயே நின்றபடி உள்ளே பார்த்துக் குரல் கொடுத்தார். கடைப்பையன் ஒருவன் வெளியே வந்தான்.

‘தம்பி, இவரை உள்ளே அழைத்துச் செல். இவருக்கு ஒரு புல்லாங்குழல் வேண்டும்.’ என்று சொன்னார். எட்வினுக்கு இதெல்லாம் ஆச்சரியமாக இருந்தது. வாழ்வின் அவ்வப்போதைய

சிறு அழகுகளை ரசிப்பதென்று முடிவு செய்துவிட்டால் மொத்த வாழ்வும் வண்ணமயமாகிவிடும். ஆனால் வண்ணத்தில் என்ன இருக்கிறது? காலம் கறுப்பு வெள்ளைக்குள் உறைந்து கிடக்கிறது. ஒன்று, கறுப்பை அகற்ற வேண்டும். அல்லது வெள்ளையை. இரண்டையும் அகற்றி நிறமற்றதாக்க முடியுமானால் அதுதான் சாதனை.

பெரியவரிடம் அவன் இதனைச் சொன்னபோது அவர், 'நிறங்களும் நினைவுகளும் ஒன்று' என்று சொன்னார்.

'அகற்ற முடியாது என்கிறீர்களா?'

'அவசியமில்லை என்கிறேன். நாம் இருந்துவிட்டுப் போக உரிமை இருப்பது போல, நினைவுகளும் நிறங்களும்கூட இருந்துவிட்டுப் போகலாம். ஒன்றும் பிழையில்லை.'

இப்போது அவனுக்கு அவரைப் பிடித்தது. 'உங்கள் பெயரைத் தெரிந்துகொள்ளலாமா?' என்று கேட்டான்.

'சாலமன்' என்று அவர் சொன்னார். அவரது மகனும் மருமகளும் அமெரிக்காவில் வேலை பார்த்துக்கொண்டிருக்கிறார்கள். பதினெட்டு வயதுப் பேத்திதான் இங்கே அவருக்குத் துணை. அவள் ஒரு பையனைக் காதலித்துக்கொண்டிருக்கிறாள். அந்த விஷயம் இன்னும் அவளது பெற்றோருக்குத் தெரியாது. ஒரு நல்ல நாள், நல்ல நேரம் பார்த்து நானே எடுத்துச் சொல்லி இங்கு வரவழைக்கிறேன் என்று அவர் பேத்திக்கு வாக்குக் கொடுத்திருக்கிறார்.

சர்தார் கடையில் அவன் ஒரு புல்லாங்குழலும் சில இசை நோட்டுப் புத்தகங்களும் வாங்கிக்கொண்டு வெளியே வந்தான். பெரியவர் அதற்குப் பணம் கொடுத்துவிட்டு, 'இன்றைக்கு இதுவே என் மகிழ்ச்சி' என்று சொன்னார்.

'நன்றி ஐயா. நான் ஒரு பெரிய வேலையைத் தொடங்கினேன். பல காரணங்களால் அது பாதியில் கெட்டுவிட்டது. திரும்பவும் ஆரம்பிக்கலாம் என்று இந்தப் புல்லாங்குழல் என்னிடம் சொல்கிறது.'

'நல்லது தம்பி. இறைவன் விரும்பினால் மீண்டும் சந்திப்போம்' என்று சொல்லிவிட்டு அவர் கிளம்பிப் போனார். எட்வின் லாலுபாய் பூங்காவை நோக்கி நடக்கத் தொடங்கினான்.

8.5

எட்வின் தனது வாழ்நாளில் செய்த மிகச் சிறந்த செயல், மரியாவைப் பார்க்க வேண்டும் என்று விருப்பப்பட்டு மீண்டும் சென்னைக்குச் சென்றதுதான். அவன் முதலில் அதை உணரவில்லை. ஒரு வாரம் சென்னையில் தலை மறைவாகவே இருந்துவிட்டு இறுதி வரை அவளைப் பார்க்காமலேயே பம்பாய்க்குப் புறப்பட்டுச் சென்றது தன்னியல்பாக நடந்ததுதான் என்றாலும் அந்தப் பயணமும் ஏமாற்றமும் அவனது கொதிப்பை அடங்கச் செய்து விட்டன. அவன் அழவில்லை. விரக்தியடையவில்லை. சுய இரக்கத்துக்குத் தன்னை பலி கொடுத்துவிடாமல் இருந்தது கூடப் பெரிதல்ல. அதன்பின் ஒருமுறைகூட அவன் மரியாவை நினைக்கவில்லை என்பது முக்கியமானது.

இது ஒரு மன அமைப்பு. புரிந்துகொள்ள இயலாதது. ஒரு நீண்ட பயணத்தின் இறுதியில் ரயிலில் இருந்து இறங்கிச் செல்பவன் ரயிலை நினைத்துக்கொண்டிருப்பதில்லை. பயணம் நினைவிருக்கும். அனுபவங்கள் மறக்காது இருக்கும். ஆனால் ரயில் அல்ல. 'என் கடவுளே எனக்கு ஒரு ரயில் ஆகிவிட்ட பின்பு மரியா மட்டும் எப்படி வேறாக இருப்பாள்?' என்று எட்வின் கேட்டான்.

தன் சிறு வயதில் அவன் அந்தேரியில் இருந்து கொலாபாவுக்கு ஒரு நாள் நடந்து சென்றான். அதிகாலை வேளையில் அச்சாலையில் அன்று அவன் தேநீர் அருந்திய கடை இருந்த இடம் அப்போது ஒரு நடுத்தர உணவு விடுதி ஆகியிருந்தது. பசிக்கு ஏதாவது சாப்பிடலாம் என்றுதான்

உள்ளே நுழைந்தான். என்ன வேண்டும் என்று அங்கிருந்தவர் கேட்டபோது 'வேலை வேண்டும். கிடைக்குமா?' என்று அவன் கேட்டான்.

தங்குவதற்கு இடமும் பசிக்கும்போது உணவும் இருந்தால் போதும் என்று நினைத்தான். ஓர் உணவு விடுதியைவிட அதற்குச் சிறந்த இடம் வேறில்லை என்று நினைத்துத்தான் அதைச் செய்தான். எந்த ஓட்டலிலாவது அதற்குமுன் அவன் சப்ளையராக இருந்திருக்கிறானா என்று அந்த உணவகத்தின் முதலாளி கேட்டார். நான் எங்குமே வேலை பார்த்ததில்லை என்று அவன் சொன்ன பதில் அவருக்கு வினோதமாக இருந்தது.

'உனக்கு என்ன வயது?' என்று அவர் கேட்டார்.

'முப்பத்திரண்டு.'

'என்ன படித்திருக்கிறாய்?'

'ஒன்றுமில்லை.'

'எழுதப் படிக்கத் தெரியுமா?'

அவன் தனது நோட்டுப் புத்தகத்தை எடுத்துக் காட்டலாம் என்று முதலில் நினைத்தான். பிறகு வேண்டாம் என்று முடிவு செய்து, 'தெரியும்' என்று மட்டும் சொன்னான்.

'வீடு எங்கே இருக்கிறது?'

'எனக்கு வீடு, உறவுக்காரர்கள் யாரும் இல்லை.'

'சரி, நீ இங்கே தட்டுகளைக் கழுவி வை. மாஸ்டருக்கு உதவியாக இரு. இரண்டு மாதம் சம்பளம் தரமாட்டேன். வேலையைப் பார்த்துவிட்டு, பிடித்திருந்தால் அதன்பிறகு சம்பளம். அதுவரை நீ இங்கு தங்கிக்கொள்ளலாம். சாப்பிட்டுக்கொள்ளலாம்.'

'அது போதும்' என்று எட்வின் சொன்னான்.

உணவகத்தின் மாடியில் ஊழியர்கள் தங்குவதற்கு ஒரு பெரிய அறை இருந்தது. அந்த அறைக்கு வெளியே மொட்டை மாடியில் துணிகள் காயப்போடக் கொடிக் கயிறுகள் கட்டிய இடம் நீங்கலாக மற்ற பகுதி முழுவதும் ஓலைக்கூரை வேயப்பட்டிருந்தது. இரவு ஓட்டல் மூடியதும் ஊழியர்கள் சாப்பிட்டுவிட்டு அங்கு அமர்ந்து சீட்டாடு வார்கள். அல்லது சினிமாவுக்குப் போவார்கள். எட்வின் அறைக்குள் அமர்ந்து தனது சிம்பொனியை எழுதுவான். வேலை பார்க்கும் நண்பர்கள் யாராவது வந்தால் நோட்டை மூடி வைத்துவிட்டு

அவர்களுடன் சிரித்துப் பேசுவான். அவர்கள் வெளியே போயிருக்கும் போது, அவர்கள் காயப் போட்டுவிட்டுப் போன துணிகளை எடுத்து மடித்து வைப்பான். அறையைக் கூட்டி சுத்தம் செய்து வைப்பான். மிகச் சில நாள்களில் அவன் அங்கிருப்போருக்குப் பிடித்தவனாகிப் போனான்.

அதை ஓர் அனுபவம் என்றோ, அபத்தம் என்றோ இருவிதமாகவும் அவன் நினைத்துக்கூடப் பார்க்கவில்லை. அவனுக்குத் தங்கி எழுதுவதற்கு ஓர் இடம் தேவைப்பட்டது. அவ்வளவுதான்.

உணவு விடுதியில் இருந்த நாள்களில் அவன் புல்லாங்குழல் வாசிக்கவில்லை. அவன் எழுதிக்கொண்டிருந்த இசையின் மிகச் சிக்கலான பகுதிகளைக்கூட வாசித்துப் பார்க்காமல்தான் எழுதினான். சூல் கொண்ட ஒரு பெண்ணின் வயிற்றைத் தனது தியானப் பொருளாக வைத்துக்கொண்டு அவன் வேலை செய்தான். விழித்திருந்த எக்கணமும் அவன் அதைத்தவிர வேறெதையும் நினைக்கவில்லை. எழுதும்போது பல சமயம் கேவிக்கேவி அழுவான். 'ஆபிரஹாம்! மனிதன் கனவுகளாலும் கவலைகளாலும் ஆனவன். நீ இரண்டையும் துறந்து கலையினால் உன்னை மறு வடிவமைப்பு செய்துகொண்டு விட்டாய். கனவு கலையக்கூடியது. கவலை உருவழிக்கக்கூடியது. ஆனால் கலை, காலவெளியின் காற்றாக நிலைத்திருப்பது. காற்றுக்கும் காலத்துக்கும் அழிவில்லை என்றால் உனக்கும் அது பொருந்தும்' என்று தனக்குத்தானே சொல்லிக்கொள்வான். தன் கன்னத்தைக் கிள்ளி, தானே முத்தம் கொடுப்பான்.

அந்நாள்களில் அவன் குடியை அறவே விட்டிருந்தான். புகைப் பதையும் நிறுத்தியிருந்தான். நிறுத்த வேண்டும் என்று நினைத்து அதனைச் செயல்படுத்தாமல் தன்னியல்பாகவே அவனது பழக்கங்கள் அவனை விட்டு விலகியிருந்தன. தான் வேறாகியிருக்கிறோம் என்பதை அவன் எண்ணிப் பார்க்கக்கூட விரும்பவில்லை. பணி நேரத்தில் தட்டு கழுவுவதை ஒரு தியானமாகச் செய்தான். பணி முடிந்த பின்பு எழுதுவது அவனது தியானமானது.

இரண்டு மாதங்களுக்குப் பிறகு அந்த உணவக முதலாளி அவனை அழைத்து, தனக்கு அவனது வேலை மிகவும் பிடித்திருப்பதாகச் சொன்னார். அவனுக்கு மாதம் நான்காயிரம் ரூபாய் சம்பளம் என்று நிர்ணயித்தார். அவன் அதுவரை வேலை பார்த்த இரண்டு மாதங்களுக்கான சம்பளத்தையும் நேர்மையாக அப்போதே கொடுத்தார். எட்வின் நன்றி சொல்லி அதைப் பெற்றுக்கொண்டான். தன்னுடன் பணியாற்றும் உணவக நண்பர்களுக்கு அன்று மாலை அந்தப் பணத்தில் விருந்து வைத்தான்.

‘உனக்கு நீ எதையுமே மிச்சம் வைத்துக்கொள்ளவில்லையே?’ என்று அவர்கள் வியப்புடன் கேட்டார்கள்.

‘நானே ஒரு மிச்சம்தான்’ என்று அவன் சொன்னான்.

பம்பாய்க்கு வந்த ஐந்து மாதங்களில் அவன் தனது இசையை முழுமையாக எழுதி முடித்தான். மேலும் இருபது நாள்கள் பொறுமையாகத் தான் எழுதியதைத் திரும்பத் திரும்பப் படித்துப் பார்த்தான். ‘திருத்தங்களுக்கு இடமே இல்லாமல்தான் என்னால் எழுத முடிகிறது’ என்று சொன்னான். முழுத் திருப்தி உண்டானதும் டொமினிக் ஊலன்வெபருக்கு ஒரு கடிதம் எழுதினான்.

அன்புள்ள டொமினிக், என்னை நினைவிருக்கிறதா? நான், இந்தியாவில் இருந்து ஆபிரஹாம் ஹாரி. முன்னொரு நாள் என் இசை உனக்குப் பிடித்துப் போய், அதை முழுதாக எழுதி முடிக்கச் சொன்னாய். இன்று அது நிகழ்ந்துவிட்டது. என் வாழ்வின் சாரமாக, நான் கருவில் இருந்த காலத்தில் சுவாசித்த சத்தத்தை இத்தனை ஆண்டுகளுக்குப் பிறகு ஒரு புதை பொருள் போல நானே தேடி என் இருதயத்தால் கண்டடைந்தேன். இந்த உலகில் ஆகப்பெரும் பேரரவம் என்பது அதுதான். இடி முழக்கமல்ல. அணு வெடிப்பல்ல. பூகம்பமல்ல. அலை கடலின் ஓசையல்ல. யுத்தச் சத்தங்களல்ல. ஒரு கருவின் சுவாசம். உட்செவிக்கு உள்ளே அந்தராத்மாவைக் குவித்துக் கேட்டால் மட்டுமே அந்தச் சத்தத்தைக் கேட்க முடியும். இது தியானத்தில் கூடாது. தவத்தால் சாத்தியமற்றது. மனிதப் பிரயத்தனங்களுக்கு அப்பாற்பட்ட ஒரு பெரும் கண்டுபிடிப்பை நான் நிகழ்த்தியிருக்கிறேன். உலகம் கேட்டறியாத ஒரு பேரோசைக்கு உள்ளே இருக்கும் இசையை நான் தனியே உருவி எடுத்திருக்கிறேன்.

பெரும்பாலான சிம்பொனிகள் மூன்றில் இருந்து ஆறு மூவ்மெண்ட்களில் அடங்குவதை நான் கவனிக்கிறேன். பெரும் மேதைகளுக்கு மூன்று மூவ்மெண்ட்கள் போதுமானவையாக இருக்கின்றன. என் சிம்பொனி ஒன்பது மூவ்மெண்ட்களைக் கொண்டது. மேதைக்கும் கடவுளுக்கும் இடையில் ஊசலாடும் ஒருவன் மேதைகளாலும் கடவுளாலும் நிகழ்த்த முடியாத ஒன்றனுக்குத்தான் ஆசைப்பட முடியும். இது இயற்கையின் விதி. கலைஞன், சிக்கல்களோடு சினேகம் கொள்வதையே பெரிதும் விரும்புகிறான். வாழ்விலும் கலையிலும் இடைவிடாமல் அவன் பிரித்துப் போட்டுக்கொண்டிருக்கும் சிக்கல்களே மனித குலத்தின் ஆதாரக் கவலைகளுக்கு மருந்தாகின்றன. சிக்கல்கள் எப்படி மருந்தாகும் என்று கேட்பாயானால், கஞ்சா எனக்குப் பலகாலம் உணவாக இருந்ததைத்தான் நான் பதிலாகச் சொல்ல முடியும்.

எப்படியோ எழுதி முடித்துவிட்டேன். இதனை முடிக்க வேண்டும் என்ற உந்துதலை நான் உன்னிடம் இருந்துதான் பெற்றேன். உலக இசையின் உன்னதமான உயரங்களில் என்னுடைய இந்தப் படைப்பு சென்று அமரும் என்பதில் எனக்குச் சந்தேகம் இல்லை. அது நிகழ்வதைப் பார்த்த கணத்தில் நான் என் கணக்கை முடித்துக்கொண்டு நடையைக் கட்டிவிடுவேன்.

இன்று இதனை நான் உன் முகவரிக்கு அனுப்புகிறேன். உன் குழுவினருடன் நீ இதனை வாசித்துப் பார். பெர்லின் பில்லார்மோனிக் நிறுவனம் இதற்குக் கைகொடுக்க முன்வருமானால் நான் பாஸ்போர்ட் எடுக்க ஏற்பாடு செய்யத் தொடங்குவேன்.

அன்று நான் சந்தித்த உனது நண்பர்கள் அனைவருக்கும் (எனக்குப் பெயர்கள் மறந்துவிட்டன. அவர்களை மன்னித்துக்கொள்ளச் சொல்.) என் மனத்தின் அடி ஆழத்தில் இருந்து அன்பை எடுத்து இக்கடிதத்துடன் சேர்த்து அனுப்புகிறேன். ஆபிரஹாம் ஹராரி தனது லட்சியத்தில் வென்றுவிட்டான் என்பதை அவன் அறிவான். உன் வாயால் அந்தச் சொல்லைக் கேட்க விரும்புகிறேன்.

சொற்களுக்கு இடமில்லாத எனது இசையில் உன்னுடைய அந்த ஒரு சொல் மட்டும் பாயிரமாக இருக்கும்.

ஆபிரஹாம் ஹராரி.

கடிதத்தைத் தனது இசைக் குறிப்புகளுடன் சேர்த்து, டொமினிக் ஊலன்வெபர் பெயருக்கு பெர்லின் பிலார்மோனிக் நிறுவன முகவரிக்கு அனுப்பிவிட்டு எட்வின் தனது உணவக முதலாளியைச் சந்தித்து, வேலையில் இருந்து விலகிக்கொள்வதாகச் சொன்னான். அம்மனிதர் மிகவும் அதிர்ச்சி அடைந்தார். ஏன் ஏன் என்று திரும்பத் திரும்பக் கேட்டார். சம்பளத்தை இன்னும் ஏற்றித் தருவதாகக்கூடச் சொன்னார். எட்வின் பணிவுடன் மறுத்துவிட்டு நண்பர்களிடம் விடைபெற்று வெளியேறிப் போனான்.

சாந்தா க்ரூஸ் சர்தார் ஃப்ளூட் கடையின் முகவரியைத்தான் அவன் டொமினிக்குக்கு அளித்திருந்தான். அக்கடையின் உரிமையாளரிடம் அதற்கு அனுமதி வாங்கித்தான் அதைச் செய்தான்.

'எப்போது கடிதம் வரும்?' என்று அவர் கேட்டபோது, 'தெரியாது' என்று எட்வின் பதில் சொன்னான்.

'என்றோ ஒருநாள் வரப்போகிற கடிதத்துக்காக எத்தனைக் காலம் காத்திருப்பீர்கள்?'

‘எனக்குத் தெரிந்து எத்தனையோ ஆண்டுகளாக இங்கே இருக்கும் கடை என்பதால் எனக்கு வரவேண்டிய கடிதம் இன்னும் எத்தனைக் காலம் கழித்து வந்தாலும் வாங்கி வைக்க ஆள் இருப்பார்கள் என்ற நம்பிக்கையில்தான் கேட்டேன்’ என்று சொன்னான்.

அவர் சிரித்தார். எட்வின் அவருக்கு நன்றி சொல்லிவிட்டுக் கிளம்பினான். பிறகு காணாமல் போனான்.

NINE

9.1

இந்த உலகில் இனி நான் செய்வதற்கு ஒன்றுமில்லை என்று எப்போதாவது உங்களுக்குத் தோன்றியிருக்கிறதா? எனக்குத் தோன்றியது. எனது மொத்த வாழ்வின் சாரமாக அந்த இசையை எழுதி முடித்த கணத்திலேயே நான் என் எடையின் சரி பாதியை இழந்து விட்டாற்போல உணர்ந்தேன். என் மகிழ்ச்சியை என்னால் விவரிக்கவே முடியாது. நான் எதை, எப்படிச் சொன்னால் உங்களுக்குப் புரியும்? எனக்கு அதுதான் தெரியவில்லை.

நான் ஓர் இசையை எழுதினேன். அது ஒரு மகத்தான அனுபவம். வெளி உலகுக்கு அது வந்து சேரும்போது மனித குலம் முழுவதும் எழுந்து நின்று மரியாதை செய்யும். இது எனக்கு மிக நிச்சயமாகத் தெரியும். ஏனென்றால் எனது அந்தக் கலைப்படைப்பின் நோக்கம் பணமல்ல. புகழ் அல்ல. அங்கீகாரங்களோ வேறு எந்த தனி நபர் சார்ந்த லாபங்களோ அல்ல. சொல்லப் போனால் எனக்கு அது பல லட்சங்களுக்கு செலவு வைக்கப் போகிற திட்டம். மிக நிச்சயமாக நான் ஒரு பெருங்கடனாளி ஆவேன். எனக்கு அது நன்றாகத் தெரியும்.

அட எழுதிய இசையை இங்கேயே ஒரு கல்யாணக் கச்சேரியிலோ ஏதாவது ஒரு திரைப்படத்திலோ வாசித்து முடித்தால் தீர்ந்தது என்று சொல்வீர்களானால், தயவுசெய்து மன்னியுங்கள். நீங்கள் போய்விடலாம். ராயனுக்குரியதை ராயனுக்குக் கொடுப்பதற்கும் தேவனுக்குரியதை தேவனுக்குக் கொடுப்பதற்கும் சமூகம் கடமைப்பட்டிருக்கிறது. அந்தக்

கடமை சரிவர நிறைவேற்றப்படாவிட்டால் பசியும் பஞ்சமும் ஊழலும் லஞ்சமும் வறட்சியும் யுத்தங்களும் தேசத்தை விழுங்கும். சரித்திரத்தைத் திரும்பிப் பாருங்கள். அதுதான் நிகழ்ந்து வந்திருக்கிறது. காலகாலமாக. யுக யுகமாக. ஜென்ம ஜென்மமாக.

நான் எனக்கென்று எதையும் கேட்கவில்லை. என் இசைக்குத்தான் கேட்கிறேன். அது ஒரு அற்புதம். இனி எக்காலத்திலும் திரும்ப நிகழ வாய்ப்பே இல்லாத அற்புதம். உடலையும் மனத்தையும் உள்ளங்கை அகலத்துக்குச் சுருக்கிக்கொண்டு என் கண்களை மூடியவண்ணம் பல மாதங்கள் நான் அதை எழுதுவதன் பொருட்டு என்னை வருத்திக் கொண்டேன். எழுதி முடித்த கணத்தில் ஒரு சுய வாக்குறுதியும் அளித்துக்கொண்டேன். என் இசை அரங்கேறி முடியும்போது என் உயிர் பிரிந்திருக்கும் என்பதே அது.

புரிகிறதா? என் இசையில் எனக்குத் தனி நோக்கங்களே கிடையாது. காற்றின் அடுக்குகளில் காலகாலமாக வாழும் மேன்மை பொருந்திய இசைத் தொகுப்புகளின் அரூப நூலக அடுக்கில் என்னுடையதைக் கொண்டு வைத்துவிடுவதோடு நான் விடைபெற்று விடுவேன். உங்களுக்கு என் முகம் தெரியாது. குரல் தெரியாது. நீங்கள் அறிந்த என்னுடைய 'சந்தானப்ரியன்' என்ற பெயரை வேண்டுமானால் தேடி எடுத்து தூசு தட்டிப் பார்க்கலாம். அப்போது ஒரு பாடல் உங்களுக்குக் கிடைக்கும். உடனே நீங்கள் அதை மரியாவின் பாடல் என்பீர்கள்.

'அவன் சந்தானப்ரியன் அல்ல; எட்வின்' என்று சொல்வதற்குச் சென்னையில் எனக்கு நான்கைந்து பேர் இருக்கிறார்கள். அநேகமாக இருப்பார்கள். ஜானவிக்குத் திருமணம் ஆகியிருக்கலாம். கருணா இசை நிகழ்ச்சிகளைத் துறந்து தனது அரசாங்கப் பணியில் மும்முரமாக இறங்கியிருப்பான். பெஸ்கி அப்போதே அடையாறு பகுதியில் ஒரு நல்ல குளிரூட்டப்பட்ட மீன் கடை போடவேண்டும் என்று சொல்லிக்கொண்டிருந்தான். அத்தொழிலில் அவன் இப்போது ஒரு பெருமுதலாளி ஆகியிருந்தாலும் வியப்பில்லை. வாசுதேவ ஐயங்கார் செத்தேகூடப் போயிருக்கலாம். அல்லது பேரன் பேத்திகளுடன் வாழ்வின் இறுதிக் கட்டங்களை மகிழ்ச்சியுடன் செலவிட்டுக்கொண்டிருக்கலாம். நீங்கள் தேடினால் சந்தானப்ரியன் கிடைப்பது உறுதி என்பது போல, என் நண்பர்கள் தேடி எட்வின் கிடைப்பானா என்பதைச் சொல்ல முடியாது.

என் சிம்பொனி உங்கள் செவிகளை வந்து அடையும்போது நீங்கள் ஆபிரஹாம் ஹராரி என்ற பெயரை முதல் முதலாகக் கேட்பீர்கள். முன்பே சொன்னது போல, நீங்கள் அதைக் கேட்கும்போது அதைப் பார்க்க நான் இருக்கப் போவதில்லை. சென்னையில் வசித்து வந்த

நாள்களில் நான் இந்து இறையியல் சார்ந்து சில புத்தகங்களை வாசித்தேன். சில ஆன்மிகச் சொற்பொழிவாளர்களின் உரைகளையும் கேட்டேன். இந்துக் கடவுள்களின் அவதாரங்கள் அதன் நோக்கம் முடிந்தவுடன் நிறைவடைந்துவிடுகின்றன. வந்த வேலையை முடித்துக்கொண்டு அவர்கள் அடுத்த வேலையைப் பார்க்கப் போய்விடுகிறார்கள். ராவணன் இறந்த பின்பு ராமனுக்கு வேலை இல்லை. கௌரவர்கள் அழிவதோடு கிருஷ்ணனுக்கு மரணம் நெருங்கிவிடுகிறது. இரணிய கசிபுவைக் கொன்ற பின்பும் நரசிம்ம மூர்த்தி ரத்த வெறிகொண்டு உலாத்திக்கொண்டிருந்தால் நாட்டு மக்கள் என்ன ஆவார்கள்?

அதனால்தான் சொல்கிறேன். இது ஒரு குணம். இது ஒரு சிந்தனைப் போக்கு. என் பிறப்பின் நோக்கம் நான் எழுதியிருக்கும் இசை. அது அரங்கேறுவதுதான் என் வாழ்வின் சாரம். அது நிகழ்ந்துவிட்டால் போதும் எனக்கு. புறப்பட்டுவிடுவேன்.

ஒவ்வொரு நாளும் டொமினிக்கின் கடிதத்துக்காக நான் காத்திருந்தேன். கடற்கரையில்தான் பெரும்பாலும் இருப்பேன். நடக்கத் தோன்றினால் நடப்பது. படுக்கத் தோன்றினால் படுப்பது. குளிக்கத் தோன்றினால் கடலிலேயே குளித்துவிட்டு அப்படியே காற்றுக்கு உடம்பைக் கொடுத்துக்கொண்டு நிற்பேன். உடலில் உப்புப் பூத்து உதிரும் அழகை ரசித்திருக்கிறீர்களா? நான் செய்கிறேன். அநேகமாக தினமும்.

மாலை ஆறு மணிக்கு சர்தார் ஃப்ளூட் கடைக்குப் போவேன். முதலாளியுடன் சிறிது நேரம் பேசிக்கொண்டிருப்பேன். என்னைக் கண்டதும் 'உட்காருங்கள்' என்று அவர் சொல்லிக்கொண்டிருக்கும் நாள் வரை கடிதம் வந்திருக்கவில்லை என்று நினைத்துக் கொள்வேன். கடிதம் மட்டும் வந்துவிட்டால் அவர் என்னைப் பார்த்ததுமே கல்லாவை விட்டுப் பாய்ந்து எழுந்து வெளியே வந்துவிடுவார் என்பது எனக்குத் தெரியும்.

மாலை முதல் இரவு வரை நான் அங்கேயேதான் இருந்தேன். இசைக் கருவிகள் வாங்க வருவோருக்கு என்னால் முடிந்த உதவிகளைச் செய்தேன். சர்தார் முதலாளிக்கு அது பெரிய சந்தோஷம். 'வேலைக்கு வைத்திருக்கும் பையன்களைவிட ஒரு வித்வான் சிறப்பாக விற்பனைக்கு உதவுகிறார்' என்று சொன்னார்.

'ஐயா நான் வித்வான் அல்ல' என்று அவரிடம் சொன்னேன். ஆனால் அவர் கேட்கவில்லை. எப்போதும் என்னை வித்வான் என்றே அழைத்தார். மிகவும் குஷியாக இருந்தார் என்றால் ஒரு புல்லாங் குழலையோ வயலினையோ தானே எடுத்து வந்து என்னிடம் தந்து

வாசிக்கச் சொல்லிக் கேட்பார். என் அன்றைய மனநிலைக்கேற்ப நான் சிறிது நேரம் அவருக்காக வாசிப்பேன்.

‘நீங்கள் எனக்குத் தெரிந்த ஒரு பாடலைக்கூட வாசிப்பதில்லை’ என்பார் முதலாளி. அவருக்கு சினிமாப் பாடல்கள் மட்டும்தான் தெரியும். துரதிருஷ்டவசமாக நான் எந்த சினிமாப் பாடலையும் கேட்பதில்லை.

‘ஜெர்மனியில் உங்களுக்கு யார் இருக்கிறார்கள்? உறவுக்காரர்களா?’ என்று ஒருநாள் கேட்டார்.

‘இல்லை. ஒருநாள் தெரிந்தவர்’ என்று பதில் சொன்னேன். அது அவருக்குப் புரியவில்லை.

‘அங்கே ஏதாவது வேலைக்கு முயற்சி செய்கிறீர்களா?’

‘இல்லை.’

‘சுற்றிப் பார்க்கப் போகிற யோசனையா?’

‘இல்லை.’

‘பிறகு?’

‘தெரியவில்லை ஐயா. அங்கிருந்து ஒரு கடிதம் வரும். அதில் என்ன எழுதியிருக்கிறதோ அதுதான்.’

அதிலிருந்து டொமினிக்கின் கடிதத்துக்கு இரண்டு பேர் காத்திருக்க ஆரம்பித்தோம். பம்பாயில் மழைக்காலம் தொடங்கியது. பெரும் புயலும் கன மழையுமாக அன்றாட வாழ்வை இயற்கை ஆண்டு கொண்டது. பேருந்துகள், ரயில்கள் உள்ளிட்ட எந்த வாகனமும் ஓட வில்லை என்று நாளிதழ்ச் செய்திகள் சொல்லின. பல சாலைகளில் முழங்கால் அளவு நீர் பெருக்கெடுத்து ஓடிக்கொண்டிருந்தது. என் நல்வினை காரணமாக சர்தார் முதலாளி என்னைக் கடையிலேயே படுத்துக்கொள்ளச் சொன்னார். நூற்றுக்கணக்கான இசைக் கருவிகளுக்கு நடுவே ஒரு கோரைப் பாயை விரித்து, அதன்மீது இரண்டு சாக்குப் பைகளைப் போட்டு நான் படுத்துக்கொண்டேன். சர்தார், வெளியே ஷட்டரை இறக்கிப் பூட்டிக்கொண்டு வீட்டுக்குப் போய்விடுவார். அந்நாள்களில் நான் ஒவ்வொரு இரவும் என் பிரியத்துக்குரிய கருவிகளுடனேயே இருந்தபோதும் எதையும் தொட்டு வாசிக்கவில்லை. ஏனோ அதில் எனக்கு ஆர்வம் சுருங்கி விட்டிருந்தது. நான் எதிர்பார்த்துக்கொண்டிருந்த கடிதம் வந்து விட்டால் சட்டென்று வாழ்க்கை வேறு வடிவம் எடுத்துவிடும் என்று தோன்றியது. அப்படி நினைத்துக்கொள்ள எனக்குப் பிடித்தது. வேறு எதையும் நினைத்து விடாதிருக்க அது பேருதவி செய்தது.

என் கடிதம் போய்ச் சேர்ந்து மூன்று மாதங்களுக்குப் பிறகு டொமினிக்கிடம் இருந்து ஒரு கடிதம் வந்தது. அவன் என் இசைக் கோப்பை வாசித்துவிட்டான். அவனுக்கும் அவனது நண்பர்களுக்கும் அது ஒரு அபூர்வமான படைப்பாகத் தோன்றியிருக்கிறது. 'நான் நினைத்ததைவிட நீ பெரிய மேதை' என்று அவன் எழுதியிருந்தான். வெறும் சொல்லில் என்ன இருக்கிறது? என் படைப்பை அரங்கேற்றம் செய்ய அவனே ஒரு ஸ்பான்சரிடமும் பேசியிருக்கிறான்.

'அவர்களுக்கு உன்னைப் பற்றிய மிகச் சிறிய அறிமுகத்தையாவது தருவதற்காக உன் பிரதியின் ஒரே ஒரு பகுதியை நான் என் நண்பர்களுடன் இணைந்து இசைத்து கேசட்டைக் கொடுத்துக் கேட்க வைத்தேன். இது மனித முயற்சியல்ல. இறைவனின் இசை என்று உணர்ச்சிவசப்பட்டுச் சொன்னார்கள். எனக்கு மிகுந்த நம்பிக்கை வந்துவிட்டது. அவர்கள் வழக்கப்படி உன் சிம்பொனியை ஸ்பான்சர் செய்ய ஒரு நிபுணரிடம் கருத்துக் கேட்டு அனுப்பியிருக்கிறார்கள். இது இங்கே எப்போதும் நடப்பதுதான். மாபெரும் இசை மேதையும் இசையின் நுட்பங்களை போதிக்கத் தெரிந்தவருமான கார்மி ஜாக்கப் இப்போது உன் இசையைப் படித்துக்கொண்டிருக்கிறார். அவரது மதிப்பீடு வந்தவுடன் மீண்டும் தொடர்பு கொள்கிறேன்.'

'இன்னும் எத்தனை மாதங்கள் காத்திருக்க வேண்டும்?' என்று பதில் கடிதம் அனுப்பினேன். அதற்கு உடனே பதில் வரவில்லை. மேலும் ஏழு மாதங்களுக்குப் பிறகு பெர்லின் பில்லார்மோனிக் நிறுவனத்தில் இருந்தே நேரடியாக ஒரு கடிதம் வந்தது. அக்கடிதத்துடன் கார்மி ஜாக்கப்பின் மதிப்புரையும் இணைக்கப்பட்டிருந்தது.

மொத்தம் மூன்று பக்கங்கள். வரி வரியாக அழகாக டைப் செய்து, அச்செடுத்து, அதில் பச்சை மையால் திருத்தங்கள் செய்து இறுதியில் தனது கையெழுத்தையும் இட்டு அவர் அனுப்பியிருந்தார். நான் அதை வாசித்து முடித்தபோது, எங்கோ வெளியே போயிருந்த சர்தார் முதலாளி ஓடி வந்தார். 'வந்துவிட்டதா? வந்துவிட்டதா?'

'ஆம். வந்துவிட்டது.'

'அருமை. உலகப் புகழ் பெறப்போகும் உனக்கு நான் ஏதாவது செய்ய விரும்புகிறேன். என்ன வேண்டும், உடனே கேள்.'

நான் சிறிது நேரம் அமைதியாக இருந்தேன். பிறகு, 'எனக்கு ஒரு பொட்டலம் கஞ்சா வேண்டும். இங்கே எங்கே கிடைக்கும்?' என்று கேட்டேன்.

9.2

கார்மி ஒரு யூதர். எனக்கு அவர் யாரென்று தெரியும். பல பிரபல மேற்கத்திய இசைக் கலைஞர்களின் நேரடி நிகழ்ச்சி களுக்கு நடத்துனராக இருந்தவர். பெர்லின் சிம்பொனி இசைக்குழுவுக்குப் பல நிகழ்ச்சிகளை நடத்திக் கொடுத்திருக்கிறார். இந்த உலகின் ஆகச் சிறந்த கலைஞர் களாக யூதர்கள் மட்டுமே இருக்க முடியும் என்று மிகச் சிறு வயதில் இருந்தே நான் நம்பினேன். என் காலத்தின் கலைஞர்களுள் கார்மியை நான் முதல் முதலில் அறிய வந்த போது என் எண்ணம் சரிதான் என்று நினைத்துக் கொண்டேன்.

கார்மி, ஜெர்மனியில் டார்ட்மண்ட் நகரில் ஒரு மத்திய தர வர்க்கத்துக் குடும்பத்தின் ஒரே மகனாகப் பிறந்தவர். சிறு வயதிலேயே இசை ஆர்வம் ஏற்பட்டு, படிப்பைப் பாதியில் விடுத்தார். தனது வீட்டுக்கு அருகிலேயே வசித்து வந்த ஒரு பியானோ ஆசிரியரிடம் ஐரோப்பிய சாஸ்திரிய சங்கீதத்தின் ஆரம்பப் பாடங்களைப் பயின்றார். அவரது தந்தை கார்மிக்குச் சொந்தமாக ஒரு பியானோ வாங்கித் தந்தபோது அவர் இசை வகுப்புகளுக்குச் செல்வதை நிறுத்திவிட்டு வீட்டிலேயே வாசித்துப் பழக ஆரம்பித்தார். ஒரு கலைஞனுக்குள் இருக்கும் மேதை எந்தக் கணத்தில் வெளியே தெரிவான் என்று சொல்ல முடியாது. தனது ஒன்பதாவது வயதில் பீத்தோவனின் மொத்தப் படைப்பு களையும் இரண்டு நாள் இடைவெளி இல்லாமல் வாசித்துக் காட்டியதன் மூலம் கார்மி உள்ளூரில் பிரபலமான சிறுவன்

ஆனார். பீத்தோவன் தனது பிரிந்து போன காதலியை நினைத்து உருகி எழுதிய 'மூன்லைட் சொனட்டா'வை அப்படியே தலைகீழாக மாற்றி, பிரிந்து சென்றவள் திரும்பி வந்தால் அவர் எப்படி அதை எழுதியிருப்பார் என்று வாசித்துக் காட்டி ஜெர்மனி முழுவதும் தெரிந்தவரானார்.

பதினெட்டு வயதில் கார்மி தனது இசை நிகழ்ச்சிகளை நடத்தத் தொடங்கினார். ஐரோப்பா முழுவதும் நிகழ்ச்சிகளுக்காகச் சுற்றி இருக்கிறார். அவரது முதல் சிம்பொனியை நான் கேட்டிருக்கிறேன். கலை மேதைமை எப்படி சூல் கொள்கிறது என்பதைக் கண்டறிய முடியாது. அதற்குக் கலைஞனாக இருந்தால்கூடப் போதாது. மேதையாக இருந்தால் மட்டுமே சாத்தியம். கார்மியின் அந்த சிம்பொனி, தனது ஒவ்வொரு அடுக்கிலும் அவரது உயரத்தைச் சொல்லிக்கொண்டே இருந்தது. உண்மையில் அது ஒரு விசுவரூப தரிசனம். மகத்தான அனுபவம். அதைக் கேட்டு முடிக்கும்வரை என்னை அறியாமல் நான் கண்ணீர் சுரந்துகொண்டே இருந்த நாள்கள் எனக்கு நினைவுக்கு வந்தது.

தனது சிம்பொனியை எழுதி அரங்கேற்றிய பின்பு படைப்புப் பணியில் இருந்து கார்மி விலகிப் போனார். பத்திரிகையாளர்கள் காரணம் கேட்டதற்கு, 'நான் செய்ய உத்தேசித்திருந்ததை முடித்து விட்டேன். வாய்ப்பு இருப்பதனாலேயே என்னால் வாந்தி எடுத்துக் கொண்டிருக்க முடியாது' என்று சொன்னார். வேறு எந்தக் கலைஞனால் இப்படிச் சொல்ல முடியும்? காலத்தின் நீண்ட பாறை அடுக்குகளில் தனது பெயரை அழிக்க முடியாதபடி ஒருமுறை எழுதி வைத்ததே போதும் என்று அவர் சொன்னார். 'ஒரு கலைஞனை நினைவில் நிறுத்த அவனது ஒரு படைப்பு போதும். இன்னொன்று தேவை என்று உனக்குத் தோன்றினால் முதலாவது சரியில்லை என்று பொருள். இன்னொன்று தேவை என்று அவனுக்கே தோன்றினால் அவன் கலைஞனே இல்லை என்று பொருள்.'

கார்மி அதன்பின் அவரை வேண்டிக் கேட்டுக்கொள்ளும் இசைக் கலைஞர்களுக்கு அவர்களது படைப்புகளைத் திருத்தம் செய்து தர ஆரம்பித்தார். நிகழ்ச்சிகளை கண்டக்ட் செய்து கொடுத்தார். பல இசைத்தட்டு கம்பெனிகள், இசை நிகழ்ச்சிகளை ஸ்பான்சர் செய்யும் நிறுவனங்கள், பல ஐரோப்பிய திரைப்படத் தயாரிப்பு நிறுவனங் களுக்கு இசை ஆலோசகராகப் பணியாற்றினார். தனது எண்பதாவது வயதில் இனி நிகழ்ச்சிகளுக்காக வெளியே வரப் போவதில்லை என்று அவர் அறிவித்தார். அன்றுமுதல் ஆலோசகராகவும் திருத்துநராகவும் அவரது பொழுது போய்க்கொண்டிருக்கிறது.

இப்போது சொல்கிறேன். என் சிம்பொனிப் பிரதி கார்மி ஜாக்கப்பிடம் போயிருக்கிறது என்று டொமினிக் தனது முதல் கடிதத்தில் எழுதியிருந்ததைப் படித்தபோது நான் பரவசமடைந்தேன். நான் நன்றாகப் படித்துக்கொண்டிருந்த பள்ளி நாள்களில் அதிக மதிப்பெண் பெறும் தேர்வுத் தாள்களை என் தந்தையிடம் காட்டிக் கையொப்பம் கேட்கும்போது ஒரு பரவசம் வரும். அதன்பின் அப்போதுதான் எனக்கு அத்தகைய பரவசம் ஏற்பட்டது. கார்மிக்கும் என் தந்தை வயதுதான். ஆனால் அதுவரை மனத்தில் அப்படியெல்லாம் உறவோடு பிணைத்த நெருக்கம் உண்டாகியிருக்கவில்லை. அவர் ஒரு யூதர். அவர் ஓர் இசைக் கலைஞர். பெரிய மேதை. அந்த மரியாதை மட்டுமே இருந்தது. ஆனால் அந்தக் கடிதத்துக்குப் பிறகு, என் இசையை வாசிக்கும் அவர் எங்கெல்லாம் உருகுவார், எதற்கெல்லாம் பரவசமுறுவார், எங்கே எழுந்து துள்ளிக் குதிப்பார் என்று எனக்குள் அங்கம் அங்கமாக எண்ணிப் பார்க்கத் தொடங்கிவிட்டேன்.

அவர் நிராகரித்து ஒதுக்கிய கலைஞர்களின் பட்டியலை நான் அறிவேன். ஒரு சமயம் அமெரிக்க இசைக் கலைஞர் யானி லண்டனில் ஓர் இசை நிகழ்ச்சி நடத்தினார். அப்போது இங்கிலாந்துக்கு விடுமுறையைக் கழிக்கக் குடும்பத்துடன் சென்றிருந்த கார்மி ஜாக்கப் அந்த நிகழ்ச்சிக்கும் சென்றிருந்தார். மூன்று மணி நேர இசை நிகழ்ச்சி முழுவதையும் அமர்ந்து கேட்ட பிறகு யானியின் அந்த நிகழ்ச்சியைப் பற்றி ஒரு கட்டுரை எழுதினார். அது ஆர்ட் ரெவ்யூ பத்திரிகையில் வெளியானது. அதில் இருந்த ஒரு வரியை என்னால் மறக்க முடியாது. 'என்ன வேகம், என்ன வேகம் என்று வியக்காதீர்கள். நின்று வித்தை காட்ட வக்கற்றவர்கள்தாம் அவசரமாக ஓடி ஒளிந்துகொள்வார்கள்.'

என் மதிப்புக்குரிய ரபீ! உங்களை அறிந்த ஒரு இசைக் கலைஞன் இந்தியாவில் இருக்கிறான் என்பதை நீங்கள் அறிய மாட்டீர்கள். அவன் திட்டமிடாமலேயே உங்களை இப்போது நெருங்கி வந்திருக்கிறான். அவனது உயிரும் ஆன்மாவும் கலந்த பெரும் படைப்பை உங்களிடம் அவன் வழங்கியிருக்கிறான். ஒரு விதத்தில் அவன் உங்களைப் போலத்தான். அல்லது நீங்களேதான். பிறந்ததற்கு அடையாளமாக அவன் விட்டுச் செல்லவிருக்கும் ஒரே படைப்பை அவன் எழுதி முடித்துவிட்டான். நீங்கள் வாசித்து முடித்து வாழ்த்திவிட்டால் போதும். அது அரங்கேறிவிடும். ஆபிரஹாம் ஹராரி அதன் பொருட்டு பெர்லின் வருவான். நிகழ்ச்சிக்குப் பிறகு உங்களை அவசியம் நேரில் வந்து சந்திப்பான். உங்கள் சிரத்தில் நீங்கள் ஏந்தியிருக்கும் ரத்தினக் கிரீடத்தை நீங்கள் மனமுவந்து,

நம்பிக்கை வைத்து அவன் சிரத்துக்கு மாற்றலாம். அதற்கு எல்லா விதத்திலும் அவன் தகுதியானவன்.

கார்மியின் மதிப்புரைக் கடிதம் வந்து சேரும்வரை நான் அந்த நினைவிலேயேதான் இருந்தேன். அவர் இரவுகளில்தான் வேலை செய்வார் என்று கேள்விப்பட்டு ஜெர்மானிய இரவையும் இந்திய இரவையும் கணக்கிட்டு நாலரை மணி நேர வித்தியாசம் இருப்பதைக் கண்டுபிடித்தேன். அவர் அங்கே இரவு பத்து மணிக்கு என் பிரதியை வாசிக்க அமர்கிறார் என்றால் நமக்கு இங்கே இரவு இரண்டரை மணி. எனவே, நான் இரண்டே காலுக்கு அலாரம் வைத்து எழுந்து அமர்ந்துவிடுவேன். அப்போதில் இருந்து அவரது அதிகாலை நடை நேரத்தைக் கணக்கிட்டு அதன் பிறகுதான் உறங்கப் போவேன்.

இதெல்லாம் என்ன பைத்தியக்காரத்தனம் என்று தோன்றும். ஆனாலும் பிடித்திருந்தது. மகிழ்ச்சியாக இருந்தது. இரவெல்லாம் ஒரு இசை மேதையை எண்ணிக்கொண்டிருப்பதைக் காட்டிலும் பெரிய தியானம் வேறென்ன? நான் எண்ணியவாறு அனைத்தும் சரியாக நடந்து முடிந்து நான் இந்தியா திரும்பினால் கார்மியை இந்தியர்களுக்கு அறிமுகப்படுத்தும் விதமாக ஒரு நிகழ்ச்சி ஏற்பாடு செய்ய வேண்டும் என்றெல்லாம் எண்ணிக் கொண்டிருந்தேன்.

ஆனால் துரதிருஷ்டவசமாக என் மொத்த ஆர்வமும் அவரது மதிப்புரையில் வடிந்து வழிந்தோடிப் போய்விட்டது.

'ஆபிரஹாம் ஹராரி என்னும் இந்த இந்திய இசைக் கலைஞனின் படைப்பை முழுமையாக வாசித்துப் பார்த்தேன். இவன் ஒரு மேதை என்பதில் சந்தேகமில்லை. மேற்கத்திய இசைக்கும் யூதர்களின் பாரம்பரிய நாட்டுப்புற இசைக்கும் இடையில் இக்கலைஞன் கட்டியெழுப்ப விரும்பும் பாலம் வலுவானதாகவே இருக்கிறது. ஆனால் இக்கலைஞனுக்கு வடிவப் பிரக்ஞை இல்லை. ஒரு சிம்பொனியின் தோற்றத்தில் இவன் எழுதியிருக்கும் இப்பிரதி எங்குமே எனக்கு சிம்பொனியாக ஒலிக்கவில்லை. ஐரோப்பிய, யூத இசையில் ஆழங்கால் பட்ட கலைஞனாக இவன் இருந்தாலும் அடிப்படையில் இந்தியன் என்பதால் இந்திய சாஸ்திரிய இசையின் தெளிப்புகளும் தெறிப்புகளும் தன்னையறியாமல் இப்படைப்பில் நிறைய நிகழ்ந்திருக்கின்றன. இந்தியர்களுக்குக் கலந்த சாதங்கள் பிடிக்கும் என்று கேள்விப்பட்டிருக்கிறேன். ஆனால் சிம்பொனி ஒரு தனிப் பிரகிருதி. அதில் எதையும் கலக்க இயலாது. மேற்கத்திய இசை வடிவங்களின் பேரரசியான அதன் தனித்துவமே அதைச் சிதைக்கவோ மாற்றவோ இயலாது என்பதுதான். ஒரு நோட் மாற்றி வைத்தாலும் அது சிம்பொனியல்ல. இந்தக் கலைஞன்

சிம்பொனியைப் போல ஒலிக்கும் ஒரு இசையை உருவாக்கி இருக்கிறானே தவிர இதற்கும் சிம்பொனிக்கும் சம்பந்தம் இல்லை. இது சிம்பொனி இல்லை. மற்றபடி இக்கலைஞனின் படைப்பூக்கம் பிரமிக்கத்தக்கது. கற்பனை வளம் மிகச் சிறப்பாக உள்ளது. இந்த இளைஞனை நான் மனமார வாழ்த்துகிறேன்.

கார்மி ஜாக்கப்.

கொலாபா இல்யாஹூ நெஸ்ஸட்டில் சிறு வயதில் ஒரு ராபி என்னிடம் சில கேள்விகள் கேட்டார். திரும்பத் திரும்ப நான் ஒரு யூதன் என்று சொன்னபோதெல்லாம் அவர் சிரித்தார். அவர் மீது அன்று எனக்கு எழுந்த கோபமே அந்த சினகாகினுள் போகவிடாமல் வாசலிலேயே தடுத்து நிறுத்தியிருந்தது.

இத்தனை வருடங்கள் கழித்து இன்னொரு ராபி. இவர் என் பிரியத்துக்குரியவரும்கூட. நான் எழுதியது சிம்பொனி இல்லை என்று சொல்லிவிட்டார். எனக்கு அந்த இசை தெரியவில்லை என்று எழுதிக் கையெழுத்திட்டுக் கொடுத்துவிட்டார்.

நான் நெடுநேரம் கடற்கரையில் தனியே அமர்ந்திருந்தேன். அந்தக் கடிதம் என் சட்டைப் பையில் இருந்தது மிகவும் கனமாகத் தோன்றியது. கிளம்பும்போது எடுத்துக்கொள்ளலாம் என்று சொல்லிக் கொண்டு எடுத்து மணல் வெளியில் வைத்தேன். பறந்துவிடாதிருக்க அதன்மீது ஒரு பிடி மணலை அள்ளிக் கொட்டினேன். இன்னும் ஒரு பிடி மணலை அள்ளி என்மீதே போட்டுக்கொண்டேன். அதுவரை நான் அடக்கி வைத்திருந்த ஆத்திரம் மொத்தமாக அப்போது வெளிப்பட்டுவிடும் என்று தோன்றியது.

ஆனால் என் ஆத்திரம் என்ன செய்யும்? மிஞ்சிப் போனால் கடலில் இறங்கி நடந்து காணாமல் போகலாம். ஒருவேளை மறுநாள் என் உடல் கிடைத்தால் நாளிதழ்களில் 'கடற்கரையோரம் வாலிபர் பிணம்' என்று செய்தி வரும். சந்தானப்ரியன், எட்வின் ஜோசப், ஆபிரஹாம் ஹராரி - ஒன்றுக்கு மூன்று பெயர்கள் இருந்தென்ன? பிணம். அதுதான் சரியானதும் நிரந்தரமானதுமான பெயர். சரியானதும் நிரந்தரமானதும் மட்டுமே சரித்திரத்தில் ஏறத் தக்கவை. தாற்காலிகங்கள் அல்ல. நானல்ல.

அன்று நள்ளிரவு வரை நான் கடற்கரையிலேயேதான் அமர்ந்திருந்தேன். நெடுநேரம் அழுதிருப்பேன். தலை வலித்தது. எழுந்துபோய் ஒரு சாலையோரக் கடையில் தேநீர் அருந்தினேன். எப்படியாவது, யாரையாவது பிடித்து பெர்லினுக்குப் போக பாஸ்போர்ட் மற்றும் டிக்கெட் செலவுகளுக்கு ஏற்பாடு

செய்துகொண்டுவிட வேண்டும் என்று தோன்றியது. பல்லாயிரக் கணக்கில் செலவழித்து, உபயோகமே இல்லாத ஒரு பயணத்துக்குப் போய் வா என்று யார் அனுப்பி வைப்பார்கள்? அப்படியே ஆள் பிடித்துவிட முடிந்தாலும் என் துயரத்தின் சுமையை இன்னொருவர் தலையில் ஏற்ற என்னால் இயலாது.

ஒழியட்டும் போ என்று எழுந்து மணலைத் தட்டிக்கொண்டு நடக்க ஆரம்பித்தேன். இரவு முழுவதும் கால் போன போக்கில் நடந்து திரிந்துவிட்டு மறுநாள் பகல் பன்னிரண்டு மணி அளவில் சர்தார் கடைக்குப் போய்ச் சேர்ந்தேன்.

'உங்களுக்கு இன்றும் ஒரு கடிதம் வந்தது' என்று முதலாளி ஒரு கவரைக் கொடுத்தார். பிரித்துப் பார்த்தேன். இரண்டு வரிகள் மட்டும் எழுதப்பட்ட ஒரு சிறு கடிதமும் பம்பாயில் இருந்து கவுஹாத்திக்குச் செல்வதற்கான விமான டிக்கெட்டும் அதில் இருந்தன. டொமினிக்தான் அனுப்பியிருந்தான்.

'அடுத்த மாதம் நான் மீண்டும் இந்தியா வருகிறேன். இம்முறை கவுஹாத்தி. நீ அங்கு வா. நிறையப் பேசவேண்டும்.'

நான் அதுவரை விமானத்தில் ஏறியதில்லை. அப்படி ஒரு சந்தர்ப்பம் பெர்லினுக்குப் போகும்போது உண்டாகும் என்று எதிர் பார்த்திருந்தேன். அது நடக்கப் போவதில்லை என்பது தெரிந்து விட்டது. சட்டென்று எனக்குக் கோபம் வந்தது. என் இசையை சிம்பொனியின் இலக்கணச் சட்டங்களின்மீது வைத்துப் பார்த்துத்தான் அவர் சரியில்லை என்று சொல்லியிருக்கிறார். சட்டகங்களுக்கு உட்பட்டுக் கணக்குப் போடலாம். வரைபடங்கள் வரையலாம். ஓட்டாஞ்சில்லைத் தூக்கிப் போட்டுப் பாண்டி ஆடலாம். இந்த முட்டாள் கார்மியால் என் மன வரைபடத்தைப் படிக்க முடியவில்லையே? எந்தக் கலைப் படைப்பிலும் சில பிசிறுகள் இருக்கும். மொசார்ட், பீத்தோவன் தொடங்கி அத்தனைப் பேரின் படைப்புகளிலும் என்னால் குறைந்தது ஒன்றிரண்டு பிசிறுகளை எடுத்துத் தனியே போட முடியும். கலைப்படைப்பின் பேரெழிலே அந்தப் பிசிறுகளுக்குள்தான் ஒளிந்துகொண்டிருக்கிறது. இது தெரியாத ஒரு யூதக் கலைஞன் யூதனாக இருக்கவும் கலைஞனாக இருக்கவுமே தகுதியற்றுப் போய்விடுவான் அல்லவா? வயதானதில் கிழவனுக்கு புத்தி பேதலிக்கத் தொடங்கிவிட்டது போலிருக்கிறது. அல்லது அகங்கார சிம்மாசனத்தில் அமர்ந்திருக்கும் ஜோரில் அப்படி ஒரு கடிதம் எழுதியிருக்க வேண்டும். முட்டாள். வெறும் முட்டாள்.

நான் வாய்விட்டேதான் திட்டிக்கொண்டிருந்தேன். சர்தார் முதலாளி நான் யாரைத் திட்டுகிறேன் என்று கேட்டார்.

'அவன் ஒரு கிழட்டு யூத ராஸ்கல். நுண்ணுணர்வே இல்லாத வெறும் சர்க்கஸ் மாஸ்டர்.'

'ஓஹோ.'

'உலகை வெல்லும் படைப்பை நான் எழுதியிருக்கிறேன். அந்தப் பரதேசி அதை சிம்பொனி இல்லை என்று சொல்லிவிட்டான்.'

'அடப்பாவமே.'

'பொறாமை! தான் வாழும் காலத்தில் தன்னை விஞ்சும் ஒருவன் வந்துவிடக் கூடாது என்று நினைத்துவிட்டான். நீங்களே சொல்லுங்கள் முதலாளி. ஒரு நல்ல கலைஞன் அப்படி நினைப்பானா? கலை என்பது தெய்வம் அல்லவா? கலைஞன் என்பவன் தெய்வத்தின் ஆராதகன் அல்லவா?'

'சந்தேகமில்லை.'

'அப்படியென்றால் ஆராதிக்கத் தெரியாத கபோதி எப்படி ஒரு கலைஞனாகவும் யூதனாகவும் இருக்க முடியும்? அவன் ஒரு போலி.'

நான் ஏன் அப்படி உணர்ச்சி வயப்பட்டுக் கத்தினேன் என்று தெரியவில்லை. சர்தார் முதலாளி சிறிது பயந்துவிட்டார். 'நீ உட்கார். உட்கார் முதலில். டீ சாப்பிடுகிறாயா?' என்று கேட்டார். வெறுப்பில் நான் அந்த மதிப்புரையைச் சுக்குநூறாகக் கிழித்துப் போட்டேன்.

'தீப்பெட்டி வேண்டுமா? மொத்தமாக எரித்துவிடேன்?' என்று முதலாளி சொன்னார்.

அதையும் செய்தேன். அந்தத் தாள்கள் பற்றி எரியத் தொடங்கியபோது அதை அள்ளி என் முகத்தில் தேய்த்துக்கொண்டு ஓவென்று கதறி அழுதேன்.

பிறகு சிறிது சமாதானமாகி எழுந்து சென்று முகம் கழுவிக்கொண்டு டீ குடித்தேன்.

9.3

எங்கும் தங்காமல் எங்காவது போய்க்கொண்டே இருக்க வேண்டும் போலிருந்தது. எனக்கு வாகன வசதி வேண்டாம். படுத்துறங்கும் இடம் பற்றிக் கவலை இல்லை. வெயிலையும் குளிரையும் நான் பொருட்படுத்தியதில்லை. ஒரிசாவைப் பெரும் புயலும் மழையும் வெள்ளமும் ஆக்கிரமித்த ஒரு நாள் முழுவதும் நான் ஆற்றங்கரையில் நீரைப் பார்த்தபடி அமர்ந்திருந்தேன். இரவானபோதுகூட எழுந்து என் இருப்பிடத்துக்குச் செல்லவில்லை. புறத்தாக்கு தல்களின் வீரியமெல்லாம் வினாடிப் பொழுதுதான். பிறகு குளிராகவும் மழையாகவும் நானே மாறிவிட முடிந்தது. இயற்கையாகவேதான் இருந்துவிட்டுப் போகட்டுமே? என்னை இல்லாமல் போகச் செய்யும் சக்தி அதற்கு இல்லை என்பது அப்போது புரிந்தது. மறுநாள் மழை சிறிது நின்ற போதும் நான் இருந்த இடத்தைவிட்டு எழுந்திருக்கவே இல்லை. என் ஈரம் முற்றிலும் உலரும் வரை அங்கேயேதான் இருந்தேன். கைகால்கள் விரைத்துப் போய் சிறிது வலித்தன என்பதைத் தவிர எனக்கு வேறு எதுவும் ஆகவில்லை.

அதை நினைத்துக்கொண்டேன். எங்கும் நிற்காமல் நடந்துகொண்டே இருந்தால் என்னவென்று தோன்றியது. சிந்திக்கக்கூடாது. துக்கத்தையோ மகிழ்ச்சியையோ தரக் கூடிய எதையும் நினைத்துக்கொள்ளக் கூடாது. என்ன ஆனாலும் முயற்சியைக் கைவிட்டுத் திரும்பி வரவோ, எங்கும் தங்கிவிடவோ கூடாது என்று சொல்லிக் கொண்டேன். ஆனால் நடந்தே சுற்றினாலும் நாட்டின்

எல்லைக்குள்தான் சுற்ற வேண்டும் என்பது சோர்வளித்தது. தவிர, நான் ஒன்றுமில்லாதவன். வழி தவறி பக்கத்து தேசத்தின் எல்லைக்குள் நுழைந்துவிட்டாலும் நான் இந்த தேசத்தின் குடிமகன் என்று நிறுவ என்னிடம் எந்த அத்தாட்சியும் இல்லை. சென்னையில் என் பெற்றோர் இருக்கும் விலாசம் தேடிப் போனால் ஒருவேளை ஏதாவது கிடைக்கலாம். ஆனால் அவர்கள் அங்கே இருக்கிறார்களா அல்லது அவர்கள் இருக்கிறார்களா என்று எனக்குத் தெரியாது.

எந்த வெறுப்பும் இன்றி நான் அவர்களைப் பிரிந்து பல வருடங்கள் ஆகிவிட்டன. எனக்கு சந்தான லட்சுமியுடன் திருமணம் நடந்தபோது அவர்களும் விருந்தினர்களாக வந்திருந்தார்கள். இடையில் அப்போது பார்த்தேன். இருவரும் என்னைக் கண்டதும் அழுதார்கள். ‘அம்மா, கலைஞனைப் போலக் கண்ணீரும் விலை மதிப்பற்றது. நான் ஒரு திரைப்படத்துக்கு இசை அமைக்கிறேன். நீங்கள் அழுகிறீர்கள்’ என்று சொன்னேன்.

நான் எந்த அளவுக்கு மனிதர்களை நேசிக்கிறேன் என்பது இந்த ஒரு விஷயத்தில்தான் எனக்குத் தெளிவாகத் தெரிகிறது. எப்போதுமே. யாருக்கும் நான் ஒரு நீண்ட நாள் சுமையாக இருக்க விரும்புவதில்லை. சுமையாக அல்லாமல் வேறு என்னவாகவும் இருக்க முடியாதவன் மனித குலத்துக்குச் செய்யும் பதில் மரியாதை இதுதான்.

சொல்லிக்கொள்ளவோ விடை பெறவோ எனக்கு யாருமில்லை. அரபிக்கடல் ஓரமாகவே நடக்கலாம் என்று முடிவு செய்து கிளம்பினேன். எப்போதும் கடல் என் நிலைக்கண்ணாடியாக இருந்து வந்திருக்கிறது. நான் அவ்வளவு விசாலமாக இருக்கிறேன். நான் அப்படித்தான் ஆர்ப்பரிக்கிறேன். என் ஆழமும் அளவிட முடியாத தாகவே உள்ளது. யாரும் கண்டறியாத முத்துக்களை நான் உருவாக்கிக் கொண்டே இருக்கிறேன். அவை என்றென்றும் எனக்குள் இருக்கும். நான் என்றென்றும் இருப்பேன்.

அக்ஸா கடற்கரையில் நான் ஜானவியைப் பார்த்தேன். இருவருமே ஒருவரையொருவர் எண்ணிப் பார்க்காத நேரத்தில் அந்தச் சந்திப்பு நிகழ்ந்தது. தனது தந்தை வழி உறவுக்காரப் பெண் ஒருத்தியின் திருமணத்துக்காக மும்பை வந்திருப்பதாகவும் மூன்று நாள் பயணம் என்றும் சொன்னாள்.

‘இவ்வளவு நாள் என்னை ஏன் தொடர்புகொள்ளவில்லை?’ என்று கேட்டாள்.

‘மறந்துவிட்டேன்’ என்று சிரித்துக்கொண்டே சொன்னேன். உண்மையில் நான் மறந்துதான் இருந்தேன். குறைந்தது, எதையும்

யாரையும் நினைத்துக்கொள்ளாமல் இருக்க வேண்டும் என்பதை யாவது நினைத்துக்கொண்டேதான் இருந்தேன். அவளுக்கு என் மீது மிகுந்த கோபம். என்னை அடித்தாள். சிறிது நேரம் அழுதாள். பிறகு தானே சமாதானமாகி, நான் இறந்துவிட்டதாக போலிசார் வழக்கை முடித்த கதையைச் சொன்னாள். சந்தான லட்சுமிக்கு மறுமணம் நடந்தது, டெவில் குழு கலைந்து ஆளுக்கொரு பக்கம் சிதறிப் போனது, அந்தப் படம் வெற்றி பெற்று, மரியா பிரபல பாடகியானது என்று அனைத்தையும் சொன்னாள்.

'உனக்குத் தெரியுமா? அவள் இன்று ஒரு பாடலுக்கு ஐம்பதாயிரம் ரூபாய் சம்பளம் வாங்குகிறாள்.'

'அப்படியா?'

'அவளுக்குத் திருமணமாகிவிட்டது.'

'அப்படியா?'

'உலகம் உன்னை மறந்தேவிட்டது எட்வின். நீ இறக்கவில்லை என்பது எனக்கு மட்டும்தான் தெரியும். உன் சிம்பொனி என்ன ஆயிற்று? நீ எழுதி முடித்தாயா இல்லையா?'

நான் சிறிது நேரம் அமைதியாக இருந்தேன். என் பதில் அவளுக்கு எவ்வளவு முக்கியமோ, அவளது மகிழ்ச்சி எனக்கு அவ்வளவு முக்கியம் என்று சொல்லிக்கொண்டேன். ஜானவியைப் போன்ற ஒரு பெண்ணை இந்த உலகில் பார்க்கவே முடியாது. மிகக் குறைந்த காலப் பழக்கத்தில் என்னை முற்றிலும் புரிந்துகொண்டவளாக அவள் இருந்தாள். எனக்கு அவள் அளித்தவை நிறைய. அதற்கு நான் நன்றி சொன்னபோதெல்லாம் 'நீ ஒரு விதிவிலக்கு என்பது எப்படியோ எனக்குப் புரிந்துவிட்டது எட்வின். உன் கலை என்னைக் கொள்ளை கொண்டதை நான் வேறெப்படி உனக்குப் புரியவைக்க முடியும்?' என்று கேட்பாள்.

யாரையும் வாழவிடாமல் அலைக்கழிக்கும் ஒரு நாசகார சக்திக்குத்தான் எவ்வளவு ஆராதகர்கள்!

நான் தீர்மானமாக அவளிடம் பொய் சொல்வது என்று முடிவு செய்தேன். அந்தப் பொய்யை ஒரு பரிசுப் பொதியில் வைத்து அளிப்பது போலப் புன்னகை செய்தேன்.

'எதற்கு சிரிக்கிறாய்? எழுதி முடித்தாயா இல்லையா?'

'இல்லை. ஆனால் முடித்துவிடுவேன்.'

'எப்போது?'

‘சீக்கிரம் நடக்கும். ஆரம்பிக்கும்போது எனக்கு இருந்த திட்டம் வேறு. ஆனால் எழுத எழுத, என் இசை என்னை வேறு ஒரு உலகுக்கு அழைத்துச் சென்றுவிட்டது. என் திட்டத்தை என் கலை திருத்தி எழுதும்போது அதன் ஆகிருதி, என் மனத்தில் நான் உருவாக்கி வைத்திருந்த பிம்பத்தைக் காட்டிலும் மிகப் பெரிதாக இருக்கிறது. அப்பா! கண் கூசச் செய்யும் அந்தப் பேரொளியின் பரவசத்தை நான் எப்படிச் சொல்வேன்! ஒலிகள் ஒளியாகும் விந்தையை என்னால் விவரிக்கவே முடியாது ஜானவி!’

நான் அவள் கையைப் பிடித்துக்கொண்டு பரவசத்துடன் சொன்னேன். என் கண்கள் கலங்கியிருந்தன. எனக்கு லேசாக நடுக்கம் ஏற்பட்டது. ஜானவி என்னை ஒருமுறை கட்டியணைத்து விலகினாள். ஒரு நிம்மதியின், ஒரு திருப்தியின், ஒரு மகிழ்ச்சியின் கீற்றை அவள் முகத்தில் கண்டேன்.

‘எனக்குத் தெரியும் எட்வின். நீ செய்துவிடுவாய். இரண்டு வாரத்தில் முடிப்பேன் என்று நீ சொன்னது, உணர்ச்சி வேகத்தில் சொன்னதுதான் என்று அப்போதே எனக்குத் தெரியும். மூன்று மாதங்களாவது ஆகும் என்று நினைத்தேன். நீ இரண்டு ஆண்டுகளை விழுங்கிவிட்டாய்’ என்று சொல்லிவிட்டுச் சிரித்தாள். நாங்கள் கடற்கரையில் ஐஸ் க்ரீம் சாப்பிட்டோம். நெடுநேரம் பேசிக்கொண்டே இருந்தோம். இருட்டத் தொடங்கிய பின்பும் அவளுக்குக் கிளம்ப விருப்பமே இல்லை.

‘நீ உன் உறவுக்காரப் பெண்ணோடு வந்திருக்கிறாய். உன்னால் அவள் காத்திருக்கும்படி ஆகிறது. பார், அங்கே அவள் தனியாக மண்ணில் கோலம் போட்டுக்கொண்டிருக்கிறாள்’ என்று சொன்னேன்.

‘பரவாயில்லை.’

‘நீ இப்படி என்னோடு பேசிக்கொண்டிருப்பதை அவள் வீட்டுக்குப் போய் வேறு விதமாகச் சொல்லி உன்னைச் சங்கடப் படுத்துவாள்.’

‘அவள் வேறு விதமாகச் சொல்வதுதானே சரி? அது பரவாயில்லை. நான் உன்னோடு படுத்துப் புரண்டதுவரை என் அப்பா அம்மாவிடம் சொல்லிவிட்டேன். அதைவிடு. நீ இங்கே என்ன செய்கிறாய்? எங்கே தங்கியிருக்கிறாய்?’

நான் ஒரு உணவு விடுதியில் வேலை பார்ப்பதாகச் சொன்னேன். மாதம் நான்காயிரம் ரூபாய் சம்பளம். தங்குமிடம், சாப்பாடு இலவசம்.

‘தலையெழுத்தா உனக்கு?’

‘ஆமாம்.’

'சென்னைக்கு வந்துவிடு எட்வின். ஒன்றுமில்லாவிட்டாலும் நான் உனக்கு இருப்பேன்' என்று சொன்னாள்.

'நீ திருமணம் செய்துகொள்ளவில்லையா?'

'ஆர்வமில்லை.'

'உன் அப்பா அம்மா எப்படி சும்மா விட்டு வைத்திருக்கிறார்கள்?'

'அவர்கள் நச்சரித்துக்கொண்டுதான் இருக்கிறார்கள். நான் முடிந்த வரை நழுவிக்கொண்டிருக்கிறேன்.'

'ஏன்?'

'எனக்குப் பிடித்த மாதிரி ஒரு பையன் கிடைக்க வேண்டாமா?' என்று சொன்னாள்.

காட்டிக்கொள்ள விரும்பாத காயங்களை அவள் திறமையாக மூடி மறைக்க விரும்புவதாக எனக்குத் தோன்றியது. நானேகூட அதற்குக் காரணமாக இருக்கலாம். யாரையாவது சித்திரவதை செய்யாமல் எந்தக் கலைஞனும் வாழ்ந்ததில்லை. சித்திரவதை செய்ய யாருமில்லாதபோது அவன் தன்னையே வதைத்துக்கொள்ளத் தொடங்குகிறான். எத்தனைக் கவித்துவமான குரூரம்!

என் அன்பான ஜானவி! ஒரு கலைஞனைப் போன்ற கேவலமான மனிதன் இந்த உலகத்தில் இருக்க முடியாது. தன் கலைக்காக எல்லோரையும் உதறிவிட அவன் என்றுமே தயங்குவதில்லை. பதிலுக்குக் காலம் அவனைக் கைவிடுகிறது. கலை கைவிடாதவரை அவன் அதையும் சகித்துக்கொண்டு மேலே போகிறான். உனக்கு நான் இதை எப்படிச் சொல்லி விளங்க வைப்பேன்?

அன்றெல்லாம் திரும்பத் திரும்ப அவள் என் சிம்பொனியைப் பற்றியே பேசிக்கொண்டிருந்தாள். நான் எப்படிப் பேச்சை மாற்றி வேறு விஷயங்களைப் பேசத் தொடங்கினாலும் அவள் விடாப்பிடியாக மீண்டும் மீண்டும் அங்கேயே வந்து நின்றாள். அவளது அம்மா வழித் தாத்தா ஆறு மாதங்களுக்கு முன் இறந்து போனார். ஊரில் நிறைய நிலங்களுடன் வசதியாக வாழ்ந்த மனிதர். சாவதற்குச் சில நாள்களுக்கு முன்னர் தனது சொத்துகளை எல்லோருக்கும் பிரித்து எழுதியிருக்கிறார்.

'தாத்தாவுக்கு என்மீது பிரியம் அதிகம். நிலத்தை என் அம்மாவுக்கும் அவளது அண்ணனுக்கும் பிரித்து எழுதியவர், அவரது வீட்டை என் பெயருக்குத்தான் எழுதி வைத்திருக்கிறார். இன்று விற்றால் எப்படியும் முப்பது லட்சம் வரும். உன் சிம்பொனியை வெளியிட அந்தப் பணம் போதுமல்லவா?' என்று கேட்டாள்.

நியாயமாக நான் அழுதிருக்க வேண்டும். ஆனால் வலுக் கட்டாயமாகப் புன்னகை செய்து, 'அதைப் பற்றி நீ கவலைப்படாதே. ஜெர்மனியில் நான் ஒரு ஸ்பான்சர் பிடித்துவிட்டேன்' என்று சொன்னேன்.

'அப்படியா?'

'இந்த இரண்டு வருடங்களும் நான் சும்மா இல்லை. நிறைய வேலை செய்திருக்கிறேன்' என்று சொன்னேன். ஒரிசாவில் டொமினிக்கை சந்தித்தது, அவன் என் இசையைக் கேட்டு வியந்தது, எனக்காக பெர்லினில் அவன் முயற்சி எடுத்தது அனைத்தையும் சொன்னேன்.

'ஓ. அப்படியானால் நீ பெர்லினுக்குப் போகப் போகிறாயா?'

'ஆமாம். முடித்ததும்.'

'என்னை அழைத்துச் செல்வாயா?'

'நிச்சயமாக. இப்போது உன்னைச் சந்திக்காமல் போயிருந்தாலும் சென்னைக்கு வந்து உன்னை அழைத்துக்கொண்டுதான் ஜெர்மனிக்குக் கிளம்ப வேண்டும் என்று நினைத்துக்கொண்டிருந்தேன்.'

'ஒருவேளை எனக்குத் திருமணமாகியிருந்து, என் புருஷன் கூடாது என்று அப்போது சொன்னால்?'

'டைவர்ஸ் செய்துவிட்டு வரச் சொல்லியிருப்பேன்!' என்று சிரித்துக்கொண்டே சொன்னேன்.

கிளம்பும்போது அவள் மறுநாள் மாலை அதே நேரம் சந்திக்கலாம் என்று சொன்னாள்.

'நாளை திருமணம். நாளை ஒருநாள்தான் இருப்பேன். மறுநாள் காலை சென்னை கிளம்பிவிடுவோம்.'

'சரி.'

'நாளைக்கு நாம் கண்டிப்பாக சந்திக்க வேண்டும்.'

'சரி.'

'நீ மண்டபத்துக்கு வந்துவிடுகிறாயா? அங்கிருந்து நாம் ஒன்றாகக் கிளம்பிவிடலாம்.'

'சரி.'

அவள் திருமண மண்டபத்தின் முகவரியைக் கொடுத்தாள். தன்னோடு வந்திருந்த உறவுக்காரப் பெண்ணைக் கூப்பிட்டு, தாமதத்துக்கு மன்னிப்புக் கேட்டுவிட்டு என்னை அறிமுகப்படுத்தி வைத்தாள்.

‘இவனை இப்போது நன்றாகப் பார்த்துக்கொள். மிக விரைவில் டிவியிலும் பேப்பரிலும் நீ இவனைப் பார்ப்பாய். பெரிய ஜீனியஸ். இரண்டு வருடங்களாகத் தலைமறைவாக இருந்து பெரிய காரியம் ஒன்றைச் செய்துகொண்டிருக்கிறான். அது வெளியே வரும்போது இந்த நாடே இவனைக் கொண்டாடும்’ என்று சொன்னாள். அவளிடம் அதைச் சொல்லிவிட்டு உடனே என்னிடம் திரும்பி, ‘இவளுக்கு இசையெல்லாம் தெரியாது. அதனால்தான் வேறு எதுவும் சொல்லவில்லை’ என்று சொன்னாள்.

அந்தப் பெண்ணுக்குக் கோபம் வந்துவிட்டது. ‘அதெல்லாம் இல்லை சார். நானும் பாட்டு கேட்பேன். நான் பப்பி லஹரியின் விசிறி’ என்று சொன்னாள்.

10

TEN

மும்பையில் ஜானவியைச் சந்திப்பதற்கு முன்பு எட்வின் தனது வாழ்நாளில் என்றுமே பொய் சொன்னதில்லை. தனது அற்பத்தனங்களையும் வரம்பு மீறல்களையும் மனக்கசடு களையும் அவமானங்களையும் மூடிமறைக்க நான் என்றுமே விரும்பியதில்லை. அதற்கு அவனுக்கு அவசியம் ஏற்பட்ட தில்லை. சர்தார் முதலாளியிடம் முதலில் என்னை ஒரு யூதன் என்றுதான் சொன்னேன். பிறகு நானே அவரிடம் மன்னிப்புக் கேட்டுக்கொண்டு, அவன் யூதன் இல்லை; கிறித்தவன் என்று சொன்னான். அவருக்கு இரண்டுமே முக்கியமில்லாத செய்திகளாக இருந்தது வேறு விஷயம். ஆனால் சந்திக்கும் போதெல்லாம் ஒரு தேநீர் வாங்கித் தரும் நபரிடம் உண்மைக்கு மாறான எதையும் பேசுவது பாவம் என்றுதான் நினைத்தேன்.

யோசித்துப் பார்த்தால் நான் அவனை ஒரு யூதனாக உணர்ந்ததும் உண்மைதான். உணர்ந்ததை உணர்ந்த விதத்தில் சொல்வது பொய்யில் சேருமா? பொய்யைத்தான் உணர்கிறோம் என்பது திரும்பத் திரும்ப நினைவைத் தொடும் போது பொய் ஒரு உண்மைக்கு நிகரான அழகடைந்து விடுகிறது.

அபத்தங்களை உருவாக்காத கலைஞன் இந்த உலகில் இல்லை. அவனே உருவாக்கும் அத்தனை அபத்தங்களையும் மீறி அவன் கலை கோலோச்சுவதைக் காணும் கணத்துக் காகவே அவன் வாழ்கிறான். என்று நிகழும் என்று தெரியாத அந்த அற்புதத்துக்காக அவன் உழைக்கிறான். உயிரே

போனாலும் பரவாயில்லை என்று அடிக்கடி நினைப்பவனாக அவன் இருப்பதால்தான் வாழ்வின் அசுரப் பிடியில் சிக்கி மீளும் ஒவ்வொரு தருணமும் அவனுக்கு மறு பிறப்பாகிறது.

ஜானவியிடம் முன்பெல்லாம் நான் இப்படி நடந்துகொண்டதில்லை. அவன் உடலின் வாசனையும் வியர்வையின் துர்நாற்றமும் அவளுக்குப் பரிச்சயமான பின்பு எதையுமே அவளிடம் மறைத்தோ மாற்றியோ பேசியதில்லை. ஒரு சமயம் எனக்கு வினோதமானதொரு ஆசை வந்தது.

‘நீ கோபித்துக்கொள்ளாவிட்டால் உன்னை ஒன்று கேட்பான்’ என்று ஆரம்பித்தான்.

‘மாட்டேன், கேள்.’

‘இன்றிரவு எனக்கு உன் குறியைத் தர வேண்டும். ஆனால் அவன் செக்ஸுக்காகக் கேட்கவில்லை.’

‘பிறகு?’

‘அதில் நான் மௌத் ஆர்கன் வாசிக்கப் போகிறான். ஒரு முழு நிகழ்ச்சி.’

‘சீ!’ என்று அவள் என்னை அடித்தாள்.

‘இல்லை ஜானவி. இது விளையாட்டல்ல. இசை என்பது சுவாசம் போன்றதுதான். காற்று கட்டுப்பாட்டில் இருக்கும்வரை மனிதன் உயிருடன் இருப்பான். கட்டறுந்து போகும்போது காற்று வெளியே போய்விடும். அதே போலத்தான் இசையும். பல சிறிய சிறிய துவாரங்கள் வழியே காற்றைக் கட்டுப்படுத்தி மௌத் ஆர்கனை இசைக்க முடியும். மௌத் ஆர்கனில் முடியுமென்றால் அது உன் குறியிலும் முடிய வேண்டும்.’

‘ஆனால் இது ஒற்றை துவாரம். உன்னால் ஒரு சுவரத்தை மட்டும்தான் எழுப்ப முடியும். அதை மறந்துவிடாதே’ என்று அவள் சொன்னாள்.

‘ஆம். ஒற்றை துவாரம்தான். ஆனால் ஒரு பெண்ணின் ஒவ்வொரு துவாரமும் ஒரு முழு இசைக் கருவி. அவனுக்கென்னவோ முடியும் என்றுதான் தோன்றுகிறது.’

‘உன்னால் இதை இன்னொரு பெண்ணிடம் இப்படிக் கேட்க முடியுமா?’

அவன் சிறிது யோசித்தேன். பிறகு, ‘கேட்கலாம். விலைப் பெண்களிடம் முடியும். ஆனால் துரதிருஷ்டவசமாக

விலைப்பெண்களுக்கு சங்கீத சம்பந்தம் இருப்பதில்லை என்பதால் அவர்களுக்கு இது புரியாது.'

'நீதான் இப்படிச் சொல்கிறாய். அந்தக் காலத்தில் விலைப் பெண்களில் பலர் சங்கீத மேதைகளாகவே இருந்திருக்கிறார்கள். பல வித்வான்கள் அவர்களைத் தேடிப் போனதன் காரணம் உடலல்ல; ஞானம்தான் என்று கேள்விப்பட்டிருக்கிறேன்.'

'அப்படியா? ஆனால் அவனறிந்த விலைப் பெண்கள்கள் அப்படியெல்லாம் இல்லையே. நான் என்ன செய்ய முடியும்?'

'சரி சொல்லித் தொலை. நான் என்ன செய்ய வேண்டும்?'

'படுத்துக்கொண்டு காட்ட வேண்டும்.'

'கருமம். பிறகு?'

'நான் வாசிப்பேன்.'

'புர்..புர்.. என்று ஊதுவாயா?'

'ஆமாம்.'

'ஐயோ கூசுமே.'

'அதைத்தான் சொன்னான். அதை நீ பொறுத்துக்கொள்ள வேண்டும். சத்தம் போட்டு சிரித்துவிடக் கூடாது. வாசிப்பின் தொடர்ச்சி அறுபட்டுவிடும்.'

அவள் விழுந்து விழுந்து சிரித்தாள். அந்தச் சிரிப்பு எனக்குப் போதுமானதாக இருந்தது. அவள் சம்மதித்துவிட்டதை அவன் தெரிந்துகொண்டேன்.

அன்றிரவு ஒரு முதலிரவு அறையை அலங்கரிப்பது போல மேன்ஷன் அறையை நான் அலங்காரம் செய்தேன். நன்கு பெருக்கி, தரையைத் துடைத்துக் காய வைத்தான். புதிதாக ஒரு கோரைப் பாய் வாங்கி வந்து விரித்து அதன்மீது ஜானவியின் துப்பட்டாவையே மடித்து மேலே போட்டேன். ஒரு முழம் மல்லிகைப் பூ வாங்கி வந்து உதிர்த்துப் படுக்கையெங்கும் பரப்பி வைத்தான். இரண்டு ஊதுபத்திகளையும் ஏற்றி வைத்தேன். ஜானவி அன்று புடைவை கட்டிக்கொண்டு வந்தாள். ஒரு மெல்லிய காசித் துண்டைக் கையில் எடுத்து வந்திருந்தாள்.

'இது எதற்கு?' என்று கேட்டேன்.

'நான் படுத்ததும் இந்தத் துண்டால் என் வாயைக் கட்டிவிடு எட்வின்' என்று சொன்னாள்.

‘எதற்கு?’

‘சிரிப்பு வந்துவிட்டால் சிக்கல். அதற்குத்தான்.’

நான் அவளை முத்தமிட்டான். ‘உனக்காக மட்டும்தான் இதெல்லாம்’ என்று அவள் சொன்னாள்.

‘சரி, வந்து படு.’

அவள் படுத்துக்கொண்டாள். வாயை இறுக்கிக் கட்டிக்கொண்டாள். தான் தயார் என்று தலையசைத்துச் சொன்னாள். நான் அவளது புடைவையின் கணுக்கால் பகுதியை உயர்த்தி, அதற்குள் அவன் தலையை நுழைத்து முன்னால் சென்று அவளது இரு தொடைகளுக்கும் நடுவில் சௌகரியமாகப் படுத்துக்கொண்டேன். இப்போது எனக்கு அவள் முகம் தெரியவில்லை. ஆனால் இதற்குள்ளாகவே அவளுக்குச் சிரிப்பு வந்துவிட்டது தெரிந்தது. அழுத்திக் கட்டிய காசித் துண்டுத் தடுப்பை மீறி அவள் சிரிப்பது கேட்டது. அவன் ஜானவியின் குறியில் தனது வாயைக் கொண்டு வைத்தேன்.

வாசிக்கத் தொடங்கியபோது எனக்கு அந்த ஒரு துவாரத்துக்குள் மூன்று சுரங்களைக் கொண்டு வந்துவிட முடியும் என்று தெரிந்துவிட்டது. அந்த இடத்தின் ஆரம்ப சுருதி, அந்தர காந்தாரமாக இருந்தது. சிறிது மூச்சை இழுத்து, அழுத்தம் கொடுத்து மொத்த மொத்தமாகக் காற்றை விடுவித்தால் பிரதி மத்யமம் கிடைத்தது. பஞ்சமத்தைச் சென்றடைய நான் என் அடி வயிற்றில் இருந்து காற்றை உருவ வேண்டியிருந்தது. ஆனால் அதுவும் வந்துவிட்டது. என்னால் மகிழ்ச்சியைத் தாங்கவே முடியவில்லை. சட்டென்று அவள் புடைவைக்குள் இருந்து வெளியே வந்தான். ‘நான் நினைத்தது சரி. அது ஒரு இசைக் கேந்திரம். மூன்று சுரங்கள் அங்கு வாழ்கின்றன ஜானவி!’ என்று பரவசத்துடன் சொன்னேன். இப்போது அவள் காசித் துண்டைக் கழட்டி எறிந்துவிட்டு அடக்கமாட்டாமல் விழுந்து விழுந்து சிரித்தாள்.

‘சிரிக்காதே’ என்றான்.

‘இரு. சிரித்து முடித்துவிட்டுத்தான் மறுவேலை’ என்று சொல்லிவிட்டு மீண்டும் சிரித்தாள். வெகுநேரம் சிரித்துக்கொண்டே இருந்தாள். ஒரு விதமாக அந்தச் சிரிப்பு அடங்கியதும் அவன் தோள்களைக் கட்டிக்கொண்டு ‘போதுமா?’ என்று கேட்டாள்.

‘செய்து பார்க்க நினைத்ததைச் செய்துவிட்டேன். இவ்வளவுதான்’ என்று சொன்னேன்.

‘அதைவிடு. நான் போதுமா?’

'அதெப்படிச் சொல்வேன்?'

'ஐந்து நிமிடங்கள் நீ அங்கே வாயை வைத்து வாசித்திருக்கிறாய். எனக்கு எப்படி இருந்திருக்கும் யோசித்துப் பார்.'

'கஷ்டம்தான் அல்லவா? மன்னித்துக்கொள்.'

'மன்னிக்க முடியாது.'

'சரி, தண்டித்துவிடு' என்று சொல்லிவிட்டு அவள் எதிரே கைகட்டி நின்றான்.

'கையைக் கட்டிக்கொண்டிருந்தால் எப்படி தண்டிக்க முடியும்? என்னை வந்து கட்டிக்கொள்' என்று சொன்னாள்.

அன்றிரவு முழுவதும் நான் அவளுக்குள் இருந்தான். அவள் அவனுக்குள் இருந்தாள். இடையில் இசை உள்பட வேறு எதுவுமே இருக்கவில்லை. விடியும் வரையும், விடிந்த பிறகும்கூட நாங்கள் ஒருவர்மீது ஒருவர் படர்ந்து கிடந்தோம்.

'போதும் கிளம்பலாம்' என்று அவன்தான் சொன்னான்.

'இன்னொரு முறை கேட்பாயா இதை?'

'மாட்டேன்.'

'ப்ராமிஸ்?'

'ப்ராமிஸ்.'

'பொங்கிய சிரிப்பை என்னால் அடக்கவே முடியவில்லை. செத்துவிடுவேன் என்றே தோன்றியது. அவ்வளவு பயங்கரம்.'

'சிரித்துக்கொண்டு சாக முடிந்தால் அது எத்தனை உயர்வானது! ஆனால் அது யாருக்கும் வாய்ப்பதில்லை. மரணத்துக்கு வலிகளுடனும் துக்கங்களுடனும் துயரங்களுடனும்தான் உறவு கொள்ள முடிகிறது. ஒரு புன்னகையின் வெளிச்சக் கீற்றை மரணம் அறிந்திருப்பதில்லை.

ஜானவியைப் பற்றி நினைப்பதற்கு எவ்வளவோ இருக்கின்றன. இன்னொரு ஜானவி இந்த உலகில் இருக்க முடியாது என்பதுதான் மாபெரும் துயரம். அதனால்தான் சிம்பொனியைப் பற்றி அவள் கேட்டபோது அவனால் உண்மையை அதன் முழுமையில் சொல்ல இயலவில்லை. உண்மையின் ஓரங்களால் பாத்தி கட்டி நடுவே பொய்களை விதைத்து முளைவிடச் செய்து காட்டினேன். இது என்னை பாதித்தது. மிகவும் வலித்தது. கதற வேண்டும் போலத்

தோன்றியது. அவன்மீது எவ்வளவு நம்பிக்கை வைத்திருக்கும் பெண்! உதாரணமே காட்ட முடியாத கண்மூடித்தனமான நம்பிக்கை. நான் எழுதி முடித்துவிடுவேன் என்பதிலோ, பெர்லினுக்குச் சென்று அவன் சிம்பொனியை அரங்கேற்றப் போகிறான் என்பதிலோ, உலகம் முழுதும் என்னைத் தலையில் வைத்துக் கொண்டாடப் போகிறது என்பதிலோ அவளுக்கு இரண்டாம் கருத்தே இல்லை. ஒரு சிறுமியைப் போலச் சொல்வதையெல்லாம் அப்படியே நம்புகிறாளே என்று அவன் மிகவும் வருந்தினேன். ஆனால் என்ன செய்ய முடியும்? கலைஞனை தர்மசங்கடத்தில் ஆழ்த்தக் காலம் எப்போதும் சில நூதனமான ஆயுதங்களைக் கையில் வைத்து இருக்கும். குறி பார்த்து எறியத் தெரிந்த தாதா. அதன் தாக்குதலில் இருந்து தப்பித்துவிட முடியாது.

மறுநாள் திருமண மண்டபத்துக்கு வருவதாக ஜானவியிடம் அவன் சொல்லியிருந்தேன். ஆனால் அதைச் சொல்லும்போதே போகப் போவதில்லை என்று மனத்துக்குள் முடிவு செய்தும் இருந்தான். ஏன் என்று அவன் கேட்டதற்கு, ‘என் பார்வையே ஆசீர்வாதம் என்று அவள் ஒருமுறை சொன்னாள். இல்லை. என் பார்வை விழும் இடத்தில் உடனே சனி பிடிக்கும்’ என்றேன்.

‘ஒரு யூதனுக்கு சனி பகவான் மீதெல்லாம் பயமும் நம்பிக்கையும் வருமா?’

‘கலைஞனுக்கு வரும்.’

‘அப்படியென்றால் யூதன் கலைஞன் இல்லை என்கிறாயா?’

‘நான் கலைஞன் என்கிறேன்.’

நடந்த சம்பவங்களால் அவன் மிகவும் நொறுங்கிப் போயிருந்தான். எத்தனை மகத்தான பெரும் தோல்வி! முயற்சியின் மகத்துவம் ஒன்றுமே இல்லை என்று விலக்கி வைக்கத் தோன்றும் அளவுக்குத் தோல்வியின் பரிபூரணம் என்மீது கவிந்து அமர்ந்திருந்தது. அதன் வெக்கை சகிக்க முடியாததாக இருந்தது. அதன் துர்நாற்றம் பிறவி முழுவதும் தொடரக்கூடியதாக இருந்தது.

எனக்குச் சிறிது குழப்பம் ஏற்பட்டு அந்தச் சம்பவத்துக்குப் பிறகு மீண்டும் ஒருமுறை அவன் எழுதியதை எடுத்துப் படித்துப் பார்த்தேன். ஒரு எழுத்தைக்கூட மாற்ற அவசியமில்லாமல் எழுதியிருப்பதாகத்தான் தோன்றியது. உட்செவியில் ஓடவிட்டுப் பார்த்தால் சரியாக சிம்பொனி போலத்தான் அது ஒலித்தது. கார்மி எதனால் இது சிம்பொனி இல்லை என்று சொன்னார்?

ஆ, இலக்கணம்.

நான் அதனை என்றுமே பொருட்படுத்தியதில்லை. அவனுக்கு ராகங்கள் தெரியாது. தாளம் தெரியாது. இசையின் நுணுக்கம் என்றும் சூட்சுமம் என்றும் சௌக்கியம் என்றும் பாந்தம் என்றும் இன்னும் பலவாகவும் குறிப்பிடப்படும் எதைப் பற்றியும் எதுவும் தெரியாது. நான் அதை நினைத்தால் அது அவனுக்குள் வரும். என்ன நினைக்கிறான் என்பதல்ல. என்ன வருகிறது என்பதில் அடங்கி இருக்கிறது விஷயம். இது சிம்பொனி அல்ல என்று சொல்லத் தெரிந்த மேதையால் இந்த இசை நன்றாக இல்லை என்று சொல்ல முடியவில்லையே. யோக்கியனாக இருந்தால் இது சிம்பொனிக்கு மேம்பட்டது என்று சொல்லியிருக்க வேண்டும். நான் அகங்காரத்தில் பேசுவதில்லை. அது அப்படித்தான். அகங்காரம் போலத் தோற்றம் தரும் உண்மைகளுக்கும் உண்மைகளின் தோட்டத்தில் பதியன் உண்டு.

மகத்தான தோல்வி. வாதம் செய்து வெல்வதற்கான கதவுகளே இல்லாத இடத்தில் முட்டிக்கொண்டு நிற்பது தவிர வேறு வழியில்லை.

ஒருவேளை தவறு என்மீதுதானோ? அவன் சொல்லும்போதே டொமினிக்கிடம் வேறு விதமாகச் சொல்லியிருக்கலாம். உங்கள் சிம்பொனிக்கு மேம்பட்ட ஒன்றை நான் உருவாக்கிக்கொண்டிருக் கிறேன். அதை அரங்கேற்ற நீ உதவி செய்ய முடியுமா என்று கேட்டிருக்க வேண்டும். அப்போது மதிப்புரையாளர் மாறியிருக் கலாம். நிறுவனம் இது என்னவென்று அறியும் ஆவலில் என்னை நேரடியாக அழைத்துப் பேசியிருக்கும். வாழ்க்கை வேறு விதமாகி இருக்கக்கூடும்.

எல்லாம் யூகங்கள். கனவுகள். ஆசைகள். நிஜத்துக்கு மொத்தமே மூன்று சொற்கள்தான் உண்டு. இது சிம்பொனி அல்ல.

தனது அத்தனைப் பிசிறுகளையும் அறிந்த ஜானவியிடம் இந்த ஒரு உண்மையை அப்பட்டமாகச் சொல்லிவிடத் தன்னை எது தடுத்தது என்று அவன் மிகவும் யோசித்தேன். காதல், பரிவு, பாசம் எல்லாம் தாண்டி ஏதோ ஒன்று. அநேகமாக அது அவள் இறந்துவிடக் கூடாது என்ற உள்ளார்ந்த அச்சத்தின் வெளிப்பாடாகத்தான் இருக்க வேண்டும். ஆம். அச்சங்களே பொய்களின் ஊற்றுக்கண். உண்மை, அச்சமின்மையில் இருந்துதான் பிறக்கிறது. கார்மி ஜாக்கப்புக்கு என் இசையை வாசித்துக் கருத்துச் சொல்வதில் எந்த அச்சமும் இல்லை. அவனை அவர் அறியமாட்டார். அறியாத ஒரு கலைஞனின் படைப்பு

அநாதைக் குழந்தையைப் போன்றது. எடுத்துச் சீராட்டுவதும் அப்படியே ஒதுக்கிவிட்டுப் போவதும் அதன் விதியின் பிடியில் இருப்பவை. யார் கேட்பது?

என் பிரிய ஜானவி, அவனுக்கு அன்பையும் காதலையும் மட்டுமே அளித்து வந்த உனக்கு என்னால் பதிலுக்கு அச்சத்தில் விளைந்த பொய்களையே திருப்பித் தர முடிந்தது. உண்மையில் கார்மியின் நிராகரிப்பைக் காட்டிலும் இது என்னை வருத்துகிறது. ஒரு கொலை செய்தவனைப் போல அவன் உள்ளுக்குள் தவிக்கிறேன். பதற்ற முறுகிறேன். அழுகிறான். தண்டனை இல்லாத இந்தக் குற்றம் என்னை இனி எதுவும் எழுத வைக்காது. மகத்தானதென்று நான் நம்பிய ஒன்றை நிராகரித்துவிட்டார்கள். இன்னொரு மகத்தான கலைப் படைப்பு யாரைத் தேர்ந்தெடுத்து அவன் மூலம் வெளிவரும் என்று எனக்குத் தெரியாது. ஆனால் நானாக இருக்க மாட்டேன். ஒரு வாழ்க்கைக்கு ஒரு சிம்பொனி போதும். அது சரியாக அமையா விட்டாலும்.

அன்றொரு நாள் உன் குறியில் வாய் வைத்து நான் மௌத் ஆர்கன் வாசித்தது போல, மேகங்களுக்கு நடுவே அமர்ந்து என் படைப்பை நானே பாடியும் வாசித்தும் காற்றில் நிரந்தரப்படுத்திவிடுகிறேன். என்றேனும் அது உன் செவிகளை வந்தடையலாம். உன்னைப் போல வேறு சிலருக்கோ பலருக்கோ அந்த அனுபவம் கிடைக்கலாம்.

குருட்சேத்திர யுத்தம் நடந்த இடத்தில் இன்னும் வாள்களின் உரசல் ஓசையும் புரவிகளின் குளம்பொலியும் அவ்வப்போது கேட்பதாக அங்கே சுற்றுலா போய்வந்த சர்தார் முதலாளி அவனிடம் ஒருமுறை சொன்னார்.

‘புரவிகளின் குளம்பொலியெல்லாம் கேட்கிறதென்றால் கண்டிப்பாக கீதையும் கேட்க வேண்டுமே. கண்ணனின் குரல் எப்படி இருந்தது?’ என்று நான் அவரிடம் கேட்டேன்.

‘கீதையும் சில சமயம் கேட்பதாகச் சொல்கிறார்கள். நான் கேட்கவில்லை. அதற்கெல்லாம் அனுக்ரஹம் வேண்டாமா?’ என்றார் முதலாளி.

சந்தேகம் என்ன? அனுக்ரஹம் அவசியம் வேண்டும். என் குழப்பங்கள் அனைத்தும் விலகி சட்டென்று அவன் ஒரு கணத்தில் முடிவு செய்தான். டொமினிக் வாங்கி அனுப்பியிருந்த டிக்கெட்டை வீணாக்காமல், குறித்த தேதியில் நான் கௌஹாத்திக்கு விமானம் ஏறினான்.

சாக்ரடீசுக்கு அளிக்கப்பட்ட தாவர நஞ்சு ‘ஹெம்லாக்’ கிடைத்தால் நன்றாக இருக்கும் என்று நினைத்தேன். அதற்காக ஒரு வாரம் மிகவும் சிரமப்பட்டு மும்பை முழுதும் சுற்றி வந்தான். பல மருத்துவ முகவர்கள், சீருடை நர்ஸ்கள், ஆஸ்பத்திரி வார்ட் பாய்கள் என்று தேடித் தேடிப் பேசியும் யாருக்கும் எதுவும் தெரிந்திருக்கவில்லை. பிறகு ஒரு தொழுநோயாளி யாரோ ஒருவனின் முகவரிக்கு ஒரு கடிதம் கொடுத்து அனுப்பினான். மருத்துவ மனைகளில் உயிருக்குப் போராடிக்கொண்டிருக்கும் வயது முதிர்ந்தவர்களைக் காப்பாற்ற முடியாது என்று மருத்துவர்கள் சொன்னபின், வீட்டுக்கும் அழைத்துச் செல்ல வழியின்றித் தவிப்பவர்களுக்கு அவன் உதவி செய்கிறான் என்று கேள்விப்பட்டேன்.

நேரில் சென்று பேசியபோது ஒரு பாட்டில் பதினெட்டாயிரம் ரூபாய் என்று சொன்னான். பதினெட்டாயிரம்! நான் எங்கே போவேன் அவ்வளவு பணத்துக்கு. அவன் விடுதலைக்கு ஒரு வழி கிடைத்துவிட்டது என்று சர்தார் முதலாளியிடம் சொல்லி, காலில் விழாத குறையாகக் கெஞ்சி அந்தப் பணத்தை வாங்கி வந்து விட்டேன். எனக்கு ஏதாவது நல்லது நடந்தால் சரி என்று அவர் அடிக்கடி சொல்வார். அப்படி ஒரு நல்லதுதான் நடக்கப் போகிறது என்று நினைத்துக்கொண்டிருப்பார். மீண்டும் ஒரு நம்பிக்கை துரோகம். மீண்டும் ஒரு உண்மையின் பாத்திக்குள் பொய்யின் பதியன். அவன் என்னை நிச்சயம் மன்னிக்கப் போவதில்லை.

அந்த பாட்டிலில் இருந்த மருந்தை நான் ஒரு கிளாஸ் டீயில் கலந்து குடித்தான். ஒரு மணி நேரத்தில் எல்லாம் முடிந்துவிடும் என்று விற்றவன் சொல்லியிருந்தான். நல்ல வேளையாக நான் அதற்குள் விமான நிலையத்துக்குச் சென்று சடங்குகளை முடித்துவிட்டு விமானம் ஏறி அமர்ந்துவிட்டான்.

அது புறப்படும்வரை அவன் பதற்றமாகவே இருந்தான். பிறகு எல்லாம் சரியாகிவிட்டது. மருந்து குடித்த அரை மணி நேரத்திலேயே கண்கள் லேசாக இருட்ட ஆரம்பித்தன. உள்ளங்கையும் உள்ளங் கால்களும் சில்லிட்டு, விரைத்துப் போகத் தொடங்கின. வாயில் எச்சில் சுரப்பது நின்றது. தொண்டை வறண்டு எரிந்தது.

நான் தயாரானான். ஜன்னல் ஓர இருக்கையில் தியானம் செய்பவன் தோற்றத்தில் நேராக நிமிர்ந்து அமர்ந்திருந்தேன். கண்களை மூடிக் கொண்டான். விஷம் உடலெங்கும் பரவுவதை உணர முடிந்தது. ஒரு பூரான் நெளிந்து நெளிந்து நகர்வது போல அது என் நரம்புகளுக்குள் ஊர்ந்துகொண்டிருந்தது. எந்தக் கணத்தில் அது நரம்பு மண்டலத்தின் மையப் பகுதியைச் சென்றடைந்து அந்தக் கோட்டையைப் பிடிக்கிறதோ அப்போது அவன் மரணம் நிகழும்.

விமானம் இருபத்து மூவாயிரம் அடி உயரத்தில் பறப்பதாக விமானி அறிவித்தார். நான் வெளியே பார்த்தேன். மேகப் பொதிகள் வெளியெங்கும் கண்டு கண்டாக ஊர்ந்துகொண்டிருந்தன. ஒரு பொதியைக் கூட யாரும் எட்டிக் கட்டிப் பிடித்துவிட முடியாது. அவ்வளவு பெரிது. அவ்வளவு அடர்த்தி. நீரைச் சேர்த்து வைக்க இயற்கை தேர்ந்தெடுத்த இடம். பயன்பாட்டுப் பிரதேசத்தில் இருந்து இருபத்து மூன்றாயிரம் அடி உயரம். இதில் ஒரு செய்தி இருப்பதாகத் தோன்றியது.

மனித குலத்துக்கு நீர் மட்டுமா ஆதாரம்? இசையும் அல்லவா? இசையற்றுப் போய்விட்டால் நீர் இருந்து என்ன செய்யும்? நான் மெல்ல மெல்ல என் சுருதியில் சஞ்சரிக்க ஆரம்பித்தான். என் நினைவு தவறிப் போகவிருந்த நேரத்தில் எனக்கு நெஞ்சு வலித்தது. விமானத்தில் டாக்டர்கள் யாரும் இருந்துவிடக் கூடாதே என்று சிறிது அஞ்சினான். வெளியே காட்டாதவரை எந்த வலியும் யாருக்கும் பொருட்டல்ல. எனவே முடிந்தவரை முகச் சுளிப்பைக் கூட வெளிப் படுத்தாமல் இருக்க வேண்டும் என்று முடிவு செய்துகொண்டேன்.

எனக்கு வியர்த்தது. விரல்கள் நடுங்கின. கண் சொருகி, கிட்டத்தட்ட மூடிக்கொண்டு விட்டது. என் உடலுக்குள் இருந்து வெளிப்பட்டுக் கொண்டிருந்த குளிர்ச்சி, விமானத்துக்குள் இருந்த குளிர்ச்சியினும் அதிகமாக இருந்தது. என் இசை. என் வாழ்க்கை. இரண்டிலும் உள்ள செய்தியை நான் உலகுக்குப் பொதுவாக எடுத்து வைக்கத் தயாராகி விட்டான். அதை முழு மகிழ்ச்சியோடு செய்வேன் என்று எண்ணிக் கொண்டிருந்த கணத்தில் அது நிகழ்ந்தது.

அவன் இறந்து போனான். நான் விமானக் கதவிடுக்கு ஓட்டை வழியே வெளியே இறங்கிக் கொண்டேன். என்னை மேக மூட்டைகள் ஏந்திக்கொண்டன. பல்லாயிரம் வெள்ளை யானைகள் ஓய்வெடுப்பது போல் இங்கே எங்கெங்கும் மேகத் திரள். மேகத்தைத் தவிர வேறு எதுவுமே இல்லை. வெறும் வெண்மை. கண்ணுக்கு எட்டிய தொலைவெல்லாம் வெண்மை. என்னால் கற்பனை செய்துகூடப் பார்க்க முடியாத அளவுக்குக் குளிர்கிறது. உடல் இல்லாதபோதும் குளிரை உணர முடிவது வேடிக்கைதான். ஒரே வித்தியாசம், இந்தக் குளிரில் விரைத்து, இறந்துவிடுவோம் என்ற அச்சம் இல்லை. நான் சௌகரியமாக ஒரு மேகப் பொதிக்குள் அமர்ந்துகொண்டு இதனை எழுதிக்கொண்டிருக்கிறேன்.

www.ingramcontent.com/pod-product-compliance
Lightning Source LLC
LaVergne TN
LVHW060428051026
849518LV00002B/362
* 9 7 8 9 3 5 1 3 5 0 3 1 6 *